மீரா நந்தா உயிரியலில் தொடக்கப் பயிற்சிபெற்ற தத்துவவாதி. அறிவியல், மதம் குறித்து எழுதிவரும், அறிவியலாளர். இண்டியன் இன்ஸ்டிடியூட் ஆஃப் டெக்னாலஜியில் (டெல்லி) உயிரியல் தொழில்நுட்பத்திலும் ரென்ஸ்சலேர் பாலிடெக்னிக் நிறுவனத்தில் (அமெரிக்கா) அறிவியல் ஆய்விலும் ஆய்வறிஞர் பட்டங்களைப் பெற்றவர். அமெரிக்கன் கவுன்சில் ஆஃப் லேர்ன்ட் சொசைட்டீஸ், அமெரிக்காவிலுள்ள ஜான் டெம்பிள்டன் ஃபவுண்டேஷன் ஆகியவற்றின் ஆய்வு உறுப்பினர். ஜவஹர்லால் நேரு பல்கலைக் கழக உயராய்வு நிறுவனத்தில் வருகைதரு பேராசிரியராகவும் (2009-2010) இருந்துள்ளார். ஃபேசிங் பேக்வேர்ட்: போஸ்ட்மாடர்ன் கிரிடிக்ஸ் ஆஃப் சயின்ஸ் அண்ட் ஹிண்டு நேஷனலிசம் இன் இண்டியா என்னும் விருதுபெற்ற நூலின் ஆசிரியர். தற்போது மொஹாலியில் உள்ள இந்திய அறிவியல் கல்விக்கான ஆய்வு நிறுவனத்தில் அறிவியல் வரலாற்றையும் தத்துவத்தையும் கற்பிக்கும் வருகைதரு பேராசிரிய ராகப் பணிபுரிகிறார்.

கடவுள் சந்தை

உலகமயமாக்கல் எவ்வாறு இந்தியாவை மேலும் இந்துவாக்குகிறது

மீரா நந்தா

தமிழில்

க. பூரணச்சந்திரன்

மீள்பார்வை

அடையாளம் பதிப்புக்குழு

அடையாளம்

முதல் பதிப்பு 2017

© மீரா நந்தா

© தமிழ்மொழிபெயர்ப்பு: அடையாளம்

வெளியீடு: அடையாளம், 1205/1 கருப்பூர் சாலை, புத்தாநத்தம் 621310, திருச்சி மாவட்டம், இந்தியா, தொலைபேசி: 04332 273444

நூல் வடிவம்: த பாபிரஸ், அச்சாக்கம்: அடையாளம் பிரஸ், இந்தியா

ISBN 978 81 7720 260 1

விலை: ₹ 300

Kadavul chanthai is the Tamil translation of *The God Market* in English by Meera Nanda, Translated by G. Poornachandran, Published by Adaiyaalam, 1205/1 Karupur Road, Puthanatham 621310, Thiruchirappalli District, Tamilnadu, India, email: info@adaiyaalam.net

பொருளடக்கம்

அறிமுகம்: இந்தியாவில்
கடவுளும் உலகமயமாக்கமும், 1

1 இந்தியாவும் உலகப் பொருளாதாரமும்:
மிகச் சுருக்கமான ஓர் அறிமுகம், 15

2 கடவுளரின் நெரிசல் நேரம்: உலகமயமாக்கமும்
நடுத்தர வகுப்பினரின் மதத்தன்மையும், 74

3 அரசு-கோயில்-பெருவணிகக் கூட்டிணைவும்
இந்து தேசியவாதத்தின் இழிவும், 130

4 இந்தியா@சூப்பர்பவர்.காம்: நாம் எப்படி
நம்மை நோக்குகிறோம், 173

5 மதச்சார்பின்மை - ஒரு மறுசிந்தனை, 205

குறிப்புகள், 245

விரிவான வாசிப்புக்கு, 269

நன்றி, 273

பின்னிணைப்பு:
மன்த்லி ரிவ்யூ பிரஸின் பதிப்புரை, 277

அறிமுகம்

இந்தியாவில் கடவுளும் உலகமயமாக்கமும்

பாகிஸ்தானிய பயங்கரவாத அமைப்புகளுடன் தொடர்புடைய சிலர், துப்பாக்கிகளை ஏந்திய குழுவினர், 2008 நவம்பரில் மும்பை நகரத்தைத் தாக்கியபோது, 'அவர்கள் ஏன் நம்மை வெறுக் கிறார்கள்?' என்ற கேள்வியைத் தானும் கேட்கும் கணத்திற்கு இந்தியா வரநேரிட்டது. இந்தக் கேள்விக்கு அமெரிக்க ஐக்கிய நாட்டின்மீது 9/11 தாக்குதல்களுக்கு ஏறத்தாழ ஜார்ஜ் புஷ் அளித்த விளக்கத்தையே இந்தியர்கள் பலரும் பதிலாக அளித்தனர்: இஸ்லாமிய பயங்கரவாதிகள் நம்மை வெறுப்பதற்குக் காரணம், நாம் நல்லவர்கள், அவர்கள் தீயவர்கள்; நாம் சுதந்திரர்கள், ஜனநாயகத் தன்மையுடன் வாழ்பவர்கள், அவர்கள் சுதந்திரத்தையும் ஜனநாயகத் தன்மையையும் வெறுப்பவர்கள்.

இந்த 'நாம்-அவர்கள்' பிளவு, உலகமயமாக்கத்துடன் மேலும் தொடர்புடையது. மும்பைத் தாக்குதல்களுக்குப் பிறகு மிகவும் புழக்கத்துக்கு வந்த சொல் அது. 'உலகப் பொருளாதாரப் போட்டியில் நாம் வெற்றி பெற்றுக்கொண்டிருக்கிறோம், ஆனால் அவர்கள் முழுத் தோல்வியடைந்த குழுவினர், நமது பொருளாதார அற்புதத்தின் பிரகாச ஒளியை மங்கச் செய்வதற்குக் கங்கணம் பூண்டவர்கள். ஆகவே பாகிஸ்தானியர் நம்மை வெறுக்கிறார்கள்' என்று இந்தியாவில் பலர் வாதிட்டார்கள். உலக முதலீட்டாளர்களின் நம்பிக்கையை அழிப்பதற்காக, தகவல் தொழில்நுட்பத்துறை யிலும் பிற தொழில்களிலும் இந்தியாவின் வெளிஒப்பந்தப் பணியாளர்களைப் பெறுவதைக் குறைப்பதற்காகவும் அயல்நாட்டுச் சுற்றுப் பயணிகள் வராமல் தடுப்பதற்காகவும் செய்யப்பட்ட சதி என்று அந்த பயங்கரவாதத் தாக்குதல்கள் நோக்கப்பட்டன.

பொருளாதாரத்தில் மட்டுமல்ல, நாகரிகத்திலும் இந்தியா உலகமயமாக்கல் போட்டியில் வெற்றி பெற்றுவருவதாக நோக்கப் படுகிறது. மும்பைத் தாக்குதல்களுக்குச் சற்றுப் பின்னர் த நியூயார்க் டைம்ஸ் இதழில் எழுதிய நன்கறியப்பட்ட அயல்நாட்டுக் கொள்கைத் திறனாளரான ராபர்ட் கப்லான் எழுதினார்:

> உலகமயமாக்கல், இந்தியர்களைத் தங்கள் இந்துமதத்தின் உயிர்த்துடிப்பான சுதந்திரமான ஜனநாயகத்தில் வேர்களைத் தேடுமாறு செய்துள்ளது. ஆனால் இந்தியாவிலும் பாகிஸ்தானிலும் உள்ள முஸ்லிம்கள் உலக இஸ்லாமியச் சமுதாயத்தில் வேர் களைத் தேடிக்கொண்டிருக்கிறார்கள்... தாடிகளுக்குள், வட்டக் குல்லாய்கள், புர்க்காக்களுக்குள் சில சமயம்; சில சமயங்களில் பின்வாங்குகிறார்கள்; பிற நிகழ்வுகளில் தங்களைத் தனிமைப் படுத்திக்கொள்ளும் சேரிகளுக்குள் ஒதுங்குகிறார்கள்.[1]

இந்தியாவிலும் இதுபோன்றதொரு உணர்வு எதிரொலிக்கப் பட்டது. தமது வலுவான இந்துத்துவ நோக்குகளுக்குப் பெயர் பெற்ற விமரிசகரான எம். வி. காமத், தி ஆர்கனைசரில் எழுதினார்:

> அழிக்க முடியாத இந்தியா, மகிழ்ச்சியான புன்முறுவலையும் மன்னிக்கும் முகபாவத்தையும் சுமந்தவாறு, நிலவுக்கு ராக்கெட்டு களை விட்டுக்கொண்டிருக்கும் நேரத்தில், அதன் 'நோய்பிடித்த' அண்டை வீட்டுக்காரனும், இந்திய முஸ்லிம்கள் பலரும் வட்டக்குல்லாய்கள் அணிந்தும், பெண்களை புர்க்கா அணியு மாறு கட்டாயப்படுத்தியும், மையநீரோட்டத்தில் மற்றபடி கலந்துகொள்வதை மறுத்தும், தங்களைத் தனிமைப்படுத்திக் கொள்வதில் பிடிவாதமாகவும் இருக்கிறார்கள்.[2]

இங்கு ஏதோ ஒரு விசித்திரம் நடந்துகொண்டிருக்கிறது. மெய்யாகவே தங்கள் மரபான உடைக்குள்ளும் மதக் குறியீடு களுக்குள்ளும் பின்னடையும் சில முஸ்லிம்களின் மிகத் தீவிரமான பழமைவாதம், முழு 'உலக இஸ்லாமியச் சமுதாயத்திற்கும்' அடையாளமாக முன்நிறுத்தப்படுகிறது. மாறாக, இந்தியாவின் சாதனைகள்—'எல்லா' இந்தியர்களுடையதுமானவை; இந்தியா வின் 'எல்லா' மதங்களுக்கும் சமயக் கோட்பாடுகளுக்கும் சொந்த மானவை—இந்துமதத்தின் புகழுக்காகவே முன்நிறுத்தப்படு கின்றன. தனது இந்து நாகரிகத்துடன், இந்தியா, உலகமய மாக்கலின் பிரகாசமான, முன்நோக்கும் முகமாகக் காட்டப் படுகிறது. ஆனால் பாகிஸ்தான், உண்மையில் இஸ்லாம், அதன்

இருண்ட, பேய்த்தனமான, பின்நோக்கும் கீழ்ப் பக்கமாகக் காட்டப்படுகிறது. உலகம் இரண்டாகப் பகுக்கப்படுகிறது — உலகப் பொருளாதாரத்தில் விளையாடி வெற்றிபெறுவதற்குத் தேவையான சரியான வகை நாகரிக மூலவளங்களைப் பெற்ற வெற்றியாளர்கள்; மற்றவர்கள், முழு இழப்பாளர்களாக இல்லா விட்டாலும் பின்தங்கியிருக்கும் நிலைக்குத் தள்ளப்பட்டவர்கள்.

இந்தப் புத்தகம் எதைப் பற்றியது

இந்தப் புத்தகம் 'நாம்' × 'அவர்கள்' கதையாடலுக்குச் சவால் விடுகிறது. இந்தியா அரசியல்மயமாக்கப்பட்ட, இந்துப் பெரும்பான்மைவாதத்தில் வளரும் உணர்வின் வாயிலாகத் தன்னை வெளிப்படுத்திக்கொள்ளும் மதத்தன்மையிலிருந்து விடுபட்டதல்ல என்பதைக் காட்ட முனைகிறது.

எங்கு நோக்கினாலும், அரசியல்மயமாக்கப்பட்ட மதத் தன்மைதான் இன்று காணப்படுகிறது. உலகமயமாக்கல் முழு உலகையும் மேலும் மதத்தன்மை கொண்டதாக்கியிருக்கிறது. எல்லா மதங்களுமே மேலும் அரசியலாக்கப்பட்டுள்ளன. பொருளாதார நிலையில் அவை நெருக்கமாக ஒன்றிழுக்கப் படும்போது, உலகம் முழுவதுமுள்ள மக்கள் தங்கள் மதம் பற்றியும், நாகரிகப் பாரம்பரியம் பற்றியும் மேலும் சுய உணர்வு பெறுகின்றனர். உலகமயமாக்கல், கடவுளர்க்கு நல்லதாக உள்ளது என்று கூறலாம். ஆனால் வருத்தமான விஷயம், கடவுளர்க்குப் பதிலாகக் கடவுளரின் போர்வீரர்களுக்கும் தங்கள் மதத்தின் பெயரால் போராட்டங்களையும் வன்முறையையும் தூண்டுபவர் களுக்கும் அது நல்லதாக இருக்கிறது.

உலகத்தின் இந்தப் பொதுவான போக்கிற்கு இந்தியா விதி விலக்கல்ல.

உலகமயமாகும்போதே இந்தியாவில் மாறிக்கொண்டிருக்கும் மத (நிலக்) காட்சியை ஆராய முனைகிறது. இந்துமதத்தின் அன்றாட வெளிப்பாடுகளின் போக்குகளும் இழைநயமும் எவ்விதம் மாறுகின்றன என்பதை மட்டும் இது வருணிக்கவில்லை, உலகப் பொருளாதாரத்திலும், உலக விஷயங்களிலும் முக்கிய மான பங்காற்றும் ஒன்றாக எழுகின்ற இந்தியா அனுபவிக்கக் கூடிய பெரிய அளவிலான அரசியல், பொருளதார, நிறுவன இடப் பெயர்ச்சிகளுடன் அந்த மாறும் போக்குகளை இணைத்தும்

காட்டுகிறது. எவ்விதம் நவீன இந்துக்கள் தங்கள் கடவுளர்களை தைரியமிக்க புதிய உலகத்திற்குக்கொண்டு செல்கிறார்கள், இந்து நிறுவனங்கள் நவ-தாராளமயக் கொள்கையும் (நியோ-லிபரலிசம்)* உலகமயமாக்கலும் திறந்துவிட்ட புதிய வாய்ப்பு களை எவ்விதம் பயன்படுத்திக்கொள்கின்றன என்பவற்றை விளக்குவது இந்தப் புத்தகத்தின் ஒட்டுமொத்த இலட்சியம் ஆகும்.

இந்தப் புத்தகம், தனது பரந்த தூரிகைத் தீட்டுதல்களில் வரைந்து காட்டும் படம் இதுதான்:

- தனது பொருளாதாரத்தில் இந்தியா தாராளமயமாகியும் உலகமயமாகியும் வரும்போது, இந்த நாடு ஒரு பிரபலவகை இந்துமதத்தின் உயரும் அலையை அனுபவிக்கின்றது. இது தொடாத சமூகப் பகுதியோ, பொதுநிறுவனமோ இல்லை. வளரத் தொடங்குகின்ற இந்து நடுத்தர வகுப்பினர் இடையே பிரபலமான மதத்தன்மையின் எழுச்சி காணப்படுகிறது. புனித யாத்திரைகளின் அதிகரிப்பு, புதிய, அதிக ஆடம்பரமான சடங்குகளின் கண்டுபிடிப்புகள் ஆகியவை இதைத் தெளிவாகக் காட்டுகின்றன.

- நேரு காலத்தில் இந்த மதத்தன்மை மிகவும் மதச்சார்பற்று இருந்த பொதுநிறுவனங்களை இடப்பெயர்ச்சி செய்கின்ற, புதிதாக வளர்ந்துவருகின்ற அரசு-கோயில்-பெருவணிகக் குழுமக் கூட்டிணைவால் மதத்தன்மை வளர்க்கப்படுகிறது. வேறு சொற்களில் கூறினால், ஒரு நவ-தாராளமயச் சந்தைப் பொருளாதாரத்தை உற்சாகப் படுத்துவதற்கெனத் தன் இடத்தில் இருத்தப்பட்ட ஓர் ஒழுங்குபடுத்தப்படா ஆட்சி, இந்தியாவின் கடவுள் சந்தையில் மதச்சேவைகளுக்கான தேவைகளையும் அளிப்புகளையும் உற்சாகப்படுத்திக் கொண்டிருக்கிறது.

*நியோ-லிபரலிசம் என்னும் ஆங்கிலச் சொல்லுக்கு நிகராக நவ-தாராளமயம் என்னும் சொல்லே இந்த மொழிபெயர்ப்பில் கையாளப் படுகிறது. நியோ, நியூ ஆகிய சொற்கள் ஆங்கிலத்தில் 'புதிய' என்னும் ஒரேபொருளைத் தர கையாளப்படுவதில்லை. நியோ பெரும்பாலும் ஒரு பழைய யோசனையை மறுபரிசீலனை செய்வதைப் பயன்படுத்தி அல்லது ஒரு இடைவெளியின் பின்னர் பழைய மாற்றத்தை தொடர அல்லது மாற்றம் அடையாமலிருக்க பயன்படுத்தப்படுகிறது. இந்த இடைவெளியைப் பயன்படுத்துவது முக்கியம். ஆனால் நியூ, வரலாற்று தொடர்பில்லாத முற்றிலும் புதியதைக் குறிக்கிறது. எனவே நியோ-லிபரலிசம் = நவ-தாராள மயம் — புதிய தாராளமயம் அல்ல. (ப-ர்)

- புதிய அரசியல் பொருளாதாரத்தால் உதவிபெறும் ஒரு புதிய இந்துமதத்தன்மை பொதுநிலையிலும், தனிப்பட்ட நிலையிலும் அன்றாட வாழ்க்கைக்குள் இன்னும் ஆழமாக உட்பதிக்கப்படுகிறது. அரசின் வழக்கமான நடைமுறைகளிலும் தேர்தல் அரசியலிலும் இந்துச் சடங்குகளையும் குறியீடுகளையும் பயன்படுத்துவது மிகவும் பரவலாகிவிட்ட நிலையில், அரசியல் சட்டப்படி அதிகாரபூர்வ மதம் எதுவும் அற்றதாக இருக்க வேண்டிய 'மதச்சார்பற்ற' இந்திய அரசின் மெய்யான மதமாக இந்துமதம் ஆகிவிட்டது.

- உலகப் பொருளாதாரத்தில் இந்தியா வெளிப்படத் தோன்றும் நிலையில், தேசியப் பெருமை, பெரும் வல்லரசாக இந்தியா உருவாகும் கனவு ஆகிய உணர்ச்சிகளுடன் இந்து மதத் தன்மை உருக்கி இணைக்கப்படுகிறது. நாட்டின் பொருளாதார வெற்றி, இந்து மதிப்புகளின் மேம்பாட்டால் நிகழ்ந்ததாகக் கற்பிக்கப்படுகிறது. தன் பழைய இந்து நாகரிகத்தால் தான் மிகப்பெரிய வல்லரசு நிலைக்குத் தகுதியுள்ளதாக இந்தியா ஆகிறது என்று பார்க்கப்படுகிறது. இந்தியாவின் மிகவும் பழமையான மதப் பாரம்பரியங்களும் கலாச்சாரங்களும் கஷ்டப்பட்டுப் பெற்ற இந்தியாவின் சாதனைகள் யாவும் பெரும்பான்மைச் சமூகத்தின் மதத்திற்குள்ளாக உறிஞ்சப்படுகின்றன.

- அரசியல் இந்துமதத்தின் இந்தப் புதிய கலாச்சாரம், சம அளவுகளில் வெற்றியுணர்வும் சகிப்பின்மையும் கொண்டது: உலகம் முழுவதும் இந்து நாகரிகத்தின் மிக உயர்ந்த சகிப்புத் தன்மையையும் அகிம்சையையும் கொண்டாட வேண்டும் என்று விரும்புகின்ற அதே நேரத்தில், அது உள்நாட்டில், மதச் சிறுபான்மையினருக்கு எதிராக சகிப்பின்மை —இன்னும் சொன்னால், வன்முறையைத்தான் சகித்துக்கொள்கிறது.

இதுதான், சுருக்கமாக, இந்தப் புத்தகம் சொல்லப்போகும் விஷயம்.

வாசகர்களுக்கு யதார்த்தத்திற்கு மாறான எதிர்பார்ப்புகள் ஏற்படலாகாது என்று உடனே இரண்டு எச்சரிக்கைகளைச் சொல்லியாக வேண்டும். நாட்டின் பெரும்பான்மை மதமான வெகுசன இந்துமதத்தின் மாறும் போக்குகள்மீது இந்தப்

அறிமுகம் ✵ 5

புத்தகம் முழுமையாகக் கவனத்தைக் குவிக்கும். இந்தியாவின் சிறுபான்மை மதங்களில் மாற்றங்கள் எங்கு, எப்போது தேவையோ அப்போது சொல்லப்பெறும். ஆனால் அவற்றில் விரிவான ஆய்வு நடத்தப்பெறாது.

மனத்தில் வைக்கவேண்டிய இரண்டாவது விஷயம், இந்தப் புத்தகம் இந்துமதத்தைப் பற்றியதே அன்றி, இந்துத்துவம் அல்லது இந்து தேசியவாதத்திற்காக அமைப்புற்ற இயக்கங்கள் பற்றியது அல்ல. இது வருணிக்கின்ற வெகுசன பொது மதத் தன்மையின் போக்குகள் அரசியல் வட்டத்தின் மதச்சார் பற்ற-மதம்சார்ந்த, வலது-இடது பிளவுகளுக்கு ஊடாக வெட்டிச் செல்கின்றன. சங்கப் பரிவாரம் மேலும் வெளிப்படையாகவும் மிக அடிக்கடியும் மத, தேர்தல் நோக்கங்களுக்காக பெரும் பான்மைச் சமுதாயத்தின் மதக்குறியீடுகள் வாயிலாக வெளிப் படையாக இந்தியாவைப் படிமப்படுத்துகின்ற பழக்கத்தைக் கொண்டிருக்கிறது. இருப்பினும் அவை சங்கப் பரிவாரத்திற்கு மட்டுமே உரிய தனித்தகைமை அல்ல.

இவை யாவற்றிற்கும் பிறகு இந்தப் புத்தகம் இந்தக் கேள்வியை முன்வைக்கிறது: காவிநிறம் பூசிய வல்லரசுக் கனவுகள் காணும் இந்த இந்தியா, இந்து அல்லாத சிறுபான்மையினருக்கு எந்த இடத்தை விட்டுவைத்திருக்கிறது? நாடு தன்னை இந்தியா @வல்லரசு.ஓம் என்று காணத் தொடங்கும்போது, 'இதே நாட்டைத் தங்கள் வீடெனவும் கருதுகின்ற' முஸ்லிம்கள், கிறித்துவர்கள், நாத்திகர்கள், பிற இந்து அல்லாதவர்களுக்கு என்ன நிகழப் போகிறது? மதச்சார்பற்ற கலாச்சாரத்தையும் நிர்வாக முறையையும் வளர்க்காமல் நாடு வெறும் மதச்சார்பு என்ற வாக்குறுதியை மட்டுமே வைத்து எவ்விதம் நடத்தப் போகிறது?

விசாரணைக்கான முறை:
தகவல் மூலங்களும் விளக்க முறைகளும்

இந்த நூல் ஒரு குறித்த ஆய்வுத்திட்டத்தின் கல்வித்துறை அறிக்கை அல்ல. அதேசமயம் இது சமய விவாதத்துக்கான நூலோ, கருத்தியல் விவாத நூலோ அல்ல. பதிலாக, இந்தப் புத்தகம் அரசியல் பகுப்பாய்வையும் தத்துவச் சிந்தனையையும் பொதுக் களத்தில் கிடைக்கக்கூடிய மிகப் பலவான மூலங்களிலிருந்து மிகவும் உழைத்துச் சேகரித்த மெய்யான தகவல்களுடன்

இணைக்கிறது. அடித்தளத்திலிருந்து தொடங்கி அன்றாட இந்து மதத்தன்மை பற்றிய, கிடைப்பவற்றில் மிகச் சிறந்த மெய்ம்மை களையும் புள்ளிவிவரங்களையும் ஆதரவாகக்கொண்டு, உலக மயமாக்கலையும் மதத்தின் மறுஎழுச்சியையும் பற்றிய மிகக் கூர்மையான சமூகக் கோட்பாடுகளை வாசகருக்கு அளிப்பதே இதன் நோக்கம். ஓர் உயர்ந்த உச்சாணியிலிருக்கும் இருக்கும் கல்விசார் சமூக அறிவியல்களுக்கும் குடும்பம், தெரு, உணவு விடுதி போன்று எங்கெல்லாம் கல்வித்துறைசாராத நுண்புல மிக்க வாசகர்கள் வாழ்ந்து, பணிசெய்து, படிக்கிறார்களோ அவர்களுக்கும் இடையிலுள்ள சுவர்களை உடைக்கும் முயற்சி இது. சுருக்கமாகச் சொன்னால், வாசகருக்கு ஒளியூட்டவும் அவரைச் சிந்திக்கவைக்கவும் உதவுகின்ற கண்டிப்பான நேர்மை யான ஆய்வுப் படைப்பு இது.

எந்த ஒரு சமகாலச் சமூக வரலாற்று நூலையும் போல, இந்தப் புத்தகமும் பல வேறான தகவல் மூலங்களிலிருந்து கிடைத்த புள்ளிகளை இணைக்க முயலுகிறது. வெகுசன ஊடகங்கள், கருத்துக்கணிப்புகள், ஆய்வுக் கட்டுரைகள், அரசாங்க அறிக்கைகள், சிந்தனைக்கூடங்களின் ஆய்வறிக்கைகள், கோயில்கள்/ ஆசிரமங் களின் வலைத்தளங்கள் ஆகியவற்றிலிருந்து கிடைத்த தகவல் களைப் பயன்படுத்துகிறது. இந்தத் தகவல்கள் காட்டுவன:

- புதிதாக வளம்பெற்ற நடுத்தர வகுப்பினர், அதிகத் தத்துவமான, நவ-வேதாந்த வடிவ மதத்தன்மையை விட்டுவிலகி, அதிகமான சடங்கு, மூடநம்பிக்கை சார்ந்த கோயில்கள், புனித யாத்திரைகள், பிரபலமான புனிதர்கள், சாமியார்கள், பெண் சாமியார்களை மையமாகக்கொண்ட வெகுசன மத வடிவத்தைத் தழுவிக்கொண்டிருக்கிறார்கள். இந்த மதத்தன்மை எழுவதற் கான அறிகுறிகள் நம்மைச்சுற்றி எங்கும் உள்ளன: சிறுகோயில் களும் பிரம்மாண்டமான கோயில்களும் கட்டுவதில் காணப்படும் பெருக்கம்; அவற்றில் சில நடுத்தர வகுப்பினரின் ருசிக்குத் தீனிபோடக்கூடிய கடவுளர்களையும் தேவியர்களையும் கொண்டவை; பிற புதிதாகக் கண்டுபிடிக்கப்பட்ட 'மிகவும் பழைய' சடங்குகளைச் செய்கின்றன. புனித யாத்திரைகளில் ஈடுபடும் மனிதர்களின் எண்ணிக்கை அதிகரித்து வருகிறது. அதேபோல் குருமார்கள், சாமியார்களின் கும்பல்களின் எண்ணிக்கையும் கூடியுள்ளன.

அறிமுகம் ♦ 7

- இந்த மதத்தன்மை மேலும் மேலும் வெளிப்படையாகவும் அரசியலாகவும் மாறிவருகிறது. எளிய வீட்டு விஷயங்களாக இருந்த ஹோமங்கள் (அல்லது யாகங்கள்), ஜாக்ரண்கள், கதாக்கள் ஆகியவை மேலும் மேலும் பகட்டாக, செலவு பிடிக்கின்றவையாக, வெளிப்படையாக மாறுகின்றன. மேலும், யாகம், யாத்திரை போன்ற மதச் சடங்குகள், சுற்றுச் சூழலைப் பாதுகாப்பது, எய்ட்ஸைத் தடுப்பது போன்ற நல்ல காரணங் களிலிருந்து, பெரும்பான்மை இந்து உணர்வைத் திரட்ட உதவுகின்ற கெடுநோக்குள்ள 'ஷோபா' யாத்திரைகள், சமாஜ மகோற்சவங்கள் (சமுதாயத் திருவிழாக்கள் வரை) எல்லா விதமான அரசியல் காரணங்களுக்காகவும் மக்களைச் சேர்க்கும் கருவி களாகின்றன.
- இந்த மதத்தன்மையின் எழுச்சிக்குப் பெரும்பாலும் முக்கூட்டாக இணைந்து செயல்படும் அரசு, கோயில்கள், வணிகப் பகுதியினர் ஆகியவற்றின் நிறுவன ஆதரவு இருக்கிறது.

இந்தக் கடைசிப் பிரச்சினை இந்து மதத்தன்மை எழுச்சியை விளக்கவேண்டிய அவசியத்தை நமக்குத் தருகிறது. இந்தியர்கள் உள்ளார்ந்து, அடுத்த உலகைப் பற்றிச் சிந்திப்பவர்களாக உள்ளனர்; இந்துமதம் என்பது வாழ்க்கையின் பிற பகுதிகளிலிருந்து ஆன்மிக நோக்கத்தைப் பிரிக்க முடியாத ஒரு முழுமையான வாழ்க்கை வழி என்று சிலர் சொல்கின்றனர்.[3] நவீனத்தன்மையால் மீதி உலகம் மதத்தன்மையில் குறைவுபடும் என எதிர்பார்க்கப்பட்டாலும், இந்தியா எப்போதுமே மதத்தன்மையோடுதான் இருக்கும்.

'உலகத்தில் நாம் இப்படித்தான் இருப்போம்' என்பது போன்ற கோட்பாடுகளை விட்டு இந்தப் புத்தகம் விலகி நிற்கும். மாறாக, மதத்தன்மை என்பது வேறெந்தக் கலாச்சார நிகழ்வையும் போன்றது என்று கருதுகிறது. அது மாறும் காலத்தோடு சேர்ந்து கூடுகிறது, குறைகிறது, மாறுகிறது. நேரு கால சோஷலிச அரசு தனியார் துறைக்கு அளித்த இடத்தை இப்போது நிரப்பிக் கொண்டிருக்கும் அரசு-கோயில்-பெருவணிகக் குழுமக் கூட்டிணைவால் இந்துமத எழுச்சியை விளக்கமுடியும் என்று இந்தப் புத்தகம் வாதிடுகிறது.

ஓர் அர்த்தத்தில், அரசு-கோயில்-தனியார்துறைப் பிணைப்பு என்பது புதிதல்ல. மதச்சார்பற்றதாகக் கருதப்படுகின்ற இந்திய அரசு பொதுக்களத்தில் இந்துமதச்சின்னங்களைக் கொண்டாடுவதில்

என்றும் விலகிச் சென்றதில்லை. இதெல்லாம் இந்தியக் கலாச்சாரத்தைப் பரப்புதல் என்ற பெயரிலேதான் நடந்தன. வணிகர்களுக்கும் வணிகக் குடும்பங்களுக்கும் பல நூற்றாண்டுகளாகத் தொடரும் நீண்டதொரு வரலாறு இருக்கிறது. அவர்கள் எப்போதுமே தங்கள் தேர்வுக்குரிய கடவுளர்க்கோ குருமார்களுக்கோ சமர்ப்பிக்கப்பட்ட கோயில்களையும் மடங்களையும் ஆதரித்தே வந்திருக்கிறார்கள்.

ஆனால் அரசு, மதஅமைப்பு, வணிக/பெருவணிகக் குழும மேட்டுக்குடிமக்கள் ஆகியோரை முன்பைவிட மேலும் நெருக்கமான உறவுக்குள் இப்போதைய நவ-தாராளமயப் பொருளாதார ஆட்சி கொண்டுவருகிறதென்று இந்தப் புத்தகம் வாதிடும். இந்திய அரசு தனது அரசுத்துறைக் கடமைகளிலிருந்து பின்வாங்கிச் செல்லும் சமயத்தில், பள்ளிகள், பல்கலைக் கழகங்கள், சுற்றுலா வசதிகள், மேலும் பிற சமூக சேவைகளை இயக்க அது தனியார்துறையுடனும் இந்து நிறுவன அமைப்புடனும் கூட்டுச்சேர்க்கையை நாடுகிறது. இதனால் பொதுச் சரக்குகளை உற்பத்தி செய்ய என்று ஒதுக்கப்பட்ட பொது நிதிகள் மேலும் மேலும் இந்துப் பாரம்பரியச் சார்புகொண்ட தனியார் அறக்கொடை நிறுவனங்களுக்குத் திருப்பப்படுகின்றன. பதிலுக்கு, இது இந்துமதத்தை 'நவீனப்படுத்த' உதவுகிறது: மதச்சடங்குகளில் நடுத்தர வகுப்பினரின் திருப்திப்படுத்த இயலாத பசியைத் தீர்க்கச் சேவைபுரிகின்ற, புதிதாக உருவாக்கப்பட்ட, ஆங்கிலம் பேசுகின்ற, கணினிப் பயன்பாடுள்ள பல்வேறு சாமியார்கள், ஜோசியர்கள், வாஸ்து சாஸ்திரிகள், யோகா குருநாதர்கள் போன்றவர்கள் எல்லாம் இந்த அரசு, பெருவணிகக் குழுமத் துறையினர், கோயில் ஆகியவற்றின் சேர்க்கையில் உருவான விளைபொருள்களே!

புத்தகத்தின் அமைப்பு

இந்தப் புத்தகம், உலகமயமாக்கம், மதச்சார்பின்மை என்னும் இரண்டு பெரிய கருத்துகளில் தொடங்கி நிறைவுறுகிறது. இந்த இரண்டிற்கும் இடையில் வைக்கப்பட்ட மூன்று இயல்களின் உள்ளடக்கங்கள் பின்வருமாறு அமைந்துள்ளன:

இதன் தொடக்க இயலுக்கு 'இந்தியாவும் உலகப் பொருளாதாரமும்: மிகச் சுருக்கமான ஓர் அறிமுகம்' என்று பெயரிடப்

பட்டுள்ளது. இது இந்தியாவைப் பாதிக்கின்ற வகையில் உலக மயமாக்கம் என்ற நிகழ்வுக்கு ஒரு விரிவான முன்னுரை அளிக்கிறது. சுதந்திரத்திற்குப் பிந்தைய இந்தியாவின் பொருளாதார வரலாற்றைச் சுருக்கமாகச் சொல்லி, பிறகு அது சந்தைச் சீர்திருத் தங்களுக்கும் உலகச் சந்தைகளோடு இணைப்புறுதல்களுக்கும் திரும்பிய வழியைச் சொல்லுகிறது. புதிய பொருளாதாரத்தின்கீழ் மேலும் மோசமாகி வருகின்ற தீவிர சமூக-பொருளாதாரச் சமமின்மைகள் மீது இது சிறப்பு கவனம் செலுத்துகிறது. கல்விச் சந்தைக்குள் மத நிறுவனங்கள் நுழையப் புதிய வாய்ப்புகளை உயர்கல்வியைத் தனியார்மயப்படுத்தியமை திறந்துவிட்டுள்ளது. அது பற்றிய ஓரளவு போதுமான விவரங்களையும் தருகிறது. மீதிப் புத்தகத் திற்குக் களம் அமைப்பதாக இந்த இயல் அமைந்துள்ளது.

இயல் 2க்குத் தலைப்பு, 'கடவுளர்களின் நெரிசல் நேரம்: உலக மயமாக்கமும் நடுத்தர வகுப்பினரின் மதத்தன்மையும்.' சமகால இந்தியாவில் கடவுளர்களின் நெரிசல் நேரத்தை இந்த இயல் ஆராய்கிறது. ஊடக அறிக்கைகள், கருத்துக்கணிப்புகள், கல்விசார் ஆய்வுகள் ஆகியவற்றை ஒன்றாகச் சேர்த்து, இந்து நடுத்தர வகுப்பினர் எவ்விதம் மேலும் மதத்தன்மை பெற்றவர்கள் ஆகிறார்கள், முன்பு எப்போதையும்விடப் பொதுக்களம் எப்படி இந்துமயமாகிறது என்ற வழிகளை இந்த இயல் விளக்குகிறது.

இயல் 3இன் தலைப்பு 'அரசு-கோயில்-பெருவணிகக் குழுமக் கூட்டிணைவும் இந்து தேசியவாதத்தின் இழிவும்' என்பது. இந்த இயல் எழுச்சியுறும் இந்துமதத்தன்மை, இந்து தேசியவாதம் ஆகியவற்றின் நிறுவன அடிப்படைகளை நோக்குகிறது. அரசு, கோயில்கள், தனியார்துறை ஆகியவற்றிற்கிடையிலான இணைவை மூன்று பரந்த தலைப்புகளில் நோக்குகிறது: இந்து அர்ச்சகர்களின் (பூசாரிகளின்) பயிற்சி, மத அறக்கட்டளைகளால் 'நிகர்நிலைப் பல்கலைக் கழகங்கள்' உருவாக்கப்படுதல், மதச்சுற்றுலா. மேலும் இந்த இயல், அற்பத்தன்மை கொண்ட அல்லது சாதாரண அன்றாட இந்து தேசியவாதம் என்ற நிகழ்வையும் நோக்குகிறது. தேசத்தை வழிபடுவதும், இந்துக் கடவுளர்களையும் தேவியர்களையும் வழிபடுவதும் எவ்விதம் வேறுபாடின்றிப் போகிறது என்பதை விளக்குகிறது.

இயல் 4இன் தலைப்பு 'இந்தியா@சூப்பர்பவர்.காம்: நாம் எப்படி நம்மை நோக்குகிறோம்' என்பதாகும். இது உலகப்

பொருளா தாரத்தில் இந்தியாவின் வெற்றி எவ்விதம் மாபெரும் இந்துமனம் (சிந்தனை) என்பதற்கு உரியதாக நோக்கப்படுகிறது என்பதை விளக்குகிறது. இந்த வெற்றி மனநிலையின் இருண்ட பகுதியை —அதாவது இந்து அல்லாத சிறுபான்மையினர், குறிப்பாக முஸ்லிம்கள், குறைந்த அளவில் கிறித்துவர்கள் ஆகியோர் மீதான வெறுப்பாக இது எவ்விதம் வெளிப்படுகிறது என்பதைக் காட்டுகிறது. ஒற்றைக் கடவுள் மதங்களின் கடவுளை வெளிப்படையாகப் பழிப்பதும் இந்து வெற்றி மனப்பாங்கு நூல்களை வெளியிடுவதும் புதுதில்லியிலிருந்து இயங்குவதுமான வாய்ஸ் ஆஃப் இந்தியா என்ற பதிப்பகத்தின் பங்கையும் இது ஆராய்கிறது.

இயல் 5இன் தலைப்பு, 'மதச்சார்பின்மை – ஒரு மறுசிந்தனை (இந்தியாவை மனத்தில்கொண்டு)' என்பதாகும். மதச்சார்பின்மை, மதச்சார்புநிலை ஆகிய சமூகக் கோட்பாடுகளின் கண்ணாடி வழியாக இந்தியாவின் மதச்சார்பின்மை அனுபவத்தைக் காண்கிறது. கடவுள் சந்தை ஏன் இந்தியாவுக்கே தனித்தன்மை வாய்ந்த ஒரு மதச்சார்பின்மைப் பாணி மூலமாகவும், நவ-தாராளமயப் பொருளாதாரச் சீர்திருத்தங்கள் ஊடாகவும் தொடர்ச்சியாகக் கொழிக்கிறது என்பதைப் புரிந்துகொள்ள முயல்கிறது.

ஒரு தனிப்பட்ட குறிப்பு

இந்தப் புத்தகம் கடந்த சில ஆண்டுகளாக நான் மேற்கொண்ட வேறொரு மிகப் பெரிய முயற்சியினூடாக உருவான திட்டமிடப்படாத துணைவிளைவு ஆகும். இது எதிர்பாராமல் திடீரென எழுச்சியுற்ற காரணத்தினாலும், திரண்டுவந்த நேரத்திலேயே அதற்கு அதிகப் பொருள் பொதிந்ததாக இருந்ததாலும், இந்தப் புத்தகம் என் மனத்துக்கு நெருக்கமானதாக இருக்கிறது.

2005இல் ஜான் டெம்பிள்டன் அறக்கொடையினரிடமிருந்து சமகால இந்தியாவில் நவீன அறிவியலுக்கும் இந்துமதத்திற்குமான தொடர்பு பற்றி ஒரு புத்தக அளவிலான ஆய்வை மேற்கொள்ள எனக்கு உதவித்தொகை கிடைத்தது. குறிப்பாக சுதந்திர இந்தியாவுக்கு அடித்தளமிட்ட தந்தையருள் ஜவஹர்லால் நேரு, பீம்ராவ் அம்பேத்கர், இன்னும் பிற மதச்சார்பற்ற மனித மையவாதிகளுக்குப் பிடித்தமான சிந்தனையாகிய அறிவியல்

மனப்பாங்கின் பணியைப் பற்றி ஆராய ஆர்வமாக இருந்தேன். மெய்யாகவே, இந்தியாவின் அரசியலமைப்பில் குடிமக்களுக்கான அடிப்படைக் கடமைகளில் ஒன்றாக அறிவியல் மனப்பாங்கை வளர்த்துக்கொள்வது வகுக்கப் பட்டுள்ளது.

இந்தியாவில் நவீன அறிவியலின் கலாச்சாரத் தாக்கத்தைப் புரிந்துகொள்ள முற்படும் எவரையும்போல, நானும் ஒரு முரண்சூழலை எதிர்கொள்ளவேண்டிய நிலை நேரிட்டது. எங்குப் பார்த்தாலும் அறிவியல் இருக்கிறது, ஆனால் எங்குமே அறிவியலின் விமரிசன மனப்பான்மை இல்லை. நடைமுறையில், இந்தியா 'அறிவியலில்' மூழ்கிக்கொண்டிருக்கிறது: ஆசிரமங்களிலும் தொலைக்காட்சிகளிலும் சாமியார்கள், அரசாங்க உதவி பெறும் கல்லூரிகள், பல்கலைக்கழகங்களின் பேராசிரியர்கள்கூட, ஜோசியம் முதல் வாஸ்துவரை எல்லாவிதமான மூடநம்பிக்கை களையும் அறிவியல் என்று கருதும் கலையில் கூர்மை பெற்றுள்ளனர்.

படித்த, ஆங்கிலம் பேசுகின்ற, நகர்ப்புறப் பணக்காரரான வகுப்பினர்தான் இந்துப் போலி அறிவியலின் மிகப்பெரிய நுகர்வோராக இருக்கின்றனர். இதனால் இந்திய மக்கள் தொகையில் வளர்ந்துவரும் இந்த வகுப்பினரின் கலாச்சார, மத உலகநோக்கு பற்றி புரிந்துகொள்ள இயல்பாகவே எனக்கு ஆர்வம் எழுந்தது. இந்திய நடுத்தர வகுப்பினரின் மத நம்பிக்கை களையும் நடைமுறைகளையும் புரிந்துகொள்ள நான் செய்த முயற்சி, 'கடவுளரின் நெரிசல் நேரம்' என்று நான் குறிப்பிடும் ஓர் இயலில் வந்து முடிந்தது. அந்த இயலே இந்த நூலின் மையக்கருவாக ஆயிற்று.

நடுத்தர வகுப்பினரின் மதத்தன்மை பற்றி நான் கவனத்தைக் குவிக்கத் தொடங்கிய போதே, இந்தியப் பொருளாதாரத்தில் வளரும் உலகமயமாக்கம் பற்றி நான் நோக்க வேண்டியதும் ஆயிற்று. இந்தியா 1990களின் தொடக்கத்தில் தழுவிக்கொண்ட சந்தைச் சீர்திருத்தங்களும் வணிக தாராளமயமாக்கமும் கொண்டு வந்த ஆசைகளிலும் கனவுகளிலும் ஏற்பட்ட பெரும் தாவலைப் பற்றி முதலில் புரிந்துகொள்ளாமல், இன்றிருக்கும் நடுத்தர வகுப்பினரின் மனநிலையை அறிவது சாத்தியமில்லை.

மாறிவரும் அரசியல் பொருளாதாரப் பின்னணியில் மதத் தன்மையை நான் வைக்கத் தொடங்கியபோதே ஒவ்வொரு சான்றும்

அடுத்த கண்டறிதலுக்குக் கொண்டுசென்றது, விரைவில் ஒரு முழுப்படம் உருவாகத் தொடங்கியது. தனியார்துறையிலும், பொதுத்துறையிலும் மதச்சேவைகளின் தேவை, அளிப்பு ஆகிய இரண்டையும் தாராளமயமாக்கம் எவ்வாறு அதிகரித்து உள்ளது என்பதை நான் புரிந்துகொள்ளத் தொடங்கினேன். அதை அறிவதன் முன்னரே, தன்னளவில் நிற்கக்கூடிய கருத்துசார் முடிவொன்றை நான் உருவாக்கியிருந்தேன்.

எனது அசல் ஆய்வுத்திட்டத்திலிருந்து விடுப்புப் பெற்றேன். இந்தப் புத்தகத்தின் ஆய்வும் எழுத்தும் டெம்பிள்டன் நிறுவனத்தின் எவ்வித நிதி உதவியுமின்றி முற்றிலும் எனக்குச் சொந்தமான நேரத்தில் செய்யப்பட்டது. இந்தப் புத்தகத்தின் இருப்புக்கும், இது தெரிவிக்கும் சிந்தனைகளுக்கும் டெம்பிள்டன் அறக்கொடை நிறுவனத்திற்கும் எவ்விதத் தொடர்பும் இல்லை.

இந்தப் புத்தகம் அச்சானதுடன், நான் எங்குத் தொடங்கினேனோ அங்குத் திரும்பு கிறேன். எனது அசலான ஆய்வுத் திட்டம் முழுமையடையும் நிலையை நெருங்கியுள்ளது. அது விரைவில், *விதியுடன் சந்திப்பு: இந்தியாவில் அறிவியல் மனப்பாங்கும் மதச்சார்பின்மையும்* என்ற தலைப்பில் வெளிவரும்.

1

இந்தியாவும் உலகப் பொருளாதாரமும் மிகச் சுருக்கமான ஓர் அறிமுகம்

எங்கும் இந்தியா[1]
— இந்தியாவின் மேம்பாட்டு முழக்கம், டேவாஸ், 2006

நீங்கள் 9.2 சதவீத வளர்ச்சி வீதத்தைப் பற்றிப் பேசும்போது அது ஒரு புள்ளியியல் கருத்துப்பொருளாக மாறுகிறது. நமது மக்களில் 0.2 சதவீதத்தினர் ஆண்டுக்கு 9.2 சதவீதத்தில் வளர்ச்சி பெறுகிறார்கள். ஆனால் 0.2 சதவீத வளர்ச்சிக்கும் குறைவாக இருப்பவர்கள் மிகப் பெரிய எண்ணிக்கையில் இருக்கிறார்கள்.[2]

— மணி சங்கர் ஐயர்

இந்துத்துவக் கருத்தியலும் தாராளமயப் பொருளாதாரமும் ஒத்துச்செல்லக்கூடியவை மட்டுமல்ல, ஒன்றுக்கொன்று ஈடுசெய்யக்கூடியவை.[3]

— அய்ஜாஸ் அகமது

உலகமயமாகிக் கொண்டிருக்கும் போது இந்தியா மேலும் இந்து மயமாகிக் கொண்டிருக்கிறது. ஆனால், உலகமயமாக்கல் என்பதால் எதை நாம் அர்த்தப்படுத்துகிறோம்? இந்நாள்களில் எந்த நாடு உலக வணிகத்தில் ஈடுபட்டாலும் அது தவிர்க்க இயலாமல் ஏன் நவ-தாராளமயக் கொள்கைகளின் தொகுதியை ஏற்பதில் முடிகிறது? நவ-தாராளமயம் (நியோ-லிபரலிசம்) என்றால்தான் என்ன?

இந்த இயல், முதலில் சாதாரண மக்களுக்குப் புரியும் மொழியில், உலகமயமாக்கல், நவ-தாராளமயம் போன்ற புதுப்புழக்கச் சொற்களுக்கு என்ன அர்த்தம் என்பதை விளக்கும். பிறகு அது

சுதந்திரச் சந்தைகள், உலக வணிகம் என்ற நற்செய்திகளை எவ்விதம் தழுவிக்கொள்ள நேர்ந்தது, அது எவ்வாறு இந்து மதத்தின் வளர்ச்சிக்குக் களம் அமைத்துக் கொண்டிருக்கிறது என்ற கதையை அடுத்ததாகச் சொல்லும்.

முறைப்படி ஓர் எச்சரிக்கைக் குறிப்பு: இந்த இயலில் சொல்லப் படும் பொருளாதாரக் கதை, வாசகரை இப்புத்தகத்தின் மீதிப் பகுதிக்கு திசைப்படுத்துவதற்காக மட்டுமே. அது இந்தியப் பொருளாதாரத்தைப் பற்றிக் குறைவாகவும், இந்துமதத்தின் அரசியலாக்கத்தையும் அரசியலின் இந்துமயமாக்கத்தையும் பற்றி மிகுதியாகவும் கூறும். பொருளாதார மெய்ம்மைகள், தகவல்கள் பற்றி இன்னும் அதிநுட்பமான பகுப்பாய்வை வேண்டுவோர், இந்த நூலின் இறுதியில் 'விரிவானவாசிப்புக்கு' பகுதியில் குறிப்பிடப்பட்டுள்ள தொழில்ரீதியான பொருளாதார வல்லுநர்கள் இவ்விஷயங்கள் பற்றி எழுதியுள்ள பல சிறந்த நூல்களை நோக்கலாம்.

உலகமயமாக்கல் என்றால் என்ன?

'நாம் உலகமயமாகிய ஓர் உலகத்தில் வாழ்கிறோம்.' திரும்பத் திரும்ப முடிவற்று, கருத்தற்றுக் கூறப்படும் இந்தக் கூற்றை நம்மில் யார் கேட்காமல் இருக்கிறோம்? திரும்பத் திரும்பச் சோர்வளிக்கும் விதத்தில் இது சொல்லப்பட்டாலும், இந்தக் கூற்று ஒரு மந்திரம் அல்ல. மாறாக, உலகமயமாக்கலின் தொழில் நுட்ப உள்கட்டமைப்பும் பொருளாதார தர்க்கமும் மேலும் அதிக அளவிலான சாதாரண மக்களை மிகவும் யதார்த்தமான வகையில் தொடத் தொடங்கியுள்ளன. பின்வரும் இரண்டு உதாரணங்கள் – முதலாவது *நியூயார்க் டைம்ஸ்* இதழில் வெளியிடப்பட்டது, இரண்டாவது இந்தியாவில் தாராளமயமாக்கத்தை உற்சாகமாக ஆதரிக்கும் தலைவரான குர்சரண் தாஸ் கூறியது – இதைத் தெளிவாக்கும்.

ஜி.பி. சாவந்த், ஒரு முதியவர். தொழில்ரீதியாகக் கடிதம் எழுதுபவர். தனது வாழ்க்கை ஊதியத்தை செல்பேசிகளால் இழந்துகொண்டிருப்பவர். வாழ்நாள் முழுவதும் மும்பைத் தலைமை அஞ்சல் அலுவலகத்தின் வெளியே அமர்ந்து தன் எழுத்தறிவற்ற வாடிக்கையாளர்களிடம் ஒரு கட்டணத்தைப் பெற்றுக்கொண்டு கடிதம் எழுதிக் கொண்டிருந்தவர். ஆனால் செல்பேசிகள் வந்து

விட்டபடியால் இவருடைய சேவை அதிகமாக இப்போது தேவைப்படவில்லை. இருந்தாலும், இவரை வேலை இழக்கச் செய்த தொழில்நுட்பப் புரட்சிதான், இவருடைய குடும்பத்தை நடுத்தர வகுப்பினர் நிலைக்கு உயர்த்தியுள்ளது. அவருடைய நான்கு பிள்ளைகளில் மூவர் இந்தியாவில் அசுரவளர்ச்சி அடைந்துவரும் தகவல்தொழில்துறையில் பணியாற்றுகின்றனர். 2007 டிசம்பரில் *த நியூயார்க் டைம்ஸ்* இதழ் அவரிடம் பேசியபோது அவருடைய மகள்களில் ஒருவர், இந்தியாவின் முன்னணி மென்பொருள் நிறுவனமான இன்ஃபோசிஸில் பணிபுரிபவர், அதன் வேலையாக அமெரிக்காவின் நியூ ஜெர்சி நகருக்குச் சென்றிருந்தார். *டைம்ஸ்* இதழாளர், மும்பையிலிருக்கும் தந்தையிடமிருந்து நியூ ஜெர்சியிலுள்ள மகளுக்குக் கடிதம் கொண்டு செல்வதாகக் கருணையுடன் கூறியபோது, தொழில் ரீதியாகக் கடிதம் எழுதுபவரான திருவாளர் சாவந்த், குழம்பிப் போனார். 'நான் ஏன் என் மகளுக்குக் கடிதம் எழுதவேண்டும்? தொலைபேசியிலேயே பேசிவிடுவேனே' என்றார்.[4]

புதுச்சேரியிலுள்ள பதின்பருவத்தவரான ராஜூ, காசு சேர்த்து கணினி வகுப்பில் சேருவதற்காகத் தனது கோடை விடுமுறையில் ஓர் உணவகத்தில் பணிபுரிகிறார். *இந்தியா அன்பவுண்ட்* என்னும் நூலின் ஆசிரியரான குர்சரண் தாஸிடம், 'இந்த ஆள் பில்கேயை (பில்கேட்ஸை)' தான் தொலைக் காட்சியில் பார்த்திருப்பதாகச் சொன்னார்: 'அவர் ஒரு மென்பொருள் நிறுவனத்தை நடத்துபவர், உலகிலேயே மிகப்பெரிய பணக்காரர்.'[5] தாம் பில்கேட்ஸாக வேண்டுமென்று ராஜூ நினைக்கிறார்.

இம்மாதிரி முன்னேற்றக் கதைகள் ஒவ்வொன்றுக்கும் எதிர் நிலையில் கொடிய வறுமையால் வீணான வாழ்க்கைகள் பற்றிய பல கதைகளை ஒருவரால் கண்டறிய முடியும் என்பது உண்மை. மிகுதியாகப் போற்றப்படும் தகவல் தொழில்நுட்பத்துறை என்பது, மொத்தப் பணியாளர் அளவில் மிகச் சிறியது, மேட்டுக் குடிமக்களால் வழிநடத்தப்படுவது, அமெரிக்க ஆங்கில உச்சரிப்புடன் பேச முடியாத மிகப்பெரும்பான்மை மக்களை ஏற்றுக் கொள்ளாதது. ஆகவே சில சந்தை ஆர்வலர்கள் செய்வது போல நாம் ஆகாயத்தில் மிதக்க முடியாது.

இருப்பினும், புதிதாக ஏதோ ஒன்று நிகழ்ந்திருக்கிறது என்பதை நாம் மறுக்கமுடியாது. மக்களின் கற்பனையில் புதிய சாத்தியங்கள்

தோன்றத் தொடங்கியுள்ளன; இந்தியாவில் வேலைசெய்யும் சாதாரண மக்களின் மனத் தொடுவானத்தில் பில்கே, நியூ ஜெர்சி போன்றவை இப்போது சேர்ந்துள்ளன. மேலும், மனித வரலாற்றில் முதல்முறையாக, அன்றாடம் பயன்படுத்தும் சாதனங்களைக் கொண்டு, தங்கள் அண்டை வீட்டாரிடம் பேசுவதுபோலக் கடலுக்கு அப்பாலுள்ளவர்களிடமும் பேச முடிகிறது. வாய்ப்பும் வளமும் அற்றவர்களிடம்கூட சாத்தியங் களைப் பற்றிய விழிப்பு காணப்படுகிறது.

ஆகவே, தனக்கே உரிய சாத்தியங்களையும் சறுக்கல்களையும் கொண்ட உலகமயமாக்கல் என்பதை எப்படி நாம் வரையறுக்கிறோம்? இங்கிலாந்தின் நியூ லேபரின் குருவான அந்தனி கிடன்ஸ், அவருடைய புகழ்பெற்ற *த கான்சிக்வென்சஸ் ஆஃப் மாடர்னிடி* என்னும் நூலில் மிகவும் சிறப்பாக அதை வரையறுத்துள்ளார்:

> ஆக, அந்தந்த வட்டார நிகழ்வுகள் பல மைல்கள் தொலைவில் நடைபெறும் நிகழ்வுகளால் வடிவமைக்கப்படுகின்றன (இதன் மறுதலையும் உண்மை) என்ற விதமாகத் தொலைதூர இடங்களை இணைக்கின்ற உலகளாவிய சமூக உறவுகளின் தீவிரப்படுத்தல் என உலகமயமாக்கலை வரையறுக்கலாம்.[6]

உலகமயமாக்கலை மிகவும் கடுமையாக விமரிசனம் செய்பவரான உல்ரிக் பெக் என்பவராலும் இதே கருத்து மிகவும் விரிவாக வெளிப்படுத்தப்படுகிறது:

> இப்போதிலிருந்து நமது பூமியில் நடக்கக்கூடிய எதுவும் வரையறுக்கப்பட்ட வட்டார நிகழ்வு அல்ல; கண்டு பிடிப்புகள், வெற்றிகள், பேரழிவுகள் யாவும் உலக முழுதையும் பாதிக்கக் கூடியவை; நாம் நமது வாழ்க்கையையும் செயல்களையும் நமது அமைப்புகளையும் நிறுவனங்களையும் ஓர் உள்ளூர்-உலக அச்சிற்கேற்ப மறுதிசைப்படுத்தவும் மறுசீரமைக்கவும் செய்ய வேண்டும் என்பதே உலகமயம் என்பதன் அர்த்தமாகும்.[7]

இந்த உள்ளூர்-உலகத் தொடர்புகளை எவ்விதம் சிறப்பாக ஒழுங்குபடுத்துவது என்பதில் விமரிசகர்களும் ஆதரவாளர்களும் வேறுபடமுடியும், வேறுபடுகிறார்கள். ஆனால் கிடன்ஸூம் பெக்கும் கூறுவது போன்ற உலகமயத்தின் நிலைமை மெய் என்பதை எவரும் மறுப்பதில்லை. உள்ளூர் நிகழ்வுகள்—சான்றாக,

பங்குச்சந்தைகளின் ஏற்ற இறக்கங்கள், வானிலையின் மாற்றங்கள், பறவைக் காய்ச்சல் பரவுதல் போன்றவை பல மைல்கள் அப்பால் உள்ள தூரதேசங்களில் நிகழ்வனவற்றோடு மேலும் மேலும் தொடர்புறுகின்றன. உலகம் மெய்யாகவே சிறியதாகி வருகிறது. ஆனால் இதுவே யாவுமல்ல. மேலும் மேலும் அதிக மக்கள் உலகம் சிறிதாகி வருகிறது என்பதை அறிந்தேற்று இந்த அறிந்தேற்பின் ஒளியில் தங்கள் வாழ்க்கையை மாற்றி அமைத்து வருகிறார்கள். மக்கள் தங்கள் தொழில்களையும் வணிகங்களையும் பற்றி எடுக்கும் முடிவுகள்மீது உலகமயம் பற்றிய விழிப்புணர்வு செல்வாக்குச் செலுத்துகிறது என்றால், சமூகத்தில் அது ஒரு பொருளியல் சக்தியாகச் செயல்படத் தொடங்கி விட்டது.

டேவிட் ஹார்வி, தமது நன்கறியப்பட்ட படைப்பான த கண்டிஷன் ஆஃப் போஸ்ட்மாடர்னிட்டி என்னும் நூலில் உலகத்தின் சிறிதாகும்தன்மையை, வெளி-காலச் சுருக்கம் (ஸ்பேஸ்-டைம் கம்ப்ரஷன்/கால-வெளிச் சுருக்கம்) என்று விளக்குகிறார்.[8] தொழிலுற்பத்தியின் பழைய மோஸ்தரான (பாணியிலான) நேர்க்கோட்டுச் சேர்க்கைமுறையிலிருந்து அதிக இலாபம் – குறைந்த கட்டுப்பாடுகளின் தேடலில், உற்பத்தியின் பல்வேறு நிலைகள்–ஆராய்ச்சியும் வளர்ச்சியும், தொழிலுற்பத்தி, நிதியளிப்பு, சந்தைப்படுத்தல், நுகர்வோர் சேவைகள், இறுதிப் பயன்பாடு, போட்டி ஆகியவை உலகெங்கும் பரவிகிடக்கும் நெகிழ்ச்சியுடைய முறையாக மாறியிருக்கிறது; இதன் பின்னணியில் இந்த வெளி, காலச் சுருக்கம்தான் உள்ளதென்று ஹார்வியும் பிற அறிஞர்களும் நம்புகிறார்கள். உற்பத்திச் செயல்முறை, நடைமுறையில் துண்டு துண்டாக உடைக்கப்பட்டு, உலகத்தின் எந்த மூலைக்கும் வீசி எறியப்பட்டு, தொடர்புமுறை, போக்குவரத்து ஆகியவற்றின் புதிய தொழில்நுட்பங்களால் ஒருங்கிணைக்கப்படுகிறது.

குறைந்தபட்சம் கொள்கையளவிலேனும் பூமியில் யாரும் எந்த இடத்திலிருந்தும் வேறு ஏதோ ஓரிடத்திலிருக்கும் எவருடனும் உடனடியாகத் தொடர்புகொள்ளலாம் என்ற அளவுக்கு இந்த வெளி-காலச் சுருக்கத்தைக் கொண்டுவந்துள்ள செயல் முறைகளை ஒட்டுமொத்தமாக உலகமயமாக்கல் என்று புரிந்து கொள்ளலாம். உலகமயமாக்கல் என்பது புதியதல்ல. நமது முன்னோர்கள் ஏறத்தாழ 1,20,000 ஆண்டுகளுக்குமுன்

ஆப்பிரிக்காவைவிட்டு உலகத்தின் பிற கண்டங்களுக்குப் பரவிய போதே அது தொடங்கிவிட்டது. ஆனால் கடந்த முப்பது ஆண்டுகளாக பூமியின் குறுக்காகத் தொடர்பு வலைப் பின்னல்கள் உருவாக்கப்பட்டதுதான் முற்றிலும் புதிய ஒன்று. மனித வரலாற்றில் முதல்முறையாக பூமிக்கோளின் வாழத்தக்க பகுதி களில் எங்கிருந்தும் நிஜமான கால அளவில், ஒருவரோ டொருவர் தொடர்புகொள்ள முடியும் என்பது நிகழ்ந்தது. வெளியின் மற்றொரு பரிமாணமான 'மீ-இடவெளி', அதாவது, உலக வரைபடத்தில் குறிப்பிட்ட எந்த நாட்டு எல்லையாலும் அடைபடாத ஓர் இடம், வாங்கல்-விற்றல் முதல் கலாச்சார, அரசியல் சிந்தனைகளைப் பரிமாறிக்கொள்ளுதல் வரை எல்லாச் செயல் களையும் நிகழ்த்துவதற்கு உரிய இடம், பரவலாகக் கிடைத்தது.[9] இந்த மீ-இடவெளி *(சூப்பர் டெரிடோரியல் ஸ்பேஸ்)*, தொடர்பு வலைப்பின்னல்களில் மட்டுமே இருப்பதால், பிரதேச எல்லைகள், இதில் நடைபெறும் வணிகத்திற்கு எந்தக் குறிப்பான தடை யையும் ஏற்படுத்துவதில்லை.

உலகமயமாக்கலின் இந்தப் புதிய பரிமாணத்திற்கு வெளிப் படையாகவே மிகச் சிறந்த உதாரணம் இண்டர்நெட் அல்லது இணையதளம் ஆகும். ஆனால் தொலைத்தொடர்புக் கோள்கள், ஃபைபர்ஆப்டிக்ஸ்(இழைம ஒளியியில்) தொலைபேசி போன்ற பிற தொழில்நுட்பங்களில் இருபதாம் நூற்றாண்டின் பிற்பகுதியில் நிகழ்ந்த பெரும் பாய்ச்சல்களினாலேயே இண்டர்நெட் சாத்திய மாயிற்று. இந்தப் புதிய தொழில் நுட்பங்களின் சமூக கலாச்சார வெளிப்பாடுகளுக்கு இப்போதுதான் நாம் பழக்கப்படத் தொடங்கி யுள்ளோம். உலகளாவிய ஊடகங்கள், மின்னணு வங்கிச் செயல்பாடு, உலகளாவிய வணிகம் போன்றவை இதற்குச் சில எடுத்துக்காட்டுகள்.

நவ-தாராளமயம் என்றால் என்ன?

ஒன்றோடொன்று தொடர்புள்ள உலகத்தின் அதிசயச் சாத்தியங் களைப் பற்றி ஒருவர் விரும்புவனவற்றை எல்லாம் உணர்ச்சி வயப்பட்டுப் பேசலாம். ஆனால் உலகமயம் என்னும் நிலை குறிப்பிட்ட வகையான, இரக்கமற்ற, மனிதனை மனிதன் சாப்பிடுகின்ற உலக முதலாளித்துவத்தின் ஒருவிளை பொருள்; அதற்கு விசுவாசமான பணியாள்.

ஒரு தளத்தில், வெளி-காலச் சுருக்கம் என்பது கலப்பற்ற ஒரு பொதுநன்மைதான். செய்திகளும் கருத்துகளும் ஒளியின் வேகத்தில் தேச எல்லைகளைக் கடந்துசென்று எல்லா இடங்களிலும் பொதுவிவாதத்தை வளப்படுத்துகின்றன. ஆனால் உலகமயமாக்கலின் பெருமளவு ஆதாயத்தைப் பெறுபவர்கள் உலக முதலீட்டின் சொந்தக்காரர்களும் நிர்வாகிகளும்தான். மலிவான உழைப்பையும் வரிச்சலுகைகளையும் தனதாக்கிக் கொள்ளவும், தளர்ச்சியான சுற்றுச்சூழல் சட்டங்களுக்காகவும் உலக முழுவதையும் அரக்கத்தனமான பன்னாட்டு நிறுவனங்கள் தாம் புதிய தொழில்நுட்பத்தைப் பயன்படுத்துகின்றன. உற்பத்தி முறையை மேலும் சிறுசிறு அலகுகளாக உடைத்து, தங்களுக்கு நல்ல இலாபம் கிடைக்கும் உலகின் எந்த மூலைக்கும் அவற்றை அனுப்பும் பௌதிக சாத்தியத்தைப் பெருவணிகங்களுக்குப் புதிய தொழில்நுட்பங்கள் அளித்துள்ளன. மலிவான, மிகவும் பணிவான பணியாளர்களுக்குப் பணிகளை அயற்படுத்துவது அமைப்பு சார்ந்த, குறிப்பாக அதிக ஊதியம் தருகின்ற நாடுகளின் ஊழியர்களுக்கு அச்சத்தைத் தருவதாக உள்ளது.

உலகமயமாக்கல், வேறுசொற்களில் கூறினால், முதலாளித்துவத்தை மீ-முதலாளித்துவமாக்க *(ஹைப்பர் கேபிடலிஸம்)* உதவுகிறது. அதாவது, முன்னெப்போதையும்விட மேலும் உலக அளவினதாகவும், அதிகப் பாதுகாப்புடனும், இன்னும் அதிகச் சுரண்டலுடனும், அநீதியுடனும் இருப்பதாக அதை மாற்றுகிறது. மீ-முதலாளித்துவம் என்ற கருத்தாக்கத்தை அளித்த ஜான் ஆர்ட் ஷோல்டே என்பவரின் கருத்துப்படி, உலகமயமாக்கல் துணிகள், ஆடைகள், நுகர்வோர் மின்னணுவியல் போன்ற பழைய, நன்கு நிறுவப்பட்ட தொழில்களின் இலாபத்தன்மையை அதிகப்படுத்தியது. மட்டுமின்றி, பணிப்பெண் வணிகத்தின் வாயிலாக பராமரிப்பு (அக்கறை) முதலீடு, மருத்துவச் சுற்றுலா, வாடகைத் தாய்மை போன்ற சமூக வாழ்க்கையின் புதிய வட்டங்களையும், மரபணுத் தகவல், உயிரித் தொழில்நுட்பம் போன்ற புதிய மூலவளங்களையும் தகவல் அளிப்பு, தொடர்பு போன்ற புதிய சேவைகளையும் இலாப-நஷ்டம் என்னும் முதலாளித்துவ தர்க்கத்திற்குள் கொண்டுவந்துள்ளது.[10] நாம் எப்படி வாழ்கிறோம் என்பதன் கூறுகள், உலகமயமாக்கலின் உதவியோடு, மேலும் மேலும் அதிக அளவில் ஒரு முதலாளித்துவ தர்க்கத்தைப் பெற்றுள்ளன.

ஒரு மிகப்பெரிய கருத்தியல் தந்திரம் என்று மட்டுமே கூறக் கூடிய ஒன்றினால் உலகமயமாக்கல், மீ-முதலாளித்துவம் என்ற நிகழ்வுகள், சமூக அமைப்புக்கு என்ன விலை கொடுத்தேனும் கண்டிப்பாகக் கடைப்பிடிக்க வேண்டிய இயற்கையின் அடிப்படை விதிகளைப் போல ஆக்கப்பட்டுள்ளன. வரிசெலுத்துவோர் நிதியில் உருவான பொதுத்துறை ஆதாயங்களைத் தனியார் தொழில்களுக்கு விற்கவும், ஓரிடத்தில் தொழிற்சாலைகளை மூடிவிட்டுக் கூலி குறைவாகத் தரக்கூடிய, பணிநிலைமைகள் மோசமாக உள்ள வேறிடத்தில் அவற்றைத் திறக்கவும் உலகமய மாக்கல்தான் நிர்ப்பந்திக்கிறது என்ற உறுதிக்கூற்றையும் மக்களிடம் எங்கு பார்த்தாலும் கேட்க முடிகிறது. தேசிய அரசுகளில் ஜனநாயக முறைப்படி தேர்ந்தெடுக்கப்பட்ட பிரதிநிதிகள் முதலாக பலம் வாய்ந்த வணிகத் தொழில் ஆர்வலர்கள் வரை ஒவ்வொருவரும் தங்களுக்கு வேறுவழி இல்லை, ஏனெனில் உலகமயமாக்கலுக்கு வேறு மாற்றே இல்லை என்று சாதிக்கிறார்கள்.

உலகமயமாக்கலின் பலிபீடத்தில் செய்யப்படும் இந்த வழிபாடு, நவ-தாராளமயத்தின் யதார்த்தத்தை மறைத்துவிடுகிறது. தேசிய அரசுகளை அவற்றின் சமூகநல மேம்பாட்டுப் பணியிலிருந்து விலக்கிச் சந்தை ஊக்குவிப்பவர்களாக முற்றிலுமாக மீளமைப்புச் செய்ததன் வாயிலாகவே சமகால உலகமய மீ-முதலாளித்துவம் சாத்தியமாக்கப்பட்டது என்பதுதான் உண்மை. புதிய தொழில் நுட்பங்களால் சாத்தியமான வெளி-காலச் சுருக்கத்தின் இயற்கை யான விளைவாக இந்த மாற்றம் நிகழவில்லை. மாறாக, இது, உலகவங்கி, பன்னாட்டு நிதியம் (இண்டர்நேஷனல் மானிடரி ஃபண்ட்), உலக வணிகக் கூட்டமைப்பு (வேர்ல்ட் டிரேட் ஆர்கனைசேஷன்), பன்னாட்டுப் பெருவணிகக் குழுமங்கள், பலவேறு நாடுகளின் தேசிய மேட்டுக்குடியினர் அமைப்பு போன்ற பலம் வாய்ந்த பன்னாட்டு நிறுவனங்களின் அரசியல் திட்டமாகும். இவர்களை இணைப்பது நவ-தாராளமயப் பொருளாதாரத்தில் அவர்களுக்குள்ள பொது விசுவாசப் பகிர்வே ஆகும்.

நவ-தாராளமயம் என்றால் என்ன, உலகமயமாக்கலோடு அதற்குள்ள தொடர்பு என்ன? இந்த இரண்டும் அவ்வப்போது ஒன்றிணைத்து நோக்கப்படுகின்றன. ஆனால், கருத்து ரீதியாக இரண்டும் வெவ்வேறானவை, ஒன்றில்லாமல் மற்றொன்று இருக்கக்கூடியவை. (அதாவது, நவ-தாராளமயப் பொருளாதார

அடிப்படையில் அமையாத வேறொரு வகையான உலகமய மாக்கல் சாத்தியமே என்று அர்த்தம்.)

நவ-தாராளமயம் என்பது, நவ-செவ்வியல் தாராளவாதம் என்பதன் சுருக்கம். இந்த மரபு நவீன பொருளாதாரத்தின் பல நூற்றாண்டுச் சிந்தனைகளிலிருந்து வருவதாகும். இது ஜான் லாக் *(1632-1704)*, ஆடம் ஸ்மித் *(1723-1790)*, டேவிட் ரிக்கார்டோ *(1722-1823)* ஆகியவர்களின் எழுத்துகளிலிருந்து பெறப்பட்டது. இது தடையற்ற சந்தைச் சக்திகள் 'இயற்கையாகவே' சமூகத்திற்கு வளத்தையும் சமாதானத்தையும் அளிக்கும் என்ற உறுதியளிக்கும் செவ்வியல் தாராளவாதத்தின் தலையிடாக் கொள்கையை (laissez faire policy அல்லது தன்னிச்சை வணிகக் கொள்கை) அடிப்படையாகக்கொண்டது. தடையற்ற சந்தை பற்றிய செவ்வியல் தாராளவாத நோக்கின் ஒரு பகுதியாக, வணிகத்திற்கு தேசத் தடைகளை நீக்குதல் என்பது இருந்தது. இத்தடைகள் மூல வளங்களைத் திறம்பட ஒதுக்கிக்கொள்வதில் குறுக்கிட்டன என்று அவர்கள் கருதினர். நவ-தாராளவாதிகள் இந்தப் பதினெட்டாம் நூற்றாண்டுச் சிந்தனையை மிக வேறுபட்ட இருபத்தொன்றாம் நூற்றாண்டின் மீ-முதலாளித்துவத்திற்குப் பொருத்துகின்றனர். (அப்போது சிறுமுதலாளிகள் நிர்வகித்த தொழில்கள்தான் இருந்தன, பணியாளர்களும் நுகர்வோரும் ஒரே சமுதாயத்தில் வாழ்ந்தனர்.) இப்போது, தொழிலுக்குச் சொந்தக்காரராக இருத்தல், உற்பத்தி, நுகர்வு ஆகியவற்றுக்கான உள்ளூர்த் தொடர்புகள் அனைத்தும் அறுபட்டுவிட்டன. இவை உலக முழுவதற்குமான மீ-இடவெளித் தளத்தில் மறு அமைப்புச் செய்யப்பட்டுள்ளன.

*1930*களிலிருந்து *1970*கள் வரை ஒரு சிறிய காலப் பகுதிக்கு – ஏறக்குறைய நாற்பதாண்டுகளுக்கு – பொருளாதார தாராளவாதம் மறைபட்டிருந்தது. இது மேற்கத்தியப் பொருளாதாரங்கள் மாபெரும் வீழ்ச்சிக்கு ஆட்பட்டு ஜான் மேனார்டு கீயின்ஸ் *(1883-1946)* என்பாரின் சிந்தனைகளைச் சோதித்துப் பார்த்த காலம். அரசாங்கங்கள் பொதுநலத்திற்குச் செலவிடவேண்டும், வேலையற்றோருக்கு நேரடி ஆதரவளிக்க வேண்டும் என்று அவர் கூறினார். அமெரிக்க ஐக்கிய நாட்டில், பிராங்க்லின் டி. ரூஸ்வெல்ட்டின் புதிய செயல்முறைக் கொள்கைகள், கீயின்ஸின் நேரடித் தாக்கத்தால் உருவானவை. பொதுவுடைமை நாடுகளுக்கு

அப்பால் பிரிட்டன், ஸ்வீடன், கானடா, ஆஸ்திரேலியா ஆகிய வற்றின் பொதுநலப் பொருளாதாரக் கொள்கைகளுக்கு கீயின்ஸியப் பொருளாதாரமே முக்கிய உந்துசக்தியாக அமைந்தது.

ஆயினும், 1970கள் அளவில், அரசின் பொதுநலக் கொள்கைகள் அதிகாரவர்க்க மிகைச் செயல்களால் அமிழ்ந்து போயின, ஆக்கபூர்வச் சிந்தனைகள் இல்லாமல் போயின. அப்போது தான் பொருளாதார தாராளவாதம் ஆர்ப்பாட்டத்தோடு திரும்ப நுழைந்தது. கட்டற்ற சந்தைப் பொருளாதாரவாதிகளின் புதிய தலைமுறையினர் – எடுத்துக்காட்டாக ஃப்ரீட் ரிக் வான் ஹேயக் (1899-1992), மில்ட்டன் ஃப்ரீட்மன் (1912-2006) ஆகியோர் – அரசியல்வாதிகள், கொள்கை உருவாக்குவோர் போன்றோரின் பொருளாதாரச் சிந்தனையில் ஆதிக்கம் செலுத்தலாயினர். இந்தப் புத்துயிரூட்டப்பட்ட சுதந்திரச் சந்தைக் கொள்கைகள், ஐக்கிய இராச்சியத்தில் மார்கரெட் தாட்சராலும், அமெரிக்காவில் ரொனால்டு ரீகனாலும், அவரைப் பின்தொடர்ந்துவந்த ரிபப்ளிகன், டெமாக்ராடிக் கட்சிகளைச் சேர்ந்த அதிபர்கள் அனைவராலும் ஒரே மாதிரியாகப் பின்பற்றப்பட்டன. நவ-தாராளமயம் (வாஷிங்டன் தீர்மானம் என்று அவ்வப்போது குறிப்பிடப்படுவது) விரைவில் உலகப் பொருளாதார நிறுவனங்களான பன்னாட்டு நிதியம் (ஐஎம்எஃப்), உலகவங்கி போன்றவற்றின் ஆதிக்கக் கருத்தியலாகியது. அவை ஒரு மதபோதகனின் உற்சாகத்தோடு இந்தச் சந்தைகளின் நற்செய்தியை வளரும் நாடுகளுக்குப் பரப்பின. பிரிக்-4 எனப்படும் பிரேசில், ரஷ்யா, இந்தியா, சீனா ஆகிய விரைந்துவளரும் நான்கு பொருளாதாரங்களும் உலகப் பொருளாதார நிறுவனங்களால் விதிக்கப்பட்ட நவ-தாராளவாதப் பொருளாதாரக் கொள்கைகளை ஏற்றுக்கொண்டன.

இந்தக் கொள்கை விதிப்புகள் என்னென்ன? செவ்வியல் தாராளவாதம் *(கிளாசிகல் லிபரலிஸம்)* போன்றே நவ-தாராள வாதத்தின் *(நியோ-லிபரலிஸம்)* மையம் என்பது தடையற்ற சந்தைச் சக்திகள் (‘கண்காணாக் கை’) வளத்தை, ஜனநாயகத்தை, சமாதானத்தை எல்லா மக்களுக்கும் எல்லாச் சமூகங்களிலும் கொண்டுவரும் என்பதிலான நம்பிக்கை. இதன் அடிப்படை, அரசாங்கங்கள் இன்றி, தொழிற் சங்கங்கள் இன்றி, வணிகக் கூட்டமைப்புகள் இன்றி, அல்லது பணம் பண்ணும் நோக்கத்தில் குறுக்கிடும் எவ்வித ஆர்வக் குழுக்களின் தடையுமின்றி, சந்தைகள்

முன்செல்லவேண்டும்; சமூகங்கள் அவற்றின் பின்செல்ல வேண்டும் என்பதே. இந்தப் பொருளாதாரத் தர்க்கத்தை எங்கெங்குமுள்ள மக்கள் விரும்பும் மைய ஜனநாயக இலட்சியங் களோடு (தடையற்ற அரசு அதிகாரத்திலிருந்து விடுபாடு, சிந்தனை, பேச்சு ஆகியவற்றின் தனிமனித சுதந்திரம் ஆகியவற்றோடு) ஒன்றுசேர்க்க வேண்டும் என்பது நவ-தாராளமயத்தின் கோணலான மேதைமை. சுதந்திரத்தின் இந்தச் சந்தை நோக்கு, தனது இலாபம் தேடும் தர்க்கத்தினால் சமஅளவு வலிமையுள்ள பிற நாட்டங்களான சமவாய்ப்பு, நீதி, சகோதரத்துவம் ஆகியவற்றைப் புறக்கணித்துவிடுகிறது. அது தனிமனித சுதந்திரத்தைக் கொண்டாடவும் செய்கிறது, அதேசமயம் தனிமனிதர்களை வெறும் பொருளியல் இலாபத்தை மட்டுமே தேடுகின்ற தூண்டலுடைய பொருளாதார முகவர்களாக்கி அச்சுதந்திரத்தைச் சிறுமைப் படுத்தவும் செய்கிறது.

நவ-தாராளவாதத்தின் நடைமுறை விளைவுகள், குறிப்பாக உலகமயமாக்கலைப் பொறுத்த அளவில், என்னென்ன? நவ-தாராளவாதம், எல்லையற்ற ஒரு பொருளாதாரத்தை வேண்டுகிறது. தேச அரசுகளின் பிரதேச எல்லைகள், சரக்குகள், சேவைகள், முதலாளித்துவ முதலீடுகள் ஆகியவற்றின் சுதந்திரமான பாய்ச்சலுக்குத் தடைகளாகச் செயல்படக் கூடாது என்று வாதிக்கிறது. மலிவான சரக்கு விற்பனை மற்றும் சேவைகளின் இறக்குமதி உள்நாட்டு உற்பத்தியாளர்களை அழித்துவிடும் (சான்றாக, அமெரிக்க ஐக்கிய நாட்டுக்கு மெக்சிகோவிலிருந்து சோளத்தை இறக்குமதி செய்தல், அல்லது இந்தியாவிலிருந்து தகவல்தொழில்நுட்ப, அலுவலகச் சேவைகளை இறக்குமதி செய்தல் போன்றவை) என்றாலும் தேசப் பொருளாதாரங்கள் இவ்வித இறக்குமதிகளை எவ்விதப் பாதுகாப்பு வரிகளுமின்றி அனுமதிக்க வேண்டும் என்று அறிவுரை வழங்கப்படுகிறது. ஏனெனில் நீண்டகால நோக்கில் சுதந்திர வணிகம், திறமை யின்மைகளைக் 'களையெடுத்துவிடும்', ஒட்டுமொத்த உலகப் பொருளாதாரத்தைத் திறன்மிக்கதாக்கிவிடும் என்று அது வாதிக்கிறது. இப்படிப்பட்ட வணிகத் தாராளமயமாக்கத்தால் வரும் ஆதாயங்களைப் பெருவணிகங்கள் எடுத்துக்கொள்கின்றன, ஆனால் களையெடுத்தலின் சமூகச் செலவினங்கள் பணியாளர் களுக்கும் சமுதாயங்களுக்கும் தள்ளிவிடப்படுகின்றன. இந்தச் சூழ்நிலையில், ஜனநாயக முறைப்படி தேர்ந்தெடுக்கப்பட்ட

அரசாங்கங்கள் உலக முதலீட்டின் கைப்பாவை ஆகிவிடுகின்றன. மீ-முதலாளித்துவம் செழிக்கும் வகையில் இறக்குமதிகளுக்கு வரித்தடைகளை நீக்குவதும், ஏற்றுமதிகளுக்கு ஆதரவு தருவதும் அரசாங்கங்களின் பணிவிளக்கத்தின் பகுதி (கடமை)யாகி விடுகிறது.

கட்டுப்பாட்டு நீக்கத்திற்கும் வரிவிதிப்புக்குமான இந்த விதிமுறைகள் வெளிநாட்டு வணிகத்திற்கு மட்டுமல்ல, உள்நாட்டு வணிகத்திற்கும் பொருந்தும். வளத்தையும் சுதந்திரத்தையும் நிலைநிறுத்துபவையாகச் சந்தைகள் நோக்கப்படுவதால், ஜனநாயக முறையில் தேர்ந்தெடுக்கப்பட்ட அரசாங்கங்கள்கூட, தேவையான ஒரு தொல்லை என்ற வகையிலேயே பார்க்கப்படுகின்றன. இந்தத் தர்க்கத்தின்படி, நல்ல அரசாங்கங்கள் என்பவை, மக்கள் வரிப்பணத்தால் அமைந்த பொதுநிறுவனங்களை மத நிறுவனங்கள் உள்ளிட்ட தனியார் வணிக நிறுவனங்களுக்கும் பிற அரசுசாரா அமைப்புகளுக்கும் ஒப்பந்தம் செய்பவைதான்.

தனியார்மயமாக்கல், முதலீடுநீக்கம், கட்டுப்பாடு நீக்கம் ஆகியவை நவ-தாராளவாதத்தின் தூண்கள் என்றாலும், அரசு முற்றிலும் தேவையற்ற ஒன்றாகிவிடவில்லை. குரோவர் நார்க்விஸ்ட் போன்ற தீவிரப் பழமைவாதிகள் (வலதுசாரிகள்), குளியல் தொட்டியில் மூழ்கடிக்கும் அளவுக்கு அரசாங்கத்தைச் சுருக்கிவிடுவதைப் பற்றிக் கனவு காணலாம்.[11] ஆனால் தன்னளவில் நவ-தாராளவாதம் அரசாங்கத்திற்கு எதிரானது அல்ல. அமெரிக்க ஐக்கியநாடு போன்ற தீவிரப் பழமைவாத அரசுகளும் இராணுவம், விவசாயம் போன்ற துறைகள் பெறும் அதிக அளவிலான மானியங்களைப் பற்றியோ, மக்களின் பொதுநிதியின் பெரும் பகுதியை விழுங்கிவிடுகின்ற, தாங்கள் தொடர்ந்து ஈடுபட்டுவரும் பல போர்களைப் பற்றியோ கவலைப்படுவதில்லை. நவ-தாராள வாதிகள் அதிகபட்சமாக விரும்புவது, அய்ஜாஸ் அகமதின் ஆற்றல்மிக்க தொடர் சொல்வதுபோல, 'உழைப்பைப் பொறுத்த வரை அக்கறையற்றும், முதலீட்டில் மட்டும் அதிக அக்கறை யுடனும் இருக்கும் ஓர் அரசு'—அவ்வளவுதான்.[12]

நவ-தாராளவாத உலகமயமாக்கலின் ஆட்சியில், அரசின் உச்சகட்ட முன்னுரிமை, சந்தைகள் சுமுகமாக இயங்க உதவி புரிவதே ஆகும். அரசாங்கங்கள் சந்தைகளைச் செயல்படுத்து பவையாக வேண்டும் என்பதற்காகச் சந்தைகளின் நோக்கமே

குடிமக்களின், ஏன் – முழு தேசத்தின் நோக்கம் என அவற்றைத் தழுவுகின்றன.

நவ-தாராளவாத நோக்கின்கீழ் தேசியப் பொருளாதாரம் ஒரு பெருவணிகத்தைப் போல நடத்தப்படவேண்டும்; அதன் குவியம், வணிகத்தை மேம்படுத்துவதிலேயே இருக்க வேண்டும். ஜனநாயகத்தின் இந்த மேலாதிக்க வடிவத்தைப் போற்றுபவர்கள் இந்தியாவில் பலர் இருக்கின்றனர். சான்றாக, ஹைதராபாத்தை சைபராபாத்தாக மாற்ற விரும்புகின்ற சந்திரபாபு நாயுடு; 2002 குஜராத் படுகொலைகளைத் திட்டமிட்டு நடத்தியதாகக் குற்றம் சாட்டப்படுகின்ற நரேந்திர மோடி – இவர்கள் தங்கள் அரசுகளின் முதன்மை நிர்வாக அதிகாரிகள் (சிஈஓ) என்று அழைக்கப் படுவதை விரும்பியவர்கள்* இந்த நிர்வாக அதிகாரிகளின் நிஜமான சாதனை, ஏழைகளுக்கு உதவி செய்வதாக இல்லை. சான்றாக, உலக வங்கியின் துணையோடு நடந்த சந்திரபாபு நாயுடுவின் ஆட்சி, 1980களில் விவசாயத்தில் 8.5 சதவீத அளவு இருந்த 'வீணான' செலவு என பொதுமக்கள் முதலீட்டை, 2001இல் 1.4 சதவீத அளவாகக் குறைத்ததால், விவசாய விளைச்சலின் அளவும் 17 சதவீதம் குறைந்தது.[13] மாநில (ஆந்திர) அரசாங்கத்தின் ஆளும் கருத்தியலாக நவ-தாராளவாதம் இருந்த அக்காலப் பகுதியில் விவசாயத்தில் பொதுமுதலீட்டைக் குறைத்ததும், அதை மேலும் மேலும் வணிக மயமாக்கியதும் 1997-2005 காலப் பகுதியில் 16,770 விவசாயிகள் தற்கொலை செய்துகொள்வதில் முடிந்தது; கடனில் மூழ்கிய பெரும்பாலான விவசாயிகள் தங்களின் சிரமத்திற்காகச் சிறுநீரகங்களை விற்பதில் நாட்டில் முதன்மை மாநிலமாகவும் ஆனது.[14]

இன்னும் சொல்வதென்ன? நவ-தாராளவாதம், ஜனநாயகத்தின் உள்ளிழைகளையே மாற்றுகிறது. இலாபத்திற்காக இயங்கும் பெருவணிகக்குழுமத்தைப் போல அரசாங்கம் ஆகும்போது, மக்கள் வெறும் நுகர்வோர் ஆகிறார்கள். அரசாங்கங்களுடன் மக்களுடைய உறவு, குடிமக்கள் என்ற நிலையிலிருந்து அரசாங்கச் சேவைகளை வாங்கும் நுகர்வோர், வாடிக்கையாளர் என்பதாக மாறுகிறது.

* நரேந்திர மோடி இப்போது பிரதமராகி, இந்திய இராணுவம் உள்ளிட்ட எல்லாத்துறைகளிலும் அந்நியத் தனியார் முதலீட்டை அனுமதித் திருப்பது, அமெரிக்க ஐக்கியநாடுகூடச் செய்யாத அதிமோசமான தாராளமயம். (மொ-ர்)

நுகர்வோர் என்ற முறையில், இன்னும் சிறந்த, மேலும் திறமையான சேவைகளை அவர்கள் வேண்டலாம். ஆனால் எந்தச் சேவைகள் முதன்மையாகத் தேவை என்பதை அவர்கள் தீர்மானிக்க முடியாது. நவ-தாராளமய நிர்வாகங்களின் புதுப் புழக்கச் சொற்கள், ‘பிரச்சினைகளைத் தீர்க்கவும்’, ‘சிறந்த தேர்வுகளைச்’ செய்யவும் ‘அரசு-தனியார் கூட்டணி’ வாயிலாக ‘அதிகாரமளித்தல்’ என்பவையாகும். இத்தகைய நுகர்வோர்-குடிமக்கள் மாதிரியைத்தான் உலக வங்கியும் சர்வதேசப் பணநிதியமும் உலகமயமாக்கலுக்கான பிற போராளிகளும் உலகமுழுவதும் ஊக்கப்படுத்தி வருகிறார்கள். சந்தைக் கடைகளில் அதிகப் பணம்படைத்த வாடிக்கையாளர்கள் எப்படிச் சிறந்த பொருள்களைப் பெறமுடிகிறதோ, அது போலவே, நவ-தாராளமயப் பொதுவெளியிலும் பணம் படைத்த, நன்கு படித்த வாடிக்கையாள – குடிமக்கள் ஏழைகளைப் புறமொதுக்கிச் சென்று, தங்களுக்கு அதிக வாய்ப்புகளைப் பெறமுடிகிறது. ஏழை மக்களின் வாய்ப்புகள், உண்மையில் சுருங்கிவிடுகின்றன. ஏனெனில் நடுத்தர வர்க்க வட்டாரச் சங்கங்களிலும் பிற குடிமக்கள் சமூக அமைப்புகளிலும் சேர்ந்துகொள்வதற்கான பண்பாட்டு முதலீடு *(கல்சுரல் கேபிடலிசம்)* அவர்களிடம் இல்லை. ஜான் ஹாரிஸ் என்பவர் அண்மையில் சேகரித்த சான்றுகளின்படி, இந்தியாவில் குடியுரிமை அமைப்புகளின் பங்கேற்பு என்பது மிக உயர்ந்த வருமானம், உயர்நிலைக் கல்வி ஆகியவற்றைப் பெறுவோர் பக்கமே மிகவும் அதிகமாகச் சாய்ந்துள்ளது என்பதைக் காட்டுகிறது.[15]

இப்பகுதியைச் சுருக்கிக் கூறினால், நவ-தாராளவாதம், அரசு, குடிமக்கள் சமூகம் ஆகியவற்றின் இழைவமைதியை (உள்ளமைப்பை) மாற்றிவிடுகிறது: இவை இரண்டையும் அது மீ-முதலாளித்துவத்தின் (ஹைப்பர் கேபிடலிஸத்தின்) ஆதிக்கத்தின் கீழ்க் கொண்டுவந்துவிடுகிறது. தனியார் இலாபத்தை அதிகரிப்பதே அரசாங்கங்கள் செய்யவேண்டிய உயர்ந்த சமூக நன்மை என்றும், சந்தையின் ஆதாயங்கள் எல்லா மக்களுக்கும் கீழ்நோக்கி இறங்கிவிடும் என்றும் அது கருதுகிறது. பொருளாதாரச் சீர்திருத்தங்களின் சமகாலப் போக்குகள் எப்படி இருக்கின்றன என இதுவரை தெளிவுபடுத்திவிட்டதால், இனி இந்தியாவில் அவற்றின் பரிணாமத்தைக் காண்பது அவசியம்.

நவ-தாராளவியத்தை நோக்கி இந்தியாவின் பயணம்

நேருவின் சமதர்மவாதக் காலத்திலிருந்து இந்தியா இன்றைக்கிருக்கும் நிலைக்கு எப்படி வந்து சேர்ந்தது? இந்தியாவின் பொருளாதார வாய்ப்புகளுக்கு 1991 முக்கியமான திருப்புமுனை ஆண்டாகப் பலரால் நோக்கப்படுகிறது. அந்த ஆண்டில்தான் இந்திரா காந்தியின் மகனும், ஒருமுறை பிரதமராக இருந்தவருமான (1984-1989) ராஜீவ் காந்தி ஒரு தற்கொலைக் குண்டு வெடிப்பாளரால் கொல்லப் பட்டார். இதே ஆண்டில்தான் காங்கிரஸ் தலைமையிலான இந்திய அரசாங்கமும் இந்தியப் பொருளாதாரத்தைத் திறந்து விடுவதற்கான முதல் நடவடிக்கையை மேற்கொண்டது. அது முதலாக நாடு நவ-தாராளவியத்தின் ஆங்கில எழுத்தான நான்கு D-க்களைக் கொண்ட மந்திரத்தைப் (Deflate, Devalue, Denationalize, Deregulate அதாவது பணவீக்கத்தைக் குறை, மதிப்பற்றதாக்கு, நாட்டுடைமையை நீக்கு, கட்டுப்பாடற்றதாக்கு) பின்பற்றி வருகிறது.

சுதந்திர இந்தியாவின் பொருளாதார வரலாற்றை மூன்று காலகட்டங்களாகப் பிரிக்கலாம். அடித்தளமிடும் காலம் (1947இல் விடுதலை பெற்றதிலிருந்து 1975இன் அவசர நிலைமை வரை); சோதனைக் காலம் (1977இல் ஜனதாக் கட்சி அரசாங்கம் தேர்ந்தெடுக்கப்பட்டதிலிருந்து 1991இல் ராஜீவ் காந்தி கொலையும் பொருளாதாரச் சீர்திருத்தங்களின் தொடக்கமும் நிகழ்ந்தது வரை); தாராளமயமாக்கத்தின் காலம் (1992 முதல் இன்றுவரை).

கட்டம் 1: அடித்தளமிடும் காலம், 1947-1975

முதல் காலகட்டம் (1947-75), ஜவஹர்லால் நேருவின் இலட்சிய மான, திட்டமிட்ட பொருளாதாரம் ஆதிக்கம் செலுத்திய காலம். நாட்டைத் தொழில்துறையிலும் விவசாயத்துறையிலும் தன்னிறைவு உள்ளதாக ஆக்கி, அதேசமயம், சமூகத்தின் எல்லாப் பிரிவுகளும் சம அளவு வளர்ச்சியும் பொதுநலமும் உடையதாக உறுதி செய்யப்படும் கடமை அரசுத்துறையிடம் ஒப்படைக்கப் பட்ட காலம். இந்தியத் திட்டமிடுவோர் கவனம் செலுத்திய மூன்று முக்கியப் பகுதிகள் – இறக்குமதிகளைச் சாராமல் தொழில் துறையின் உள்கட்டமைப்பைக் கட்டுதல்; பொருளாதாரத் துறையின் உயர்வுக்குத் தேவையான அறிவியல் மற்றும் தொழில் நுட்பப் பணியாளர்களை உருவாக்குவதற்கெனத் தேவையான

உயர்கல்வி நிறுவனங்களை உருவாக்குதல்; பயிரிடுபவர்களுக்கும் நிலமற்ற விவசாயப் பணியாளர்களுக்கும் நிலத்தைப் பகிர்ந்து தருவதற்குத் தேவையான நிலச் சீர்திருத்தங்கள். சமதர்மம் என்ற பெயரைக் கொண்டிருந்தாலும், ரஷ்யா அல்லது சீனாவின் தலைகீழாக்கும் சமதர்மத்திற்கும் இதற்கும் வெகுதூரம். நேருவின் மென்மையான, ஃபேபிய சமதர்மம் (ஃபேபியன் சோஷியலிஸம்/ எச்சரிக்கைமிகு சமதர்மம்), முதலாளித்துவத்தை அழிப்பதற்கல்ல, மாறாக, அதன் உயர்வுக்கு வழிவகுக்கக் கூடியது, அதேசமயம் மக்களுக்குச் சிறிதளவு நலத்தையும் நீதியையும் கொண்டு வருவதற்கான முயற்சி.

விமரிசகர்கள் பின்னோக்கில் சொல்வது எவ்வாறிருப்பினும், நேருவின் தொழிற் கொள்கை விருப்பமற்ற முதலாளி வர்க்கத்தின் மீது அவர்களுடைய விருப்பங்களுக்கும் ஆர்வங்களுக்கும் எதிராகத் திணிக்கப்பட்டதுமல்ல, தனியார் தொழில்களை நசுக்க ஏற்பட்டதும் அல்ல. மாறாக, இந்தியாவின் முக்கியத் தொழில் பரம்பரையினர், பெருவிவசாயிகள், உயர்மட்டத் தொழிலாளர்கள், பெரும் அரசு அதிகாரிகள், பிற வெள்ளைக்காலர் (உடலுழைப்பற்ற) பணியாளர்கள் ஆகியோர் அமைந்த ஆதிக்கக் கூட்டமைப்பின் முழு ஆதரவைப் பெற்றதாக இருந்தது. பொருளாதாரம் மேல்நோக்கிச் செல்லத் தேவையான உள் கட்டமைப்புகளை உருவாக்கும் ஆதாரங்கள் அனைத்தும் அரசிடம் மட்டுமே உள்ளன என்று புரிந்துகொண்டிருந்தனர். இந்தியாவின் முன்னிருந்த பிரச்சினைகளின் பிரம்மாண்ட அளவைக் கருத்தில் கொண்டு நோக்க, அது முதல் ஐந்தாண்டுக் காலப் பகுதியில் ஒப்பீட்டளவில் மிகக் குறைவான 3.5 சதவீதம் என்ற அளவில் மட்டுமே வளர்ச்சியடைந்திருந்தது. ஆனால் இரண்டாம், மூன்றாம் ஐந்தாண்டுத் திட்டங்களின் இறுதியில் (1956-1961, 1961-1966) இறக்குமதி பதிலீட்டுமுறை இந்தியாவின் தொழில்துறை அமைப்புக்குத் தேவையான அடிப்படையை அமைப்பதில் வெற்றி கண்டது.

நேருவிய சமதர்மவாதிகள்மீதும், திட்டமிட்ட பொருளாதாரத்தை ஆதரிப்போர் மீதும், வெறுப்பைக் குவிப்பது 'நாகரிக'மாகி (ஃபேஷன்/புதுப்பாங்கு) விட்டது. ஆனால் அவர்களின் ஏராளமான சாதனைகளை அங்கீகரிப்பது முக்கியமானது. அவற்றில் சிலவற்றைப் பட்டியலிடலாம்: 1970களின் தொடக்க நிலையிலேயே இந்தியா

உள்நாட்டுத் தொழிலுக்குத் தேவைப்படும் தரமான மூலதனச் சரக்குகள் உற்பத்தியில் ஏறத்தாழ முழுஅளவு தன்னிறைவு பெற்றுவிட்டது. தனது சொந்த எந்திரக்கருவிகள், இரசாயன உபகரணங்கள், எந்திரவியல் பொறிகள், கனரக, பிற மின்சாரக் கருவிகள், அடிப்படை உலோகங்கள், உலோகக் கலவைகள் ஆகியவற்றை இந்தியா உற்பத்திசெய்தது. தனது சொந்த எஃகு ஆலைகள், மின்உற்பத்தி நிலையங்களைக் கொண்டிருந்ததோடு, எல்லாவற்றுக்கும் மிக முக்கியமான, உலகிலேயே மிகப் பரந்த தனது இரயில்வே வலைப்பின்னலையும் வளர்ச்சியடையச் செய்தது. இந்தச் சாதனைகள் பின்வரும் எல்லாவற்றுக்கும் அடித்தளமாக அமைந்தன.

இந்தக் காலப்பகுதி முழுவதும், இந்தியா சுதந்திரமடைந்த திலிருந்து 1964இல் அவரது மரணம்வரை இந்தியாவின் முதல் பிரதமரான நேருவே வழிகாட்டியாக இருந்தார். லால்பகதூர் சாஸ்திரியின் குறைந்தகால ஆட்சிக்குப் பிறகு, நேருவின் மகள் இந்திரா காந்தி, முதல்முறை 1966இலிருந்து 1977வரையும், மீண்டும் அவசரநிலைக்குப் பிறகு 1980 முதல் அவர் கொலை செய்யப்பட்ட 1984வரை என இருமுறை பிரதமராக இருந்தார்.

இந்திரா காந்தியின் முதல் ஆட்சி, அதாவது அவசரநிலைக்கு முந்தியது, பெரும்பாலும் இடதுசாரியைச் சார்ந்து, பத்து அம்சத் திட்டத்திற்காக நினைவுகொள்ளப்படுகிறது. அது, 'வறுமையை ஒழிப்போம் (கரீபி ஹடாவோ)' என உறுதியளித்தது. இந்தத் திட்டம் மிகவும் பரவலான கொள்கை மாற்றங்களை அமல்படுத்தியது. வங்கிகளையும் காப்பீட்டுக் கழகங்களையும் தேசியமயமாக்குதல், நகர்ப்புறச் சொத்துக்கு உச்சவரம்பு, ஏகபோக உரிமைகள் மீது கட்டுப்பாடு, உணவு தானியங்களின் பொதுவிநியோகம், நிலச் சீர்திருத்தம், விவசாய உற்பத்தியை மேம்படுத்துதல் (பசுமைப் புரட்சி) போன்ற ஏழைகளுக்கு ஆதரவான, ஆனால் அரசு ஆதிக்கக் கொள்கை மாற்றங்கள் ஆகியவை இவற்றில் அடங்கும். பொருளாதார நிறுவனங்கள் மீது அதிகமான அரசுக் கட்டுப் பாடுகளை விதிக்கவேண்டிய நியாயம், வங்கிகளும் பிற நிதி நிறுவனங்களும் சிறிய நகர்ப்புற, கிராமப்புறத் தொழில்களுக்கு மூலவளங்களை அளிப்பதற்காகவே.

இந்தத் திட்டங்கள் ஏழைகள் மத்தியில் மிகவும் பிரபலமாகி இருந்தன. ஆனால் இந்திரா காந்திக்கு அவருடைய சொந்தக்

கட்சிக்குள்ளாகவே எதிர்ப்பு இருந்தது. திட்டங்களின் நோக்கம் நல்லதாக இருந்தாலும், அரசுக் கட்டுப்பாடுகளின் அதிகரிப்பு, நடுத்தர அதிகாரவர்க்கமும் அலுவலர்களும் பெரிதும் பயனடையுமாறு, வேண்டியவர்களைப் பணியில் அமர்த்துதல், ஊழல், இடைத்தரகு பெறுதல் போன்றவற்றிற்குச் சாதகமான நிலைமைகளை உருவாக்கின. இந்தியப் பொருளாதாரம் ஏற்கெனவே முதிர்ச்சிநிலை அடைந்துவிட்டது. தனியார் முதலீடு தலைமை ஏற்கவேண்டிய நிலையில், இந்திரா காந்தி அரசின் ஆதிக்கச் சீர்திருத்தங்கள் அதற்கு வாய்ப்பளிக்கவில்லை. மேலும், இந்தியப் பொருளாதாரம் எண்ணெய்ப் பற்றாக்குறையையும், 1970களின் தொடக்கத்தில் கடுமையான பஞ்சத்தையும் சமாளிக்க வேண்டியிருந்தது. யாவற்றிற்கும் மேலாக, 1975இல் அலாகாபாத் உயர்நீதிமன்றம் தேர்தல் முறைகேடுகளில் ஈடுபட்டதாக இந்திரா காந்தியைக் குற்றவாளி ஆக்கியது. பலவிதமான இந்த நெருக்கடிகளுக்கு அவர் அவப்புகழ்பெற்ற அவசரநிலைமையைச் செயல்படுத்தி எதிர்வினை புரிந்தார்.

சுதந்திரம் அடைந்த பிறகு ஏறத்தாழ 25 ஆண்டுகள் நீடித்த முதல் காலகட்டத்தில், சுருக்கமாக, பொருளாதார, அரசியல் முகப்புகளில் நிகழ்ந்து கொண்டிருந்தது இதுதான்.

நேருவின் அரசு மேலாண்மை செய்த முதலாளித்துவத்திற்கு வலதுசாரிகளின் எதிர்ப்புகளை இந்த இடத்தில் நோக்குவது ஒளிதருவதாக அமையும். ஒன்று, இந்து தேசியவாதக் கட்சிகளிடமிருந்து வந்தது, மற்றொன்று சுதந்திரா கட்சியிலிருந்து வந்தது. இப்போது இந்திய அரசியலும் பொருளாதாரமும் நடுநிலையிலிருந்து வலதுக்கு மாறிவிட்டதால், சுதந்திராக் கட்சியின் கருத்துகளில் பலவும் திரும்ப வந்துகொண்டு இருக்கின்றன.

இந்தக் காலப்பகுதியில் ஏறத்தாழ முழுஅளவிலும், இந்து தேசியவாத அமைப்புகள் இருளில் இருந்தன. அவர்களில் ஒருவரான நாதுராம் கோட்ஸே மகாத்மா காந்தியைக் கொலை செய்ததனால் ஏற்பட்ட இருள் அது. அனுபவம் வாய்ந்த இரு இந்து தேசியவாத அமைப்புகளான ராஷ்ட்ரிய ஸ்வயம் சேவக் சங்கம் (ஆர்எஸ்எஸ்), இந்து மகாசபை ஆகியவற்றின் தலைவர்கள் தேர்தல் அரசியலில் ஈடுபடவில்லை. ஏனெனில் தேர்தல்களில் வெற்றி பெறுவதைவிட, ‘இந்தியக் கலாச்சாரத்தின் இந்து

அடித்தளத்தை' வலுப்படுத்துவதற்கான கலாச்சாரப் புரட்சியாளர்கள் என்ற நிலையில் அவர்கள் தங்களை வைத்துக்கொண்டனர்.

பொருளாதார விவாதங்களில் நேரடியாகப் பங்குபெறா விட்டாலும், இந்து தேசியவாதச் சிந்தனையாளர்கள் நேருவிய, திட்டமிட்ட பொருளாதாரத்தின் மீது கடுமையான விமரிசனங்களை முன்வைக்கவே செய்தனர். இந்தியப் பொருளாதாரத்தின் சமதர்மத் தன்மையை இரண்டு கோணங்களிலிருந்து அவர்கள் எதிர்த்தனர்: ஒன்று, சாதி அடிப்படையில் அமைந்த 'ஒன்றுபட்ட மானிடம்' என்ற நோக்கிலிருந்து; மற்றது, தனிநபர் முக்கியத்துவத்தின் மீது அமைந்த முழுஅளவிலான 'சுதந்திரச் சந்தை முதலாளித்துவம்' என்னும் நோக்கிலிருந்து. முரண்பட்ட இந்த இரு கருத்தியல் களுக்குமான ஆதரவை இந்துமதத்திலிருந்தும் இந்து ஆன்மிகப் புனித நூல்களிலிருந்துமே இந்துக் கருத்தியல்கள் பெற்றன என்பதுதான் ஆச்சரியம்! பல புதிய நூல் வெளியீட்டகங்கள், சிந்தனைக் களஞ்சியங்கள், அவர்களின் பெருவணிகக்குழும ஆதரவாளர்கள் ஆகியோர் ஆதரவில் இந்த இரு கருத்தியல் களும் பெரிய அளவில் மீண்டும் நுழைந்து கொண்டிருக்கின்றன. இந்துமதம் உயரிய நாகரிகம் என்றும், அதன் ஒன்றுபட்ட மானிடம் என்னும் இலட்சியம் உயரியது என்றும் நம்பப்படுகின்ற எல்லைக்குள் சுதந்திரச் சந்தைகளை இவை நுழைக்கின்றன.

ஒன்றுபட்ட மானிடம் என்னும் தத்துவம் இன்றைய பாரதிய ஜனதா கட்சியின் (பாஜகவின்) முன்னோடியான ஜன சங்கத்தின் முதல் பொதுச்செயலர் தீனதயாள் உபாத்யாயாவினால் 1965இல் மிகத் தெளிவாகச் சுட்டிக்காட்டப்பட்டது. இந்துத்துவத்தோடு சேர்ந்து, ஒன்றுபட்ட மானிடம்தான் இன்னும் பாஜகவின் அதிகாரபூர்வமான தத்துவமாக இருக்கிறது. புதிய உறுப்பினர்கள் இந்தத் தத்துவத்தைத் தாங்கள் ஏற்றுக்கொள்கிறோம் என்று உறுதிமொழி கூறவேண்டும்.[16] காங்கிரஸ் சமதர்மவாதிகளின் அரசில் இருந்த உயர் பதவிகளை ஒன்றுபட்ட மானிடவாதிகள் அவை அந்நியமானது, இந்துத்தன்மை அல்லாதது என்றும் தாக்கினர். ஆனால் அவர்கள் சுதந்திரச் சந்தை முதலாளித்துவத்தை ஏற்கவும் இல்லை. அவர்கள் பரிந்துரைத்தது ஒரு 'மூன்றாவது வழி.' அது சமதர்மமும் அல்ல, முதலாளித்துவமும் அல்ல; தெளிவாக காந்தியச் சார்புடன் கூடிய சுதேசி அல்லது சுயசார்பினைக் கொண்ட 'தார்மிக' வழி.

உபாத்தியாயாவின் கருத்துப்படி, தனிமனிதர்களை ஓர் உயிருள்ள முழுமையாக, அல்லது குழுமனத்தோடு ஒன்றிணைப்பது, இந்து இந்தியாவின் உள்ளார்ந்த, உடன்பிறந்த இயற்கை அல்லது (சரியான சமஸ்கிருதச் சொல்லைப் பயன்படுத்தினால்) 'சித்தி' என்பதாகும். அவ்வாறு ஒன்றிணைத்த பிறகு, தனிமனிதர்களுக்கு அரசு போன்ற ஏதோ ஒரு புறச் சக்தியின் கட்டுப்பாடு தேவை இல்லை. அவர்கள், முதலாளிகளின் சுயநல இயல்பூக்கங்களுக்கு இரையாகவும் மாட்டார்கள். ஏனென்றால் அவர்களுக்கு தேசிய சமுதாயத்தின் நலன்களுக்காகத் தங்கள் ஆசைகளையும் தேவை களையும் வரையறுத்துக் கட்டுப்படுத்திக் கொள்ளும் ஆற்றல் இருக்கிறது. இந்தியாவுக்குத் தேவையானது தர்மத்தை வளர்ப்பது. அதாவது, குடும்பம், சாதி, வணிக அமைப்பு, தேசம் ஆகியவை ஒன்றிணைந்த அரசமைப்பின் உறுப்புகளாகத் தங்களைக் காணக் கற்றுக்கொள்ளக்கூடிய ஆண்களையும் பெண்களையும் உருவாக்குவது. உடலுக்கும் அதிலுள்ள உறுப்புகளுக்கும் இடையில் முரண்பாடு இருக்க இயலாததுபோல, வெவ்வேறு சாதிகளிலும் வர்க்கங்களிலும் பிறந்த தனிமனிதர்களின் ஆர்வங்களுக்கும் சமூகத்தின் பிற பகுதிகளுக்கும் முரண்பாடிருக்க இயலாது. இதுதான் இந்தியாவுக்கே சொந்தமான 'மூன்றாவது வழி.' இது இந்தியாவின் இனப்பண்பிற்கு அயலான கொள்கைகளான சமதர்மத்துக்கும் முதலாளித்துவத்திற்கும் அப்பால் செல்லக் கூடியது. சமூக வாழ்க்கையின் பிற கூறுகளைப் போலவே, இந்தியாவின் பொருளாதாரக் கொள்கையும் இந்துமத, ஒழுக்க மதிப்புகளோடு பிணைந்ததாகும்.

சுதேசி அல்லது சுயசார்பைக் கொண்டாடிய காந்திய சமதர்மத் திலிருந்து கடன்பெற்ற சொல்லாடலைக்கொண்டு, மெதுவாக, ஆனால் உறுதியாக, இந்த ஒன்றிணைந்த மானிடம் என்னும் தத்துவத்தை இந்து தேசியவாதிகள் பரப்பத் தொடங்கினர். இந்திய மக்களின் சமத்துவம் சார்ந்த, பொருளுக்கு முதன்மை தராத, அல்லது ஆன்மிகம்சார்ந்த எனக் கருதப்பட்ட கலாச்சார மதிப்பீடுகளே தேச வளர்ச்சிக்காகத் தகவமைக்கப்படும் பொருளாதாரக் கொள்கைகளை நெறிப்படுத்த வேண்டும். ஒன்றிணைந்த மானிடவாதிகளின் முக்கிய கருத்தான இந்த வாதம் காந்தியின் சுதேசி என்னும் கருத்துடன் பங்கிட்டுக் கொள்வதாகும். நடைமுறை வார்த்தைகளில் சொன்னால், அது வெளிநாட்டு இறக்குமதிகளைவிட உள்ளூர், தேசிய அளவிலான

பொருள்களை உயர்த்திப் பார்ப்பதாகும். அதாவது நவீனப் பெருந்தொழில் சார்ந்த உற்பத்தியைவிட கிராமப்புறத்தை அடிப்படையாகக் கொண்ட சிறு தொழில்களுக்கு முன்னுரிமை கொடுப்பதோடு தொழில்களில் அரசுரிமையையும் பொருளாதாரச் செயல்பாடுகளில் கட்டுப்பாட்டையும் எதிர்த்தது. சுதந்திரப் போராட்ட காலத்தில் இறக்குமதி செய்யப்பட்ட பொருள்களைத் தெருக்களில் எரிக்க மக்களுக்குப் பரிந்துரைத்த சுதேசிப் போராட்டங்களின் நினைவுகளுடன் இக்கனவு ஒத்திருந்தது. என்றாலும், சுதந்திரத் திற்குப் பிறகு இதற்குப் பெரிய அளவு செல்வாக்கு இல்லை. இக்காலகட்டத்தின் பொருளாதார, தொழில் கொள்கை பெரிய, அரசு கட்டுப்பாட்டிலிருந்த பொதுத்துறை நிறுவனங்களுக்கே தொடர்ந்து ஆதரவளித்தது.

நேருவின் அரச-வலிமை கொண்ட சமதர்மத்திற்கு எதிராக ஒரு வாதம் சுதேசி என்பது மட்டுமே அல்ல. 1950களின் பிற்பகுதி முதல் 1960கள் முழுவதும், நேருவியப் பொருளாதாரத்திற்கு சுதந்திராக் கட்சியும் சவாலாக இருந்தது. அக்கட்சி குறைந்தபட்ச அரசாங்கக் கட்டுப்பாட்டுடன் கூடிய சுதந்திரச் சந்தைகளுக்குச் சார்பான செவ்வியல் தாராளவாத நிலைப்பாட்டைத் தகவமைத்துக் கொண்டது. பிரபலமான நாராயண மூர்த்தி, குர்ச்சரண் தாஸ் போன்றவர்கள் இப்போது பழைய சுதந்திராக் கட்சியை உயிர்ப்பிக்க முயல்கிறார்கள் என்பதால், அதன் வரலாற்றுப் பதிவை நெருக்கமாகக் கவனிப்பது பயனுடையதாக இருக்கும்.[17]

சுதந்திரப் போராட்ட வீரரும் காந்தியின் ஒரு காலத்து கூட்டாளியுமான (இராஜாஜி எனப்பட்ட) சி. இராஜ கோபாலாச்சாரி (இவருடைய மகள் காந்தியின் மகனை மணந்தார்) 1959இல் சுதந்திராக் கட்சியைத் தொடங்கினார். மிக உறுதியான சமூகப் பிற்போக்குவாதி அவர். அவருடைய கட்சியின் மையக்குழுவில் இந்துமத மற்றும் கலாச்சார விஷயங்களில் ஊக்கத்தோடு இயங்கியவரும் பாரதிய வித்யா பவனை ஏற்படுத்தியவருமான கே. எம். முன்ஷி, மிகவும் ஊக்கமுடைய சமதர்ம எதிர்ப்பு வாதியாக மாறுவதற்கு முன்பு காங்கிரஸ் சமதர்மக் கட்சியை உருவாக்கியவர்களில் ஒருவரான மீனு மசானி என்னும் பொருளாதார வல்லுநர், அதி ஆங்கிலமயமான பார்சி பெருந்தொழிலதிபர் சர் ஹோமி மோடி, பிரிட்டிஷ் ஆட்சியில் உயர்நிலையில் பணிபுரிந்த அரசு அதிகாரிகள் எனப் பலரும் இருந்தனர். முன்னணி

வலதுசாரி நூல் வெளியீட்டகமான வாய்ஸ் ஆஃப் இந்தியா என்பதை நிறுவியவரும், இஸ்லாமியர் மீதும் கிறித்துவர் மீதும் தீவிர எதிர்ப்புக் காட்டியவருமான மறைந்த சீதாராம் கோயல் என்பவரும் சுதந்திராக் கட்சியின் உறுப்பினராக இருந்தார். (கோயலின் காலம் பற்றி இயல் 4இல் நாம் ஆராய்வோம்.) கட்சியின் உறுப்பினர்களில் பாரம்பரிய அதிகார சக்திகளான பெருநிலக்கிழார்கள், புதிய குடியரசில் தங்கள் அரியணைகளை இழக்க வேண்டியவர்களான மாகாண ராஜ குடும்பத்தினர் போன்றவர்களும் அடங்குவர். தாராளவாதத்தில் உறுதி பூண்டிருந்த போதிலும், அந்தக் கட்சி, மிகத் தெளிவாக தாராளமயத்துக்கு எதிராக இருந்த, பிற்போக்குவாதக் குழுக்களான ராம் ராஜ்ய பரிஷத், இந்து மகாசபை, ஜனசங்கம் போன்றவர்களுடன் தேர்தல் கூட்டு வைத்திருந்தது. சுதந்திராக் கட்சியை மிகவும் வெறுத்தவரான நேரு, அதை, 'பழைய இடைக் காலத்தைச் சேர்ந்த பிரபுக்கள், கோட்டை கொத்தளங்கள், ஜமீன்தார்களைக் கொண்ட கட்சி அது, மேலும் மேலும் பாசிசத் தன்மையடைந்து வருகிறது' என்று வருணித்தார்.[18]

நன்கு படித்த தாராளவாதிகள், மாகாண அரசர்கள், அரசிகள், பெருநிலக்கிழார்கள் போன்றோர்களின் இணக்கமற்ற குழுவினரை இணைத்த விஷயம், நேரு தலைமையிலான காங்கிரஸ் கட்சி இந்தியாவில் சோவியத் பாணியிலான திட்டமிட்ட பொருளா தாரத்தைப் புகுத்திவிடுமோ என்ற பயத்தினால் எழுந்த கடும் எதிர்ப்புதான். சுதந்திராக் கட்சி, 'சுதந்திரத்தின் வாயிலாக வளம்' என்பதற்கு வாக்குறுதி அளித்தது. அதன் 21 அம்ச அறிக்கை, தனிமனிதருக்கு உச்சபட்ச சுதந்திரம், அரசின் மிகக் குறைந்த குறுக்கீடு என்பதற்குப் பொறுப்பேற்பதாக உறுதியளித்தது. நடைமுறைச் சொற்களில், அரசின் 'மிகக்குறைந்த குறுக்கீடு' என்பது நிலச் சீர்திருத்தங்களுக்கு எதிர்ப்பு, பெருந்தொழில் உற்பத்தியில் அரசுத்துறை ஈடுபடுவதற்கு எதிர்ப்பு, குறைந்த வரிகளுக்கு ஆதரவு, குறைந்த அரசுச் செலவினங்கள், சொத்துரிமை, அரசாங்க அதிகாரத்தை எல்லைக்குள் வைத்தல் என்பதாகும். அரசியல் தளத்தில், அக்கட்சி காந்தியின் தர்மகர்த்தா முறையை ஆதரித்தது. அதன்படி பணக்காரர்களும் வசதியாகப் பிறந்தவர் களும் தங்கள் வசதிகளை ஏழைகளின் சேவைக்குப் பயன்படுத்த வேண்டும். இவை யாவும் சுதந்திரச் சந்தைக் கொள்கையோடு சேர்ந்து, செல்வத்தை மறுவிநியோகம் செய்வதில் அரசின் பங்கை

இல்லாததாக்கி, வெறும் இரவுக் காவல்காரன் *(நைட் வாட்ச்மேன்)* என்ற நிலைக்கு அதைக் குறைத்தது.

இந்தச் செவ்வியல் தாராளவாதக் கொள்கைகளுக்கு இன்று புத்துயிர் தரப்படுவது எப்படித் தவறில்லையோ, அதுபோலவே அதை சுதந்திராக் கட்சி முதலில் முன்மொழிந்த போதும், அவற்றின் அளவில் எந்தத் தவறும் இல்லை. உலகம் எங்கிலும் அரசு மேற்கொண்ட சமதர்மச் சோதனைகளின் தோல்வியில் நாம் கற்றுக் கொண்டது, சந்தைச் சமிக்ஞைகளுக்கு எதிர்வினை புரியும் எவ்வித அமைப்பும் இல்லாவிட்டால், தடைகளும் சமநிலைப் படுத்தலும் இல்லாவிட்டால், அரசுத்துறை நிறுவனங்கள் தாமாகவே திறனற்றவையாக, ஊழல் நிறைந்தவையாக, ஆதிக்கம் செய்பவையாக மாறிவிடும் அபாயம் இருக்கிறது என்பதைத்தான். அதேசமயம், சுதந்திராக் கட்சி இந்தியாவின் சமூக, கலாச்சார யதார்த்தங்களுக்குத் தொடர்பற்ற பொருளாதார தாராளவாதத்தின் எல்லைகளைத் தெளிவாகக் காட்டுகிறது. சாதி, வர்க்க அமைப்புகள், சமத்துவமின்மை, சுரண்டல் ஆகியவற்றின் மிக நிஜமான பிரச்சினைகளைச் சந்திக்க நேரும்போது அவை இயங்கியல் (லோகாயத) ரீதியாகத் தீர்க்கப்படாமல் கடமை, இணக்கம், தர்மகர்த்தாத்தன்மை போன்றவற்றால் தீர்க்கப்படுவது, மோசமான வகை பிற்போக்குத்தனமான பாரம்பரிய வாதத்தின் பாடையில் தான் தாராளவாதம் சென்றடையும் என்பதை சுதந்திராக் கட்சி காட்டுகிறது.

தனது காலத்திலேயே சுதந்திராக் கட்சி வகுப்புவாத, பாசிஸ வாதப் போக்குகளை வளர்ப்பதாகக் குற்றம் சாட்டப்பட்டது. இன்று அதைப் பின்னோக்கிப் பார்க்கும்போது, 'சுதந்திராக் கட்சித் தலைவர்கள் இந்து தேசியவாதக் கருத்தியல்மீது பரிவுடையவர்கள், இந்து மத, கலாச்சார நிறுவனங்களில் ஊக்கத் தோடு செயல்படுபவர்கள்' என்று சில ஆய்வாளர்கள் வருணிக் கின்றனர்.[19] ஆனால் உண்மையில் இது அந்தக் கட்சியின் நிலைப் பாட்டைத் தவறாகப் புரிந்துகொள்வதாகும். இன்றுவரை சுதந்திராக் கட்சியைப் பற்றிய மிகச் சிறந்த ஆய்வின் ஆசிரியரான ஹோவர்ட் எர்ட்மன் கூறுகிறார்:

> அந்தக் கட்சியின் தலைவர்கள் முழுஅளவில் பிற்போக்காளர் களாகவோ, தீவிர தேசியவாதி களாகவோ இல்லை... அது எவ்வித வகுப்புவாத அல்லது குறுகிய இலட்சியங்களையும்

முன்வைக்காததால், அதை ஒரு 'வகுப்புவாதக்' கட்சி என்று சொல்வது தவறு... பாகிஸ்தானுடன் சமாதானமாகச் செல்லவேண்டும் என்போராகவும், முஸ்லிம்களின் காரணங்களுக்காக ஆதரவு வேண்டுபவராகவும் அதன் தலைவர்கள் இருந்தனர்... சுதந்திராக் கட்சி மதச்சார்பற்ற தன்மையிலும், அரசியல் அமைப்பின் செயல்பாடுகளைக் கடைப்பிடிப்பதிலும் உறுதியாக இருந்தது.[20]

சி. இராஜகோபாலாச்சாரியும் கே. எம். முன்ஷியும் பற்றுறுதியுள்ள இந்துக்கள் என்பதும், அரசியல் கூட்டங்களில் அவர்கள் பிரார்த்தனைகளையும் வேதம், பகவத்கீதை பற்றிய உரைகளையும் அறிமுகப்படுத்தினர் என்பதும் உண்மை. ஆனால் மதத்தன்மையை இவ்விதம் வெளிப்படுத்துவதைக் கட்சியின் பிற உறுப்பினர்கள் பகிர்ந்துகொள்ளவில்லை. அவர்களில் பெரும்பான்மையினர், மதச்சார்பு அற்றவர்களாகவும் பொதுவாழ்வு × தனிப்பட்ட வாழ்வு என்பதைப் பிரித்துநோக்கும் கொள்கையை மதிப்பவர்களாகவும் இருந்தனர். இந்து தேசியவாதிகள் வழக்கமாகச் செய்வது போல, இந்துக்களை முஸ்லிம்களுக்கு எதிராக நிறுத்தி, நாட்டை மத அடிப்படையில் அவர்கள் வரையறுக்கவில்லை. யாவற்றுக்கும் மேலாக, காந்தியப் பொருளாதார திட்டமான கைத்தொழில் முன்னேற்றம், பாரம்பரியத் தொழில் நுட்ப முன்னேற்றம் என்பதை அவர்கள் ஆதரிக்கவில்லை. மாறாக, நவீனப்படுத்திய பெருந்தொழில், விவசாயப் பகுதிகளில் தொழில்களின் சுதந்திரத்திற்கு ஆதரவாக நின்றனர். அவர்களுடைய சமூக, அரசியல் நிலைப்பாடுகளில் அவர்களை (எர்ட்மன் செய்வதைப் போல) 'மிதவாதிகள்' என்றழைப்பதே பொருத்தம் ஆகும்.

இருப்பினும், சுதந்திராக் கட்சி, தன் காலத்தில் மிகவும் பழமைவாத, பிற்போக்குக் கட்சிகளான ராம் ராஜ்ய பரிஷத், இந்து மகாசபை, ஜனசங்கம் போன்றவற்றோடு அரசியல் கூட்டு வைத்திருந்தது. மிதவாத தாராளவாதிகள், ஏன் இப்படிப்பட்ட வெளிப்படையான தாராளவாதத்திற்கு எதிரான குழுக்களுடன் சேரவேண்டும்?

இந்தப் புதிருக்கான விடை பின்வரும் உண்மையில் அடங்கியிருக்கிறது. இன்றைய பெரும்பாலான நவ-தாராளவாதிகளைப் போலவே, சுதந்திராத் தாராளவாதிகளும் பொருளாதாரத்தில்

அரசுக் குறுக்கீட்டால் ஏற்படும் தீமைகள், திறனின்மைகள் மீது தங்கள் வெறுப்பைக் கொட்டினர். ஆனால், நமது கலாச்சார மரபுகளில் அனுமதிக்கப்பட்டுள்ள தாராளத்தன்மையின்மை, அநீதி ஆகியவற்றை அவ்விதமே ஏற்றுக்கொண்டனர், அவற்றின் மீது ஒரு சிறிதளவு கவனத்தையும் செலுத்தவில்லை. அரசு சார்ந்த சமதர்மத்தை எதிர்ப்பதில் ஒரே குறியாக இருந்த காரணத்தினால், எர்ட்மன் சுட்டிக் காட்டுவதைப் போல, சுதந்திராக் கட்சியின் தாராளவாதிகள்,

> பழைய சமூக முறைமையின் மூச்சடைக்கும் செல்வாக்குகள் பலவற்றை அவர்கள் எதிர்த்துப் பேசவில்லை. அல்லது வலதுசாரியின் பக்கமுள்ள சுதந்திரத்தின் அபாயங்களை எதிர்த்தும் பேசவில்லை. பெரும்பாலும் இந்தக் காரணத்தால், அக்கட்சியின் அடிப்படைக் கொள்கைகளில் உள்ளடங்கியிருந்த மரபுவாதத்திற்கு எதிரான தாக்குதல்கள், பிறருக்குத் தெரியவராத அளவுக்கு மௌனமாகிப் போயின.... சுதந்திரா, இடதுசாரியை மட்டும் எதிர்க்கின்ற நிலையில், அது தாராளவாதத்தின் தீவிர உடைபட்ட வடிவத்தையே கொண்டிருக்கும்.[21]

'பழைய முறைமையின் மூச்சடைக்கும் செல்வாக்குகளை' எதிர்த்துப் பேசுவதற்குப் பதிலாக, சுதந்திராக் கட்சி, அந்தப் பழைய முறைமைகளில் ஊறிய இந்து பாரம்பரியக் கட்சிகளுடன் அரசியல் ரீதியாகத் துணை நின்றது. ஏன் அப்படி? மறுபடியும், இதற்கான காரணங்கள் இன்றைய நவ-தாராளவாதத்துடன் நமக்குள்ள சிக்கல்களை வெளிச்சமிட்டுப் புரிந்துகொள்வதற்கு முக்கிய மானவை.

மிகவும் கொடிய ஏழ்மையில் ஆழ்ந்திருந்த, தாங்கள் தேர்ந் தெடுத்த அரசின் உதவிக் கரத்தை வரவேற்ற, பெரும்பாலான வெகுமக்கள் மத்தியில் தங்களுடைய சுதந்திரச் சந்தை மீதான விசுவாசம் எடுபடவில்லை என்பதை சுதந்திரா உறுப்பினர்களே புரிந்துகொண்டனர். வெகுமக்களைத் துன்புறுத்திய பலவித மான சமமின்மைகளுக்கு நிஜமான தீர்வுகளை வழங்காமல், அவர்களைத் தங்கள் பக்கம் ஈர்ப்பதற்கு, சுதந்திராக் கட்சிக்கு மதத்தில் புகுந்துகொள்வதையும், காந்தியின் பழைய தர்ம கர்த்தாக் கொள்கையைச் சற்றே சூடுபடுத்தி ஏற்றுக்கொள்வதையும் தவிர வேறுவழியில்லை. இந்தியாவிலுள்ள அநீதிகளுக்கான மதமூலங்களைத் தேட முடியாமலோ விருப்பமில்லாமலோ,

சுதந்திரா அவற்றை ஆன்மிகத் தளத்தில் தீர்க்க முயன்றது. ஏழைகள் ஏழைகளாக இருக்கலாம், ஆனால் மரபான இந்துச் சமூகம் அவர்களின் ஆன்மிகத்தை மதிக்கிறது என்று வாதிட்டார்கள் அக்கட்சியினர். கொடுமையான அரசாங்கக் கட்டுப்பாடுகள் எனக் கருதியவற்றிலிருந்து விடுபட்ட தனியார் தொழில்கள், தங்கள் உயர்ந்த ஆன்மிக மதிப்புகளால் வழிநடத்தப்படுவதோடு, தங்களுடைய செல்வத்தைப் பொது நன்மைக்கு அவை பயன் படுத்தும். சுதந்திராக் கட்சி ஆட்பட்டிருந்த இந்திய முகமுடைய தாராளவாதத்திற்கு அது கொடுத்த காப்புரை இதுதான். இதே ஆன்மிக மதிப்புகள்தாம் படிநிலை அமைப்புக்கும் அநீதிக்கும் கருத்துநிலை போர்வையாகப் பயன்பட்டது என்ற உண்மை பற்றி இந்தக் கட்டுப்பாடற்ற தொழில்களின் தற்காப்பாளர்கள் சற்றும் கவலைப் படவில்லை.

நம் கதையைத் தொடர்வோம். சுதந்திராக் கட்சி, 1960களில் ஜனசங்கத்துடன் தேர்தல் கூட்டு வைத்துக்கொண்டது. தனது சுதந்திரச் சந்தைக் கருத்தைப் பெரிய அளவு வெற்றியின்றி மேடை ஏற்றியது. பயன் ஏதும் கிடைத்திருந்தால், அது ஜன சங்கத்துக்கு ஏழைகளுக்கு எதிராகப் பணக்காரர்களின் கட்சி என்ற பெயர் கிட்டியதுதான். சுதந்திராக் கட்சியுடன் ஏற்பட்ட அனுபவத்தால், சங்கப் பரிவாரத்தின் இன்றைய தலைமை சுதேசி பற்றிய காந்திய மொழியை ஒரு போர்வையாக்கி, உலகமய மாக்கத்திற்கான தன் நிகழ்ச்சி நிரலைப் போர்த்திவைக்கும் கலையைக் கற்றிருக்கிறது.

தற்செயலாக, சுதந்திராக் கட்சியின் புது அவதாரமாக, 2005இல் புத்தம்புதிதாக நிறுவப்பட்ட இந்திய லிபரல் கட்சியும், அதன் முன்னோடி சந்தித்த அதே கருத்துநிலை ரீதியிலான இருதலைப் போக்குகளை எதிர்கொள்கிறது. இந்தியாவிலிருந்து 'சமதர்மத்தை யும் குருட்டுப் பிடிவாதத்தையும் ஒழிக்க வேண்டும்' என்று விரும்பும் அப்புதிய கட்சிக்கு 'மிதவாத' என்ற அடைமொழி பொருந்துகிறது.[22] தங்கள் முன்னோர்களைப் போலவே, இந்தப் நவ-சுதந்திராக் காரர்களுக்கும் பாகிஸ்தான், இஸ்லாம், அல்லது முஸ்லிம்களுக்கு எதிராக எந்த வெறுப்பும் கிடையாது. எவ்வித இனவாதக் கோரிக்கைகளையும் அவர்கள் முன்வைக்கவில்லை. அவர்களுடைய எழுத்துகள் தனிப்பட்ட ஆதாயத்துக்கான இந்தியத் தொழில்முனைவுக்கு ஆதரவளிக்கவும், ஆசீர்வதிக்கவும்

அவ்வப்போது இந்துப் புனித நூல்களான மனுஸ்மிருதியையும் அர்த்த சாஸ்திரத்தையும் மேற்கோள் காட்டினாலும், நவ-தாராளச் சந்தைச் சீர்திருத்தங்கள் மீது அவர்களின் ஈடுபாடு ஒரு மதவாத நோக்கு அல்லாத தன்மையையே கொண்டுள்ளது. இந்த இயலின் பின்பகுதியில், புதிய சுதந்திராக்காரர்கள் மத வலதுசாரியினருடன் உறவைத் தவிர்ப்பார்களா என்ற கேள்வியை எழுப்புவோம்.

இந்த முதல் காலகட்டத்தின் கருத்தியல் போக்குகள் பற்றிய விவாதம் எதுவும் குறைந்தபட்சம் சுப்பிரமணிய சுவாமியைப் பற்றிக் குறிப்பிடாமல் முழுமைபெறாது. இந்துப் புத்துயிர்ப்புடன் சுதந்திரச் சந்தைகளுக்கெனவும் ஒற்றை ஆளாகப் போராடும் தனிப்படை அவர். ஹார்வர்டில் படித்த பொருளாதாரவாதியான சுப்பிரமணிய சுவாமி (பிறப்பு 1939) 1960களில் முதல்முதலாக ஜனசங்கத்தில் சேர்ந்தார். பிறகு ஜனதாக் கட்சியை உருவாக்க அதிலிருந்து வெளியேறினார். இப்போது புதுதில்லியில் தேசிய மறுமலர்ச்சிக்கான மையம் (சென்டர் ஃபார் நேஷனல் ரினைசான்ஸ்) என்ற ஒரு சிந்தனை அமைப்பை இயக்குகிறார். *தி ஆர்கனைசர்* என்னும் ஆர்எஸ்எஸ்ஸின் வார இதழில் தொடர்ச்சியாகப் பத்திகள் எழுதிவருகிறார்.

பொருளாதார வளர்ச்சியை இந்துப் புத்துயிர்ப்போடு இணைப்பதுதான் சுவாமியின் செயல்திட்டமாக இருந்தது, இன்றும் இருக்கிறது. தன் சகபயணிகளைப் போல, பகவத் கீதையிலும் வேதங்களிலும் மூழ்கும் கட்டாயப் பணியை அவரும் செய்தார். இந்து மேதைமை ஒருங்கிணைப்புக்கு உதவுவது என்று கூறிய பிறரைப்போல அல்லாமல் அவர், 'இந்து அறிவுச் சூழல் தனிமனிதருக்கானது, சுதந்திரச் சந்தைகளையும் குறைந்த பட்ச அரசையும் வரவேற்கக்கூடியது' என்று அறிவித்தார். சுவாமி கனவுகாணும் குறைந்தபட்ச அரசு என்பது இந்துப் புத்துயிர்ப்பை ஊக்கத்தோடு ஆதரிக்காத அளவுக்குக் குறைந்தபட்சமானது அல்ல. மாறாக, மதச்சார்பின்மை என்ற 'மேற்கத்திய சூனியச் சிந்தனையை' கைவிட்டு, தேசிய ஒருமைப்பாடு, பெருமிதம் இவற்றிற்கான மூலமாக இந்துக் கலாச்சாரத்தை ஊக்கத்தோடு மேம்படுத்த வேண்டும் என்று அவர் இந்திய அரசைத் தூண்டினார்.

1960களின் பிற்பகுதியிலும், 1970களின் தொடக்கத்திலும், இந்து மறுமலர்ச்சியுடன் கூடிய சுதந்திரச் சந்தைகளுக்கான அவருடைய பெரிய திட்டங்கள் எங்கும் செல்லுபடி ஆகவில்லை.

ஆனால் சுவாமியே ஒரு மறுமலர்ச்சிக்கு உட்பட்டிருப்பது போலத் தோன்றுகிறது. 2005இல் அவர் எழுதிய ஃபண்டமெண்டல்ஸ் ஆஃப் இண்டியன் ரினைசான்ஸ் (இந்திய மறுமலர்ச்சியின் புதிய அடிப்படைகள்) என்னும் நூல், அவருடைய தோல்வியுற்ற 'இந்து மறுமலர்ச்சியின் செயல் திட்டம்' என்பதை உயிர்ப்பிப்பது போலத் தோன்றுகிறது. இந்தத் திட்டத்தை, இந்திரா காந்தி 1969இல் ஒரு 'கோமாளி வகுத்தது' என்று கூறியதாகத் தெரியவந்தது.[23]

தனது ஆரவார மொழியில் என்னவாக இருப்பினும், வலது சாரிப் பொருளாதாரத் தத்துவம், ஒன்றிணைந்த மானிடவாத உடையிலும் சரி, சுதந்திரா உடையிலும் சரி, இந்தியக் குடியரசுக்கு அடிப்படை அமைத்த இந்தக் கால கட்டத்தில் அரசியல் ரீதியாக விளிம்பு நிலையிலேயே இருந்தது. சுயசார்பும் ஒட்டுமொத்தப் பொருளாதார வளர்ச்சியும் கொண்ட நேரு காலத்தை அதன் சொந்த வெற்றிகளும் தோல்விகளுமே முடிவுக்குக் கொண்டுவந்தது. மெதுவாக வெளிப்படுகின்ற நேருவின் திட்டத்திற்கு நாம் இப்போது திரும்புகிறோம்.

கட்டம் 2: சோதித்துப் பார்த்தல், 1977-1991

இந்தக் காலப்பகுதி, காங்கிரஸ் கூட்டுக் கட்சிகள் அல்லாத, ஜனதாக் கட்சி 1977இல் முதன்முதலாகத் தேர்ந்தெடுக்கப் பட்டதுடன் தொடங்கியது. இதன் தொடர்ச்சியாக, 1980இல் இந்திரா காந்தி பிரதமராகத் திரும்பினார். 1984இல் அவர் கொலை செய்யப் பட்டார். இந்திரா காந்தியின் மகன் ராஜீவ் காந்தி, அரசியல் ஆதிக்கத்தைக் கைப்பற்றி 1991இல் தாம் கொல்லப்படும் வரை நீடித்தார். இந்தத் தாய்-மகன் இரட்டையர், முதல் கட்டத்தில் இந்திரா காந்தியின் அரசாங்கத்தினால் கொண்டுவரப்பட்ட கடுமையான திட்டங்களை இல்லாமல் செய்யும் பல சீர்திருத்தங் களை முடுக்கிவிட்டனர்.

எல்லா நோக்கிலும், இடையில் குறைந்த காலமே பதவியில் இருந்த ஜனதாக் கட்சி அரசாங்கம், பொருளாதாரச் சீர்திருத்தங்கள் விஷயத்தில் எந்த விளைவும் அற்றதாகவே இருந்தது. இப்போது தனது திறனின்மை, ஊழல் ஆகியவற்றிற்காக மட்டுமே நினைவு கூரப்படுகிறது. ஜனதாக் கட்சி என்பது பொதுவுடைமைக்கு எதிரான அரசியல் கட்சிகளின் கூட்டு, இந்திரா காந்திக்கும்

அவசரநிலைக்கும் எதிரானது. இந்தக் கூட்டில் பாரதிய ஜனதாக் கட்சிக்கு முன்னோடியான பாரதிய ஜனசங்கமும் சில கட்சிகளும் இருந்தன. இவை அனுபவமிக்க சமதர்மவாதியாக இருந்து காந்திய வாதியாக மாறிய, ஜெ.பி. என அழைக்கப்பட்ட, ஜெயப் பிரகாஷ் நாராயண் தொடங்கிய 'முழுமைப் புரட்சி' என்னும் இயக்கத்தில் பங்கு கொண்டவை. கூட்டணியில்தான் என்றாலும், ஜனசங்கம் போன்ற ஓர் இந்து தேசியக் கட்சி மையத்தில் ஆட்சிக்கு வருவது அதுவே முதல்முறை.

ஜனதாக் கட்சி, காந்திய மற்றும் ஜனசங்கத்தின் இந்துப் பாரம்பரியப் பார்வையைக் கொண்டிருந்தது. பெருந்தொழில் களுக்கு மாறாக சிறிய, கிராமப்புற அடிப்படையிலான தொழில் களுக்கும் கிராமப் பஞ்சாயத்துக்கும் முக்கியத்துவம் தரப்பட வேண்டும் என மாற்ற விரும்பியது. ஆனால் இவ்வாறெல்லாம் இருப்பினும், தொழிற்கொள்கை மீது அதன் நிஜமான பாதிப்பு ஒன்றுமே இல்லை. நகர்ப்புற சிறு உற்பத்தியாளர்களுக்கும் விவசாயிகளுக்கும் பாதுகாப்பு அழுத்தம் தரப்பட்டதுதான் ஒரே ஒரு சிறிய மாற்றம்.

மிகுந்த அளவில் மாறாததும், மிகவும் கட்டுப்படுத்தக் கூடியதுமான விதிமுறையமைப்புகளில் சிலவற்றுக்கு நியாயம் கற்பிக்கவும், சிலவற்றைத் தளர்த்தவுமான நிஜமான பணி, முதலில் அவற்றை உருவாக்கிய பொறுப்புள்ள ஒருவருக்கே வந்து சேர்ந்தது. அதாவது இந்திரா காந்திக்கு – அவருடைய கொலை யைத் தொடர்ந்து, அவர் மகன் ராஜீவ் காந்திக்கு.

1980இல் இந்திரா காந்தி ஒரு புதிய வீச்சோடு பதவிக்குத் திரும்பினார். பொருளாதாரம் மிகக்குறைந்த அளவே செயல் படுகிறது என்பதும், தனியார் துறை மீதான கட்டுப்பாடுகள் வெகு தொலைவுக்குச் சென்றுவிட்டன என்பதும் அவருக்கே புரிந்தது. 1980 ஜூலையில் இந்திரா காந்தி ஒரு புதிய தொழிற் கொள்கையை அறிவித்தார். அவர் முதல்முறை (அவசரநிலைக்கு முன்னால்) பதவியிலிருந்தபோது ஏற்படுத்திய கழுத்தை நெறிக்கும் ஆட்சிக்கு எதிராகச் சின்னச்சின்ன விலகல்களை முற்றிலும் எதிர் திசையில் கொண்டு செல்வதாக அது அமைந்தது. இந்தச் சீர்திருத்தங்கள் இறக்குமதிகள் மீதான சில கட்டுப்பாடுகளை நீக்கின; தனியார் தொழில்துறை மேலும் உற்பத்தித்திறனை அதிகரித்துக் கொள்ளவும், ஏகபோக தனியுரிமை எதிர்ப்புச் சட்டங்களுக்குப்

இந்தியாவும் உலகப் பொருளாதாரமும் ❋ 43

பயமின்றித் தொழிலகங்கள் வளர்வதற்குப் பெரிதாக அனுமதி அளித்தன.

1984இல் இந்திரா காந்தியின் கொலைக்குப் பிறகு, அவருடைய மகன் ராஜீவ் காந்தி சீர்திருத்தங்களைத் தொடர்ந்தார். முந்தைய தலைமுறையின் சமதர்ம அல்லது காந்தியச் சிந்தனையினால் சிறிதும் தொல்லைப்படாமல், நவீன வசதிகளான தனியார் வாகனங்கள், வண்ணத் தொலைக்காட்சி போன்றவற்றை மேலும் ஏற்றுக்கொண்டு, நவீன தொழில்நுட்பத்தை வளர்த்தும், நிர்வாகத் திறனை மேம்படுத்தியும், பொருளாதாரப் போட்டியை ஊக்குவித்தும் ராஜீவ் காந்தி இந்தியாவை இருபத்தொன்றாம் நூற்றாண்டிற்குள் செலுத்த முனைந்தார். மேற்கத்திய நுகர்வுப் பாணிகளை விரும்பிய நகர்ப்புற நடுத்தர வர்க்கத்தினரின் ஆதரவை இது அவருக்குப் பெற்றுத் தந்தது. 1980களின் மேட்டுக்குடியினர் தலைமை ஏற்ற இந்தக் கட்டுப்பாட்டு நீக்கம், தனியார் துறைகளின்மீது இருந்த கட்டுப்பாடுகளை மேலும் தளர்த்தியது; இறக்குமதி செய்யப்பட்ட உதிரி பாகங்களிலிருந்து தயாரிக்கப் பட்ட வாகனங்களையும் வண்ணத் தொலைக்காட்சிகளையும் வைத்துக் கொள்ளுமாறு நுகர்வோர் பொருள்கள் இறக்குமதியையும் நுகர்வோருக்கான வரி விலக்கையும் தாராளமாக்கியது.

இதன் விளைவாக, நீடித்துழைக்கும் பொருள்கள் உற்பத்தித் துறை 1980களில் ஆண்டுக்கு 8 முதல் 22 சதவீதமாக வளர்ச்சி அடைந்ததோடு, அது நுகர்வோர் பெருக்கத்தையும் உருவாக்கியது. ஒட்டுமொத்த உற்பத்தி வீதம் 5.6 சதவீதம் ஆகியது. இது கடந்த ஆண்டுகளின் அவப்புகழ்பெற்ற 'இந்து வளர்ச்சி வீதமான' 3.5 சதவீதத்தைவிட அதிகம். வெளிநாட்டுக் கடனும் கடன் மீதான வட்டியும் 1980களில் முன்பை விட மூன்றுமடங்காக, 23.8பில்லியன் டாலரிலிருந்து 62.3 பில்லியன் டாலராக அதிகரித்தது. ஆனால், இறக்குமதிசார்ந்த இந்த நுகர்வோர் வளர்ச்சிக்கேற்றவாறு ஏற்றுமதியில் அதிகரிப்பு இல்லை. இது, அயல்நாட்டுப் பணத்தின் இருப்புநிதியில், அந்நியச் செலாவணியில் ஒரு கடுமையான பற்றாக்குறை நிலையை உருவாக்கியது.

1991இல் ஒரு தேர்தல் கூட்டத்தில் ராஜீவ் காந்தி, ஸ்ரீலங்காவில் சிங்களருக்கு ஆதரவாக இந்தியாவின் குறுக்கீட்டை விரும்பாத ஓர் இலங்கைத் தமிழ்த் தற்கொலைப் படையாளியினால் கொல்லப் பட்டார். இரண்டு காந்திகளும் தொடங்கிவைத்த சிறிய சிறிய

சீர்திருத்தங்கள், புதிய-தாராளமயச் சீர்திருத்தங்கள் முழு அளவில் நிறைவேறுவதற்கான மேடையை அமைத்தன. அவற்றைச் செய்தவர் நரசிம்ம ராவ். ராஜீவ் காந்தி கொலையினால் கிடைத்த அனுதாப அலை வாக்குகளைக் கொண்டு 1991 ஜூனில் காங்கிரஸ் கட்சி தேர்தலை வென்றபோது அவர் பிரதமர் ஆனார்.

கட்டம் 3: நவ-தாராளமயமாக்கம், 1991 முதல்

சோவியத் கூட்டமைப்பு நாடுகளுக்கு 1989ஆம் ஆண்டைப் போல, இந்தியாவின் தாராளவாதிகளுக்கு 1991 அமைந்தது. அதாவது பழைய கெட்ட காலத்தின் முடிவைக் குறிக்கிறது. இந்தியாவின் நன்கு கற்றறிந்த நவ-தாராளவாதியான குர்சரண் தாஸ், 1991இன் 'பொன் வசந்தத்தை' பற்றி, அது 'இந்தியாவின் இரண்டாவது சுதந்திரம்... ஒரு பொருளாதாரப் புரட்சி... 1947இல் நேரு தொடங்கிய அரசியல் புரட்சியைவிட முக்கியமானது' என்று நினைக்கிறார்.[24] 1991இல் இந்திய அரசாங்கம் தொடங்கிவைத்த நவ-தாராளவாத சீர்திருத்தங்களைக் கொண்டாடுவதற்கு, வியாபார பேரமையங்கள், பெரும்பாலான மையநீரோட்ட ஊடகங்கள், சுதந்திரச் சந்தைப் பொருளாதாரவாதிகள், இந்தியாவின் மேல்நோக்கி நகரக்கூடிய நகர்ப்புற நடுத்தர வர்க்கத்தினர் ஆகியோர்க்கு வார்த்தைகளே இல்லை. காங்கிரஸ் பிரதமரான (1991-1996) நரசிம்மராவும், அவருடைய நிதியமைச்சரான மன்மோகன் சிங்கும் (இவர் பின்னர் பிரதமரானார்) இந்தியாவைச் செல்வம், புகழ் ஆகிய வற்றின் வேகப் பாதையில் செலுத்திய புரட்சி நாயகர்கள் என்று புகழப் பட்டனர்.

முந்திய தலைமுறையில், மேட்டுக்குடியினர் தலைமையேற்ற நுகர்வுப் பெருக்கத்தால் உண்டான வணிகப் பற்றாக்குறை, அந்நியச் செலாவணி இருப்புக் குறைபாடு ஆகியவற்றுக்கு எதிர்வினையாக அமைந்தன இந்த 1991 சீர்திருத்தங்கள். இதனுடன் 1990இன் வளைகுடாப் போரினால் ஏற்பட்ட கச்சா எண்ணெய் விலை உயர்வும் சேர்ந்துகொண்டது. மோசமான பொருளாதார நிலைமை, முதலீடு அந்நிய நாடுகளுக்குச் செல்வதற்குக் காரணமாகியது. அதனால் அயல்நாடுகளில் வாழும் இந்தியர்கள் பலர் தங்கள் சேமிப்புகளை இந்திய வங்கிகளிலிருந்து திரும்பப் பெற்றனர். அப்போதுதான் பன்னாட்டு நிதியம் (ஐஎம்எஃப்), உலகவங்கி ஆகியவற்றிடம் பல கட்டுப்பாடுகளுடன் இந்தியா கடன் வாங்க நேர்ந்தது.

அரசு-பொருளாதார உறவை முழுமையாக மாற்றியமைக்க இந்தக் கடன் ஒரு முகாந்திரமாக அமைந்தது. இந்தியா தன் அரசாங்கத்தைப் பொருளாதாரத் தொழிலகங்களைச் சொந்தமாக வைத்திருப்பதையும் நடத்துவதையும் கைவிடவேண்டும்; அரசு மானியங்களைக் குறைக்கவேண்டும், மேலும் இந்தியப் பொருளாதாரத்தை சந்தை சார்ந்ததாக ஆக்கவேண்டும், சிவப்பு நாடாத் தன்மையைக் குறைக்கவேண்டும் என்பவை கடனின் நிபந்தனைகளின் ஒரு பகுதி. வழக்கமாகவே பன்னாட்டு நிதியம் (ஐஎம்எஃப்), உலகவங்கி விதிக்கும் நிபந்தனைகள்தாம் இவை.

ஆனால் இந்தச் சீர்திருத்தங்களை ஓர் ஏழைநாடான, ஆதரவற்ற இந்தியாவின் மீதான நவ-ஏகாதிபத்தியத் திணிப்பாகக் காண்பது தவறு. சூழ்நிலை மிகவும் சிக்கலானதாக இருந்தது. இந்தியத் தொழிலதிபர்களும் கொள்கை வகுப்போரும் இந்தச் சீர்திருத்தங்களை எதிர்க்கவில்லை. உண்மையில், அவர்கள் இந்தியர்களின் பணம் பண்ணும், தொழில்முனையும் விலங்குத்தனத்தைக் கட்டவிழ்த்துவிடுவதற்குத் தேவையானதொரு ஊட்டச்சத்து மருந்தாக வரவேற்றார்கள். அந்தச் சமயத்தில் உலக வங்கிக்காகப் பணிபுரிந்துகொண்டிருந்த கொலம்பியா பல்கலைக்கழகப் பொருளாதாரவாதியான அரவிந்த் பனகரியாவின் கூற்றுப்படி, இந்த நிறுவனங்களின் கட்டாயத்திற்கென தொடக்க தாராள மயச் சிப்பத்தை உலகவங்கி திணித்தாலும், முன்வைக்கப்பட்ட சீர்திருத்தங்கள் 'இந்தியாவின் மூலத்தில் தோன்றியவை; இந்தியக் கொள்கை வகுப்போரின் ஒருமித்த மனப்பான்மையைப் பிரதிபலித்தவை. பலபேரின் உறுதிக் கூற்றுகளுக்கு மாறாக, பன்னாட்டுப் பணநிதியம், உலகவங்கி ஆகியவற்றின் செல்வாக்கு செயல்பாடுகளின் முதல்கட்ட அளவில் நின்றுவிட்டது. 1991 டிசம்பரின் கட்டு மானச்சரிப்படுத்தல் கடனுக்குப் (எஸ்ஏஎல்) பிறகு, இந்திய அரசாங்கம் மறுபடியும் அதிகாரத்திற்கு வந்துவிட்டது.'[25]

உண்மை என்னவென்றால், 1980களில் ராஜீவ் காந்தியின் தாராளமயச் சோதனைகள் தொடங்கி, இந்தியா அதுவரை பின்பற்றிய உள்நோக்குக்கொண்ட, அரசு நிர்வகித்த பொருளா தாரப் பாதையிலிருந்து இந்தியத் தொழில்துறை விடுபடத்துடித்துக் கொண்டிருந்தது. ஏற்றுமதிச்சந்தைகளில் பங்கேற்க ஆர்வமாகவும் இருந்தது. அதற்குப் பன்னாட்டு நிறுவனங்களின் கூட்டு தேவையாக இருந்தது. இந்திய வணிகத் தொழில்கள், தொலைத்

தொடர்பு, நிதிச் சேவைகள், பங்குச்சந்தை வியாபாரம், இவை போன்ற பொருளாதாரத்தின் புதிய பகுதிகளுக்குள் நுழையவும் ஆர்வமாக இருந்தன. ஆகவே நடைமுறையில், நாட்டின் பெருவணிகக் குழுமங்கள், தன்னைப் பெரிதாவதி லிருந்தும் தனியாகவோ, அயல் நாட்டுக் கூட்டுடனோ, உலக அரங்கில் பரவுவதிலிருந்தும் தடுத்துவந்த அரசுக் கட்டுப்பாடுகளை ஒழிக்கத் துடித்துக் கொண்டிருந்தன.

நரசிம்மராவும் 'ஆக்ஸ்பிரிட்ஜ்' கல்விகற்ற பொருளாதார வல்லுநரும் அவருடைய நிதியமைச்சருமான மன்மோகன் சிங்கும் பன்னாட்டு நிதியம்-உலகவங்கி நிபந்தனைக்கட்டை ஒரு முழுமையான மாற்றத்திற்கான வாய்ப்பாகப் பயன்படுத்திக் கொண்டனர். ஹார்வர்டு பல்கலைக்கழகத்தில் வணிக மேலாண்மையில் முதுநிலைப் பட்டம்பெற்ற ப. சிதம்பரத்துடனும் ஆக்ஸ்ஃபோர்டில் பயிற்சிபெற்ற புகழ்பெற்ற பொருளாதாரவாதி யான மான்டெக்சிங் அஹ்லுவாலியாவுடனும் மன்மோகன் சிங் கூட்டுச்சேர்ந்தார். இவர்கள் மூவரும் கட்டுப்பாட்டு நீக்கக் கேளிக்கையில் ஈடுபடத் தொடங்கினர். உருவாக்குவதற்கு ஆண்டுகள் பல எடுத்துக்கொண்ட சிக்கலான ஒழுங்குமுறை களையும் சிலமணி நேரங்களிலேயே கட்டு டைத்தனர். இரண்டு ஆண்டுகளில், ஏகபோக உரிமைகள் *(மோனோபாலி)* மீதான ஒழுங்குமுறைகளை எல்லாம் தளர்த்தியதோடு, வங்கித்துறை, விமானப் போக்குவரத்து, மின் உற்பத்தி, பெட்ரோலியம், கைப்பேசிகள் போன்ற அரசுத்துறை நிறுவனங்களை எல்லாம் தனியார்துறைக்குத் திறந்துவிட்டனர். மேலும் அயல்நாட்டு முதலீட்டுக்கும் கதவைத் திறந்துவிட்டனர். தானியங்கு உரிமை பெறுவதை அனுமதித்ததோடு, 34 பெருந்தொழில்களில் பெரும் பாலான உரிமைகளையும் அனுமதித்தனர். எல்லா வற்றுக்கும் மேலாக, பெருவணிகங்களுக்கும் வணிகக் குழுமங்களுக்கும் வரிகளைக் குறைத்தனர். சுங்க வரிகளையும் குறைத்தனர். முதலீட்டுச்சந்தையை பன்னாட்டு முதலீட்டாளர்களுக்குத் திறந்து விட்டனர். இந்தியக் குழுமங்கள் அயல்நாட்டு நிதிச் சந்தைகளில் கடன் பெறவும் முதலீடு செய்யவும் அனுமதியளித்தனர்.

இந்தச் சீர்திருத்தங்கள் யாவும் இந்தியப் பொருளாதாரத்தைப் பெருமளவு பன்னாட்டு நிதியம்-உலகவங்கியின் சந்தை அடிப்படைவாதத்துக்கு ஒத்துச்செல்ல வைத்தன. சுதந்திர

வணிகம், தடையற்ற முதலீடுகள், ஒழுங்குமுறை நீக்கம், அரசுத்துறைத் தொழில்களைத் தனியார்மயமாக்குதல் என்ற நவ-தாராளவாத நற்செய்தியின் எல்லாக் கூறுகளையும் இந்தியக் கொள்கையாளர்கள் தழுவிக்கொண்டனர். நேரு காலத்திலிருந்து பாரம்பரியமாகப் பெற்ற 'மனிதத்தன்மையோடு வளர்ச்சி' என்ற பழைய சமதர்ம வாய்பாட்டை வாயளவில் சிலசமயம் கூறிவந்த போதிலும், இந்தியக் கொள்கைவகுப்பாளர்கள், சந்தைகள் நல்லவை – அரசாங்கங்கள் தீயவை, உலகச் சந்தைக்கு மாற்று இல்லை என்ற புதிய மந்திரங்களைப் பெற்றுக்கொண்டனர். 'உயரும் அலைமட்டம், எல்லாப் படகுகளையும் உயர்த்திவிடும்' என்ற ஒளிமயமான இந்த நம்பிக்கை, எல்லா இடங்களிலும் செல்லுபடியாவதில்லை. வர்க்க, சாதி நெகிழ்ச்சிக்கான தடைகள் தாண்ட முடியாத அளவு கடினமாக உள்ள இந்தியா போன்றதொரு நாட்டில் இது நிகழ்வதே இல்லை என்பதை நாம் பின்னர் காணப் போகிறோம்.

இப்படிப் பொருளாதாரத்துக்குச் சக்தியை அளித்தாலும், 1996 தேர்தல்களில் காங்கிரஸ் தோற்றது. பின்னர் குறுகியகால அரசாங்கங்கள் சில அமைந்ததன் பின்னர், தேசிய ஜனநாயகக் கூட்டணியின் (என்டிஏ) முதன்மைக் கட்சித்தலைவரான அடல் பிஹாரி வாஜ்பேயி, 1999 அக்டோபர் 13 அன்று பிரதமர் ஆனார்.

சுதேசி, ஒருங்கிணைந்த மானிடம் என்ற 'மூன்றாவது வழி' ஆகியவற்றின் மீது விசுவாசம்கொண்டதாகக் காட்டிக் கொண்டாலும், பாஜக தலைமை தாங்கிய என்டிஏ அரசாங்கம், 1991இல் காங்கிரஸ் அரசாங்கம் இயக்கிவிட்ட நவ-தாராளமயச் சீர்திருத்தங்களை மிகுந்த உற்சாகத்தோடு முன்னெடுத்துச் சென்றது. அதிகாரத்தில் இல்லாத காலத்தில், பாஜக, உள்நாட்டுத் தாராள மயமாக்கல் (அதாவது, தனியார்மயமாக்கல்) என்பதைத் தான் ஆதரிப்பதாகவும், அயல்நாட்டுப் போட்டியிலிருந்து இந்தியப் பெருவணிகங்களைக் காப்பாற்றும் நோக்கில் அயல்நாட்டு தாராளமயமாக்கலை (அதாவது, உலகமயமாக்கலை) எதிர்ப்ப தாகவும் விளக்கம் கூறியது. ஆனால் அதிகாரத்துக்கு வந்துவிட்ட நிலையில், தனது 'பாதுகாப்புவாதத்தை' அது கைவிட்டது, பொருளாதாரத்தின் முக்கியப் பகுதிகளான நுகர்வோர் பொருட்கள், மின் உற்பத்தி, தகவல் தொழில்நுட்பம், காப்பீட்டுத் தொழில் ஆகியவற்றையும் அயல்நாடுகளுக்குத் திறந்துவிட்டது, அறிவுசார்

சொத்துரிமைச் சட்டங்களையும் தாராளப்படுத்தியது. எல்லா வற்றுக்கும் மேல் முக்கியமாக, பாஜக அரசாங்கம், கல்லூரிகள், பல்கலைக்கழகங்கள் உள்ளிட்டு, கல்வித்துறைத் தனியார்மய மாக்கலை எல்லாத் தளங்களுக்கும் கொண்டு சென்றது. உயர் கல்வியைத் தனியார் துறைக்குத் திறந்துவிட்டது – மதத்துறை உள்பட. இது குடிமக்கள் சமூகத்தை இன்னும் ஆழமாக இந்து மயமாக்குவதற்கான உள்கட்டமைப்பை எவ்விதம் உருவாக்கியது என்பதைப் பற்றி நாம் விரிவாக இப்போது ஆராய்வோம்.

நிதிப் பற்றாக்குறையைக் குறைப்பதற்காக, 1991இல் பொதுத் துறை நிறுவனங்களை அரசாங்கம் விற்கத் தொடங்கியது. ஆனால் மெதுவாக, முதலீட்டு நீக்கம் தனக்கென ஓர் உயிர்கொண்டது. பாஜக தலைமை தாங்கிய என்டிஏ அரசு, இனிமேல் முதலீட்டு நீக்கம் ஒரு தேர்ந்தெடுப்பு அல்ல, அது ஒரு கட்டாயம் என்று அறிவித்தது. முதலீட்டு நீக்கத்திற்கெனவே ஒரு தனி அமைச்சகத்தை உருவாக்கி, நன்கறியப்பட்ட ஒரு பத்திரிகையாளரும் இந்துத்துவ வாதியுமான அருண் ஷோரியிடம் அதன் பொறுப்பை விட்டது. மொத்தத்தில், தேசிய ஜனநாயகக் கூட்டணி அரசு, மேலும் மேலும் அரசுத்துறைகளின் பெரும்பகுதிகளை, இந்தியா அல்லது வெளிநாட்டுத் தனியார் நிறுவனங்களுக்கு விற்பதை எளிமை யாக்கியது. அணுசக்தி, இராணுவம், இரயில்வே தவிரப் பிற அனைத்தும் போர்த்திறம் சாராதவை.* எனவே தனியார் மயமாக்கத்திற்குத் தகுதியானவை என விடப்பட்டன. 'இந்தியா ஒளிர்கிறது' என்று கூறிக்கொண்ட போதும், 2004 தேர்தலில் தேசிய ஜனநாயகக் கூட்டணி தோற்றது. காங்கிரஸ் தலைமை தாங்கிய ஐக்கிய முற்போக்குக் கூட்டணி அரசு தலைமை ஏற்றது. நவ-தாராளவாதத்தின் சிற்பியாகிய மன்மோகன் சிங்கை காங்கிரஸ் கட்சி, புதிய பிரதமராகத் தேர்ந்தெடுத்தது. ஐக்கிய முற்போக்குக் கூட்டணி அரசு, 1991இன் பொருளாதாரக் கொள்கையைத் தொடர்ந்து இப்போதும் பின்பற்றியது. அதன் விளைவுகள் பலதரமாக இருந்தன — அதிக ஜிடிபீ (உள்நாட்டு உற்பத்தி) வளர்ச்சி, சமமின்மைகள் ஆழமாதல், ஐநாவின் மனித வளர்ச்சிக் குறியீட்டின் அளவையில் இந்தியா, ஏற்கெனவே, தானிருந்த பரிதாபகரமான 127ஆம் நிலையிலிருந்து 132க்கு நழுவியமை என.

* ஆனால் தற்போது மோடி அரசு பாதுகாப்புத்துறையையும் தனியார்மயப் படுத்தி வருகிறது. (ப-ர்)

இந்தியாவும் உலகப் பொருளாதாரமும் ❋ 49

2009 பொதுத்தேர்தல், உலகளாவிய முதலாளித்துவ நெருக்கடிக் களுக்கு இடையே நடந்தது. இதுபோன்ற உலகப் பொருளாதார நெருக்கடி 1929இன் பெருஞ்சரிவுக்குப் பிறகு ஏற்பட்டதில்லை. இவ்வளவு காலம்வரை அமெரிக்கர்கள், உலகின் பிற பகுதி களிலிருந்து சரக்குகளையும் சேவைகளையும் வாங்கும் பெரு நுகர்வோராக நடத்தப்பட்டு வந்தவர்கள், கடனில் மூழ்கத் தொடங்கினர். இதனால் குடியிருப்புச் சந்தை நொறுங்கியது. தன்னுடன் அது அமெரிக்க அடமானச் சந்தையில் முதலீடு செய்திருந்த பெரிய பன்னாட்டு நிறுவனங்களையும் வங்கிகளையும் இழுத்துக்கொண்டு போயிற்று. அதன் அலைகளின் தாக்கம் உலகம் முழுவதிலும் உணரப்பட்டது. உலகம் முழுவதும் உள்ள நுகர்வோருக்கு தேவை குறைந்ததால், பணியாளர்கள் பணி நீக்கம் செய்யப் படுகின்றனர்; வங்கிக் கடன்கள் உறைகின்றன; புதிய முதலீடுகள் வருவதாகத் தெரியவில்லை. நவ-தாராளமய சித்தாந்தத்தின் ஒவ்வொரு விதியும் இப்போது கேள்விக்கு உள்ளாகியுள்ளன. அதாவது தடையற்ற சந்தைகள் நல்லவை, அரசாங்க ஒழுங்குமுறைகள் தீயவை; அல்லது உலகமயமாக்கல் நல்லது, தேசிய நலன்கள் தீயவை.

இந்தியப் பொருளாதாரத்திற்கும் இந்த நெருக்கடியை எதிர்ப் பதற்கான ஆற்றல் இல்லை.[26] சமீபத்திய பொருளாதாரத் தரவுகள் மோசமாக உள்ளன. அரசாங்கத்தின் மொத்த உள்நாட்டு உற்பத்தி (ஜிடிபீ) 2007இன் இறுதிக் கால்பகுதியில் 8.9ஆக இருந்தது, 2008இன் அதே காலப் பகுதியில் 5.3ஆகக் குறைந்து போயிற்று. 2008இன் கடைசி நான்கு மாதங்களில் பொருளாதாரம் 5 லட்சம் வேலைகளை இழந்தது. ஏற்றுமதித்துறை வேலைகள் — மரபு சார்ந்த ஏற்றுமதிகளான ஆடைகள், வைரங்கள், பிற கற்கள், ஆபரணம் முதலாக நவீன தகவல் தொழில்நுட்பம் மற்றும் நிதித்துறை வரை — மிகுதியான பணிக்குறைப்புகளைச் சந்தித்தன. ஆனால் ஏற்றுமதி சாராத துறைகளான ரியல் எஸ்டேட் (வீடு-மனைத் துறை), கட்டுமானம், வாகனத் தொழில் ஆகியவற்றையும் சரிவு விட்டுவைக்கவில்லை. *நியூயார்க் டைம்ஸின்* ஓர் அறிக்கை யின்படி, சமீபத்தில் பத்து லட்சம் பணியாளர்களை வேலைக்கு அமர்த்தியுள்ள தனியார் பாதுகாப்புத்துறையில் மட்டுமே வளர்ச்சிக்கான அறிகுறிகள் தென்படுகின்றன. இந்தியாவின் பெருவணிக வளாகங்கள், பெருவணிகக்குழும அலுவலகங்கள்,

அடுக்குமாடிக் குடியிருப்புகள், ஏன், நகர்ப்புறப் பகுதிகளின் அரசுப் போக்குவரத்துத் துறையிலும் தகராறுகளைச் சமாளிக்க இவர்கள் அமர்த்தப்பட்டுள்ளனர்.[27] ஏற்கெனவே ஆழமாக இருக்கும் வகுப்புப் (வர்க்கப்) பிரிவினைகள் மேலும் ஆழமடையும் என எதிர்பார்க்கப்படுகிறது.

இருப்பினும், காங்கிரஸ் தலைமை தாங்கிய ஐக்கிய முற்போக்குக் கூட்டணி 2009 தேர்தல்களில் வெற்றிபெற்றது. 'ஆம் ஆத்மி'க்கு (சாதாரண மனிதனுக்கு) அரசாங்கம் ஒன்றுமே செய்யவில்லை என்றாலும், வாக்காளர்கள் நிலையான ஆட்சிக்கு வாக்களிக்கிறார்கள் என்று தோன்றுகிறது.* ஐக்கிய முற்போக்குக் கூட்டணியின் வெற்றி, மேலும் சந்தைக்கு ஆதரவான சீர்திருத்தங்களை விரைவு படுத்தும் என்று எதிர்பார்க்கப்படுகிறது. நவ-தாராளமயம் நிலைத்து நின்றுவிட்டது.

வளரும் ஏற்றத்தாழ்வு

சமூகவியலாளர்கள் ஒரு சமூகத்தில் மதவிசுவாசத்தின் மாறிவரும் வடிவங்களைப் புரிந்துகொள்ள முயலும்போது, மக்கள் தொகையின் சமூக, பொருளாதாரப் பண்புகள்மீது கவனத்தைக் குவிக்கும் படியாகிவிடுகிறது. மக்களின் வாழ்வாதாரம் பாதுகாப்பற்று இருக்கும்நிலையில் அவர்கள் வளர்ந்தால், அவர்கள் அதிக மத நம்பிக்கையோடு இருக்கிறார்கள் என்று சமூகவியலாளர்கள் நம்புகிறார்கள். இதில் அர்த்தம் இருக்கிறது. எனவே நவ-தாராள வியத்தின் கீழ் இந்து மதத்தன்மையின் மாறும் இயல்பை நாம் ஆய்வுசெய்யத் தொடங்குவதற்கு முன்பு, மாறிவரும் செல்வப் பரிமாற்றத்தை முதலில் பார்க்க வேண்டும். சில, வாசகர்களுக்கு அல்லது பெரும்பாலோருக்கு, கீழே தரப்படும் தகவல்களும் பகுப்பாய்வுகளும் அறிமுகமானதாக இருக்கலாம். நாம் நமது கவனத்தை மதத்தன்மைப் படத்தின்மீது மிகவும் துல்லியமாகக் குவிப்பதற்கு முன்னால் அரசியல் பொருளாதாரப் படத்தின் மீது ஓர் அகன்ற பார்வையுடன் தொடங்குவது பயன் தரக்கூடியது.

* 2014 தேர்தலில் நிலைமை மாறி, பெரும்பான்மை பலத்தோடு பாஜக அரசு பதவி ஏற்றிருக்கிறது. இப்போது தாராளமயம் மேலும் தாராளமாகி யுள்ளது. (மொ-ர்)

ஏறத்தாழக் கால்நூற்றாண்டின் 'புகழ்பெற்ற' சீர்திருத்தங் களுக்குப் பிறகும், கீழ்நோக்கிச் செல்வம் பெருமளவு செல்லவும் இல்லை; நல்ல வேலைவாய்ப்புகளின் வாயிலாக ஏழைகளை மேல்நோக்கி ஈர்ப்பதும் நிகழவில்லை. ஏதாவது இருப்பின், அது நடுத்தர வர்க்க, உயர்வருமானக் குழுக்களின் செல்வ வளர்ச்சிதான். அது பிறரின் ஏழ்மை வளர்வதால் நிகழ்கிறது. நன்கறியப்பட்ட இந்தியப் பொருளாதார வல்லுநர் அமித் பாதுரியின் கூற்றுப்படி, 'ஏற்றத் தாழ்வான வளர்ச்சி, வளர்ச்சியை ஊக்குவிக்கிறது; வளர்ச்சி மேலும் ஏற்றத்தாழ்வை ஊக்குவிக்கிறது.'[28]

பின்வரும் இருவித ஆதாரங்களை நோக்குவோம்:

- போர்ப்ஸ் நிறுவனத்தின் உலகக் கோடீஸ்வரர்கள் பட்டியலில் இந்தியா உயர்ந்துகொண்டிருக்கிறது. அதே சமயம் ஐநாவின் மனித நலவாழ்வின் உலகத்தர வரிசையில் சரிந்து வருகிறது.[29] 2008இல் இந்தியாவில் 53 'டாலர் கோடீஸ்வரர்கள்' – அதாவது 100 கோடி அமெரிக்க டாலருக்கு மேல் சொத்து உள்ளவர்கள் (பில்லியனர்ஸ்) – இருந்தனர். இதற்குமுன் 2007இல் இப்படிப்பட்டவர்கள் 40 பேர் இருந்தனர்; 2004இல் 9 பேர்தான் இருந்தனர். வேறெந்த ஆசிய நாட்டையும்விட – சீனாவைவிட, ஜப்பானைவிட, இந்தியாவில்தான் பெரும் கோடீஸ்வரர்கள் அதிக அளவில் உள்ளனர். அதன் பிறகு சிறுகோடீஸ்வரர்கள் (மில்லியனர்ஸ்). மெரில் லிஞ்ச்/ கேப் ஜெமினி அறிக்கையின்படி, இந்தியாவில் சிறு கோடீஸ்வரர் களின் எண்ணிக்கை 2007இல் ஒரு லட்சம் பேர். அது ஆண்டு தோறும் 20 சதவீத அளவு அதிகரித்துவருகிறது.[30] அமெரிக்காவில் இப்படிப்பட்ட செல்வர்கள் ஏற்றத்தைவிட இது இரு மடங்காகும். இந்தச் செல்வ வளர்ச்சியின் பெரும் பகுதி ஏற்கெனவே அயல்நாட்டு இரகசிய வங்கிக் கணக்குகளுக்குச் சென்றுவிட்டது. சுவிஸ் நாட்டு வங்கிகளில் பதுக்கி வைக்கப் பட்டுள்ள இரகசியப் பணமான 2.2 டிரில்லியன் டாலரில் (220 லட்சம்கோடி டாலரில்) 1.45 டிரில்லியன் டாலர் (145 லட்சம் கோடி டாலர்) இந்தியர்களுக்குச் சொந்தமானது என்று அண்மைக்கால அறிக்கைகள் தெரிவிக்கின்றன.[31] சுவிஸ் வங்கிகளில் மிகவும் அதிக அளவில் இரகசியக் கணக்கு வைத்திருக்கும் (ரஷ்யா, பிரிட்டன், உக்ரேய்ன், சீனா, இந்தியா) ஐந்து நாடுகளின் பட்டியலில் இந்தியா தலைமை வகிக்கிறது.

இப்படிப் பெருஞ்செல்வம் குவிந்துகொண்டிருக்கும் அதேவேளையில், இந்தியாவின் மனித வளர்ச்சிக் குறியீடு (எச்டிஐ) சரிவடைந்துகொண்டு இருக்கிறது. உடல்நலம், கல்வி, வருவாய் ஆகிய மூன்று பரிமாணங்களில் மனித நல்வாழ்வை அளக்கும் புள்ளி இது. அனுபவமிக்க இதழிய லாளரான பி. சாய்நாத் தொகுத்த புள்ளிவிவரத்தின்படி, 177 நாடுகள் கொண்ட பட்டியலில், இந்தியா, ஏற்கெனவே 2000இல் தானிருந்த பரிதாபகரமான 124ஆம் இடத்திலிருந்து 2001இல் 127ஆம் இடத்துக்கும், 2008இல் 132ஆம் இடத்துக்கும் சரிந்தது. இவை மனச் சோர்வை அளிக்கும் தகவல்கள்.[32] இவை, இந்தியாவைத் தான் விரும்பும் வல்லரசுகளின் பட்டியலில் சேரவிடவில்லை. மாறாக, உலகத்தின் மிக ஏழ்மையான நாடுகள் சிலவற்றின் குழுவில் சேர்க்கிறது. 128 புள்ளியாக இருந்தபோது, இந்தியா, நிலநடுக்கோட்டு கினி தீவைவிடச் (127) சற்றே பின்தங்கியும், சாலமோன் தீவுகளை (129)விடச் சற்றே மேலும் இருந்தது. தனது நெருங்கிய போட்டியாளர்களைவிடவும் இந்தியா மிக மோசமாகப் பின்னடைந்துள்ளது. 2007இன் *மனித வளர்ச்சி அறிக்கையின்*படி, பிரேசில் 70ஆம் இடத்திலும், ரஷ்யா 67ஆம் இடத்திலும், சீனா 81ஆம் இடத்திலும் உள்ளன. (2000இல் 99ஆம் இடத்திலிருந்த சீனா, வியத்தகு வளர்ச்சியைப் பெற்று முன்னேறியுள்ளது.)[33]

- இந்தியாவின் வறுமையை அளக்கப் பலவித மேலாய்வுகள் உள்ளன என்றாலும், அவை முறையியல் சார்ந்த விவாதங் களுக்குள் மூழ்கிப்போயின. ஆனாலும், ஆங்கஸ் டீடன், ழான் ட்ரெஸி ஆகியவர்களின் மிக மதிப்புக்குரிய ஆய்வுகளில் ஒன்றை மேற்கோள் காட்டலாம்: 'நமக்குக் கிடைக்கும் பரந்தநோக்கில்... பல மாநிலங்களிலும், முழு இந்தியாவில் கூட, தொடர்ந்து வறுமை இறக்கம் காண்பதாக இருக்கிறது என்பதுதான்.'[34]

ஆனால் ஏழைகள், 'மிகத தீவிர ஏழ்மை' அல்லது 'ஏழ்மை' நிலையிலிருந்து பொருளாதாரத்தின் அமைப்புறாத பகுதியை உருவமைக்கும் மிகவும் கடுமையாக உழைக்கும் ஏழ்மைச் சமுத்திரத்தில்தான் கலக்க முடியும் என்று தோன்றுகிறது. அதிகாரபூர்வமான வறுமைக்கோட்டுக்கு மேல் இருப்பினும், இந்திய மக்கள் தொகையின் இந்தப் பிரிவினர், 2004-2005இல்,

> ஏறத்தாழ 83.6 கோடி ஆண்கள், பெண்கள், குழந்தைகள் ஒரு நாளுக்கு 20 ரூபாய் வருமானத்தில், அதுவும் எவ்விதச் சமூகப் பாதுகாப்பு அமைப்பின் நிழலுமின்றி, வாழ்பவர்கள்.[35]

இந்தியாவின் பொருளாதார வளர்ச்சி ஏழைகளுக்கு இறங்கிக் கசிந்துவரவில்லை. அண்மைக்காலத்தில் வரவும் வராது என்பதற்கு அதற்குள்ளாகவே அமைந்துள்ள காரணங்கள் உள்ளன. பெரும் பாலான வளர்ச்சி, தகவல் தொழில்நுட்பம் பயன்படுத்தும் சேவைப் பகுதியில்தான் நிகழ்ந்துகொண்டிருக்கிறது. இதற்கு, சரளமான ஆங்கிலம், மேற்கத்திய பெருவணிகத் தொழில்களிலும் கலாச்சார முறைமைகளிலும் அறிமுகம் ஆகிய பண்பாட்டு மூலதனம் தேவை. இவை சாதாராண வெகுமக்களுக்கு எளிதில் கிடைப்பதில்லை. உற்பத்தித்துறைதான் கல்லூரிக்குச் சென்று கல்விபெறாத, தனித்திறனற்ற உழைப்பாளர்களை மரபாக ஏற்றுக்கொண்டு, நடுத்தர வகுப்பினரின் ஊதியப் பாதையில் செல்ல வைத்தது. அது இந்தியாவின் மொத்தப் பொருளாதார உற்பத்தியில் 16 சதவீதப் பங்குதான் வகிக்கிறது. (சீனாவில் இது 35 சதவீதம்.) இந்தப் பகுதி, கணினி போன்ற வளரும் தானியங்கு எந்திரங்களின் வருகையாலும், அண்மைக்கால பொருளாதார இறக்கத்தினாலும், மக்களுக்கு வேலை தரமுடியாத ஒரு வளர்ச்சியையே கொண்டுள்ளது.

இந்த எண்கள், கதையின் ஒருபுறத்தையே நமக்குக் கூறு கின்றன. தனியார்துறை மிகப்பேரளவிலான நிலங்களைக் கவர்ந்துகொண்டமை இந்திய நிலைமையாக உள்ளது. இதற்கு அரசும், வளர்ச்சி என்ற பெயரால் உடந்தையாக இருந்து உதவியும் செய்துள்ளது. இதற்கு 'வளர்ச்சிசார் பயங்கரவாதம்' என்றே பெயரிட்டுள்ளனர்.[36] புகழ்பெற்றோரின் ஆதிக்கவரம்பையும் செல்வாக்கையும் பயன்படுத்தி, தொழிலகங்களையும், சுரங்கங் களையும், சிறப்புப் பொருளாதார மண்டலங்களையும், இலாப நோக்கைக்கொண்ட தனியார் மருத்துவமனைகளையும், கல்லூரிகளையும், பல்கலைக்கழகங்களையும் அமைக்கவும், பின்வரும் இயல்களில் நாம் காணப்போவது போலக் கோயில் களையும், ஆசிரமங்களையும், மரபுவழியான 'அறிவியல்'களான சோதிடம், யோகம், ஆயுர்வேதம் ஆகியவற்றைப் பரப்பும் 'ஆய்வு நிறுவனங்களை' உருவாக்கவும் விவசாய நிலங்களையும் பழங்குடி மக்களின் நிலங்களையும் வாங்கி ஏறத்தாழ

இலவசமாகவே மத்திய அரசும் மாநில அரசுகளும் பெருவணிகக் குழுமங்களுக்கு வழங்கிக்கொண்டிருக்கின்றன. கம்யூனிஸ்டுக் கட்சிகளும், தாராளமயத்திற்கு ஆதரவான பிற கட்சிகளும் இந்த 'நிலத்தைப் பிடுங்கும்' செயலில் உடனாளிகளாக இருந்து உள்ளனர் என்பது வருத்தத்திற்குரிய விஷயம்: மிகவும் விளம்பரப்படுத்தப்பட்ட குறைந்தவிலைகாரான நானோ உற்பத்தி செய்யும் தொழிலகத்தை உருவாக்க டாட்டா குழுமத்திற்கு நடைமுறையில் 997 ஏக்கர் வளமான விவசாய நிலத்தை மேற்கு வங்காளத்தின் கம்யூனிஸ்டு அரசாங்கம் பரிசாகவே தந்து விட்டது.[37] விவசாயிகளும் அவர்களின் ஆதரவாளர்களும் செய்த தீவிர எதிர்ப்பினால், டாடா மோட்டார்ஸ் நிறுவனம் தொழிற் சாலையை குஜராத் மாநிலத்திற்கு இடம் பெயர்க்க வேண்டிய நிலைமைக்குத் தள்ளப்பட்டது. ஏழைகளிடமிருந்து நிலத்தைப் பறிப்பது, செல்வங்களை உருவாக்குவதற்கு இன்றியமையாத காரணியாகவே மாறிவிட்டது.

கிராமப்புறம், சிறுநகரங்கள், பெருநகரங்களின் சேரிகள் ஆகியவற்றில் வாழும் ஏழைகள், நேரடி நிலப்பறிப்பினால் மட்டுமின்றி, பொதுத்துறை வேலை வாய்ப்புகளில் புறக்கணிப்பு, வேலைக்குறைப்பு ஆகியவற்றாலும் அவதிப்படுகிறார்கள். பொதுத்துறை நிறுவனங்கள் வேலைவாய்ப்பைக் குறைத்து வருவதாலும், அமைப்புசார் தனியார்துறை உயர்தொழில்நுட்பத் திறன்களும் கலாச்சார முதலீடும் அற்ற அவர்களுக்குக் கிட்டத்தட்ட கதவுகளை மூடிவிட்டதாலும், மிகப் பெரும்பான்மையான ஏழைகள், அமைப்புறாத, அல்லது முறைசாராத் துறைகளில் ஏதோ ஒருவிதமாகப் பிழைப்பு நடத்துகிறார்கள். அமைப்பு சாராத்துறை வணிக நிறுவனங்களுக்கான தேசிய ஆணையம் (என்சிஈயுஎஸ்) சேகரித்த அரசாங்கத்தின் சொந்தத் தகவல் களின்படி, 2005இல் இந்தியாவின் மொத்த உழைப்புச் சக்தியான 4580 லட்சம் தொழிலாளர்களில், 86 சதவீதம் பேர், அதாவது 3950 லட்சம் பேர், அமைப்புறாத் துறைகளில் இருக்கிறார்கள். அதாவது, (கடைக்காரர்கள், தெரு வியாபாரிகள், நடைபாதை வியாபாரிகள், கைவினைஞர்கள் போன்ற) சுயதொழில் செய்பவர்களாகவோ, கூலிக்காக வேலைசெய்யும் நிரந்தரமற்ற தொழிலாளர்களாக, வீட்டுவேலைக்காரர்களாக, வேலைக்காரிகளாக, விவசாயக் கூலிகளாக இருக்கிறார்கள்.[38] உலகமயமாக்கலினால் உருவான வேலைப் பெருக்கம், பொருளாதாரத்தின் அமைப்புசார்ந்த,

அமைப்புசாராத் துறைகள் இரண்டிலுமே இம்மாதிரி சங்கங்கள் அற்ற, முறைசாராப் பணியாளர்களையே உருவாக்கியிருக்கிறது.

இந்தப் பரந்த முறைசாராத் தொழிலாளர்களுக்குக் குறைந்த பட்ச நலவாழ்வு அடித்தளமும் கிடையாது, அவர்களைக் கசக்கிப் பிழியும் சுரண்டலுக்கான உச்சபட்ச வரம்பும் கிடையாது. முதலாளிகளுக்கும் தொழிலாளர்களுக்கும் உள்ள உறவு, சட்டப் படியான ஒப்பந்தங்களால் முறைப்படுத்தப்படாதது; மதம், பழக்க வழக்கம் போன்றவற்றால் வலுவூட்டப்பட்ட மரபுகளால் நெறிப் படுத்தப்படுவது. ஆதாயமின்மை, ஆதரவின்மை, கூப்பிட்ட போது வரவேண்டிய நிலை, கடனுக்கு ஈடுசெய்ய உழைப்பது, (அல்லது கொத்தடிமைத்தனம்) ஆகிய கட்டாயங்களால் மட்டு மல்லாமல் பாலினம், மதம், சாதி போன்ற சமூக அமைப்பாலும் அவர்களுடைய உழைப்பு வாங்கிக் கொள்ளப்படுகிறது...' என்று பார்பாரா ஹாரிஸ்ஒயிட் கூறுகிறார்.[39]

முறைசாராப் பொருளாதாரத்தில், நவ-தாராளவியத்தின் மோசமான விளைவுகள் ஒருவரின் சமூக பொருளாதாரநிலைக்கு ஏற்பத் தலைகீழ் விகிதத்தில் உணரப்படுகின்றன: இந்த அளவு கோலில், மிகக் கீழ்நிலையில் இருப்பவர்கள், மிகவும் மோசமாக பாதிக்கப்படுகிறார்கள். இந்திய மக்கள்தொகையில் எளிதில் பாதிக்கக்கூடிய இரண்டு பெரும் பகுதியிரான தலித்துகளும், முஸ்லிம்களும் இதற்கு உதாரணங்கள். 88 சதவீத தலித்துகளும் 84 சதவீத முஸ்லிம்களும் முறைசாரா அல்லது அமைப்புறாத் துறைகளில் பிழைப்பு நடத்துகின்றனர். 'தொண்ணூறுகளின் தொடக்கத்திலிருந்து தொடங்கிய இந்த உயர்பொருளாதார வளர்ச்சிக் காலத்தில், இவர்கள், வேலையோ, சமூகப் பாது காப்போ இன்றி, மிகக்குறைந்த பிழைப்புத் தளத்தில், மிகவும் பரிதாபமான, சுகாதாரமற்ற, வாழத் தகுதியற்ற நிலைமை களில் ஏழைகளாகவே உள்ளனர்' என்று அரசாங்கமே ஒப்புக் கொள்கிறது.[40]

இருப்பினும், சந்தைச் சீர்திருத்தங்கள் தலித்துகளை விடுதலை செய்யக்கூடியவை என்று செல்வாக்குள்ள குரல்கள் எழுகின்றன. புதிய சந்தைப் பொருளாதாரத்தை தலித்துகள் எதிர்ப்பதற்கு பதிலாக, அதில் இணைந்துகொள்ளவேண்டும் என்று ஊக்கப் படுத்துவதில் தி பயனியர் இதழின் கட்டுரையாளரான சந்திர பான் பிரசாத் முனைந்துள்ளார். 2002இல், பிரசாத்தும் அவருக்கு ஒத்த

சிந்தனையுள்ள அறிவுஜீவிகளும் செயற்பாட்டார்களும் தலித் முதலாளியத்திற்கான 'போபால் பிரகடனம்' என்னும் அறிக்கையை வெளியிட்டனர்.[41] தலித்துகள் சந்தைப் பொருளாதாரத்தில் நுழைவதற்கு ஏதுவாக 'முதலாளியத்தை ஜனநாயகப்படுத்த வேண்டும்' என்று அது அரசாங்கத்தையும் தொழில்துறைத் தலைவர்களையும் கேட்டுக் கொண்டது. இந்த இலக்கை அடைவதற்காக, சந்தைக்குத் தேவையான புதிய கல்வியை தலித்துகளுக்கு அளிக்குமாறும், அமெரிக்கப் பாணியிலான (வேற்றுமை நோக்காத) உடன்பாட்டுச் செயல்முறையை பெருவணிகக்குழுமத் துறைகளில் கடைப்பிடிக்குமாறும் போபால் பிரகடனம் கேட்டுக்கொள்கிறது. 'முதலாளியம் சாதிமுறையை உடைத்துக்கொண்டு இருக்கிறது' என்பதற்கு ஆதாரமாக, நாட்டின் சில பகுதிகளில் 'உழைப்புச் சந்தையைச் சுருக்கியதன் விளைவாக', தலித்துகள் இடையே நுகர்வின் அளவும் கூலியின் அளவும் உயர்ந்துள்ளன என்று தலித் முதலாளியத்தை முன்வைப்பவர்கள் சுட்டிக் காட்டுகின்றனர்.[42]

இந்த நோக்கில் ஒரே ஒரு பிரச்சினை இருக்கிறது: இது ஒரு விசித்திரமான கதை. இந்தியாவில் உள்ள சாதியுறவுகளை முதலாளியம் கரைத்து அழிக்கவில்லை. மாறாக, எவ்விதச் சமூகப் பாதுகாப்புமின்றி, மிகவும் குறைந்த கூலிக்கு முதலாளிகள் கூப்பிட்ட குரலுக்கு வேலைசெய்ய வரும் ஓர் உழைப்பாளர் படையைத் தக்கவைத்துக் கொள்ள அது முனைகிறது. சில இடங்களில் உள்ளூர் உழைப்புச் சந்தைச் சுருக்கம் தலித்துகளுக்கும் பிற பிற்பட்ட சாதியினருக்கும் பேரம்பேசும் சக்தியை உயர்த்தி இருந்தாலும், 'பட்டியல் சாதியினராக இருப்பது, ஒருவரை விவசாயக் கூலியாகவும் ஏழையாகவும் வைத்திருக்கும் வாய்ப்பை இரண்டு மடங்காக ஆக்குகிறது என்ற உண்மை இருக்கவே செய்கிறது.'[43]

பல வழிகளில், இந்திய முஸ்லிம்கள் தலித்துகளைவிட மோசமாகவே பாதிக்கப்பட்டுள்ளனர். அவர்கள் பெரும்பாலும் சுயதொழில் செய்பவர்கள். மொத்த முஸ்லிம் மக்கள் தொகையில் 13 சதவீதம் மட்டுமே அரசு அல்லது தனியார் துறைகளில் ஊதியம் பெறும் பணிகளில் உள்ளனர். வெறும் 5 சதவீதம் மட்டுமே அரசுத்துறைகளில் உள்ளனர். சச்சார் குழு அறிக்கையின்படி, உலகமயமாக்கல் பிற சமுதாயத்தினரைவிட முஸ்லிம்களை அதிகமாக பாதித்துள்ளது.[44] முஸ்லிம்களின் பாரம்பரியமான

பட்டுத்தொழில், நெசவு, தோல், ஆடை உற்பத்தி போன்றவை மலிவான சீன இறக்குமதிகளால் அடிபட்டுள்ளன. இரத்தினக் கற்கள் வெட்டுதல், பித்தளைவேலை போன்றவை ஏற்றுமதிகள் வாயிலாக அதிக வளர்ச்சியைப் பெற்றாலும், அவற்றின் ஆதாயங்கள் அத்தொழில்களின் இந்து உரிமையாளர்களுக்கே செல்கின்றன.

சுருக்கமாக: உயரும் அலைகள், எல்லாப் படகுகளையும் உயர்த்துவதில்லை!

தனியார்மயமாகும் கல்வி

உணவு விடுதிகள் நடத்துவதையும் உணவு தயாரித்து விற்றல், தொலைக்காட்சிப் பெட்டிகள், தொலைபேசி போன்ற வியாபாரங் களை விட்டு வெளியேறி கல்வி, உடல்நலம் போன்ற சமூக சேவை களுக்கு அதிக மூலவளத்தைச் செலவிடலாம் என்று அரசு வாக்குறுதி அளித்தது. இவ்வாக்குறுதிகளைக்கொண்டு பொதுத்துறை நிறுவனங்களைத் தனி முதலீட்டாளர்களுக்கு விற்றதைப் பகுதி அளவேனும் நியாயப்படுத்தலாம். ஆனால் அப்படி நிகழவில்லை. மாறாக, கல்வி, குறிப்பாக உயர்கல்வி என்பது அரசு முதலீட்டு நீக்கம் செய்யப்படும் மற்றொரு துறையாகிவிட்டது. எனவே சில சமயங்களில் அரசின் கூட்டோடு இயங்குவதன்றி, கல்வித்துறை தனியாருக்கு என்றே களத்தை திறந்துவிட்டது.

அரசின் வருவாய் உயர்ந்துவந்தபோதும், கல்விக்கும் உடல் நலத்திற்கும் மொத்த உள்நாட்டு உற்பத்திபொருள்களின் விகிதத்தில் (ஜிடிபீ) அரசு செலவிடும் தொகை ஏறத்தாழ மாறாமலும், அல்லது குறைந்தும் வந்துள்ளது. சமீபத்தில் 2008-2009 பட்ஜெட், தெளிவாகவே ‘வரியைக் குறை, செலவை இன்னும் குறை’ என்ற நவ-தாராளமயக் கொள்கையைப் பின்பற்றியது. முந்தைய ஆண்டைவிட அரசின் வருவாய் 15 சதவீதம் உயர்ந்தபோதிலும், தொடக்கக் கல்விக்கு பட்ஜெட்டில் 7 சதவீதமே உயர்த்தப்பட்டது. இது பணவீக்கத்தைச் சமாளிப்பதற்கே போதுமானதாக இல்லை, மேலும் ஐக்கிய முற்போக்குக் கூட்டணி அரசு, மொத்த உள்நாட்டு உற்பத்தியில் 6 சதவீதத்தைத் தொடக்கக் கல்விக்கு அளிப்பதாகச் செய்த வாக்குறுதியையும் நிறைவேற்றவில்லை.[45] அரசின் கருவூலம் செல்வத்தில் நிரம்பி வழிந்த போதும், கல்விக்குச் செலவிடுவது மட்டும் 3 முதல் 4 சதவீத அளவிலேயே இருந்தது. அதில் பாதி மட்டுமே தொடக்க, மேனிநிலைப் பள்ளிகளுக்குச் சென்றது.

நடைமுறையில், தனியார் மயமாகிப்போன, மிகவும் பரிதாபத் திற்குரிய தொடக்கப் பள்ளிகளைப் பற்றி நன்றாகவே தெரிந்து இருக்கிறது, பெரிய அளவில் எழுதப்பட்டும்விட்டது.[46] அரசுப் பள்ளிகள் சரிசெய்யவே முடியாத நிலையை எய்திவிட்டதால், சேரிவாழ் மக்கள்கூட தங்கள் குழந்தைகளை (குறிப்பாக ஆண் குழந்தைகளை) ஆங்கிலவழித் தனியார் பள்ளிகளுக்கே அனுப்பு கிறார்கள். கட்டணத்திற்குக் கல்விதரும் இலாப நோக்குள்ள தனியார் பள்ளிகள் மிகச் சிறுநகரங்களிலும் தொலைதூர கிராமங்களில்கூட, நாடெங்கும் முளைத்துள்ளன. அரசுப் பள்ளிகளுடைய இருளடைந்த நிலையை மேம்படுத்துவதற்கு பதிலாக, அமைதியாக, ஆனால் நிதானமாகப் பொதுச் சேவை களிலிருந்து விலகிக்கொண்டிருக்கும் நடுத்தர வகுப்பினரின் உடந்தையோடு, அரசாங்கம் அவற்றைக் கெட்டுப்போக வைத்து ஒழித்துக்கட்ட முடிவுசெய்துவிட்டது என்று விமரிசகர்கள் சுட்டிக்காட்டுகிறார்கள். 2008இன் கல்வி உரிமை மசோதாகூட, கல்விக்கான உரிமை என்பது சமமற்ற, தரங்குறைந்த கல்விக் கான 'உரிமை' என்ற யதார்த்தத்தை ஒப்புக்கொண்டுவிட்டது. எல்லாருக்கும் பொதுவான பள்ளி முறைமையை உருவாக்குகின்ற இலட்சியம் சுத்தமாகச் செத்துவிட்டது.[47]

உயர்கல்விதான் தனியார்மயமாக்கலுக்கான புதிய பிரதேசம் ஆகும். இன்று 1956இன் கம்பெனிச் சட்டத்தின்கீழ்ப் பதிவு பெற்ற எந்தச்சங்கமும், பொது அறக்கட்டளையும் அல்லது வணிக நிறுவனமும் குழுமமும் ஒரு கல்வி நிறுவனத்தை அமைத்து, பிறகு அதைப் பல்கலைக்கழகமாக அறிவிக்க அரசை ஒரு சட்டமியற்ற வைக்கலாம் அல்லது அரசின் அதிகார அமைப்பு (பல்கலைக்கழக மானியக்குழு – யுஜிசி) அதற்குப் பல்கலைக் கழக 'அந்தஸ்து' தர வைக்கலாம். பல்கலைக்கழகம் என்ற பேராசை மிக்க அந்தஸ்தை அடைந்துவிட்டால், பிறகு தனக்கே உரிய விதிகளின்படி மாணவர் சேர்க்கையையும் கட்டணத்தையும் நிர்ணயிக்கலாம், படிப்புத் துறைகளின் உள்ளடக்கத்தை வகுக்கலாம், பாடம் நடத்தும் முறைகளையும் தானே நிச்சயித்துக் கொள்ளலாம். எல்லாவற்றுக்கும் மேலாக, பல்கலைக்கழக அந்தஸ்தைப் பெற்றுவிட்டால், ஒரு பாடம் நடத்தும் கடை, பட்டமளிக்கும் தகுதியையும் கட்டணங்கள், 'நன்கொடைகள்' வாயிலாகப் பணம் சேர்க்கும் தகுதியையும் பெற்றுவிடுகிறது.

கோட்பாட் டளவில், பல்கலைக்கழக மானியக்குழு வகுத்துள்ள சில குறைந்தபட்சத் தரங்களைப் பின்பற்ற வேண்டும் என்றாலும், அது ஒரு மிகப் பெரிய தடையல்ல—குறிப்பாகக் கல்வித் திட்டத்தில் மதத்தைப் புகுத்தும்நிலை வரும்போது. முந்தைய பாஜக நிர்வாகத்திலேயே, வேத, சோதிடம் போன்ற துறைகளில் பிஏ, எம்ஏ, பாடங்களுக்கு மட்டுமல்ல, பிஎச்டி ஆய்வுக்கும் ஒப்புதல் தந்ததோடு மட்டுமின்றி, வாஸ்து சாஸ்திரம், கர்ம காண்டம் போன்ற 'கோர்ஸ்'களைப் புகுத்தவும் பல்கலைக்கழக மானியக் குழு ஏற்கெனவே அனுமதி அளித்துவிட்டது. (ஐக்கிய முற்போக்குக் கூட்டணி அரசு கல்வியைக் காவிநீக்கம் செய்வதாக வாக்களித்து இருந்தாலும், அறிவு பெருகுவதற்கும் பரவுவதற்கும் எதிரான இந்தப் பாடங்களுக்கு முற்றுப்புள்ளி வைக்கமுடியவில்லை. இதற்கு ஒரு காரணம், 2004இல் உச்சநீதிமன்றம் கல்லூரிகளிலும் பல்கலைக்கழகங்களிலும் சோதிடத்தைப் பாடமாக நடத்துவதற்குப் பச்சைக்கொடி காட்டிவிட்டதால் இருக்கலாம்.)

இந்தப் புத்தகத்தின் பிற்பகுதியில், தனியார்மயமாக்கம் என்பது உயர்கல்வியைப் பெருவணிகமாக மாற்றுகின்ற ஒன்று மட்டுமல்ல, அது கடவுளர்களையும் சாமியார்களையும் வணிகத்தில் புகுத்தும் முயற்சியும் ஆகும் என்று காட்டுவதற்குச் சான்றுகள் தருவோம். தனியாருக்குரிய, இலாபநோக்கிலான 'கல்வி போதனைக் கடை'களுக்கு அனுமதிதரும் ஒழுங்குமுறை மாற்றங்கள் மத அறக்கட்டளைகளும், ஆசிரமங்களும், குருஜீக்களும் பூசாரிக் கல்வி, சோதிடம் ஆகியவற்றில் பட்டங்கள் தரும் வணிகத்தில் புகவும், நவீன நிறுவனங்களைப் பாரம்பரிய நோக்கில் நிறுவப்படவும் வழிசெய்துள்ளன. ஆனால் பெரும்படமாக இருக்கும் பரந்த சூழலைப் பற்றி முதலில் நன்கு புரிந்துகொள்வது அவசியம். பின்வரும் புள்ளிவிவரங்களைக் காணுங்கள்:

- 2000இல் முழுமையாகத் தனியாரால் நிர்வகிக்கப்பட்ட (அதாவது அரசின் உதவிபெறாத), இலாப நோக்கற்ற, பல்கலைக்கழக 'அந்தஸ்து பெற்ற' நிறுவனங்கள் 21 மட்டுமே இந்தியாவில் இருந்தன. 2005இல் இந்த எண்ணிக்கை 70 ஆக உயர்ந்தது, 2007இல் 117 ஆயிற்று. 1998க்குப் பிறகு உருவாக்கப்பட்ட பல்கலைக்கழகங்கள் அனைத்துமே தனியாருக்குச் சொந்தமானவை. அவற்றில் பல, பொதுநல அறக்கட்டளைகளாகப் பதிவுசெய்து கொண்டு, தங்கள் 'இலாப நோக்கற்ற' சேவைக்காக வரிவிலக்கும் பெறுகின்றன

என்றாலும், நிஜத்தில், அவற்றில் புகுவதற்கு, குறிப்பாகப் பொறியியல், மருத்துவம் மற்றும் வணிகப் பள்ளிகளுக்குள் சேருவதற்கு, 'நன்கொடைகள்' என்ற வேஷத்தில் வரம்பு கடந்த அளவிலான பணத்தைப் பெறுகின்ற 'கல்விபோதனைக் கடைகள்' என்பததைத் தவிர வேறு ஒன்றுமில்லை.[48]

- தொழிற்கல்லூரிகளான மருத்துவ, பொறியியல் கல்லூரிகள் உள்படத் தனியார் கல்லூரிகளின் எண்ணிக்கை 1990இல் 5748. இது 2003இல் 16865ஆக உயர்ந்தது. ஏறத்தாழப் பத்தாண்டு களில், 11,117 கல்லூரிகள் புதிதாகத் தோன்றிவிட்டன.[49]
- 2003இல் 86.4 சதவீதப் பொறியியலாளர்கள் தனியார் கல்லூரி களில் படித்து வெளிவந்தவர்கள். இந்த எண்ணிக்கை 1960இல் 15 சதவீதமாக இருந்தது. இதேபோல, 1960இல் தனியார் மருத்துவக் கல்லூரிகளில் படித்து வெளிவந்தோர் 6.8 சதவீதம். இது 2003இல் 40.9 சதவீதம் ஆயிற்று.[50]
- அயல்நாட்டுக் கல்வி நிறுவனங்கள் தனித்தோ, நாட்டில் ஏற்கெனவே பெயர் பெற்றுள்ள கல்விநிறுவனங்களுடன் கூட்டாகவோ பட்டங்களை வழங்க அனுமதிக்க ஒரு திட்டம் இருக்கிறது.[51] அயல்நாட்டுப் பல்கலைக்கழகங்கள் தங்கள் வளாகங்களை நாட்டில் அமைத்துக்கொள்ள அனுமதி அளிக்கும் மசோதா, 2007இல் வரைவுபெற்றது. ஆனால் அரசியல் எதிர்ப்பு காரணமாக நிறுத்தப்பட்டது. இதற்கு இடையில், குறைந்தது 130 அயல்நாட்டுக் கல்வி நிறுவனங்கள் – பெரும்பாலும் அமெரிக்காவையும் இங்கிலாந்தையும் சேர்ந்தவை – உள்நாட்டைச் சேர்ந்த, பெரும்பாலும் அங்கீகரிக்கப் படாத, தனியார் நிறுவனங்களோடு கூட்டுச் சேர்ந்துள்ளன. இவை, இரவோடிரவாகப் பறந்து போகும் செயல்பாடுகள் கொண்டவை; இவற்றின் பட்டங்கள் தங்கள் சொந்த நாட்டிலேயே அங்கீகரிக்கப்படாதவை.

கொள்கையளவில், தனியார் அமைப்புகள் உயர்கல்வி நிறுவனங் களை அமைக்க அனுமதி தருவதில் தவறொன்றுமில்லை. உலகப் புகழ்பெற்ற ஹார்வர்டு, யேல், ஸ்டான்ஃபோர்டு, எம்ஐடி, சிகாகோ போன்ற பல்கலைக்கழகங்கள் எல்லாம் தனியார் நிறுவனங்களே. நாட்டில் தெளிவாகவே நிலவும் பெருமளவு உயர்கல்வித் தேவைக்காகத் தனியார் நிறுவனங்கள் முன்வரவேண்டும் என்று ஒருவர் வாதிடவும் செய்யலாம். உலகத்திலேயே பெரும்

எண்ணிக்கையிலான கல்லூரிகளையும் பல்கலைக்கழகங்களையும் இந்தியா பெற்றிருந்தாலும், கல்லூரி வயது மாணவர்களில் 10 சதவீதத்தினருக்கே இவை இடமளிக்கின்றன. (மாறாக, சீனா கல்லூரி வயது இளைஞர்களில் 20 சதவீதத்தினருக்கு இடம் அளிக்கிறது. அமெரிக்காவில் 80 சதவீதத்தினர் கல்லூரிக்குச் செல்கின்றனர்.)

இந்தத் தர்க்கம், இந்தியாவின் அடித்தள யதார்த்தங்களைப் புறக்கணிக்கிறது என்பதுதான் பிரச்சினை. தனியார்மயத்திற்கு ஆதரவாக வாதிடுவோர் அரசாங்கம் தொடக்கநிலை, இடை நிலைக் கல்வியில் கவனம் செலுத்துவது சமநிலையை உயர்த்தும் மற்றும் கல்லூரி, பல்கலைக்கழகக் கல்வியைத் தனியாரிடம் விடவேண்டும் என்ற உலக வங்கியின் பழமைக் கொள்கையை ஏற்கிறார்கள். 1997இல் இந்திய அரசாங்கம் இந்தத் தர்க்கத்தை ஏற்றுக்கொண்டது. தொடக்கநிலைக் கல்விக்கு அப்பாலுள்ள கல்வி, அரசு தலையிடத் தகுதிபெறாத சேவை என அறிவித்தது. உயர்கல்விக்கு வழங்கப்படும் மானியம் அநியாயமானது என்று வாதித்ததோடு கல்லூரிகளில் தங்கள் சொந்தப் பணத்தைச் செலவு செய்து படிக்க வேண்டிய பணக்காரர்களுக்கு ஆதரவாக இருந்தது என்றும் வாதிட்டது.

ஆனால் உயர்கல்விக்கு அளிக்கப்படும் மானியங்கள் மிகச் சிறிதளவாக இருந்தபோதும், பணக்காரர்களை மட்டுமே சேர்கின்றன என்று சொல்வது சரியல்ல. அரசாங்க மானியம் இல்லாவிடில், இந்தியாவில் பெண்கள், ஒடுக்கப்பட்ட சாதியினர், பழங்குடியினர்களில் இன்று நாம் காண்கின்ற முதல் தலைமுறைக் கல்லூரிக் கல்வி பெற்றோர் தோன்றவே வாய்ப்பிருந்திருக்காது. தேவேஷ் கபூர், பிரதாப் பானு மேத்தா ஆகியோர் பின்வருமாறு சுட்டிக் காட்டுவது போல:

அரசு மானியங்களின் பலனாக விளிம்புநிலை மக்கள் கல்வி பெற அதிக வாய்ப்புக் கிடைத்துள்ளது என்பதில் எவ்விதச் சந்தேகமும் இல்லை. 1950களில் உயர்கல்வி பயில்வோரில் ஆண்-பெண் விகிதம் 8.29:1 என்ற விகிதமாக இருந்தது. இது 1980களின் பிற்பகுதியில் 1.5:1 எனக்குறைந்து, இன்னும் குறைந்து வருகிறது... பெற்றோர் மகள்களைவிட மகன்களுக்கே தனியார் கல்விக்கெனச் செலவழிக்கத் தயாராக உள்ளனர்... கல்வி மானியங்கள் வசதிபடைத்தவர்களுக்கே செல்கின்றன என்ற

வாதத்திற்கு மற்றுமொரு எதிரான சான்று இது: பட்டியல் சாதியினர் (எஸ்சி), பட்டியல் பழங்குடியினர் (எஸ்டி) ஆகிய இந்தியாவின் மிக விளிம்புநிலைக்குத் தள்ளப்பட்டவர்கள், (மருத்துவம், பொறியியல்) தொழிற்கல்வி பெறுவது ஐம்பதுகளின் பிற்பகுதியில் 12:1 என இருந்தது, எண்பதுகளின் பிற்பகுதியில் 8:1 எனக் குறைந்துள்ளது.[52]

யதார்த்தநிலை இவ்வாறிருக்கும்போதும், உயர்கல்வி வணிகமயமாக்கப்படுவதற்கு ஆதரவு பெருகியே வந்திருக்கிறது. பாஜக வழிநடத்திய தேசிய ஜனநாயகக் கூட்டணி அரசில், நடைமுறையில் உயர்கல்வி, வெள்ளித்தட்டில் வைத்துக் பெரும் வணிகக் குழுமத் தொழிலதிபர்களுக்குப் படைக்கப்பட்டது. இந்திய முன்னணி வணிகக் குடும்பங்களின் முக்கியஸ்தர்களான முகேஷ் அம்பானியையும், குமாரமங்கலம் பிர்லாவையும் இந்திய அரசாங்கம் கல்விக் கொள்கையில் அறிவுரை கூற அழைத்தது.[53] கடந்த ஆண்டுகளில் உற்பத்தியான தொழிற்சாலைப் பணியாளர்களைப் போலன்றி, இருபத்தோராம் நூற்றாண்டுக்குத் தேவையான 'அறிவுப் பணியாளர்களை' உற்பத்திசெய்யும் பரந்த நோக்குடன் இவர்கள், மானிடக்கல்வித் துறைகள், நுண்கலைகள், நிகழ்த்துகலைகள் ஆகிய துறைகளில் தவிர அனைத்துக் கல்வியையும் கட்டுப்பாட்டு நீக்கத்திற்கும், தனியார் மயமாக்கத்திற்கும் பரிந்துரைசெய்தனர். மாணவர்கள் தங்கள் பட்டங்களுக்குக் கேட்கும் விலையைத் தருவதற்காக 'கல்விக் கடன் தொழிலை' உருவாக்கி காப்பீடு செய்வது என அரசாங்கத்தின் பங்கு குறைந்துபோனது.*

கல்வியை வணிகமயமாக்குவதற்கு ஆதரவாகச் சட்டரீதியான ஆதரவு உள்ளது. டி.எம்.ஏ. பாய் ஃபவுண்டேஷனுக்கும் கர்நாடக அரசுக்குமான வழக்கில், 2002இல் உச்சநீதி மன்றம் தன் தீர்ப்பை வழங்கியபோது, இலாபநோக்குத் தனியார் கல்லூரிகளுக்கும் பல்கலைக்கழகங்களுக்கும் தன் ஆசீர்வாதத்தை வழங்கியது.[54] மத, மொழிச் சிறுபான்மையினர் தங்கள் கல்விநிறுவனங்களைத்

---

* அதானி, ரிலையன்ஸ் போன்ற பெருவணிகக்குழுமங்களுக்கு லட்சம் லட்சமான கோடிகள் கடனளித்து, அவற்றை வசூலிக்கத் திராணியற்ற தேசிய வங்கிகள், இன்று கல்விக் கடன்பெற்ற மாணவர்களிடமும் ஏதுமற்ற விவசாயிகளிடமும் அடியாட்களை வைத்துக் கடன்தொகைக்காக பறிமுதல் செய்கின்றன! (மொ-ர்)

தங்கள் விதிகள், விழுமியங்களுடன், அரசின் நிதியிதவி மறுக்கப்படாமல் நிறுவிக்கொள்ளலாம் என்று அரசியல் சட்ட உரிமை (பிரிவு 30) கூறுகிறது. இதற்குப் புதிய விளக்கமளித்த உச்சநீதிமன்றம், இதே உரிமைகள் தனியார் கல்வி நிறுவனங் களுக்கும் பொருந்தும் என முடிவுசெய்தது. மேலும் இலாபம் என்பதற்கு 'நியாயமான உபரி என்று மறுவரையறை செய்து, தனியார் கல்லூரிகள் தங்கள் கட்டணத்தையும் சேர்க்கை விதி களையும்' தாங்களே நிர்ணயித்துக் கொள்ளலாம் என்றும் நீதிமன்றம் அனுமதித்தது.

தனியார்மயமாக்கல் என்பது, கல்வி காவிமயமாக்கலுக்கான முடிவு என்று பொருளல்ல. இந்து மரபுவாதத்தைப் பாரம்பரியங் களை நவீனத் தோற்றமளிக்கும் பாடத்திட்டத்தில் புகுத்துதல், தீங்கற்றதாக முழுமையாகத் தோற்றமளிக்கின்ற 'மதிப்பீட்டுக் கல்வி' *(வேல்யூ எஜுகேஷன்)* என்பதை அளிக்கும் நோக்கத்தின் மூலம் செயல்படுகிறது. மதிப்பீட்டுக் கல்வியைத் தனியார்துறை அறிவியல், பொறியியல் கல்லூரிகள்கூடத் எதிர்க்கவில்லை. சொல்லப்போனால், மேற்கத்திய அறிவில் சிறப்பானதை பாரதீய (அதாவது இந்து) மதிப்பீடுகளுடன் கலப்பது அவர்களின் வியாபார உத்தியின் ஒரு பகுதி.

தீங்கற்றதாகத் தோன்றினாலும், எல்லா அரசியல் கட்சிகளின் பாரம்பரியவாதிகளுக்கும் பள்ளிக் கல்வித்திட்டத்தில் இந்தியாவின் இந்து மரபை விமரிசனமின்றிப் பாராட்டுவதைப் புகுத்துவதற்கு மதிப்பீட்டுக் கல்விதான் உகந்த வாகனமாக இருக்கிறது. பாஜக வழிநடத்தும் தேசிய ஜனநாயகக் கூட்டணி அரசு, 2000இல் கல்வித்திட்டத்தை மாற்றியபோது, பள்ளிக்கல்வியை அது காவிமயமாக்கியது என்று சரியாகவே விமரிசனம் செய்யப் பட்டது. ஆனால் மதச்சார்பற்ற ஐக்கிய முற்போக்குக் கூட்டணி அரசும் 2005இல் புதிய தேசியக் கல்வித்திட்டச் சட்டகத்தை உருவமைத்த போது, மாணவர்கள் தங்களுடன் வகுப்பறைக்குள் கொண்டுவரும் 'உள்ளூர் அறிவு', 'உள்ளார்ந்த விவேகம்' என்பவற்றை மதிக்கும் போர்வையில் எல்லாவிதமான அறிவுக்கு எதிரான செய்திகளையும் அறிமுகப்படுத்துவதற்குத் தன் ஆசீர்வாதங்களை வழங்கியது. 'ஒரே உண்மை என்பது இல்லை, அறிவுக்குப் பல்வேறுவிதமான தோற்றங்களே உள்ளன' என்ற பின்நவீனத்துவ வாதத்தைப் பயன்படுத்தி, உள்ளூர் அறிவையும், அறிவியல்

கொள்கைகளையும் ஆசிரியர்கள் கற்றுக்கொடுத்தால், இரண்டு விதமான ஒழுங்கமைவுகளிலிருந்தும் மாணவர்கள் தாங்களாகவே சொந்தமாக அர்த்தத்தை உருவாக்கிக்கொள்வார்கள் என்று புதிய கல்வித்திட்டம் ஆசிரியர்களுக்கு அறிவுரைக்கிறது. அறிவின் பல்வேறு சாத்தியமான வடிவங்களுக்குள் ஆன்மிக அல்லது மத அறிவை இணைப்பதற்குத் தடை எதுவுமில்லை; ஆதலின் மதத்தைப் பள்ளிக் கல்விக்குள் கள்ளத்தனமாகக் கொண்டு வந்துவிட முடிகிறது. அரசியல் பொருளாதாரத்தில் தனியார் மயமாக்கலும் சிந்தனைக் களத்தில் சார்புநிலையும் மிக நன்றாக ஒத்துப்போவதுபோலத் தோன்றுகிறது.

பாடத்திட்டத்தின் உள்ளடக்கத்தின் மீதான கண்காணிப்பைத் தளர்த்திக்கொண்டே கல்வியைத் தனியார்துறைக்குத் திறந்து விட்டமை, உயர்கல்வியின் இந்துமயமாக்கலுக்கு உகந்த நிலைமையை உருவாக்கியிருக்கிறது. பாஜக அரசு, சட்டத்தின் வாயிலாகச் செய்யமுடியாத வகையான கலாச்சாரத்தின் இந்து மையவாதத்தை, இப்போது கல்வியின் தனியார்மயமாக்கல் மூலம் எய்திடுகிறது. (இந்தக் கூற்றுக்கு ஆதரவாக அடுத்துவரும் இரண்டு இயல்களும் சான்றுகளை அளிக்கும்.)

சுதேசி வல்லரசு: உலகமயமாக்கலை விற்பனை செய்தல்

ஆழமாகும் சமமின்மை, வளரும் பாதுகாப்பற்ற உணர்வு ஆகிய வற்றிற்கு இடையே எழும் இயற்கையான கேள்வி, இந்த வடிவத்தை மக்கள்திரள் ஏற்றுக்கொள்ளுமாறு எப்படிச் செய்யப் படுகிறது? மாநில, தேசியத் தேர்தல்களில் ஐந்தாண்டுகளுக்கு ஒரு முறையேனும் மக்களின் ஒப்புதலைப் பெறவேண்டிய அரசியல் கட்சிகள் முதலீட்டு நீக்கம், தனியார்மயமாக்கல், உலகமயமாக்கல் என்பவற்றை எவ்விதம் அவர்களிடம் விற்பனை செய்கின்றன?

கல்வியாளர்கருக்கும் கொள்கை வகுப்போருக்கும் இடையில் இன்னும் விவாதம் நடந்துகொண்டிருக்கும்போது, மேட்டுக்குடிக் கட்டத்திலிருந்து சீர்திருத்தங்கள் நகர்ந்து, வெகுமக்கள் கட்டத் திற்குச் சென்றபோதுதான் (1990களின் இடைப் பகுதியிலிருந்து) சாதாரண மக்கள், தாராளமயமாக்கலின் தாக்கத்தை உணரத் தொடங்கினர். தாராளமயமாக்கலின் வெகுமக்கள் கட்டத்தின்

பெரும்பகுதியின் போது, பாஜக வழிநடத்திய தேசிய ஜனநாயகக் கூட்டணி ஆட்சியில் இருந்தது (1998-2004). காங்கிரஸ் வழிநடத்திய ஐக்கிய முற்போக்குக் கூட்டணி அரசாங்கம் அதைத் தொடர்ந்தது.

பழைய காந்திய இலட்சியமான சுதேசி அல்லது சுயசார்பு என்பதை இரண்டு கட்சிகளுமே 'உலக அரங்கில் இந்தியாவை வல்லமையுள்ளதாக ஆக்கக்கூடிய எதுவும்' என்று அர்த்தப்படுத்தும் விதமாக மெதுமெதுவாக மறுவரையறை செய்தன. கொஞ்சம் கொஞ்சமாக நாம் சுதேசியைப் பற்றிக் குறைவாகவும், வல்லரசு என்பதைப் பற்றி மிக அதிகமாகவும் கேட்கத் தொடங்கினோம்.

1998இல் பாஜக அரசாங்கம் நடத்திய அணுச் சோதனைகளுக்குப் பிறகு வல்லரசு என்ற பேச்சு அடிக்கடி கேட்கப்படலாயிற்று. உலக அரங்கில் இந்தியாவின் கௌரவத்திற்கு மிகப் பெரிய சக்தி கொடுப்பனவாக இச்சோதனைகள் விளக்கப்பட்டன. ராப் ஜென்கின்ஸ் என்பவருடைய கூற்றுப்படி, பொருளாதார வட்டத்திலும், பாஜக அதே விதமான கௌரவத்தை உருவாக்கும் என்று உறுதியளித்தது:

பாஜகவின் பார்வையில்... சர்வதேசச் சமூகத்தில் இந்தியா தனக்குரிய இடத்தை எடுத்துக்கொள்ளும் என்பதற்கு உலக மயமாக்கல்களமாக அமைந்தது; உலகப் பாதுகாப்புத்துறையில் 1998இன் அணுச் சோதனைகளால் இது அடைந்தது போலவே, இந்தியாவின் தகவல்தொழில்நுட்ப நிபுணத்துவமும், வணிக புத்திக்கூர்மையும் இந்தியாவை உலகப் பொருளாதாரத் துறையிலும் செழிக்கவைக்கும்.[55]

தேசிய ஜனநாயகக் கூட்டணி அரசில் நிதியமைச்சராக இருந்த ஜஸ்வந்த் சிங்கின் பின்வரும் கூற்று வல்லரசு சுதேசி (வல்லரசு இந்தியா) என்ற சொல் அலங்காரத்திற்கு ஒரு நல்ல உதாரணம் ஆகும்:

அறிவுத்தொழிலில் என்ன நிகழ்கிறது என்று பாருங்கள்... நாம் உலகத்தைச் சென்றடைந்து நமது இருப்பை உலக மயமாக்கலின் மூலமாகப் பதிவு செய்துகொண்டிருக்கிறோம். இன்று இந்தியத் தொழில்முனைவோர் கொண்டாடப்படுகின்றனர். டாடா, டேவூ நிறுவனத்தை வாங்குவதையும் ரிலையன்ஸ் ஃப்ளாக் நிறுவனத்தை வாங்குவதையும் பாருங்கள். ஆய்வு வெளிநாடு செல்கிறது. மருந்துக் கம்பெனிகள் வெளிநாடு செல்கின்றன. இந்திய நிறுவனங்கள் வெளியே சென்று

உலகமயமாகின்றன. இதுதான் சுதேசி.'(அழுத்தம் என்னால் தரப்பட்டது.) [56]

இன்று எல்லாக் கட்சிகளுமே வல்லரசு அந்தஸ்தை இந்தியா அடையப்போகிறது என்ற உறுதிமொழியைத் தங்கள் தேர்தல் பேச்சுகளில் பயன்படுத்துகின்றன. அயல்நாட்டு முதலீட்டுக்கு எதிராகக் காவலிருக்கும் சங்கப் பரிவார அமைப்பான சுதேசி ஜாக்ரண் மஞ்ச்சும் இந்தப் பார்வைக்குள் கொண்டுவரப்பட்டுள்ளது. பன்னாட்டு நிறுவனங்களுக்கு எதிராக நீண்டகாலமாகக் கடுமையான விமரிசனம் செய்துவந்த சுதேசி ஜாக்ரண் மஞ்ச்சின் தலைவரான எஸ். குருமூர்த்தி, இந்துத்துவ நோக்கில் உலகமய மாக்கலை ஆதரிக்கின்ற சிந்தனையமைப்பான இந்தியன் ஃபர்ஸ்ட் ஃபவுண்டேஷனின் இயக்குநர்கள் குழுவில் அமர்ந்துகொண்டு, 'உலகளாவிய பொருளாதார பலத்தைப் பெறுவதற்கான வாகனம் நுட்பமாக அளந்த உலகமயமாக்கல்' என்று ஆதரிக்கிறார். [57]

ஆனால் இந்துத்துவ அணிகளின் உள்ளிருந்தே தனியார்மய மாக்கலுக்கும் உலகமயமாக்கலுக்கும் – குறிப்பாக ஆர்எஸ்எஸ் ஸுடன் ஒருமித்த கருத்துள்ள தொழிற்சங்கமான பாரதிய மஜ்தூர் சங்கத்திடமிருந்தும் (பிஎம்எஸ்) பெரும்பாலும் சீனாவிலிருந்து மலிவாக இறக்குமதி செய்யப்படும் பொருள்களுக்கு எதிராகப் போட்டியிட முடியாத சிறு உற்பத்தியாளர்களிடமும் – எதிர்ப்பு இருக்கிறது. சங்கப் பரிவாரத்தின் தீவிரவாத பிரிவுகளிலிருந்து, மேற்கத்தியக் கலாச்சார இறக்குமதிகளுக்கும் (உதாரணமாக, காதலர்தினக் கொண்டாட்டம், அழகிப்போட்டிகள், மதுபான விடுதிகள்) குறிப்பிட்ட அளவில், அவ்வப்போது வன்முறை சார்ந்தும் எதிர்ப்பு இருக்கிறது. இதுபோன்ற நாசவேலைகள் செய்பவர்களை பாஜக மறைமுகமாக ஆதரிக்கிறது; அதேசமயம், நடுத்தர வர்க்கத்தினர் இடையே தனக்கு வளர்ந்துவரும் வாக்கு ஆதரவைப் பாதிக்காத அளவில் தன்னை அவர்களிடமிருந்து தொலைவுபடுத்திக் கொள்ளவும் பெரும்முயற்சி செய்கிறது.

சுதந்திரச் சந்தைகளை சற்றும் தயக்கமின்றி ஆதரிக்கும் கருத்தியல் சொல்லாடலை மேற்கொள்பவர்களில் மேலும் இரண்டு குழுவினர் உள்ளனர். முதலாவது குழுவினர், சங்கப் பரிவாரத்தின் மதவாத திட்டத்தை ஏற்றுக்கொள்பவர்கள். இந்துமதம், தனிநபரை மேம்படுத்தும் மதம் என்ற விளக்கத்தை ஆதரிப்பவர்கள் இவர்கள். இவர்களில் முக்கியமானவர்களும்

செல்வாக்கு மிகுந்தவர்களும் என (முந்தைய பகுதி ஒன்றிலேயே ஒரு விசித்திர மான அரசியல்-பொருளாதாரவாதி என்று நாம் கண்ட) சுப்பிரமணியம் சுவாமி, அருண் ஷோரி (நன்கு அறியப் பட்டவரும், தேசிய ஜனநாயகக் கூட்டணியில் அரசு முதலீட்டு நீக்க அமைச்சராகவும் பணிபுரிந்தவர்) ஆகியோரைக் கூறலாம். உலகெங்கிலும் உள்ள தொழிலதிபர்கள், பெருவணிகர்களின் செல்லப்பிள்ளை ஆகியுள்ள, முன்னாள் குஜராத்தின் முதலமைச்சரும் தற்போதைய இந்தியப் பிரதமருமான நரேந்திர மோடியையும் இவர்களுடன் சேர்த்துக்கொள்ளலாம். இம்மாதிரிக் கருத்து நோக்குள்ளவர்களை இந்துத்துவ நவ-தாராளவாதிகள் என அழைக்கலாம்.

இரண்டாவது குழுவினர், மதச்சார்பின்மையை (அல்லது குறைந்தபட்சம் இந்துத்துவம் அற்ற) முன்நிறுத்தும் வலதுசாரிக் கட்சியினர். இவர்கள் பாஜக மற்றும் ஆர்எஸ்எஸ்ஸின் பிரிவு படுத்தும் முஸ்லிம் எதிர்ப்பு, கிறித்துவ எதிர்ப்புத் திட்டங்களை ஒதுக்குபவர்கள். தனிநபர் உரிமைகள், சுதந்திரம், சிறு அரசாங்கம், மதத்தையும் அரசையும் வேறுபடுத்தல் ஆகியவற்றில் செவ்வியல் தாராளவாத நிலைப்பாடுகளைப் பிரபலப்படுத்துபவர்கள்; ஒருவிதமான இன்றைய நாள் சுதந்திராக் கட்சிக்காரர்கள். இந்த மாதிரி கருத்தைப் பகிர்ந்துகொள்பவர்களை நியாயமாக இந்துத்துவம் சாரா நவ-தாராளவாதிகள் என அழைக்கலாம்.

இந்துத்துவ நவ-தாராளவாதிகள், அமெரிக்க மதவாத நவ-பழமைவாதிகளுக்கு (தியோகான்கள் அல்லது இறையியல் பழமையாளர்கள்) நெருங்கிய கருத்தியல் உறவினர் ஆவர். அமெரிக்கத் தியோகான்கள், ரோமன் கத்தோலிக்க மதத்தின் இயற்கைச் சட்ட மரபிலிருந்து பெற்ற இறையியல் உலகப் பார்வையிலிருந்து தீவிர ஆர்வத்துடன் தங்களுடைய அமெரிக்க தேசியவாதத்தையும் முதலாளித்துவ விருப்பத்தையும் நியாயப் படுத்துபவர்கள்.[58] கொள்கைரீதியிலாவது அமெரிக்க அடிப்படைக் கோட்பாடான திருச்சபை-அரசு பிரிவினையை ஏற்றுக்கொள்ளும் மையநீரோட்டச் சீர்திருத்தக் கிறித்துவப் பிரிவுகளைப் போலன்றி, தியோகான்கள் மதச்சார்பின்மையை ஒரு தீட்டாகவும் அமெரிக்கா வின் கலாச்சார நோய்களுக்கு முதன்மையான மூலமாகவும் நோக்குபவர்கள். ஜார்ஜ் வாக்கர் புஷ்ஷின் 'விசுவாச அடிப்படை யிலான (தொழில் தொடக்க) முயற்சிகளுக்கு' தத்துவ ரீதியான

நியாயப்படுத்தலை வழங்கியவர்கள். அமெரிக்க தேசத்திற்கு முன்நிபந்தனையும் முதலாளித்துவ சுதந்திரச் சந்தைகளின் செயல்பாட்டுக்கு முதல் தேவையும் கிறித்துவ மதவிசுவாசமே என்று வலியுறுத்துபவர்கள்.

இதேபோல, இந்திய தேசத்திற்கு முன்நிபந்தனையும், இந்திய முதலாளித்துவம் முறையாகச் செயல்படுவதற்கான முன்தேவையும் இந்துமதமே என்ற கருத்தியலை இந்தியத் தியோகான்களாகிய இந்துத்துவ நவ-தாராளவாதிகள் முன்வைக்கின்றனர். இந்த நிலைப்பாட்டை சுப்பிரமணியம் சுவாமியின் கருத்துகள் எடுத்துக் காட்டுபவை. 1970களில் இந்து மறுமலர்ச்சியையும் முதலாளித் துவத்தின் 'தலையிடாக்கொள்கை'யையும் இணைக்கவேண்டும் என்று சுப்பிரமணியம் சுவாமி கூறியபோது சிரித்து ஒதுக்கப் பட்டார். ஆனால் இதே சிந்தனைகள் பல்வேறு பத்திகளிலும் இணையதள வலைப்பூக்களிலும் மறுசிப்பம் செய்து இன்று தரப்படும் போது, உள்நாட்டிலும் வெளிநாட்டிலுள்ள அயலக இந்தியர்களிடமும் புதிய வரவேற்பைப் பெறுகின்றன.

நேருவின் சமதர்மவாத, சகிப்புத்தன்மையின் எல்லாக் கூறு களையும் கலைத்தெறியவும், ஆண்டுக்கு 10 சதவீதம் என மொத்த உள்நாட்டு உற்பத்தி வளரும்படி, தனியார்துறை செழிக்கும் படியாக உள்கட்டமைப்பையும், கொள்கைகளையும் வழங்கும் அளவுக்கு மட்டுமே என அரசைக் குறுக்கவும், தங்கள் ஆர்வங்களை அமெரிக்கா, இஸ்ரேல் ஆகியவற்றின் செயல்தந்திர ஆர்வங் களுடன் ஒத்துச் செல்லவும் தேவையான அரசியல் விருப்புறுதியை இந்தியர்கள் வளர்த்துக்கொண்டால், 2025அளவில் இந்தியா ஓர் உலக வல்லரசாக மாறும் என்று சுவாமி வாக்களிக்கிறார். இவை அனைத்தும் தேவை என்றாலும், இந்தப் பொருளாதார, அயல் நாட்டுக்கொள்கைச் சீர்திருத்தங்கள் போதுமானவை அல்ல. மேலும் தேவையானது, இந்துஸ்தானத்தின் (இந்தியாவுக்கு அவர் விரும்பும் பெயர்) வெகுமக்களின் (முஸ்லிம்கள், கிறித்துவர்கள் உள்பட) இதயங்களிலும் மனங்களிலும் பள்ளிகள், அரசாங்கம், பெருவணிக நிறுவனங்களிலும் சமஸ்கிருத இந்துமதம் 'மீண்டும் அரியணை ஏறவேண்டும்' என்பதே. பொருளாதார வல்லரசுத்தனம் என்பது இந்து மறுமலர்ச்சியோடு சேரும்போதுதான் வரும்:

இந்தியா உலகப் பொருளாதார சக்தியாக மாறுவது போதாது. உலக முறைமையில் அது உரிய இடத்தைப் பெறவேண்டும்;

ஆனால், சுயசந்தேகமற்ற ஓர் ஆண்மையுள்ள மன அமைப்பால் முழுமையான இணைப்பைப் பெறுவதோடு, கடந்த ஆயிரம் ஆண்டுகளாகச் சேகரித்த அழுக்கையும், தேவையற்ற மூட்டை முடிச்சையும் சுத்தப்படுத்துவதற்கு அது ஓர் இந்து மறுமலர்ச்சிக்கும் ஆளாகவேண்டும்.[59]

வேடிக்கை என்னவெனில், தனியார் தொழில்களின் வழியிலிருந்து அரசு விலகியிருக்க வேண்டும், ஆனால் மக்களின் பொதுப் பணத்தை மட்டும் இந்துமத மறுமலர்ச்சியை ஊக்கத்தோடு மேம்படுத்த அது பயன்படுத்தவேண்டும் என்று சுவாமியும் அவருடைய சக இந்துத்துவ நவ-தாராளமயவாதிகளும் விரும்புகிறார்கள். அதாவது, பொருளாதார விஷயங்களில் அரசு குறைந்த பட்சப் பங்கும், இந்துமதத்தைப் பரப்புவதில் மிகப்பெரிய பங்கும் வகிக்கவேண்டும். இந்தியாவை ஆரியர்களின் தாயகமாக ஆக்கும் 'சரியான வரலாற்றை' அரசு கற்றுக்கொடுக்க வற்புறுத்த வேண்டும். மேலும், அறிவியலையும் இந்து ஆன்மிகத்தையும் வகுப்பறையில் ஒன்றாகக் கொண்டுவந்து ஓர் இந்திய முன்மாதிரிக் கல்வியை அரசு மேம்படுத்தவேண்டும். தங்கள் சொந்த மத நம்பிக்கைகள், மரபுகள் என்னவாக இருப்பினும் எல்லா இந்தியர்களும் இந்த 'அறிவியல் ஆன்மிகத்தை' தங்கள் சொந்தப் பாரம்பரியத்தின் ஒரு பகுதியாக ஏற்கவேண்டும். (இங்கும், அமெரிக்காவின் மத வலதுசாரியினரோடு இவர்களுக்குள்ள இணை வரைகள் மிகவும் முனைப்பானவை. பழமைவாத நற்செய்தியினரும் கத்தோலிக்கக் குழுக்களும் புஷ்ஷின் வெள்ளை மாளிகையின் சக்தியைக் குழந்தை பெறும் உரிமைகள், ஸ்டெம்செல் ஆய்வு, விசுவாச அடிப்படையிலான முனைப்புகள் ஆகியவற்றில் சமூகத்தில் பழமைவாதச் சட்டங்களைக் கொண்டுவருவதற்குப் பயன்படுத்துவதில் எவ்வித உறுத்தலையும் அடையவில்லை. ஆனால் அரசாங்கத்தின் பொதுநலத் திட்டங்களுக்கு ஒதுக்கும் நிதியில் மிகப்பெரிய வெட்டுகளை/குறைப்புகளை மட்டும் ஆதரித்தார்கள்.)

இப்போது இந்துத்துவம் சாராத நவ-தாராளவாதிகளுக்கு வருவோம். 2002இல் குஜராத்தில் முஸ்லிம்களுக்கு எதிரான திட்டத்தில் பாஜக கூட்டாளியானதால் ஏமாற்றமடைந்து, சுந்திரச் சந்தையின் உற்சாகிகளில் பலர், பழைய சுதந்திராக் கட்சியை உயிர்ப்பிக்க தீவிரமாகச் சிந்தித்தனர். இந்தியாவின் தகவல்

தொழில்நுட்பத் தொழிலதிபர்களில் இருவர் இம்மாதிரி திட்டத்திற்கு ஆதரவைத் தெரிவித்தனர். பெங்களூரைத் தலைமை யிடமாகக் கொண்ட தகவல் தொழில்நுட்ப, அயலகப்பணி நிறுவனம் எம்பசிஸ். இதன் நிறுவனரும் தலைமை அதிகாரியுமான ஜயதீர்த் (ஜெரி) ராவ், மலிவான வெகுசனத் திட்டங்களில் ஒளிந்து கொள்ளாமல், வெளிப்படையான, தற்காப்புவாதமற்ற, சுதந்திரச் சந்தைகளுக்கு ஆதரவு தருகின்ற சுதந்திரா போன்றதொரு புதிய கட்சியைத் தொடங்கவேண்டுமென வாதிட்டுள்ளார்.[60] இந்தியாவில் மிகவும் நன்கு அறியப்பட்ட மென்பொருள் குழுமமான இன்ஃபோசிஸின் நிறுவனரும் தலைமை அதிகாரி யுமான நாராயண மூர்த்தி, பழைய சுதந்திராக் கட்சியை உயிர்ப்பித்து, அதன் தளத்தில் நின்று தேர்தல்களைச் சந்திக்கத் தனது சொந்தப் பணத்திருந்து நாற்பதுகோடி ரூபாய்வரை செலவுசெய்ய விருப்பமாக உள்ளார் என்று சொல்லப்பட்டது.[61] நவ-தாராளவாதிகள் இடையில் மிகச் செல்வாக்குமிக்க குரலாக எழுச்சி பெற்றுவந்துள்ள குர்சரண் தாஸ், பின்வருமாறு செய்யக் கூடிய ஒரு கட்சியை உருவாக்க வேண்டும் என்று வற்புறுத்தினார். அது,

> அரசியல் விஷயங்களுக்கு முன்னால் பொருளாதாரத்திற்கு முக்கியத்துவம் தரும், அதிகார வர்க்கத்தைவிடச் சந்தைகளை நம்பும். இதுவரை எந்தக் கட்சியும் செய்யாததைச் செய்யக் கூடியதாக இருக்கும்... அதாவது, பொருளாதார, சமூக, நிர்வாகச் சீர்திருத்தங்களை மக்களுக்கு விற்பதாக இருக்கும்... கடைசி யாக, அது மதத்தைப் பொதுவெளியிலிருந்து அகற்றி, தனி வெளிக்குள் இருக்கப் பாடுபடும்.[62]

சுதந்திராக் கட்சியைப் போற்றுபவர்களுக்கு, இப்படிப்பட்டதொரு கட்சி தேர்தல்களில் வெற்றிபெறும் வாய்ப்பு மிகவும் குறைவு என்று நன்றாகத் தெரியும். ஆகவே அவர்கள் இரண்டாவது சிறந்த வாய்ப்பைத் தேர்வுசெய்யத் தயாராக இருப்பதாகத் தோன்றுகிறது. அதாவது சுதந்திரச் சந்தையைப் பாதுகாக்கவும் வளர்ச்சிக்கு ஆதரவான தீர்வுகளைப் பொதுவட்டத்தில் தரவும் சிந்தனை அமைப்புகள், அரசுசாரா அமைப்புகளுடன் சேர்ந்து ஓர் இயக்கம் தொடங்க வேண்டும். தில்லியை அடிப்படையாகக்கொண்ட குடிமக்கள் சமூக மையம் (சென்டர் ஃபார் சிவில் சொசைட்டி), பிரகதி என்ற மாத இதழைக் கொண்டுவரும் வலைப்பூக்காரர்களின் சங்கமான 'தி இந்தியன் நேஷனல் இண்டரஸ்ட்' என்ற அமைப்பு

உருவாக்கம், ஆங்கில நாளிதழ்களின் தலையங்கம், கருத்துப் பக்கங்கள் ஆகியவற்றில் காணப்படும் நவ-தாராளவாத நிலைப் பாடுகளின் அதிகரிக்கும் நீடித்ததன்மை ஆகியவற்றால் இப்படிப் பட்ட இயக்கம் தோன்றுவதற்கான தொடக்கத்தை நாம் காணலாம். இம்முயற்சிகள் நாட்டின் தேர்தல் அரசியலில் ஏற்படுத்தும் நிஜமான தாக்கத்தைக் காலம்தான் கூற இயலும்.

இந்து வலதுசாரிகளின் கைகளில் பழைய சுதந்திராவைப் புகச் செய்த அதே தவறுகளையே நவ-சுதந்திராக்காரர்களும் செய்வதாகத் தோன்றுகிறது. ஏற்றத்தாழ்வுகள் ஆழமாக வேரூன்றி யிருக்கும் இந்தியாவில், பெற்றுக்கொள்ளும் முனையிலிருக்கும் ஏழைகளுக்குத் தங்கள் முன்னோர்களைப் போல, நவ-சுதந்திராக் காரர்களும் 'கீழ்நோக்கிக் கசிதல்' என்ற மந்திரத்தை மட்டுமே கொண்டுள்ளனர். தங்கள் முன்னோர்களைப் போலவே, அவர் களும், இந்தியக் கலாச்சாரத்தில் ஆழமாகப் பதிந்து காணப்படும் படிநிலைசார்ந்த சிந்தனைப் போக்குகளின் மத அடிப்படைகளைப் புறக்கணிக்கிறார்கள், அல்லது மென்மையாகக் கையாளு கிறார்கள். அரசாங்கக் குறுக்கீட்டின் பாவங்கள் மீது மட்டுமே தங்கள் கோபத்தைக் குவிக்கிறார்கள்.

உதாரணமாக, கோத்ரா குற்ற நிகழ்வுக்கு பாஜக உடந்தையாக இருந்தது பற்றி இறுதியாக அவர்களுக்குத் தெளிவு ஏற்படும் வரை முன்னால், அவர்கள் அதிகாரத்திலிருந்த பாஜகவுடன் கூட்டுச்சேர்ந்து பணியாற்றத் தயாராக இருந்தார்கள். தனிநபர் உரிமைகளுக்கு மரியாதை தருவது என்னும் அடிப்படையில் தத்துவ ரீதியான தாராளவாதத்தை, எந்தவகையிலும் பாஜக ஏற்றுக்கொள்ளக்கூடியது அல்ல. குறைந்தபட்ச அரசு பற்றிய பாஜகவின் கருத்தாக்கம், சாதிச் சமூகத்திலுள்ள சுயகட்டுப் பாட்டின் அடிப்படை ஒழுங்கை ஆதாரமாகக்கொண்டது. தங்களுடைய நற்செயலாக நவ-தாராளவாதிகள் பாஜக, சங்கப் பரிவாரம் ஆகியவற்றின் நச்சுத்தன்மைகொண்ட மதவாதத்தைப் புறக்கணித்துவிட்டார்கள்.

ஆனால் இந்தியச் சமூகத்தின் பொதுப்புத்தியாக இன்னும் அமைந்துள்ள ஒருங்கிணைந்த மானிடம் (இது சாதிச் சமூகத்தின் உலகநோக்கு) என்பதன் தாராளமற்ற உலக நோக்குடன் மோதிப் பார்க்க அவர்கள் சிரத்தை மேற்கொள்ளவில்லை. இந்தியத் தாராளவாதிகள், இந்து பாரம்பரியத் தன்மையின் தாராளமற்ற

உலக நோக்கிற்குச் செயலூக்கத்துடன் சவால்விடும்வரை, இந்துத்துவ நவ-தாராளவாதிகளைத் தாங்களே சேர்த்துக் கொள்ளவும் அல்லது அவர்களால் சேர்த்துக் கொள்ளப்பட வுமான அபாயத்திலிருந்து தப்பிக்கவே முடியாது. ஒரு புதிய மதச்சார்பற்ற கலாச்சாரத்தை உருவாக்குவதற்கான சவாலைச் செயலூக்கத்துடன் அவர்கள் மேற்கொள்ளும்வரை, மதத்தைத் தனிமனித அளவில் நிறுத்துவது பற்றிய அவர்களின் பேச்சு பொருளற்ற தாகத்தான் இருக்கும்.

முடிவுரை

இந்த இயல், இருபத்தோராம் நூற்றாண்டின் தொடக்கத்தில் இந்தியாவில் காணப்படுகின்ற அரசியல் பொருளாதாரப் பின்னணி பற்றிய ஒரு கண்ணோட்டம் ஆகும். இந்திய மேட்டுக்குடியினர், எவ்விதம் நேரு-காந்தியச் சிந்தனையான சுயசார்பு என்பதைப் பற்றிக் கவலைப்படுவதைவிட்டு, உலகச் சந்தைகளை நேசிக்கத் தொடங்கினார்கள் என்பதன் வரலாற்றைக் காட்டுகிறது.

இந்தியப் பொருளாதாரத்திற்கு மிக அதிகமாகக் குறுக்கிடுகின்ற அரசின்மீது சீர்திருத்தம் தேவை என்பதை முழுமையாக ஒப்புக் கொண்டே, இந்த இயல் இந்தியாவின் புகழ்பெற்ற பொருளாதார அற்புதத்தின் இருண்டபகுதியை வெளிப்படுத்துகிறது. புதிய பொருளாதாரத்தின் இலாபங்களை மிகவும் பெரும்பான்மை யினரான பணியாளர்கள் பெற இயலாமல் மூடிவிட்ட அதன் அமைப்புக் கூறுகளை இந்த இயல் வெளிப்படுத்தியுள்ளது. புதிய பொருளாதாரத்தில் பங்கேற்கத் தேவையான கலாச்சார மூலதனத்தைப் பெறுவதற்கான திறவுகோலாகிய கல்வி, குறிப்பாக உயர்கல்வி, மேலும் மேலும் வணிகமயமாகிவருவதைக் காட்டு கிறது. கடைசியாக, ஆனால் குறைந்ததல்ல, வல்லரசு அந்தஸ்துக் கனவின் வாயிலாக வெளிப்படுகின்ற தேசியப் பெருமிதத்தின் வளர்ச்சியையும் இந்த இயல் சுட்டிக்காட்டுகிறது.

இந்தியாவின் மதப் பரப்பில் நிகழ்கின்ற மாற்றங்களை நன்றாகப் புரிந்துகொள்ள இந்தப் புதிய அரசியல் பொருளா தாரத்தைப் பற்றிப் பேசவேண்டியது முக்கியமாயிற்று. வெகுசன இந்து மதத்தன்மையில் ஏற்பட்டுள்ள இந்த மாற்றங்களுக்குத்தான் நாம் இப்போது திரும்புகிறோம்.

2

கடவுளரின் நெரிசல் நேரம்: உலகமயமாக்கமும் நடுத்தர வகுப்பினரின் மதத்தன்மையும்

இன்றைய உலகம் முன்னெப்போதும் இருந்ததைப் போலவே வெறித்தனமான மத நம்பிக்கையுடன்தான் உள்ளது... மதச் சார்பற்ற மதங்களை உருவாக்கும் முயற்சிகள் பொதுவாகத் தோல்வியே அடைந்தன; பிற்போக்கான, மீயியற்கைத்தனம் நிரம்பி வழியக்கூடிய நம்பிக்கைகளையும் நடைமுறைகளையும் கொண்ட மத இயக்கங்களே பரந்த அளவில் வெற்றியடைந்தன.[1]

– பீட்டர் பெர்கர்

இந்தியர்கள் ஒருபோதும் 'மறுவுலகத்தை' நோக்கியவர்களாக இருந்ததுமில்லை, இருக்கப் போவதுமில்லை. அவர்களுடைய ஆன்மிகம், தத்துவ அளவில் உயர்ந்ததாக இருந்தாலும், அது பெரும்பாலும் அதிகாரத்திற்கும் செல்வம் சேர்ப்பதற்கும் தெய்வீக ஆதரவை அணி திரட்டுவதற்கான வழியாகவே இருக்கிறது.[2]

– பவன் வர்மா

'இன்றைய உலகம் முன் எப்போதும் இருந்ததைப் போலவே வெறித்தனமான மத நம்பிக்கையுடன்தான் உள்ளது... (மேலும் அது) பிற்போக்கான, மீயியற்கைத்தனம் நிரம்பி வழியக் கூடிய நம்பிக்கைகளையும் நடைமுறைகளையும் கொண்ட மத இயக்கங்களே பரந்த அளவில் வெற்றியடைந்தன' என்ற பீட்டர் பெர்கரின் மேலே சுட்டப்பட்ட தீர்ப்பிற்கு ஆதாரம் தேடுபவர்கள், 21ஆம் நூற்றாண்டு உலக முதலாளித்துவத்தின் பதுங்கும் புலியான இந்தியாவின் மத நிகழ்வுகளின் பரப்பைக் கூர்ந்து கவனிப்பதை விடச் சிறந்த ஒன்றைச் செய்ய இயலாது.

அறிவியலும் தொழில்நுட்பத்திலும் உலகவலைப் பின்னல்களில் உற்சாகத்தோடு பங்குகொள்கின்ற, படித்த, ஒப்பீட்டளவில் வசதியான, இலட்சக்கணக்கான ஆண்களும் பெண்களும் இந்தியாவில் நிறைந்திருக்கிறார்கள். இந்தியப் பொருளாதாரம் தன் வளத்தின் ஒரு பகுதியையேனும் உயிர்த்தொழில்நுட்பம், மருத்துவத் தொழில் ஆகியவற்றின் உயர் ஆய்வில் பணயம் வைத்துள்ளது. இந்த ஆய்வுகளே, இயற்கை உலகை முழுதுமாகப் பொருள்முதல் நோக்கில் புரிந்துகொண்டுள்ளது என்பதற்குச் சான்றாகும். ஆயினும் நவீன அறிவியல், தொழில்நுட்பத்தால் பயனடையும் நடுத்தர வகுப்பு பயனாளிகளில் மிகப் பெரும் பான்மையானவர்கள், விக்கிரகங்கள், தெய்வீகத்தன்மை கொண்ட ஆண்கள்-பெண்கள், நட்சத்திரங்கள், கிரகங்கள், ஆறுகள், மரங்கள், புனித விலங்குகள் ஆகியவற்றில் குடிகொண்டுள்ளதாக நம்பப் படும் மீயியற்கைச் சக்திகளைத் தொடர்ந்து நம்புகின்றனர். எல்லா அறிகுறிகளும் காட்டுவது போல, மிகுந்த அளவு உறுதிப் பாட்டுடனும், பயபக்தியுடனும் அவர்கள் இந்த மீயியற்கைச் சக்திகளை வணங்குகின்றனர். தங்கள் விருப்பங்களை அடை வதற்காக அவற்றை மகிழ்ச்சிப்படுத்த எந்த எல்லைக்கும் செல்லவும் அவர்கள் தயாராக உள்ளனர். இந்துக்கள் மட்டும் தான் இவ்வாறு அதிக மதப்பற்றுக் கொண்டவர்களாக மாறிக் கொண்டு இருக்கிறார்கள் என்பதல்ல. இந்தியாவின் எல்லா மதச் சமூகங் களைச் சேர்ந்தவர்களுக்குமே மதப்பற்று அதிகமாக வளர்வதைக் சுட்டுகின்றன என்று தரவுகள் காட்டுகின்றன. ஆனால் இந்த நூலில், இந்தியாவில் இந்துக்கள் பெரும்பான்மை யினராக இருப்பதால், இந்து மதத்தன்மை வெளிப்பாடுகள் எவ்விதம் மாறிக்கொண்டிருக்கின்றன என்பதை மட்டுமே நோக்குவோம்.

எல்லா மதங்களையும் சேர்ந்த பெருமளவு இந்தியர்கள், புதிய பொருளாதாரத்திற்குள் தங்களோடு தங்கள் கடவுள்களையும் கொண்டுசெல்கிறார்கள் என்பது சிறிதும் ஆச்சரியம் தரத்தக்கதல்ல. வேகமாக வளர்ந்து வரும் பிற பொருளாதாரங்களான பிரேசில், சீனா, ரஷ்யா இவற்றின் மக்களிலிருந்து இதில் இந்தியர்கள் வேறுபட்டும் இல்லை. இந்த நாடுகள் அனைத்திலுமே மதத் தன்மையில் பெருவெடிப்பு காணப்படுகின்றன. மேலும், எப்போதுமே அதிக மதப்பற்றுடன் காணப்படும் அமெரிக்கா போன்ற நாடுகள் தொழிலில் முன்னேறியதாகவும் உள்ளன.

மதச்சார்பின்மை பற்றிய செவ்வியல் கோட்பாடுகளுக்கு மாறாக அறிவியல், தொழில் நுட்பம், பொருளாதாரம் போன்றவற்றின் வளர்ச்சி மதத் தன்மையில் வீழ்ச்சியை ஏற்படுத்துவதில்லை. (மதச்சார்பின்மை யாக்கத்தின் கோட்பாடுகள் பற்றி இந்த நூலின் கடைசி இயலில் காண்போம். அவை, நவீனமயமாகும்போதே மதத்துடன் கண்கட்டு வித்தை நடத்தும் இந்திய அனுபவத்தை விளக்க உதவுமா என்பதையும் காண்போம்.)

ஆயினும், எவ்வளவு சடங்காசாரத் தன்மை, பகட்டாரவாரம், தேசியத்தன்மை கொண்டதாக இருக்கிறது என்பதுதான் நடுத்தர வகுப்பு இந்தியர்களின் புதிய மதத்தன்மை பற்றிக் குறிப்பிடத்தக்க விஷயம். முந்தைய தலைமுறையினர் அறிவியல் சிந்தனையை வளர்ப்பதற்கு நேருவிய நிர்ப்பந்தங்கள், கூடுதலாக மூளையைப் பயன்படுத்தும் தத்துவ நோக்கிலான இந்துமதத் திற்கான நவ-வேதாந்த ஆர்வங்கள் ஆகியவற்றின் கலப்பில் வளர்ந்தனர். அவர்கள் போலன்றி, புதிய இந்து மேட்டுக் குடியினரும் நடுத்தர வர்க்கத்தினரும் வெகுசன ஆத்திக இந்து மதத்தின் சடங்காசாரத்தன்மை, விக்கிரக வழிபாடு, விரதங்கள், புனிதப் பயணங்கள், பிற வழிமுறைகளில் திளைக்கின்றனர். இவை சிலசமயம் நவ-யுக ஆன்மிகத்துடன் கலந்தும் காணப்படுகின்றன. முந்தைய, அதிக 'சமதர்மம் சார்ந்த', அதிக மதச்சார்பின்மை கொண்ட காலத்தில் வயதுக்குவந்த, படித்த, நடுத்தர வகுப்பினர் முதல் மேல்வகுப்பினர் வரையிலான மக்களிடம் வெகுசன இந்துமதத்தின் அதிசடங்குத்தனமான வெளிப்பாடுகள் முற்றிலு மாக இல்லாமலும் இல்லை. என்ன மாறியிருக்கிறது என்றால், சடங்காசாரக் கூறுகள் அகந்தையும் முற்சாய்வும், அரசியலும், ஆதாயமும்கொண்ட பொதுக் களத்திற்குக் குடும்பம்-வீட்டின் அந்தரங்கத்திலிருந்து வெளிவந்தமைதான். இன்னும் என்ன மாறியிருக்கிறது என்றால், படித்த மேட்டுக்குடியினர் தங்கள் செயல்முறைகளையும் நம்பிக்கைகளையும் விரலாட்டும் மதச்சார் பற்றவர்கள் கண்டிக்கும் போது தற்காத்துக் கொள்ளவேண்டும் என்று இப்போதெல்லாம் அவர்கள் நினைப்பதுமில்லை (இப்படிக் கண்டிப்பதும் என்னமோ, மறைந்தேவிட்டது). அறுபதாண்டு களைக் கடந்த நமது ஜனநாயகத்தில், முதற்பாதியில் இல்லாத வாறு, இப்போது புதிய, குற்ற உணர்வற்ற, வெளிப்படையான மதத்தழுவல் உள்ளது.

மொத்தத்தில், புதிய பொருளாதார வளம், தன்னுடன் இந்தியாவில் 'கடவுளர்களின் நெரிசல் நேரம்' ஒன்றைக்கொண்டு வந்துள்ளது என்று சொல்வது நியாயம் போல தெரிகிறது. 'கடவுளரின் நெரிசல் நேரம்' (ரஸ் ஹார் ஆஃப் த காட்ஸ்) என்ற தொடர், 1967இல் எச். நீல் மெக்ஃபார்லண்ட் என்பவரால் அதே தலைப்புகொண்ட நூலில் முதன்முதலில் பயன் படுத்தப்பட்டது. இரண்டாம் உலகப்போர் முடிந்தவுடன், ஜப்பானில் ஏற்பட்ட மதத்தன்மையின் புதிய வெளிப்பாட்டுப் பெருக்கத்தை அந்தச் சொல்லால் அவர் குறித்தார். மழைக்குப் பிறகு காளான்கள் முளைப்பதுபோல, 'புதிய மதங்கள் தோன்றி, இரண்டாம் உலகப்போரின் விளைவாக அடிபட்டிருந்த இலட்சக்கணக்கான ஜப்பானியர்களைக் கவர்ந்த காலம் அது.' 'நெரிசல் நேரம்' என்னும் சொல், மக்கள்திரள் சார்ந்த, ஊடகத் தன்மை வாய்ந்த, புகழ்பெற்ற மத இயக்கங்களின் 'தாறுமாறான (நெரிசல்நேர வாகன இயக்கம் போன்ற) செயல்பாட்டை' குறிக்கப் பயன்பட்டது.[3] அந்த இயக்கங்கள், சாதாரண மக்களுக்கு ஆன்மிகத்தின் வாயிலாக உலகாயத இலட்சியங்களை அடைந்துவிடலாம் என்று உறுதி கூறின.

இன்றைய இந்தியா இரண்டாம் உலப்போருக்குப் பிந்தைய ஜப்பானிலிருந்து மிகவும் வேறுபட்டிருக்கிறது என்பது தெளிவு. மேலும், மரபுசார்ந்த ஷிண்டோ அல்லது ஜப்பானிய புத்த மதத்தின் புத்துயிர்ப்பையோ, புதிய கண்டுபிடிப்பையோ ஜப்பானிய நெரிசல் நேரம் என்ற சொல் குறிக்கவில்லை. புதிய சமயக் கொள்கை முறைகளை அது குறித்தது. என்றாலும், இந்தியாவிலும் 'கடவுளரின் நெரிசல் நேரம்' பற்றி முறையாகப் பேசலாம். அச்சமயத்தில் ஜப்பானியர்கள் பைத்தியக்காரத்தனமாக நாடிய, பொருள்சார்ந்த, உலகாயத அக்கறைகளுக்கான ஆன்மிகப் பரிகாரமுறைகளையே இந்தப் புதிய மதத்தன்மையும் நாடுகிறது. ஒரு கொந்தளிப்பான, அதிர்ச்சியுற்ற சமூக மாற்றத்திற்கு ஜப்பானிய மத இயக்கங்கள் எதிர்வினையாக அமைந்தன. அதுபோல உலகப் பொருளாதாரத்திற்குள் இந்தியா இன்று கண்மூடித்தனமாக பாய்ந்துள்ளது. இதன் சமூக கலாச்சார இடப்பெயர்வுகளின் எதிர்வினையாகவே புது இந்திய மதத் தன்மையின் ஒரு பகுதி அமைந்துள்ளது. மேலும், இரண்டாம் உலகப் போரில் ஜப்பானியர்களைத் தோற்கடித்து நம்பிக்கை இழப்பில் ஆழ்த்திய அதேவிதமான பலம்வாய்ந்த கலாச்சார

தேசியவாதத்தின் அடிநீரோட்டங்களையே இந்தியப் புதிய நடுத்தர வகுப்பினரின் மதத்தன்மையும் காட்டுகிறது.

நவ-தாராளமயமும் உலகமயமாக்கலும் இங்கு ஏற்படுத்திய புதிய சமூக உளவியல் தேவைகளுக்கு எதிர்வினையாகவே, ஒரு பகுதியேனும், இந்த வளரும் மதத்தன்மை இருக்கிறது என்பதில் சந்தேகமில்லை. ஆனால் கடவுளர்களையும் மதங் களையும் நாடும் இந்த நாட்டம் தவிர்க்க இயலாததோ, தடுக்க முடியாததோ அல்ல. வேகமான மாற்றத்தை எதிர்கொள்ளும் எல்லாச் சமூகங்களும் அதிக மதத்தன்மை கொண்டவையாக மாறவேண்டும் என்பது மாற்ற முடியாத விதியும் அல்ல. ஏனெனில் (குறிப்பாக ஐரோப்பாவில்) மாற்றத்தை மதச்சார்பற்ற நிலையில் எதிர்கொண்ட சமூகங்கள் இருக்கவே செய்கின்றன. அல்லது பிற எந்த மக்களையும்விட இந்தியர்கள் உள்ளார்ந்து அதிக மதத்தன்மை கொண்டவர்கள் என்று சொல்வதற்கும் இல்லை. ஏனெனில், மதம் என்ற போர்வையில் நடப்பது, மேற்கண்ட பவன் வர்மாவின் சொற்களில், பெரும்பாலும் 'அதிகாரத்திற்கும் செல்வம் சேர்ப்பதற்கும் தெய்வீக ஆதரவை' பெறுவதுதான்.

தவிர்க்கமுடியும் என்றாலும், இந்து மதத்தன்மையின் வெகு ஜன வெளிப்பாடுகள் வளரவே செய்கின்றன. காரணம், இந்திய அரசினாலும் பெருவணிகக் குழுமங்களாலும், பெரும்பாலும் கூட்டாளிகள் என்ற நிலையில், அவை எளிதாக்கப்படுகின்றன. அவ்வப்போது, 'இந்துமதம் அபாயத்தில் இருக்கிறது' என்று பீதி கிளப்பப்பட்டாலும், தங்கள் சொந்த நாட்டிலேயே இந்துக்கள் எதிர் பாரபட்சத்திற்கு ஆளாகிறார்கள் என்று புகார் சொல்லப் பட்டாலும், இந்துமதம் நன்றாகவே இருந்துவருகிறது.

பல மதங்களுக்கு இடையில் இந்துமதமும் ஒன்றல்ல. அதன்படி எல்லா இந்தியர்களும் வாழாவிட்டாலும், அவர்கள் போற்று வதற்குக் கற்கவேண்டிய இந்தியாவின் தேசியப் பண்பு அல்லது வாழ்க்கை வழி அது என்ற சொல்லப்படாத யூகத்தின் அடிப் படையில்தான் இந்திய அரசும் அதன் செயலதிகாரிகளும் செயல்படுகிறார்கள். இதன் விளைவாக, எல்லா மதங்களையும் சேர்ந்த அரசியல்வாதிகளுக்கும் கொள்கை வகுப்போருக்கும் உள்நாட்டிலும் வெளிநாட்டிலும் இந்தியக் கலாச்சாரத்தை வளர்க்கிறோம் என்ற பெயரில் வரிசெலுத்துவோரின் பணத்தையும், அரசின் பொது உள்கட்டமைப்புகளையும் இந்துமதத்தை

மேம்படுத்துவதற்கு பயன்படுத்துகிறோமே என்ற உறுத்தலே இல்லை.

அண்மை ஆண்டுகளில், (கலை-கலாச்சார அம்சங்களுக்கு என்ற நிலை மாறி) இந்துமதத்தின் வெளிப்படையான மத அம்சங்களுக்கு நேரடியாக அரசும் பெருவணிகக் குழுமங் களும் புரவலர்களாக உள்ளன என்பது பகிரங்கமாக உள்ளது. சான்றாக யாகங்கள், கதா காலட்சேபங்கள், யோக முகாம்கள் இவற்றுக்குப் பொதுப்பணத்தை வழங்குதல், மதத் திருவிழாக் களுக்கும் புனித யாத்திரைகளுக்கும் பண உதவி வழங்குதல், கோயில் சுற்றுலா, புனிதயாத்திரைச் சுற்றுகளை மேம்படுத்தல், கோயில்கள், ஆசிரமங்கள், பூசாரிப் பயிற்சிப் பள்ளிகளுக்கு நிலமும் அரசுநிதியுடன் உள்கட்டமைப்பும் வழங்குதல், வேத சோதிடம், வாஸ்து, பிற இந்துப் பூசாரித்தொழில் கூறுகளில் பயிற்சி அளிப்பதற்கு நிதியும், பௌதிக உள்கட்டமைப்பும், அதிகாரபூர்வ சான்றிதழ்களும் வழங்குதல் ஆகியவை அடங்கும். மேலும் சில மாநிலங்களில், கோயில் பூசாரிகளுக்கு அரசே நேரடி ஊதியம் வழங்குதல் என்பவை வெளிப்படையாகவே நிகழ்கின்றன. அத்துடன், புதிய கோயில்களும் ஆசிரமங்களும் கட்டப் பெருந் தொகைகளை தாராளமாக வழங்குவதிலும், மத நிகழ்வுகளை ஏற்று நடத்துவதிலும் இந்தியாவின் பல புகழ்பெற்ற குடும்பங் களுக்குச் சொந்தமான தொழில் நிறுவனங்களுக்கு நெடிய வரலாறு உள்ளது. இம்மாதிரிப் பெரும் நிதியுதவி பெறும் முயற்சிகளுக்கு எதிராக, மதச்சார்பற்ற மாற்றுகளை வழங்குகின்ற பலமான எதிர்மறைச் செயல்பாட்டு நிறுவனங்களோ, முகமை களோ இல்லை. இந்நிலையில், நவீன இந்தியாவின் பொது வட்டம், பெரும்பான்மை மதத்தினரின் மதக் குறியீடுகளும் சடங்குகளும் பிணைந்ததாகவே முழுமையாக இருந்துவருகிறது.

அரசு-கோயில்-பெருவணிகக்குழுமம் என்னும் கூட்டுத் தன்மையின் செயல்களை இந்தப் புத்தகத்தினூடே பயணிக்கும் போது நாம் காண இருக்கிறோம். ஆனால் இந்த இயலின் குறிக்கோள் சற்றே அடக்கமானது: வெகுசன அன்றாட இந்து மதத்தின் மாறிவரும் போக்குகளை விவரிப்பதுதான். இந்தக் காலத்தில், பெரும்பாலும் தீவிர மத-அரசியல், அல்லது அடிப்படைவாத இயக்கங்களே அதிக அளவு கவனத்தைப் பெறுகின்றன. இம்மாதிரி இயக்கங்களில் செயலூக்கமான

பங்களிப்பு வழங்காத, சாதாரண மக்களின் மதநம்பிக்கை ஆராயப்படாமல் உள்ளது. இந்த வெற்றிடத்தை நிரப்பி, எழுச்சி பெறும் நடுத்தர வகுப்பினரின் மதத்தன்மை மீது கவனத்தைக் குவிப்பதற்கு இந்த இயல் முயலும். ஏன் நடுத்தர வகுப்பினர் மீது? முன் இயலில் விவாதித்த நவ-தாராளச் சீர்திருத்தங்களின் ஆதாயங்களை அடைந்தவர்கள் முக்கியமாக அவர்கள்தாம். மேலும், அவர்கள்தாம் கலாச்சாரப் போக்குகள், நுகர்வுப்பாணிகள் என்று வரும்போது, நாடு முழுவதற்குமான புதிய தொனியை அமைப்பவர்கள். அவர்களுடைய சமூக பொருளாதார அந்தஸ்து மாறிவரும்போது, கடவுளுடனும் அமைப்புப் பெற்ற மதத்துடனும் அவர்களுடைய உறவு எவ்விதம் மாறிவருகிறது என்பது நாட்டின் பிற பகுதிகளின் மத அமைவுத் தோற்றத்தைப் பற்றிப் பெருமளவு எடுத்துரைக்கும்.

இந்திய நடுத்தர வர்க்கம்: ஒரு காட்சிப்படம்

ஏறத்தாழக் கால்நூற்றாண்டு நவ-தாராளப் பொருளாதாரக் கொள்கைகளால், ஒரு புதிய நடுத்தர வர்க்கத்தின் தரங்களும் வங்கி இருப்புகளும் உயர்ந்துள்ளன. இவர்கள் இணைய தளத்தால் இயலும் புதிய உலக சேவைத் தொழில்களில் (தகவல் தொழில் நுட்ப வணிக அலுவலகச் செயல்முறை, வங்கித்தொழில், தணிக்கைத் தொழில், காப்பீட்டுத் தொழில், ஹோட்டல்கள், சுற்றுலா போன்றவற்றில்) ஈடுபட்ட 'வெள்ளைக் காலர்' தொழிலாளர்கள். கடைக்காரர்கள், வணிகர்கள், அரசு அதிகாரிகள், ஆசிரியர்கள், பத்திரிகையாளர்கள், நிலமுள்ள விவசாயிகள் போன்ற பழைய அல்லது மரபான நடுத்தர வர்க்கத்தினரைவிட இவர்கள் எண்ணிக்கையில் மிகக்குறைவு என்றாலும், இந்தியாவை வளர்ந்துவரும் உலக சக்தியாக உலகப்படத்தில் இடம்பெறச் செய்ததால், இப்புதிய நடுத்தர வகுப்பினர் மிகவும் பாராட்டப் படுகிறார்கள்.

ஓர் அர்த்தத்தில், இந்தியாவில், பழையதோ புதியதோ, நடுத்தர வர்க்கமே இல்லை. மேற்கத்தியப் பாணி நுகர்வுப்பொருள் களை வாங்கக்கூடிய ஏறத்தாழ இருபதுகோடிப் பேரை, நடுத்தர வகுப்பினர் என்று சொல்வது தவறு. காரணம், இவர்கள் மக்கள் தொகையின் நடுத்தரத்தைப் புள்ளியியல் ரீதியிலாக பிரதிபலிக்க வில்லை. இவர்கள், அச்சின் வனாயக் சொல்வது போல, 'வெகுசன

விகிதாசாரத்தின் மேட்டுக்குடியினர்.' கொடிய வறுமையில் தத்தளிக்கும் மக்கள் சமுத்திரத்தினால் சூழப்பட்ட உயர் 20-30 சதவீத மக்கள் தொகையினர்.[4]

நடுத்தர வர்க்கம் என்று கூறப்படும் இது எவ்வளவு பெரியது? அளவீடுகள் மாறுபடுகின்றன. ஆனால் அடிக்கடி மேற்கோள் காட்டப்படும் இரண்டு மேலாய்வுகள் 6 கோடிக்கும் 30 கோடிக்கும் இடையில் எங்குவேண்டுமானாலும் இத்தொகையை நிர்ணயிக்கின்றன. இந்திய தேசியப் பயன்வழிப் பொருளாதார ஆய்வுக் கழகம் (என்சிஏஈஆர்) ஆண்டுக்கு 2 லட்சம் முதல் 10 லட்சம் ரூபாய் வரை ஈட்டுபவர்களை நடுத்தர வர்க்கம் என்கிறது.[5] இந்த வரையறைப்படி, 100 கோடி இந்தியர்களில் 6 சதவீதத்தினர் – ஏறத்தாழ 6 கோடிப்பேர், 2000-2001இல் நடுத்தர வர்க்கத்தினராக இருந்தனர். 22 சதவீதத்தினர், ஏறத்தாழப் பத்தாண்டுகளில் இவர்களோடு சமநிலை அடையக்கூடிய வேட்கை வகுப்பினராகக் கருதப்பட்டனர். ஆனால், நடுத்தர வர்க்கத்தன்மை என்பது நடுத்தர வர்க்கப் பொருள்களைச் (தொலைபேசி, தானியங்கி இருசக்கர அல்லது நான்கு சக்கர வாகனங்கள், வண்ணத் தொலைக் காட்சி) சொந்தமாக வைத்திருக்கும் நிலையை வைத்து அளக்கப்பட்டால், சிஎன்என்-ஐபிஎன் தொலைக்காட்சியின் *ஸ்டேட் ஆஃப் த நேஷன் சர்வே* என்னும் ஆய்வின்படி 2007இல் இந்திய மக்களில் ஐந்தில் ஒரு பங்கினர் நடுத்தர வர்க்கத் தகுதியை அடைந்துவிட்டனர்.[6]

வருமானம், சொத்துகளுக்கும் மேலாக, வர்க்கம் என்பது ரசனை, வாழ்க்கைப்பாணி ஆகியவற்றைச் சார்ந்த விஷயம். நுகர்வோர் பொருள்களிலும், மோஸ்தரிலும் (ஃபேஷனிலும்) புதிய இந்திய நடுத்தரவர்க்க மக்களுக்கு ஐரோப்பா, அமெரிக்க ஐக்கிய நாடு, ஜப்பான், ஆஸ்திரேலியா ஆகியவையே ரசனைக்கான அளவு கோல். செல்வம் மிகுந்தவர்களும், உயர்நடுத்தர வகுப்பினரும் ஏற்கெனவே இதுபோன்ற வாழ்க்கை முறையைக் கொண்டுள்ளனர். கீழ்நடுத்தர வகுப்பினர் இவற்றை அடைய முயற்சி செய்கின்றனர். அரசு அதிகாரிகள், பொதுத்துறைப் பணியாளர்கள், குடும்ப வணிகர்கள், நிலமுடைய மேட்டுக்குடியினர் போன்ற மரபான நடுத்தரப் பிரிவினர், மேற்கத்திய நாகரிகப் பழக்கவழக்கங்கள் பற்றி ஓர் இரட்டை மனப்பான்மையையே கொண்டுள்ளனர்.

அரசியல் நம்பிக்கைகள், கலாச்சார மதிப்புகள் ஆகியவற்றைப் பொறுத்தமட்டில், நடுத்தர வர்க்கத்தினர், நேருவியக் கொடையான

சமதர்ம, பகுத்தறிவுக் கொள்கைகளை உறுதியாகவே ஏற்க முடியாது என்று கூறிவிட்டனர். ஆனால் நல்ல சமூகம் என்பதற்கு வேறொரு மாற்றுப்பார்வையை அவர்கள் இனிமேல்தான் உருவாக்க வேண்டும். இதன் விளைவு, ஏற்கெனவே ஏற்றுக்கொள்ளப்பட்ட லட்சியங்களுக்கும் நடைமுறை மதிப்புகளுக்கும் செயல்களுக்கும் இடையில் ஒருவிதக் குழப்பமான, முரண்பட்ட பொருத்த மின்மைகள்.

அண்மையில் வெளியான ப்யூ உலக மனப்பான்மை ஆய்வின்படி, இந்தியாவின் புதிய நடுத்தரவர்க்கத்தினர் சுதந்திரச் சந்தைகளுக்கு மிகவும் ஆதரவாக உள்ளனர். இந்திய எதிர்வினையாளர்களில், திடமான 89 சதவீதம் பேர் சுதந்திர வணிகத்தை ஆதரித்தனர். 73 சதவீதத்தினர் அயல்நாட்டுக் குழுமங்களை வரவேற்றனர். 'சிலபேர் பணக்காரர்களாகவும், சிலபேர் ஏழைகளாகவும் இருந்த போதிலும்,' 76 சதவீதம் பேர் சுதந்திரச் சந்தைக்கு ஆதரவாக இருந்தனர்.[7] (வேடிக்கை என்னவெனில், தடையற்ற முதலாளித்துவத்தின் கோட்டையாக விளங்கும் அமெரிக்காவிலேயே, ஒப்புநிலையில் இதற்கான புள்ளிவிவரம், முறையே 59 சதவீதம், 45 சதவீதம், 70 சதவீதம்தான்!)

ஆனால் இந்தச் சந்தைசார் பார்வைகளுக்கு ஏற்ப, வலுவான குடியுரிமை உணர்வோ, சமூகப் பொறுப்போ மக்களிடம் காணப்படவில்லை. கோட்பாட்டளவில், தங்கள் சொந்தச் செல்வச் செழிப்பு, சமூகத்தின் மீதிப் பகுதியின் நலவாழ்வோடு தொடர்புடையது என்று கொள்ளப்படுகிறது, ஆனால் அன்றாடம் நடைமுறையில் பொய்யாக்கப்படுகிறது. இந்திய மேட்டுக் குடியினரும், நடுத்தர வர்க்கத்தினரும் தங்களைச் சுற்றியுள்ள மனிதத்தன்மைக்கு முற்றிலும் மாறான வறுமை, சுரண்டல் ஆகியவற்றைக் கண்டு கொள்ளாமல் இருப்பதில் 'அபூர்வமான உயர்ந்த அளவு' சகிப்புத்தன்மையோடு உள்ளனர். தங்களைச் சுற்றியுள்ளவர்களின் ஏழ்மையைச் சகித்துக்கொள்ளும் இந்தப் பண்பு, இந்துமதத்தில் காணப்படும் தலைவிதிப்படியான கர்மவினை, மோட்சத்திற்கான தனிமனித முயற்சிகள் ஆகிய வற்றிலிருந்து வருகிறது. இதைப் பற்றிக் கேட்ட போது, மெய்யாகவே ஆச்சரியப்படத்தக்க ஒரு விகிதத்தினர், ப்யூ ஆய்வின் வாக்களிப்பில் 92 சதவீதத்தினர், அரசு இறங்கி வந்து ஏழைகளுக்கு உதவ முன்வரவேண்டும் என்றனர். ஆனால் யதார்த்தத்தில்,

இந்திய உயர், நடுத்தர வர்க்கத்தினர் பள்ளிகள், மருத்துவமனைகள், போக்குவரத்து, குப்பை நீக்கம்... இந்தப் பட்டியலில் கடைசியாக, ஏழைகள் பயனடையக்கூடிய பொதுச் சேவைகளையும் இல்லாமல் செய்து, எல்லாவற்றிலும் தனிப்பட்ட சேவையையே விரும்புகின்றனர். இந்தப் பொது அக்கறையின்மைக்கு ஒரு சான்றாகப், பொருளாதாரவாதிகள், இந்தியாவில் ஒட்டுமொத்த அரசு வருவாய்க்கு மக்கள் – ஒப்பீட்டளவில் அண்டைநாடு களான பாகிஸ்தான், இலங்கை ஆகியவற்றைவிட– மிகவும் குறைவாகவே வரிசெலுத்தும் பண்பைப் பெற்றிருப்பதைக் காட்டுகின்றனர்.[8] அண்மையில், சக்ரவர்த்தி ராம் பிரசாத் கூறியது போல,

> (இந்தியாவிலுள்ள பணம் படைத்தவர்கள்)... மொத்தத்தில், ஏழைகளுக்கு ஆதரவாக இருந்ததே இல்லை. தங்களது சொந்த வளர்ச்சியிலும் அரசின் பங்கை அவர்கள் ஏற்பதில்லை. நாட்டின் பிரச்சினைகளைத் தீர்க்க அரசுக்குத் திறமை உள்ளது என்றும் நம்புவதில்லை. பொதுவாக, அவர்கள் அரசியல் அக்கறை அற்றவர்கள்.[9]

முரண்நகையாக இந்தப் புதிய பொருளாதாரத்திற்குள் புதிதாக நுழையும் பெரும்பாலானோர் – மென்பொருள் பொறியிய லாளர்கள், மருத்துவர்கள், உயிரியலாளர்கள், எம்பிஏக்கள், மற்றும் பிறர் எல்லாம் – தாங்கள் இப்போது கண்டிக்கும் இதே நேருவியவழி அரசுத்துறைக் கல்வி நிறுவனங்களில், மிக உயர் அளவு மானியம் வழங்கப்பட்ட கல்விமுறையில் படித்துத்தான் வெற்றி பெற்றுள்ளனர். சுருங்கச் சொன்னால், இந்தப் புதிய பணக்காரர்கள் இப்போது தாங்கள் இருக்கும் இடத்திற்கு அடித்துப்பிடித்து ஏறிய ஏணியையே எட்டி உதைக்க மிகவும் விருப்பத்துடன் இருக்கின்றனர்.

நேருவியவழி திட்டத்தின் மற்றொரு பலகையான மதச்சார் பின்மையைத் தூக்கி எறியவும் இந்தப் புதிய நடுத்தர வர்க்கத்தினர் தயாராக உள்ளனர். ஆச்சரியமான அளவு பெரும் பான்மையினர் –மேலே நாம் குறிப்பிட்ட ப்யூ உலக மனப்பான்மை ஆய்வின்படி 92 சதவீதத்தினர், மதமே தங்களுக்கு மிகவும் முக்கியமானது என்று குறிப்பிடுகின்றனர். அது மட்டுமல்ல, மீண்டும் ஓர் அதிக சதவீதத்தினர் – 90 சதவீதம் பேர் – கடவுளை அரசாங்கத்துக்கு வெளியே ஒதுக்கிவைக்க வேண்டுமென்று கூறினர். ஆனால்

அவர்களுடைய வார்த்தைகளுக்கு ஏற்ப அவர்களின் செயல்களும் இல்லை: அரசையும் கோயிலையும் பிரிக்கும் விதமான மதச்சார்பின்மைக்கு இந்தியாவில் என்றுமே செல்வாக்கு இல்லை. தாங்கள் தேர்ந்தெடுத்த தலைவர்கள், அரசாங்க 'அதிகாரிகளின் அதிகாரபூர்வப் பதவிக்கும்' பொது அரங்கில் அவர்கள் மதச் சடங்குகளை முன்னேற்றுவதற்கும், கொண்டாடுவதற்கும் நெருக்கமான தொடர்பு இருக்கிறது. இதை இந்தியச் சமூகத்தின் கல்வியும் சிறப்புரிமைகளும் பெற்ற பகுதியினர் சிறிதேனும் எதிர்க்கும் விதமாகச் செயல்பட்டதில்லை.

மதப் பள்ளிகள், புனித யாத்திரைகள், யோக முகாம்கள், யாகங்கள், கதாகாலட்சேபங்கள் நடத்த அரசாங்கப் பணத்தைச் செலவிடுவதற்குப் பொதுமக்கள் எதிர்ப்பு தோன்றுவதற்கான அறிகுறிகள் சிறிதுமில்லை. மதத்திற்கு அரசின் ஆதரவை எதிர்த்து எப்போதாவது ஒருவர் கொதித்தெழும் ஒரே சமயம், அது தனது மதமாக இல்லாமல் வேறொருவருடைய மதமாக, குறிப்பாக, 'இந்தியாவைச் சாராத மதங்களான' இஸ்லாம், கிறித்துவ மதமாக இருக்கும்போதுதான். பெரும்பான்மையினரின் மதத்திற்கு அளிக்கப்படும் நேரடி, மறைமுக மானியங்கள் ஒப்புக்கொள்ளப் படுவதோடு, 'அதுதான் வழக்கம்' என்று ஒத்துக்கொள்ள எதிர்பார்க்கவும்படுகின்றன. பொதுவட்டத்தில் இந்து மதத்தை வெளிப்படையாக வெளிப்படுத்துவதற்கான வசதியைப் பார்க்கும் போது, 1990களிலிருந்து பாஜகவுக்கும் அதன் தேசிய ஜனநாயகக் கூட்டணித் தோழர்களுக்கும் நடுத்தர வர்க்கத்தினரின் வாக்கு களின் பங்கு பெருகி வருவதிலும், காங்கிரஸுக்கு அவர்களின் ஆதரவு குறைவதிலும் ஆச்சரியம் ஒன்றுமில்லை. 1998இலும் 1999இலும், பாஜகவும் அதன் கூட்டாளிகளும் பெற்ற நடுத்தர வர்க்கத்தினரின் வாக்குகள், காங்கிரஸ் பெற்ற அதே வர்க்கத் தினரின் வாக்குகளைவிட அதிகம் என்று தேர்தல் தரவுகளின் பகுப்பாய்வு காட்டுகிறது.[10]

இந்திய நடுத்தர வர்க்கத்தினரின் மதத்தன்மையைப் புரிந்து கொள்வதற்கு உதவக்கூடிய அவர்களது மற்றொரு கலாச்சாரக் கூறு, நவீனத்தன்மை மீதும் அறிவியல்மீதும் அவர்கள் கொண்டுள்ள பார்வை. மூடநம்பிக்கைக்குள் ஊடுருவி நோக்கி, அதைப் புறக்கணித்துவிட்டதாகவும் அதனால் தாங்கள் நவீனமானவர்கள் என்றும் இந்திய நடுத்தர வர்க்கத்தினரில் பெரும்பாலோர்

கருதிக்கொள்கிறார்கள். இந்தச் சூழலில் நீங்கள் அறிவியல் ரீதியாகச் சரியாக இருப்பது போலக் காண்பித்துத் கொள்ளவாவது வேண்டும் என்று எதிர்பார்க்கப்படுகிறது. எழுத்தறிவற்ற பூசாரிகளின் கண்கட்டு வித்தைகளையும் மூடநம்பிக்கைகளையும் புறக்கணிக்க வேண்டும். ஆனால் இந்தப் புதிய நடுத்தர வர்க்கத்தினரின் அறிவியல் சரித்தன்மை, பகுத்தறிவை (இந்தியாவில் இதற்குப் பெயர் 'அறிவியல் மனப்பான்மை') முன்வைப்பவர்களின் மனத்தி லிருப்பதற்கு நேர் எதிராக இருக்கிறது.

பாரம்பரிய மரபுகளின் மீமெய்ம்மை சார்ந்த யூகங்களை ஓர் அறிவியல் சவாலுக்கு உட்படுத்துகின்ற விமரிசனச் சிந்தனைப் பழக்கத்தை வளர்ப்பதற்கு பதிலாக, நவ-இந்து தத்துவ வாதிகளாலும், நவீன சாமியார்களாலும், நவ-யுக ஆன்மிகத்தின் சில்லறை வியாபாரிகளாலும் கற்பிக்கப்படுகின்ற போலி அறிவியத்தின் மீது படித்த இந்தியர்கள் அதிகப் பசிகொண்டு உள்ளனர். ஆன்மா, சக்தி அல்லது பிராணன் என்று அழைக்கப்படும் எங்கும் வியாபித்துள்ள உருவமற்ற பிரக்ஞை; என்றும் அழியாத ஆன்மா, ஒரு புதிய உடலில் மறுபிறவி எடுத்தல்; இயற்கைப் பண்புகள், அல்லது இயற்கையில் காணப்படும் உள்ளார்ந்த சாராம்சமான குணங்கள்; மனித விஷயங்களை இயற்கை விதிகளுடன் ஒன்றிப்போக வைக்கும் யாகங்களின் திறன்; நட்சத்திரங்கள், கிரகங்கள், உலோகங்கள், திசைகள் போன்ற பெரும் பிரபஞ்சப் பண்புகளுக்கும் மனித வாழ்க்கை என்னும் நுண் பிரபஞ்சத்திற்கும் உள்ள இயைபுகள் போன்ற மரபுசார்ந்த இந்து மதத்தின் தத்துவக் கருத்துகள் யாவுமே அறிவியல் 'சான்றுகளால்' ஆதரிக்கப்படுவன 'போல' அப்படியே ஏற்றுக்கொள்ளப் படுகின்றன. படித்தவர்களாகவும் நவீனமானவர்களாகவும் தங்களைக் கருதிக்கொள்பவர்கள் இடையே இம்மாதிரியான வேத/இந்து அறிவியத்திற்குப் பரந்த ஆதரவு இருக்கிறது.

'பெருமரபின்' மறுசடங்காசாரம் ஆக்குதல்

உலகமயமாக்கல் இந்தியாவிலுள்ள கடவுளர்க்கு நன்மை செய்கிறது என்ற பொதுவான மனப்பதிவுக்குக் கிடைக்கும் மேலாய்வுத் தரவுகள் ஆதரவாக உள்ளன.

- *2007இல், ஐபிஎன்-சிஎன்என்-இந்துஸ்தான் டைம்ஸுக்கான வளரும் சமூகங்களின் ஆய்வுமையம் (சென்டர் ஃபார் த ஸ்டடி*

ஆஃப் டெவலப்பிங் சொசைட்டீஸ்-சிஎஸ்டிஎஸ்), இவ்வாறு கூறுகிறது: 'இந்தியர்களுக்கிடையே, கடந்த ஐந்தாண்டு களுக்குள் மதத்தன்மையின் அளவு குறிப்பிடத்தக்க அளவு உயர்ந்துள்ளது. கடந்த ஐந்தாண்டுகளில் இன்னும் மதப்பற்று கூடியிருக்கிறது என 30 சதவீதத்தினர் கூறினர், எதிர் மறையில் 5 சதவீதத்தினர் மட்டுமே விடையளித்தனர்.'[11]

- அதே ஆய்வின் வாக்கெடுப்பு, கல்வியும் நவீன நகர்ப்புற வாழ்க்கையில் ஈடுபடுதலும் இந்தியர்களைக் குறைவாக அல்ல, கூடுதலாக மதத்தன்மைமிக்கவர்களாக மாற்றியது என்று கண்டறிந்தது: 'நகர்ப்புற, படித்த இந்தியர்கள் தங்களுக்குச் சரிநேரான கிராமப்புற, படிக்காத இந்தியர் களைவிட, அதிக மதத்தன்மை பெற்றவர்களாக உள்ளனர்... கிராமங்களைவிட, சிறு நகரங்களிலும் பெருநகரங்களிலும் தான் மதத்தன்மை அதிகரித்துள்ளது.'

- இந்துக்கள் மட்டுமே அதிக மதத்தன்மை கொண்டவர்களாக மாறவில்லை: கடந்த ஐந்தாண்டுகளில், இந்திய முஸ்லிம் களில் 38 சதவீதத்தினரும், கிறித்துவர்களில் 47 சதவீதத்தினரும், சீக்கியர்களில் 33 சதவீதத்தினரும் (ஒப்புநிலையில் இந்துக் களில் 27 சதவீதத்தினரை நோக்க) அதிக மதத்தன்மை பெற்றவர்களாக மாறியிருப்பதை 2007இன் ஸ்டேட் ஆஃப் த நேஷன் சர்வே என்னும் ஆய்வு காட்டுகிறது.

- 2004இன் தேசியத் தேர்தல் ஆய்வின் அடிப்படையில், மேற்கண்ட சிஎஸ்டிஎஸ் குழுவினர் பின்வரும் அறிக்கையை வெளியிட்டனர்: 'எங்களுக்கு விடையளித்தோரிடம் மத விழாக்களில் கலந்துகொள்வது, பிரார்த்தனைகளில் தொடர்ந்து பங்குபெறுவது, கோயிலுக்குச் செல்லுவது, போன்ற மதத் தன்மைச் செயல்பாடுகளில் அவர்களின் ஈடுபாடு அதிகரித் துள்ளதா என்று கேட்டோம். மூன்றில் ஒரு பங்கினருக்கு மேல், தங்கள் குடும்ப உறுப்பினர்களிடையே மதத்தன்மை அதிகரித் துள்ளது என்று கூறினர்... படித்தவர்களிடையே, குறிப்பாக மேல்நிலைப் பள்ளிக்குமேல் பயின்றவர்களிடையே கூடுதலான மதத்தன்மை பெற்றவர்களின் விகிதம் அதிகம். உயர்சாதியினரில் (27 சதவீதம்), நிலமுள்ள விவசாயச் சாதிகளில் (25 சதவீதம்), உயரளவு மதத்தன்மை பெற்றவர்கள் அதிக வீதத்தில் (24 சதவீதம்) இருக்கிறார்கள். இந்துக்களிலும்

முஸ்லிம்களிலும், உயர்வகுப்பினர் ஏழைகளைவிட அதிக மதத்தன்மை பெற்றவர்களாக உள்ளனர். (முஸ்லிம் பணக்காரர்களில் 26 சதவீதத்தினரும், இந்துப் பணக்காரர்களில் 25 சதவீதத்தினரும் அதிக மதத்தன்மை பெற்றவர்களாக உள்ளனர்.) ஆகவே மதத்தன்மை என்பது உயர்சாதியினர், பணக்காரர்களின் பொழுதுபோக்காக இருக்கலாம்!'[12]

- தில்லியில் பதிவுபெற்ற மதக்கட்டடங்களின் எண்ணிக்கை 1980இல் வெறும் 560ஆக இருந்தது. 1987இல் இது இரண்டாயிரம் ஆயிற்று. நாட்டின் பிறபகுதிகளிலும் இத்தகைய போக்குகளே காணப்படுகின்றன.[13]

- பீயிங் இண்டியன் (இந்தியனாக இருப்பது, 2004) என்ற புகழ்பெற்ற நூலில் பவன் வர்மா, இரண்டாயிரமாம் ஆண்டின் தொடக்கத்தில் 25 லட்சம் வழிபாட்டிடங்கள் இருந்தன, ஆனால் 15 லட்சம் பள்ளிகளும், 75000 மருத்துவமனைகளும் மட்டுமே இருந்தன என்று குறிப்பிடுகிறார். இந்தத் தரவை அவர் 2001 மக்கள்தொகை கணக்கெடுப்பிலிருந்து பெற்றார்.[14]

- புனித யாத்திரைகளின் எண்ணிக்கை உயர்வு மிக அதிகமாகி இருப்பது, உயர்ந்துவரும் மதத்தன்மையை அளக்கக் கூடிய ஒரு அடையாளமாகும். என்சிஏஈஆர் மேற்கொண்ட ஆய்வின்படி, 'கூட்டுப் பயணங்கள் யாவற்றிலும் 50 சத வீதத்திற்குமேல் மத யாத்திரைகளே இடம்பெறுகின்றன. 28 சதவீதமாக உள்ள உல்லாசப் பயணங்களைவிட இவை மிக அதிகம்' என்கிறது. 2004இல், திருப்பதியிலுள்ள வேங்கடாசலபதி கோயிலுக்கு 230 லட்சம் பேர் சென்றனர், வைஷ்ணோ தேவியின் மலைக் கோயிலுக்கு 172.5 லட்சம் பேர் ஏறிச்சென்றனர் என்று அண்மைப் புள்ளிவிவரங்கள் தெரிவிக்கின்றன.[15]

மிக வேகமான தொழில்நுட்ப நவீனமயமாதல், பொருளாதார வளர்ச்சிக் காலத்தில் மதத்தன்மை வளர்தல் என்னும் நிகழ்வு, குறிப்பாகப் புதியதோ, இந்தியர்களுக்கு மட்டுமானதோ அல்ல. எல்லா இடங்களிலுமுள்ள மதங்களும் நவீனத் தன்மையின் உள்கட்டமைப்புடன் ஒத்துச் செல்லவும் ஒன்றாக இருக்கவும் கற்றுக்கொள்கின்றன. ஆனால் இந்தியர்கள், ஒரேசமயத்தில் வெவ்வேறான பல உலகங்களில் வாழ்கின்ற ஒத்திசைந்த மனச் சிதைவு (ஸ்கிசோஃப்ரீனியா) கொண்டவர்களாக இருப்பதற்குப்

பெயர்போனவர்கள். மிகவும் படித்த இந்தியர்கள் சற்றும் முயற்சியின்றிப் புனிதமற்றதிலிருந்து புனிதமானதற்கும், ஆய்வகத்திலிருந்து கோயிலுக்கும், அங்கிருந்து இதற்கும், இந்த இரு உலகங்களிலும் செயல்படும் நம்பிக்கைகளிலுள்ள முரண்பாடுகளால் சற்றும் தொல்லைப்படாமல் மாறுகின்றனர். சில ஆண்டுகளுக்கு முன்னால் இந்திய அறிவியல் நிறுவனத்தினுடைய (ஐஐஎஸ்) இந்தச் சூழலை விவரித்ததுபோல, 'நம்மில் பலர் இரட்டை மனிதர்கள். விஞ்ஞானிகள் என்ற முறையில் நாம் பகுத்தறிவாளர்கள். ஆனால் ஆய்வகத்தைவிட்டு வீட்டுக்குச் செல்லும்போது நாம் வித்தியாசமாக நடந்துகொள்கிறோம்..' [16]

தனிப் பகுதிகளாக்குதல் (கம்பார்ட்மெண்ட்டலைசிஸ்) என்னும் நூதன நிகழ்வு இதுதான். மில்டன் சிங்கரின் செல்வாக்கு மிகுந்த நூலான *வென் ஏ கிரேட் டிரடிஷன்ஸ் மார்டனைசிஸ்* (ஒரு பெருமரபு நவீனப்படும்போது, 1972) என்பதில் சொல்லப்பட்டு, இந்தியப் பின்னணியில் புகழ்பெற்ற கருத்து இது: ஒவ்வொன்றும் தனக்கெனத் தனித்தனி விதிகளையும் நோக்கங்களையும் கொண்ட மதம், அறிவியல்/பெருந்தொழில் என்ற இரண்டையும் இருவேறு பெட்டிகளில் வைத்துக்கொள்ள அனுமதிக்கும் தனித்தன்மை வாய்ந்த இந்தியக் 'கலாச்சார வளர்சிதை மாற்றத்தை' அவர் பாராட்டினார்.[17] இந்தியர்கள் தனிப்பகுதிகளாக்கத்தில் மிக வல்லவர்களாகக் கருதப்படுகிறார்கள். வெவ்வேறு பின்னணிகளில் தங்களிடம் என்ன எதிர்பார்க்கப்படுகிறது என்பதைத் துல்லியமாகப் பிரித்தறியும் 'ரேடார் கூருணர்வு' இந்தியர்களிடம் இருப்பதாக ஆலன் ரோலண்ட் சொல்கிறார்.[18] வெவ்வேறு சாதிகள் தாங்கள் தங்கள் சொந்தக் கடவுளரையும் தங்கள் சொந்தக் கலாச்சார முறைமைகளையும் கொண்டதொரு சமூகத்தில் வளர்கின்றனர். இதனால், இந்தியச் சிந்தனைவழி, யூதேய-கிறிஸ்துவ மதங்கள், நவீன அறிவியல் இவற்றின் பொதுமைப்படுத்தும் போக்குகள் போலன்றி, மிக அதிக சூழல்பின்னணி உணர்வுள்ளதாகவும், எந்த ஒரு குறிப்பிட்ட சூழ்நிலையின் விவரங்களுக்கும் ஒத்திசைவு பெறக்கூடியதாகவும் உள்ளது. படித்த இந்தியர்கள் பலருக்கும் அறிவியல் வகுப்பறைகளும் ஆய்வகங்களும் தனக்கென வித்தியாசமான தனியான விதிகளும் யூகங்களும் கொண்ட மற்றொரு குறிப்பிட்ட பின்னணிச் சூழல். அது, சமஅளவு சரியான விதிகளையும் யூகங்களையும் கொண்ட மற்றப் பின்னணிச் சூழல்களோடு ஒரேசமயத்தில் இருக்கிறது.

நவீன அறிவியல் உலகத்திலிருந்து தாங்கள் விரும்பும் எதையும் எடுத்துக் கொண்டு, தங்களுடைய பெருமரபில் அதன் மையக் கூற்றுகளைச் சற்றும் சிதைக்காமல், அதைப் பின்னோக்கிப் பொருத்திவிடுகின்ற இந்தியர்களின் திறனைக் கண்டு சிங்கரும் அவர் தலைமுறை இந்திய நோக்கர்களும் பேராச்சரியத்தில் மூழ்கினர். தனிப் பகுதிகளாக்குதல், அதைத் தொடர்ந்த தேர்ந்தெடுத்த கலப்பின இணைப்பு என்பதுதான், இந்தியாவின் 'மதச்சார்பற்ற தன்மையின்றி நவீனப்படுதலுக்கான' திறவுகோல். சிங்கரும் 'விமரிசன மரபுவாதிகள்' எனத் தங்களை அடையாளப் படுத்திக்கொண்ட பிறரும் மிகப் பெரிதாகப் பாராட்டிய பண்பு இது.

நவீன சிந்தனைகளையும் பழைய மத மரபுகளையும் இருவேறு தனிப் பகுதிகளில் வைத்தல், மரபின் உயர்வை அடிப்படையில் நிலைநிறுத்தவும் உயர்த்திப் பிடிக்கவும் தேவை வரும்போது அவற்றைக் கலத்தல் என்பது புதிதல்ல. 'இந்து மதத்தின் பெருமரபு' என்று பெயரிடப்பட்ட பகுதியின் உள்ளடக்கங்களை எவ்வாறு மறுசடங்காக்கம், மறுவசீகரமாக்கம் செய்கிறோம் என்ற செயல் முறைதான் புதியது.

இந்திய மேட்டுக்குடியினரின் முந்தைய தலைமுறையினர் இந்து மதத்தின் சாராம்சத்தை நவ-வேதாந்த முறைப்படி மறுவரையறைப்படுத்துவதில் குறியாக இருந்தனர். அது சடங்கு களையும் கோயில் வழிபாட்டையும் முக்கியமற்றதாக்கி, உருவமற்ற பிரம்மத்தைத் தத்துவார்த்தமாகச் சிந்தித்தல், தியானம் செய்தல் ஆகியவற்றை மையமாகக்கொண்ட ஒரு பகுத்தறிவு பூர்வமான ஞானநோக்கை வற்புறுத்தியது. சடங்குகள், பூசைகள், புனித யாத்திரைகள் போன்றவை வீட்டிலுள்ள பெண்களின் பொறுப்பு வட்டத்தில் விடப்பட்டதோடு அவற்றிற்குத் தேவையான நேரமும் சக்தியும் குறைக்கப்பட்டன. சிங்கர் சொல்கிறார்:

(ஏறத்தாழ அறுபதுகளில் இருந்த பெருந்தொழில் அதிபர்கள்)... சடங்குமுறைக் கடைப்பிடிப்புகளைத் தாழ்த்தவும், அதே சமயத்தில் விசுவாசமான பக்தியையும் தத்துவ, ஒழுக்க முனைப்புகளையும் (கர்மம், தர்மம், மோட்சம்) மறுவரை யறைக்கு உள்ளாக்கவும் மேம்படுத்தவும் முனைந்தனர்... அவர்களுக்கு, இந்துமதத்தின் சாராம்சம் என்பது, குறித்த நம்பிக்கைகளின் தொகுதியையும் ஒழுக்க நடத்தையின்

விதித்தொகுதியையும் கொண்டதே தவிர, சடங்குகளைக் கடைப்பிடிப்பதில் அல்ல...[19]

பதினெட்டாம் நூற்றாண்டில் தொடங்கிய இந்து மறுமலர்ச்சியின் ஒரு கொடை: புனித நூல்கள் சார்பில் அல்லது 'சாஸ்திரீயமான வற்றின்' சார்பில் நின்று வெகுமக்கள் சார்ந்தவற்றை அல்லது 'லௌகீகத்தைத் தரக்குறைவானது என்று சொல்லுதல்', அது இருபதாம் நூற்றாண்டிற்குள்ளும் தொடர்ந்தது. பிரிட்டிஷ்காரர், ஜெர்மானியர் ரிக் வேதம், பகவத்கீதை, பிற சமஸ்கிருதப் பிரதிகளைக் கண்டுபிடித்து மொழிபெயர்த்ததால், மக்கள் சடங்குகள், நம்பிக்கை ஆகியவற்றின் தகுதியையும் சரியான தன்மையையும் சீர்தூக்கிப் பார்ப்பதற்கான அளவுகோலாக இந்து சீர்திருத்தவாதிகள் புனிதநூல்களைப் பயன்படுத்தினர். மேலும், மேற்கில் நிகழ்ந்த ஆன்மிக நீரோட்டங்களால், சுவாமி விவேகானந்தர் போன்ற நவ-இந்து சிந்தனையாளர்களும் சீர்திருத்தவாதிகளும் யோகமும் தியானமுமே இந்துமதத்தின் சாராம்சங்கள் என்று அறிவித்தனர். கடைசியாக, ஜவகர்லால் நேரு, பி. ஆர். அம்பேத்கர், பெரியார், எம். என். ராய், பகத் சிங் போன்ற சமயச்சார்பற்ற மனிதநேய, பகுத்தறிவுவாதிகளின் சக்திவாய்ந்த குரல்கள் மீயியற்கைவாதம், மறைஞான அறிவு போன்றவற்றை விமரிசன நிலைப் பாட்டுடன் நோக்க வேண்டும் என்றன.

இந்துமதத்தின் இந்தச் சடங்கற்ற, சுருக்கப்பட்ட, தத்துவ மாக்கப்பட்ட, அல்லது சமயச்சார்பற்ற மனிதநேய வடிவம், முந்தைய தலைமுறை மேட்டுக்குடி மக்களுக்குப் பிடித்திருந்தது; ஆனால், சமகால நடுத்தர, உயர்வர்க்க மக்களைத் திருப்திப் படுத்துவதாகத் தோன்றவில்லை. அவர்கள் தங்கள் பிரார்த்தனை களுக்குச் செவிசாய்க்கின்ற, தங்கள் விருப்பங்களை நிறை வேற்றுகின்ற, தனிப்பட்ட அக்கறை காட்டக்கூடிய, நேசிக்கக் கூடிய ஜாக்ருத (விழித்திருக்கும்) கடவுளரைத் தேடுகின்றனர். அதனால், சமஸ்கிருத இந்து மதத்தின் நூல்கள்சார்ந்த, அல்லது தத்துவம்சார்ந்த கூறுகள் கலாச்சார மதிப்பில் குறைவுபட்டு விட்டன என்று அர்த்தமல்ல. அவை வேத அறிவியல்களின், நவ-யுக ஆன்மிகவாதத்தின் பின்னணியாக இயங்குகின்றன; இந்தியாவிலும் அயல்நாட்டிலும் ஆன்மிக நாட்டம் கொண்டவர் களில் உண்மையான பின்பற்றுதலைத் தொடர்ந்து கவர்ந்து வருகின்றன. ஆனால், வெளிப்படையான வழிபாட்டை (சகுண

பக்தியை) காட்டிக்கொள்ளும் புகழ்பெற்ற இந்துமதத்தின் மரபு இப்போது 'நாகரிகத்திற்குரிய விஷயமாகி' (ஃபேஷன்) வருகிறது, இப்படிப்பட்ட பக்தியைக் காட்டுதலே ஆத்திகர்களாக்குகிறது என்பதுதான் இன்று மாறிவந்துள்ள விஷயம். புதிய மேட்டுக்குடியினர் தங்கள் பழைய மௌனத்தைத் துறந்து, கோயில்களின் மதச் சடங்குகளிலும் கதைகள், ஜாக்ரதைகள் (விழிப்புணர்வுப் பிரசங்கங்கள்), யாகங்கள் போன்றவற்றிலும் வெளிப்படையாகக் கலந்துகொள்கின்றனர். சொல்லப்போனால், மதத்தின் சடங்குசார்ந்த பரிமாணம் மிகவும் வெளிப்படையாகவும், ஆரவாரமாகவும் மாறிவருகிறது.

இந்தியாமிகவும் பரந்ததாகவும் பலதரப்பட்டதாகவும் சிக்கலானதாகவும் இருப்பதால், எவ்வளவு உழைப்புக் கொண்டவராலும் ஒற்றை ஆசிரியரால், நாடுமுழுவதும் மாறிவருகின்ற மத நடவடிக்கைகளின் முற்றுமுழுவதான மேலாய்வு ஒன்றை அளித்துவிட முடியாது. ஆனால் கீழே தரப்படுகின்ற பிரதிநிதித்துவ உதாரணங்கள், ஒரு சிக்கலான மதப் பரப்புத் தோற்றத்தைக் காட்டுகின்றன. அதில் புதிய சடங்குகளும், ஏன் புதிய கடவுள்களுமே கண்டுபிடிக்கப்படுகின்றன; பழைய கடவுளர்க்குப் புதிய அந்தஸ்து கிடைக்கிறது; புதிய குருஜீக்கள் (சாமியார்கள்) ஆன்மிகம், முதலாளியத்துவம், நுகர்வியம், போன்றவற்றைப் பலசமயங்களில் வெளிப்படையான இந்து ஆதிக்கத்தையும் கலந்துவருகிறார்கள்.

மரபுகளைக் கண்டுபிடித்தல்

எல்லாச் சமூகங்களுக்கும் மரபுகள், தொன்மங்களின் தொகுதி, குறியீடுகள், நடைமுறைகள் உள்ளன. அவை தலைமுறை தலைமுறையாகத் தரப்படுகின்றன. அறிமுகத்தால் வரும் குறித்த அளவுள்ள ஆறுதலை அவை தருகின்றன. வேகமான மாற்றங்களுக்கு உள்ளாகும் சமூகங்களுக்கு, நிஜமான மரபுகள் தரக்கூடிய இந்த உளவியல் ஆறுதலை அனுபவிக்கும் ஆடம்பரம் கிடைக்காது. ஏனெனில் அந்த 'மரபு அர்த்தம்' தந்த 'சமூக வடிவங்கள்' இப்போது இருப்பதில்லை. தொல்பொருள் கடைகள் 'பழம்பொருள்களை' உற்பத்தி செய்வதுபோல, இந்தச் சமூகங்கள் மரபுகளைக் 'கண்டுபிடிப்பதில்' முடிகின்றன. கண்டுபிடிக்கப்பட்ட மரபுகள் என்பவை பழையனவற்றில் ஒட்டவைக்கப்பட்ட புதிய

குறியீடுகளும் சடங்குகளுமாகும் அல்லது ஒரு சமூகத்தின் கலாச்சார (பண்பாட்டு) நினைவில் பதிந்திருக்கும் பழைய ஞாபகங்களின் சேகரிப்பிலிருந்து புதிதாக வடிவமைக்கப்பட்டதும் ஆகும். ஆனால் கண்டுபிடிக்கப்பட்ட மரபுகள் எல்லாவற்றிலும் உள்ள தனித்தன்மை என்னவெனில், எரிக் ஹாப்ஸ்பாம், டெரன்ஸ் ரேஞ்சர் சொல்கின்றது போல, குறியீடுகளும் சடங்குகளும் புதிதாகக் கண்டுபிடிக்கப்பட்டாலும், அவற்றுக்கு 'ஒரு வரலாற்றுத் தொடர்ச்சியையும் கண்டுபிடித்தாக' வேண்டியிருக்கிறது.[20] மரபுகளாகச் செயல்படுவதற்கு, கண்டுபிடிக்கப்பட்ட குறியீடு களும் செயல்முறைகளும் பழைய மரபோடு ஒரு கால்வழியை (வமிசத்தை) நிறுவ வேண்டியிருக்கிறது. இன்று இந்தியாவில் புதிய கடவுளரையும் புதிய மதச்சடங்குகளையும் உருவாக்குகின்ற நிலையில் இதுபோன்ற ஏதோ ஒன்றுதான் நிகழ்ந்துகொண்டு இருப்பதாகத் தோன்றுகிறது.

கிறிஸ்டோஃபர் ஃபுல்லர் எழுதிய *த ரினிவல் ஆஃப் பிரிஸ்ட் ஹுட்* (பூசாரித்தன்மையின் புதுப்பிப்பு) என்னும் தனிக்கட்டுரை 2003இல் வெளிவந்தது. இக்கட்டுரை கோயில்கள் எப்படி ஒரு வளர்ந்துகொண்டிருக்கும், செலவழிக்கக்கூடிய வருமானத்தைக் கொண்ட வழிபாட்டாளர்களின் தேவைக்கு ஏற்ப புதிய மரபு களைக் எவ்வாறு கண்டுபிடிக்கின்றன என்பதைக் கூறுகிறது. நமது விசாரணையைத் தொடங்குவது ஏற்ற இடமாகும்.[21]

மதுரையிலுள்ள மீனாட்சி கோயிலில் தங்கத் தேர்களை நிறுவுவது பற்றி ஃபுல்லர் விவரிக்கிறார். பக்தர்கள் ஒரு நல்ல கட்டணத்தைச் செலுத்தி இவற்றைக் கோயில்வலம்வரச் செய்யலாம். இவை தங்கம், வெள்ளித் தகடுகளால் வேயப்பட்ட பழங்காலத் தேர்கள் போன்ற அமைப்புடையவை. இவற்றில் மீனாட்சியின் உற்சவ மூர்த்தி வைக்கப்பட்டு கோயில் பிரகாரங் களில் வலம்வரச்செய்யப்படும். அர்ச்சகர்கள், இசைக்கலைஞர்கள், யானைகள் போன்ற எல்லாவற்றுக்கும் ஏற்பாடு செய்யும் பக்தர்களே பணம் தருவார்கள். மதுரை மீனாட்சி கோயில் தங்கத்தேர் வலம் ஒரு பெரிய வெற்றி. 1994-1995இல் ஒருநாள் விட்டு ஒருநாள் இது பக்தர்களின் செலவில் ஏற்பாடு செய்யப் பட்டது. ஆனால் 2001 அளவில், தினசரி இந்தக் கோயில்வலம் நிகழலாயிற்று. தமிழ்நாட்டு அரசாங்கத்தின் அறிக்கை, மாநில முழுவதும் இருபத்தைந்து கோயில்களில் தங்கத்தேர்கள்

அமைக்கப்பட்டுள்ளன, மேலும் பத்துக் கோயில்களில் அமைக்க ஏற்பாடு செய்யப்பட்டுவருகின்றன என்று தெரிவிக்கிறது.[22]

வேறிரண்டு புதிதாக கண்டுபிடிக்கப்பட்ட சடங்குகள் பெரும் கும்பல்களைக் கவர்கின்றன. முதலாவது, மீனாட்சி சுந்தரேஸ்வரர் தெய்வீகத் திருமணத்தை மீண்டும் மீண்டும் நடைபெறச் செய்தல். மதுரையின் புகழ்பெற்ற மீனாட்சி கோயிலில், பக்தர்கள் கட்டணம் செலுத்தி, சுந்தரேஸ்வரருடன் மீனாட்சியின் திருமண நிகழ்வை மீண்டும் நடைபெற ஏற்பாடு செய்யலாம். சுந்தரேஸ்வரர் சிவனின் அவதாரமாவார். கூடுதல் கட்டணம் செலுத்தினால், கல்யாண சுந்தரேஸ்வரரின் உருவத்தையும் வழிபடலாம். மேலும் ஒரு கூடுதல் கட்டணம் செலுத்தினால், மீனாட்சி திருவுருவத்தின் மீது வைர கிரீடமும் தங்கக் கவசமும் சாத்தும் சிறப்புரிமையையும் பெறலாம். இந்தச் சடங்குகள் பெருமளவில் பக்தைகளை மிகவும் கவர்ந்திழுக்கின்றன. இவற்றால் திருமணமாகாத கன்னியர்க்குத் திருமணம் நடப்ப தாகவும் சொல்லப்படுகிறது. புதிதாகக் கண்டுபிடிக்கப்பட்ட இந்தச் சடங்குகள், 1994-1995இல் மாதத்திற்குப் பத்துமுறையேனும் நிகழ்ந்தன. ஐந்தாண்டுகள் கழித்து, மீனாட்சி திருமண வைபவம் மிகப் பிரபலமாகிவிட்ட காரணத்தினால், இரண்டு மூன்று பக்தர் குழுக்கள் ஒன்று சேர்ந்தே, செலவழித்து அதை நடத்த முடிந்தது.

இம்மாதிரிக் 'கட்டணம் செலுத்தி வழிபடும் திட்டங்களால்', மெய்யான நம்பிக்கை உடைய பக்தர்கள் வரமாட்டார்கள்; பணம் செலுத்த இயலாதவர்களுக்கு மனவருத்தம் ஏற்படும் என்ற முறையில் அரசியல்வாதிகள், கோயில் அர்ச்சகர்கள் இடையில் சிறிது கவலையும் இருக்கின்றன. ஆனால் இதுபோன்ற திட்டங்கள் – குறிப்பாகத் தங்கத் தேர்கள், மீண்டும் மீண்டும் கடவுளர் திருமணம், வைரகிரீடம் சூட்டுதல் போன்றவை மிகப் பிரபலமாகி விட்டன. ஏனெனில் பணம்படைத்தவர்கள், தங்களைவிடக் குறைந்த வளம் உடையவர்களிலிருந்து தங்களைப் பிரித்துக் காட்டிக்கொள்ள, மேலும் பகட்டும் ஆடம்பரமுமான முறையில் பக்தியை வெளிப்படுத்த, இவை புதிய வாய்ப்புகளை வழங்கு கின்றன. இந்தப் புதிய சடங்குகளின் பிரத்தியேகத்தன்மை அவற்றின் கவர்ச்சியை மேலும் அதிகரிக்கவும் செய்கின்றன.

இம்மாதிரித் தரவுகள் கிடைக்கக்கூடிய மாநிலமான தமிழ் நாட்டில், சமஸ்கிருதமும் ஆங்கிலமும் அறிந்த, ஆகம வழிபாட்டில்

திறன்பெற்ற அர்ச்சகர்களுக்கான தேவை – அர்ச்சகர்களுக்கான பயிற்சிப் பள்ளிகளில் அவர்கள் ஒரு பட்டயமும் பெற்றிருந்தால் நல்லது – எப்போதுமே அதிகரித்துவருகிறது. அதிகரித்துவரும் மதத்தன்மையை அளக்க இது ஒரு நல்ல அடையாளம். ஏறத்தாழ 1980கள் தொடங்கி, தமிழ்நாட்டில், வீடுகள், கடைகள், புதிதாகத் திறக்கப்படும் அதிநவீனத் தொழிலகங்கள் உள்ளிட்ட பிற பணி யிடங்கள் ஆகியவற்றில் கணபதி ஹோமம் நடத்தக் கோயில் அர்ச்சகர்கள் அழைக்கப்படலாயினர். கணபதி ஹோமம் என்பது கணேச பூசை. அதனுடன் அர்ச்சகர்கள் கூடி மந்திரம் சொல்லும் யாகமும் இடம்பெறுகிறது. இந்தச் சடங்கு நல்லநாள், முகூர்த்தம் பார்த்து ஓரிரு மணி நேரம் நிகழ்கிறது. பிற புகழ்பெற்ற சடங்கு களில் லக்ஷ்மி ஹோமம், நவக்கிரக ஹோமம் என்பவை சில. தீங்கு செய்யும் சனிக்குப் பரிகாரம் செய்யவும் அர்ச்சகர்களுக்கு ஆதாயமான வேலை கொடுக்கவும் நவக்கிரக ஹோமத்தை ஜோசியர்கள் பரிந்துரை செய்கிறார்கள்.

கோயில் புதுப்பித்தல்களுக்குச் செய்யப்படும் கும்பாபிஷேகம் (புனிதப்படுத்தல்) என்பது, அரசியல்வாதிகள், பெருவணிகர்கள் இடையில் பிரபலமாகிவருகின்ற ஒரு விரிவான மதச்சடங்கு. கோயில் புதுப்பித்தல்களுக்கு அரசியல் கட்சிகள் போட்டி போட்டுக் கொண்டு நிதி தருகின்றன. வணிகப் பெருநிறுவனங்களும் தாராளமான நன்கொடை அளிக்கின்றன. 1991 முதல் 1996 வரையிலும், பிறகு 2001 முதல் 2006 வரையிலும் தமிழ்நாட்டின் முதலமைச்சராக இருந்த ஜெயலலிதா, நூற்றுக்கணக்கான கோயில்களைப் புதுப்பிக்கத் தனிப்பட்ட முறையில் கோடிக் கணக்கான ரூபாய்களைக் கொடையாகப் பெறுவதற்கு முயற்சி எடுத்து, செலவழித்தார். அவர் மாநிலத்தின் அதிகாரபூர்வ மதம், பிராமண இந்துமதம் என்பது போலவே அரசாங்கத்தை நடத்தினார்.

புதிய கோயில்களைப் புனிதப்படுத்தும் சடங்குகளில் தேர்ந் தெடுக்கப்பட்ட அரசாங்க அலுவலர்கள் பங்கேற்கும் இவ்வித நடைமுறை தமிழ்நாட்டுக்கு மட்டும் உரியதல்ல, நாடு முழுவதும் நிகழ்கிறது. தேர்ந்தெடுக்கப்பட்ட அலுவலர்கள் – குடியரசுத் தலைவர், பிரதமர் முதலாக மாநில சட்டசபைகளின் உறுப்பினர்கள் வரை, கோயில் கும்பாபிஷேகங்கள், சாமியார்களின் பிறந்த நாள்கள், பிற முக்கிய மதச்சடங்குகளில் பங்கேற்கிறார்கள்.

உணர்வுபூர்வமாகச்செய்யாவிட்டாலும், மதச்சார்பற்ற இந்தியாவின் தேர்ந்தெடுக்கப்பட்ட ஆட்சியாளர்கள் பழங்கால இந்து அரசியல் முறையை – அரசன் கோயில்களுக்கு மானியம் வழங்குதல், தர்மத்தைக் காப்பாற்றுதல் போன்றவற்றை – மறுபடி நடத்திக் காட்டுவதுபோலத் தோன்றுகிறது.

ஆனால் எல்லாக் கோயில் கட்டுதல்களையும் கும்பாபிஷேகங் களையும் அரசியல் சார்ந்தவை என்று சொல்லிவிட முடியாது. சென்னையின் நடுத்தர வர்க்கக் குடியிருப்புகளில் புதிய கோயில் களுக்கு மிக அதிகமாகப் புனிதப்படுத்தல்களின் பேரெழுச்சியை ஜோன் பன்சோ வேகார்ன் விவரிக்கிறார்.[23] வேகார்னிடம் ஒரு பக்தர் கூறியது போல, 'படித்தவர்களுக்கும் அறிவுசார் மக்களுக்கும் கோயில்கள் பழைய மதிப்பீடுகளை நிலை நிறுத்திக்கொள்ளும் இடங்களாகிவிட்டன.' மரபுடன் இருக்கும் இந்தப் பிடிமானத்தில் இருப்பது, அதில் புதுமைகளுக்கும் குறைவில்லை. சென்னையில் ஐஐடிக்கு அருகில், அடையாறு என்னும் வளமிக்க குடியிருப்புப் பகுதியில், மத்ய கைலாஷ் கோயிலில் தனித்தன்மையோடு கூடிய விக்கிரகம் ஒன்று நிறுவப் பட்டதை வேகார்ன் விவரிக்கிறார். அக்கோயிலின் புரவலர்கள் ஐஐடியின் (இந்தியத் தொழில்நுட்ப நிறுவனத்தின்) ஆசிரியர்கள், ஊழியர்கள், மாணவர்கள்தாம். இந்தப் புதிய விக்கிரகம், பாதி விநாயகர் போலவும் (பிரசித்தமான யானைத் தலை) பாதி அனுமனைப் போலவும் (குரங்கின் உடற்கூறுகள்) இருக்கிறது. கும்பாபிஷேகச் சடங்கும் புதுமையானதாகவே இருந்தது: வழக்கமான மரபுப்படி இல்லாமல், அர்ச்சகர்கள் உதவியின்றி பக்தர்களே சிலையைப் புனிதப்படுத்தினர். இது ஜனநாயகத்தையும் சமத்துவத்தையும் உறுதிப்படுத்துவதாக பக்தர்கள் நினைத்தனர்.

இன்னும் கூர்ந்து கவனிக்கும் போது, பழைய மதச் சடங்குகள் பல, புதிய, மேலும் நவீனமான, நுகர்வுப் பயன்களைப் பெற்று வருகின்றன. உதாரணமாக, மே மாதத் தொடக்கத்தில் அக்ஷய திருதியை நாள், திருமணத்திற்கும் புதிய விஷயங்களைத் தொடங்கு வதற்கும் மங்கல நாளாகக் கருதப்பட்டது. இப்போது அது தங்கம் வாங்குவதற்கு உகந்த நாளாகக் கொண்டாடப்படுகிறது. மரபுரீதியாக, அக்ஷய திருதியை, குழந்தைத் திருமணத்தோடு தொடர்புடையது. இன்று கிராமங்களிலும் நகர்ப்புறங்களிலும் பையன்களுக்கும் சிறுபெண்களுக்கும் திருமணம் நிகழ்த்தப்

படுகிறது. ஏனெனில் இந்நாளில் சூரியன், சந்திரன் இருப்புநிலை, பெற்றோருக்கு அபூர்வமான நற்கருமத்தைக் கொண்டு தரும் என நம்பப்படுகிறது. நன்கு படித்த, நகர்ப்புற மக்களிடையே, இந்த நாளுக்கு இருப்பதாகச் சொல்லப்படும் மங்கலத்தன்மை, ஒரு பெருவணிகக் குழும ஏற்பாட்டைப் பெற்றுவிட்டது. உலகத் தங்கக் கவுன்சில், அக்ஷய திருதியை தங்க நாணயங்களும் ஆபரணங் களும் வாங்குவதற்கு மங்கலமான நாள் என்று அறிவித்துள்ளது. இடைவிடாத விளம்பரங்கள், சிறப்பு விற்பனை இவற்றின் காரணமாக, ஒவ்வோர் ஆண்டும் இந்த நாளன்று மிகப் பெரிய அளவு தங்கம் வாங்கவும் விற்கவும்படுகிறது. 2006-07 ஆண்டின் ஊடக அறிக்கைகளின்படி, 'மிகக் குறைவானதொரு மதிப்பீடு', அந்த நாளில் வாங்கப்படும் தங்கத்தின் அளவு 38 டன்கள் என்கிறது – ஒப்பீட்டளவில், சராசரி தினசரி விற்பனை 2 டன். நட்சத்திரங் களில் மனித முக்கியத்துவத்தைத் தேடும் உலகப் பார்வை உயிரோடிருப்பது மட்டுமல்ல, இந்தியாவில் நுழைந்துகொண் டிருக்கும் மீநுகர்வியக் காலத்திற்கெனப் புதிய பயன்பாடுகளையும் பெறுகிறது.[24]

அத்துடன் இருக்கவே இருக்கிறது, மறுவடிவமைக்கப்பட்ட யாகங்கள், ஹோமங்களின் வளரும் பிராபல்யம். பத்தொன்பதாம் நூற்றாண்டில் மதச்சடங்கின் மையநிகழ்வாக ஓர் எளிய வீட்டு ஹோமம் அல்லது யக்ஞம் என்பது ஆரிய சமாஜத்தினால் கொண்டு வரப்பட்டது. கடந்த இருபதாண்டுகளில், 'அறிவியல் ஆன்மிகம்' முதலாக, மழைக்காகப் பிரார்த்தனை செய்தல், நோயிலிருந்து பாதுகாப்பு முதலாக எல்லாவற்றையும் விற்கின்ற பரந்துபட்ட பல மத அமைப்புகளில், யக்ஞங்கள் (வேள்விகள்) மோஸ்தராகி (ஃபேஷனாகி) விட்டன. இவற்றை அரசியல்வாதிகளும் அரசியல் கட்சிகளும் பிடித்துக்கொண்டதில் வியப்பில்லை. இந்தப் 'பழங்கால' வேதச் சடங்குகள் தேர்தல் பிரச்சாரத்திற்கும் இன்னும் கேடாக, மதக் கலவரங்களுக்கும் உதவும் அரசியல் கண்காட்சி களாகிவிட்டன.

பொதுத்துறை-அரசியல் யக்ஞங்களின் வளர்ந்துவரும் பிராபல்யம் உண்மையில் ஒரு புத்துயிர்ப்பல்ல. ஏனெனில் நவீன இந்தியாவின் பொதுக்களத்தின் ஒரு பகுதியாக என்றுமே இருந்து வந்துள்ளன. 1962இல் அஷ்டக்ரஹம் எனப்பட்ட எட்டு கிரக – பூமி, சூரியன், சந்திரன், பிற ஐந்து கிரகங்கள் – சேர்க்கை நிகழ்ந்தபோது

நாடு ஒரு பீதியில் ஆழ்ந்தது. அப்போது ஆயிரக்கணக்கான பண்டிதர்கள் வாரக்கணக்காக வேத மந்திரங்களை இலட்சக் கணக்கான முறை ஓதியதைப் பற்றிய செய்தித்தாள் குறிப்புகள் உள்ளன.[25] 1970இல் வேத யாகத்தில் மந்திர உச்சாடனங்களின் வாயிலாக இந்திரா காந்தியைக் கொலை செய்ய ஜனசங்கம் (பாஜகவின் முன்னோடிக் கட்சி) முயன்றதைப் பற்றிய செய்தி களும் உள்ளன.[26] வேடிக்கை என்னவெனில், இந்த மரண யாகத்தை நிகழ்த்த ஏற்பாடு செய்யப்பட்ட புரோகிதரே அதைச் செய்து கொண்டிருந்த போது, மின்சாரம் தாக்கி இறந்து போனார் என்று கூறப்பட்டது. பொது (அரசுத் துறை) வேள்விகளும் புதியதல்ல. ஆனால் அவை இப்போது அடிக்கடி நிகழ்கின்றன, இன்னும் பிரபலமாகியுள்ளன, அரசியலாகி உள்ளன.

எடுத்துக்காட்டாக, காயத்ரி பரிவார் [27] என்ற (ஹரித்வாரைச் சேர்ந்த) அமைப்பின் உலகளாவிய பிராபல்யத்தைச் சொல்ல வேண்டும். இது காயத்ரி மந்திரத்தை இசைப்பதன் வாயிலாக 'அறிவியல் ஆன்மிகத்தைச்' சொல்லித்தருகிறது. மந்திரத்தைத் தொடர்ந்து, கூட்டாக வேள்விசெய்தல் மிகப்பெரிய அளவில் நடக்கிறது. பல ஆயிரம் பேர் 1008 ஓமகுண்டங்களில் (தீயில்) யாகப் பொருள்களை ஒரே சமயத்தில் இடுகின்றனர். இது 1953இல் ஸ்ரீராம் சர்மாவால் தொடங்கப்பட்டது. இப்போது அவருடைய மருமகன் பிரணவ பாண்டியா, ஒரு மருத்துவர், தலைவராக இருக்கிறார். பரிவார் (குடும்பம்), இப்போது ஓர் ஆய்வு நிறுவனத்தையும் நிகர்நிலைப் பல்கலைக்கழகத்தையும் ஹரித்வா ரிலும், தியான, ஆய்வு மையங்களை மதுராவிலும் நொய்டா விலும் நடத்துகிறது. இவற்றுக்கு அமெரிக்கா, பிரிட்டன், ஆஸ்திரேலியா, நியூசிலாந்து ஆகிய நாடுகளில் கிளைகள் உள்ளன. உலகமுழுவதும் இதற்கு 70 கோடி உறுப்பினர்கள் இருப்பதாகச் சொல்லப்படுகிறது. இதன் உறுப்பினர்கள், இந்தியாவிலும் வெளிநாடுகளிலும் உள்ள மருத்துவர்கள், பொறியியலாளர்கள், வழக்கறிஞர்கள், பெருவணிகக் குழுமத் தலைவர்கள் போன்ற தொழில்வல்லுநர்கள்.

காயத்ரி பரிவாரின் சூழ்ச்சிமேதைமை, புகழ்பெற்ற அசுவமேத யாகம் போன்ற பழங்கால வேதமந்திரங்களுக்கும் சடங்கு களுக்கும் அறிவியல்தொனி கொண்ட மொழியைப் பயன்படுத்தி இருபத்தோராம் நூற்றாண்டுக்கேற்ப மறுவடிவம் தருவதில்

உள்ளது. எடுத்துக்காட்டாக, பரிவார், யக்ஞத்தை, (அலோபதி போல) 'யக்ஞோபதி' என்று கூறுகிறது. இதற்கு அவ்வமைப்பின் வரையறையை, இணையதளத்திலிருந்து இங்கே தரப்படுகிறது:

> யக்ஞம் (வேள்வி): யாகத் தீயில் இடப்பட்ட பொருள்களின் நுட்பமான குணங்களை, தீயின் வெப்பசக்தி, மந்திரங்களின் ஒலி அதிர்வுகள் ஆகியவற்றின் துணைகொண்டு, மிகவும் நேர்த்தியாகப் பயன்படுத்தும் அறிவியல்முறை, யாகத்தீயில் மூலிகைகள், மருத்துவத் தாவரங்கள், சத்துமிகுந்த உணவுகள் இடப்படுகின்றன. இவற்றின் மெதுவான எரிதல், பதங்கமாதல், மிகவும் முக்கியமாக ஆவிநிலைக்கு மாறுதல் நிகழ்கிறது. மூச்சை உள்ளிழுத்தல் சிகிச்சையும், சுற்றுச்சூழல் தூய்மையாதலும் யக்ஞத்தின் முதன்மையான பயன்கள். மேலும், சாஸ்திரீய நூல்களின் பிரம்மாண்டமான மேதகைமையும், மங்கலமான ஆன்மிகப் பயன்களும் மரியாதையுடன் பெறப்படுகின்றன.

வேறுவார்த்தைகளில் சொன்னால், யாகங்கள் என்பவை, எரிக்கப்பட்ட பொருள்களில் உள்ள நலந்தரும் வேதிப் பொருள்களின் ஆவியாதல், அவற்றை முகர்தல், உள்ளிழுத்தல் பற்றியவை.

இதேபோல் காயத்ரி மந்திரத்தின் 'வியத்தகு சக்தி' என்பது, 'ஒலி அதிர்வுகள்', 'நுண்வட்டங்களில் உள்ள ஆற்றல் செயற்களங்களின்' விஷயம் ஆகிறது. காயத்ரி பரிவாரின் ஆன்மிகத் தலைவரான பிரணவ பாண்ட்யா, காயத்ரி மந்திரத்தின் 24 அசைகளும் 'மனித உடலின் நுண்மையங்களை நேர்வழியில் பாதிக்கின்றன' என்பதால் அதற்கு மீயியற்கைப் பண்புகள் உண்டு என்று விளக்குகிறார்.[28] அதுமட்டுமல்ல, மந்திரத்தை உச்சரித்தாலே போதும்; வேத காலத்திலிருந்து லட்சோபலட்சம் சாதுவான மனிதர்கள் இதை உச்சரித்ததால் உண்டான ஆற்றல் பரப்பில் உங்களை அது இணைத்துவிடுமாம்.

காயத்ரி பரிவார், இந்த ஆற்றல் அடிப்படையிலான தத்துவத்திற்குப் புகழ்பெற்ற அஸ்வமேத யாகத்தின் (இப்போது குதிரை தீயிலிடப்படாத) தனது மறுவுருவாக்கத்தில் பருமைவடிவம் தந்துள்ளது. பழைய அஸ்வமேத யாகம் என்பது யாகக் குதிரை கொல்லப்படும் கொடூரமான சடங்கு. இப்போது, அசுவம் அல்லது குதிரை என்பது, ஒருவரது இதயத்திலும் ஆன்மாவிலும் உள்ள 'தீய குணங்களாகிய பேய்விலங்குகளைக்' குறிக்கிறது.

யாகமும் தொடர்ந்து உச்சரிக்கப்படும் காயத்ரி மந்திரமும் இந்தப் பேய் விலங்குகளைச் சாந்தப்படுத்துகின்றன என்று காயத்ரி பரிவார் புதிய விளக்கம் அளிக்கிறது.[29] இந்தப் புதிய விளக்கத்தோடு மற்றொரு ஜனநாயகப் புதுமையும் இணைக்கப் படுகிறது. 1008 யாக நெருப்புகள் ஒரேசமயத்தில் வளர்க்கப் படுகின்றன. சாதி, வர்க்க வேறுபாடற்ற நூற்றுக்கணக்கான, ஆயிரக்கணக்கான மக்கள் நெய், மூலிகைகள், தானியங்கள், பிற புனிதப்படுத்தப்பட்ட பொருள்களைத் தீயில் காயத்ரி மந்திரத்தை ஜெபித்தவாறே இடுகிறார்கள். இரு பிறப்பாளர்களுக்கு (பிராமணர் களுக்கு) மட்டுமே உபநயன காலத்தில் காயத்ரி மந்திரத்தைச் சொல்ல வேண்டும் என்பதற்கு மாறாக, வெகுசன அளவில் சாதி, பால்வேற்றுமை பார்க்காமல் உச்சரிக்க வைப்பது ஜனநாயகத் தன்மைகொண்டதுதான். இந்த யாகம் நடைபெறும் பொழுதே, வாழ்க்கைச்சடங்குகளை – நாமகரணம் (பெயர் சூட்டும் சடங்கு), ஏன், திருமணம்கூட – நடத்துவதற்கு புரோகிதர்கள் கிடைக் கிறார்கள். கூட்டமாக மந்திரம் சொல்லுதல், நெய், மூலிகைகள், தானியங்களை ஆவியாக்குதல் மிகப் பேரளவான 'ஆன்மிக சக்தியை' விடுவிக்கிறது, இது பிறரால் பின்னர் பெற்றுக் கொள்ளக்கூடிய 'சக்தி' களங்களில் சேமித்து வைக்கப்படும் என்று கருதப்படுகிறது.

இந்தத் திரள் யாகங்கள் வடக்கிலிருந்து நாட்டின் பிற பகுதி களுக்கும் பரவுகின்றன. கோயில் நகரமான திருப்பதி, ஒரு பெரிய அசுவமேத யாகத்தை நடத்தியது. மேற்கு வங்கமும் இதேபோல நிகழ்த்தியது. காயத்ரி பரிவாரின் மையச் செயலான அசுவமேத யாகம், குறிப்பிடத்தக்க அளவு அயல்நாட்டு இந்தியச் சமூகங்கள் வாழும் பிற நாடுகளுக்கும் பரவுகிறது. அமெரிக்காவில், சிகாகோவிலும் லாஸ் ஏஞ்சல்ஸிலும் இந்த யாகம் நிகழ்த்தப் பட்டது – மிக அண்மையில் நியூசிலாந்தில்கூட.

இந்த பிரம்மாண்டச் சடங்குகளில் யார் பங்கேற்கிறார்கள்? காயத்ரி பரிவார், தொழில் வல்லுநர்களைக்கொண்ட நடுத்தர வகுப்பினரையும் செல்வம் மிக்க அயல்நாடுவாழ் இந்தியச் சமூகங்களையும் ஈர்க்கிறது. காயத்ரி மந்திரத்தையும் யாகத்தையும் பரப்பும் மையநோக்கம் மட்டுமன்றி, அரசாங்க, தனியார்துறைத் தொழில் வல்லுநர்களுக்குப் பரிவார், 'ஒழுக்க மேம்பாடும் மனஅழுத்த மேலாண்மையும்' என்பதில் வகுப்புகளும் நடத்துகிறது.

காயத்ரி பரிவாரின் வாடிக்கையாளர்களில் பிஎச்இஎல், தேசிய வெப்ப ஆற்றல் கூட்டுநிறுவனம், விற்பனைவரித்துறை, தொழில் துறை, கல்வித்துறை, தேசிய வங்கிகள் பலவற்றின் அதிகாரிகள் உள்ளனர்.[30]

முற்றிலும் புதிதான, காயத்ரி மந்திரமும் அசுவமேதத்தின் அறிவியல் விளக்கமும், தெளிவாகவே புதிதாகக் கண்டுபிடிக்கப் பட்ட மரபுதான். பழங்காலத்திலிருந்து வருகின்ற ஒரு சடங்கின் முக்கியத்துவத்தை, நவீன அறிவியலிலிருந்து கடன்பெறப்பட்ட மொழியில் விளக்குவதற்கு முற்றிலும் புதிய வழியை அது கண்டு பிடித்துள்ளது.

வேதச் சடங்குகளுக்கு மறுவடிவம் தரும் பிற குறிப்பிடத்தக்க முயற்சிகள், மகாராஷ்டிராவில் நிகழ்கிறது. மேலும் சிக்கலான ரௌதா சடங்கு அங்கு புத்துயிர் பெற்றுள்ளது.[31] 1992இல் டிமோதி லூபின் என்னும் அமெரிக்கர், இந்துமத ஆய்வாளர், மகாராஷ்டிர கிராமப்புறப் பகுதியில், கங்காகேத் என்னும் சிறுநகரத்தில், ரங்கநாத் சேலுகர் மகாராஜ் என்ற சாமியார் நடத்திய வேத யாகத்தைக் காணச் சென்றார்; குறிப்பிட்ட காலத்திற்கு நீண்ட அந்தச் சடங்கிற்கு எதிர்பாராவிதமாக அவரே தலைமை விருந்தின ராகவும் ஆகிவிட்டார். அந்த யாகம், பெருஞ்செலவில் நடத்தப் பட்ட சிக்கலான விஷயம். செவ்வியல் சமஸ்கிருத சூத்திர நூல்கள் கூறும் முறைப்படிப் பலவகையான சிக்கலான சடங்குகளைப் பதினேழு புரோகிதர்கள் நடத்தினர். சேலுகர் 1980 முதல் ஒவ்வோர் ஆண்டும் இந்த யாகங்களை நடத்திவருவதால், மகாராஷ்டிரத்தில் இவை ஒரு நிறுவன அந்தஸ்தைப் பெற்று விட்டன. அண்மை ஆண்டுகளில், சேலுகரும் அவருடைய சீடர்களும், இதே மாதிரி யாகங்களை புனே, தில்லி, ஹரித்வார் போன்ற இடங்களிலும் நடத்தியுள்ளனர். 1999 ஏப்ரல் முதல் 2000 மே வரை ஓராண்டு அளவுக்குப் பெரிய யாகத்தையும் அவர் நடத்தினார். சிறுநகரங்களிலும் கிராமப் புறங்களிலும் இந்த யாகங்கள், படித்தவர்களையும் ஒப்பீட்டளவில் பணக்காரர்களாக இருப்பவர்களையும் பெரும்பாலும் கடைக்காரர்கள், அலுவல எழுத்தர்கள், ஆசிரியர்கள், நிலமுள்ள விவசாயிகள் போன்றவர் களையும் ஈர்க்கின்றன.

இந்த யாகங்கள் தம்மளவில் வெளிப்படையாக மதவாதத் தன்மை உடையவை அல்ல. என்றாலும் சேலுகர், தத்தாத்ரேய

மரபின் ஆனந்த சம்பிரதாயக் குழுவைச் சேர்ந்தவர். இந்த மரபு, வரலாற்றுக் காரணங்களால், முஸ்லிம்களுடன் உரசல் கொண்டு உள்ளது. இந்த வரலாற்றுப் பகைமைகளை சுருக்கமாக நோக்குவது இங்குப் பயன்தரும்.[32] தத்தாத்ரேயர் பிரம்மா, சிவனின் சில அம்சங்களோடு சேர்ந்த விஷ்ணுவின் அவதாரமாகக் கருதப் படுபவர். மகாராஷ்டிரா, கர்நாடகா, குஜராத் ஆகிய இடங்களில் பிரசித்தமானவர். தத்தாத்ரேயரை வணங்குபவர்கள், விஷ்ணு – தத்தரின் ஐந்து மானிட வடிவங்களை ஏற்கிறார்கள். இரண்டு வடிவங்கள் வரலாற்றின்படி, முஸ்லிம்களின் மராட்டிய எதிரிகள். ஒருவர் சுவாமி ராமதாசர். *(1606-1682)*. சிவாஜியின் குருநாதர் என்று அவருடைய சீடர்களால் கருதப்படுபவர். (சிவாஜி, மராட்டிய வீரர், வெற்றிகரமாக முகலாயர்களை எதிர்த்து, தக்கணத்தில் மராட்டிய அரசை நிறுவியவர்.) மற்றவர் சுவாமி ரங்கநாதர். *(1612-1684)*. ஆனந்த சம்பிரதாயத்தை நிறுவியவர். இவரும் முஸ்லிம் ஆட்சிக்கு எதிராக, இந்துக்களின் சார்பாக, போரிடுவதைத் தூண்டிய கௌரவத்திற்குரியவர். சேலுகரே, சுதந்திரப் போராட்ட சமயத்தில், ஹைதராபாத் நிஜாமிடமிருந்து மராத்வாடாவின் சுதந்திரத்திற்காகப் போரிட்ட ஒரு குடும்பத்தைச் சேர்ந்தவர்தான். இந்த மதவாத அடியோட்டங்கள், கர்நாடகாவில் மேற்புறத்துக்கு வருகின்றன. நாம் கீழே காணப்போவதுபோல, அங்கே விஸ்வ ஹிந்து பரிஷத் (விஎச்பி), பஜ்ரங்தளம், பாஜக ஆகியோர், ஒரு சூஃபி வழிபாட்டிடத்தை தத்தாத்ரேயர் கோயிலாக மாற்றுமாறு வற்புறுத்துகின்றனர்.

தனிப்பட்ட தளத்திலும் பொதுத் தளத்திலும் விரிவான யாகங் களின் வளரும் பிரபல்யம், இந்தச் சடங்குகளின் அரசியல் பயன்பாட்டிற்குச் சமமாக உள்ளது. விரிவான தீச்சடங்குகள், இந்து வாக்காளர்களை வேண்டுவதற்கும் மதவாத, அரசியல் காரணங் களுக்கு மக்களைத் திரட்டுவதற்கும் பிரசித்தமான கருவிகள் ஆகிவிட்டன.

தேர்ந்தெடுக்கப்பட்ட பிரதிநிதிகளைப் புரவலர்களாகக் கொண்ட யாகங்கள் வழக்கமான நடைமுறை ஆகிவிட்டன. இப்போ தெல்லாம், மதச்சார்பற்ற அரசின் தேர்ந்தெடுக்கப்பட்ட பிரதிநிதிகள் ஒரு பெரும்பான்மை மதத்திற்கு வெளிப்படையான புரவலராக இருப்பதை எவரும் கேள்விகேட்பதில்லை. அரசியல் தரிசனக் கலாச்சாரம் ஒன்று எழுச்சிபெற்று வருகிறது. இதில் அரசுசார்ந்த

ஆன்மிகக் காட்சிகள், அரசு நடத்துவதின் ஒரு புதிய வடிவமாக அமைகின்றன.[33] கர்நாடகாவில் பாஜக-ஜனதாதள அரசாங்கம் தனியார் வணிக நிறுவனங்களுக்கு மானியங்கள் வழங்கிக் கொண்டிருக்கும்போதே, தனது 'ஏழைகள் சார்பான' முயற்சி களைக் காட்சிப்படுத்த விரும்பியதால், அது ஒரு பிரம்மாண்ட மான பொது யாகத்தை ஏற்பாடுசெய்தது. இன்னும் மோசம், மத்தியப் பிரதேசத்தின் காங்கிரஸ் முதலமைச்சரான (1993-2003) திக்விஜய் சிங் செய்தது: அவர் வரிசெலுத்துவோரின் பணத்தில் யாகங்கள், பூசைகள் நடத்தியது, முழுமையான ஒரு சந்தர்ப்பவாதச் செயல்.[34] 2003இல் இந்துத்துவக் கலகக்காரத் தலைவியான உமாபாரதியுடன்பயங்கர தேர்தல் போரில் சிக்கிக்கொண்டதால், இதற்குப் பரிகாரமாக, திக்விஜய் சிங், தனது 50 கேபினட் அமைச்சர்களையும் அவரவர் தொகுதிகளில் யாகங்களையும் பகவத்கீதை ஓதுதலையும் செய்யவைத்ததோடு, பத்து நாள் ராமநவமிக் கொண்டாட்டத்தில் பூசைகளுக்கும் ஏற்பாடு செய்தார். இதில் தம்முடைய பெயரும் விடுபட்டுவிடக்கூடாது என்பதற்காக அதை ஆதரித்த இந்தியாவின் துணைக் குடியரசுத் தலைவராக (2002-2007) இருந்த பைரோன் சிங் ஷிகாவத், யாகங்களில் விருப்பமுடையவர் என்பது யாவரும் தெரிந்ததுதான். மழைக் காகவும், வேத கலாச்சாரத்தை மேம்படுத்துவதற்காகவும், பல உயர்நிலை யாகங்களில் துணைக்குடியரசுத் தலைவர் என்ற மதிப்புக்கேற்பப் பங்கேற்றதாகச் சொல்லப் படுகிறது.[35]

யாகச் சடங்குகள் அறிமுகமானவையாக இருப்பதாலும், உயர் கல்வி பெற்றவர்கள் முதல் எழுத்தறிவற்றவர்கள் வரை மத நம்பிக்கை காரணமாக ஈர்க்கப்படுவதாலும், அரசியல் ஆள் திரட்டல்களுக்கு அவை கைவசக் கருவிகள் ஆகிவிட்டன. எடுத்துக்காட்டாக, கர்நாடகாவின் சிக்மகளூரிலுள்ள ஒரு சூஃபி வழிபாட்டுத் தலமான குரு தத்தாத்ரேய பாபா பந்தன் தர்காவை[36] 'விடுவிக்க' விஎச்பி-பஜ்ரங்தளம் நடத்திய போராட்டத்தைக் கூறலாம். சில நூற்றாண்டுகளாக, இந்தத் தலம் சூஃபி-இந்து, ஆகிய இருசாராரும் சேர்ந்து பொதுவாக வழிபடும் இடமாக இருந்து வந்துள்ளது. ஆனால் ஏறத்தாழக் கடந்த பத்தாண்டுகளாக, சங்கப் பரிவாரம், கர்நாடகாவில் ஓர் அயோத்தியை உருவாக்க முயன்றுவருகிறது. தத்தாத்ரேயப் பிரபு தவம் செய்த அதே இடத்தின் மீதுதான் சூஃபி வழிபாட்டிடம் கட்டப்பட்டுள்ளதாக

அது கூறுகிறது. விஎச்பியும் பஜ்ரங் தளமும் அந்த வழிபாட்டிடம் இந்துக்களிடம் ஒப்படைக்கப்பட வேண்டும் என்றும், தத்தாத்ரேயரின் விக்கிரகங்கள் நிறுவப்படவேண்டும் என்றும் கேட்கின்றன. தத்தாத்ரேய மரபின்மீது சேலூகருக்கு இருக்கும் செல்வாக்கால், கர்நாடகாவின் இந்தச் சிக்கலுக்குரிய இடத்தில் பெருமளவு மக்களைத் திரட்டுவதற்கான முக்கியச் செயல்பாட்டுச் சாதனமாக, காவி உடை அணிந்த ஆயிரக்கணக்கான ஆண்களும் பெண்களும் பங்கேற்கின்ற பிரம்மாண்டமான யாகங்கள் நடத்தப்பட்டன.

2009 நாடாளுமன்றத் தேர்தலில், இந்து வலதுசாரியினர் மக்களைத் திரட்டுவதற்கு விருப்பமான வழியாக யாத்திரைகளுக்குப் பதிலாக யாகங்களைக் கருதினர். மத உணர்ச்சி எளிதில் தூண்டப்படும் மாநிலமான கர்நாடகாவில், எடுத்துக்காட்டாக, மாநிலம் முழுவதுமுள்ள கோயில்களில் நூறு யாகங்களை விஎச்பி ஏற்பாடு செய்தது. அங்குக் கூடியவர்கள், 'இந்து மதத்திற்காகப் போராடுவோம் என சபதம் ஏற்குமாறு' செய்யப்பட்டனர்.[37] 2008 டிசம்பரில், ஒரிஸாவில், இந்துக்களின் மூர்க்கமான தாக்குதலால் ஆயிரக்கணக்கான கிறித்துவர்கள் இடம்பெயர்ந்த போது, நாடாளுமன்றத் தேர்தலில் பாஜக வேட்பாளரான அசோக் சாஹூ, 'தான் செல்லும் கிராமங்களில் எல்லாம் மகா யாகங்களை நடத்தினார், கோண்ட் பழங்குடி இனத்தவர்களை அதுவரை அவர்கள் செய்யாத சடங்குகளைச் செய்யுமாறு நிர்ப்பந்தப்படுத்தினார்.'[38]

கம்யூனிஸ்டுகள் உள்ளிட்ட இடதுசாரிச் சமூக இயக்கங்களும் அரசியல் ஆதாயங்களுக்கென மதச்சடங்குகளைப் பயன்படுத்தாமல் இல்லை. மதச் சுரண்டலுக்கு மிகவும் கேவலமான ஓர் எடுத்துக்காட்டாக மாவட்ட நீதிமன்ற நடுவர், காவல்துறைக் கண்காணிப்பாளர், மாநிலத் தொழில்வளர்ச்சி நிறுவனத்தின் இயக்குநர் உள்பட, மேற்கு வங்கத்தின் இடதுசாரி முன்னணியின் உயர்நிலைப் பிரதிநிதிகள், தாங்கள் பலவந்தமாகக் கையகப்படுத்தி டாட்டாக்களுக்கு உரிமையாக்கிய நிலத்தை ஆசீர்வதிக்கும் விதமாக பூமி பூசை விழாவில் பங்கேற்றதைக் கூறலாம்.[39]

எல்லா வண்ண அரசியல் கட்சிகளுக்கும், ஆன்மிகத்தை மக்களிடையே காட்சிப்படுத்துவது பயனுடையதாக இருக்கிறது என்று நினைக்கின்றனர். தங்கள் சொந்த நோக்கங்களுக்காக அவற்றில் ஈடுபடவும் செய்கின்றனர். உண்மையில் ஒட்டுமொத்த

நஷ்டமடைவது பொதுமக்களின் வரிப்பணம்தான். ஏனெனில் இந்த மதச்சடங்குகளில் பலவற்றுக்கும் ஒரு பகுதியேனும் மாநில, உள்ளூர் அரசாங்கங்கள் நிதியளிக்கின்றன. இதைவிடப் பெரிய இழப்பு, பொதுஅரசியல் வெளிக்குத்தான். அது தொடர்ந்து மதத் தன்மையின் பொதுப் பகட்டுக் காட்சிகளில் மூழ்கடிக்கப்படுகிறது.

பொது யாகங்களில் பங்கேற்கும் எல்லாருக்குமே கண்டிப்பாக தங்களுக்கெனத் தனிப்பட்ட ஓர் அரசியல் நோக்கம் இருக்கிறது என்று சொல்ல முடியாது; எல்லா யாகங்களுக்கும் வகுப்புவாதக் குறிப்பர்த்தம் உண்டு என்றும் சொல்ல முடியாது. பாஜகவும் விஎச்பியும் யாகங்களை மதப் பிரிவினைக்குக் கருவியாகப் பயன்படுத்துவதால், எல்லா யாகங்களும் மதப்பாகுபாடு கொண்டவை என்றோ, காயத்ரி பரிவாருக்குத் தங்கள் நேரத்தையும் பணத்தையும் செலவிட முன்வரும், நல்ல, நேர்மையான நம்பிக்கை யாளர்கள் இந்துத்துவக் காரணங்களை ஆதரிக்கிறார்கள் என்றோ கூறவும் முடியாது. இதேபோல, சேலுகரின் பரந்துவிரிந்த நிகழ்ச்சிகளுக்குக் கூட்டமாகச் சேர்பவர்கள் அனைவரும் விஎச்பி-பஜ்ரங்தள் கர்நாடகக் கோயிலுக்காக முன்வருபவர்கள் என்று சொல்ல முடியாது. மத நடத்தைகள் அவ்வளவு தெளிவாக ‘வர்க்க நலன்களுடனோ அரசியல் பார்வைகளுடனோ’ ஒத்திசைபவை அல்ல. ஆனால் நவீன சாமியார்களின் அதிகற்பனை கொண்ட விளக்கங்களைச் சற்றும் விமரிசனமின்றி ஒப்புக் கொள்ளுவதாலும், அரசாங்கத்தின் பிரதிநிதிகள் மதச்சடங்கு களை வெளிப்படையாகப் பயன்படுத்துவதற்கு எதிரான நிலைப்பாடு எடுக்காததாலும், படித்த வகுப்பினர் இம்மாதிரிச் சடங்குகளைப் பொதுக்களம் முழுவதும் நிரம்புவதற்கு (பூரித நிலை அடைய) அனுமதித்துள்ளனர். அத்துடன் மேட்டுக்குடி வகுப்பினர், குறிப்பாக மிகவும் முன்னேறிய அறிவியல்களில் உயர் பட்டம் பெற்றவர்கள் இம்மாதிரிச் சடங்குகளில் பங்கேற்பது அவை முறைப்படியானவை என்று ‘நியாயப்படுத்த’ உதவுகின்றன.

கடவுளரைத் தரம் உயர்த்துதல்

பழையனவற்றிலிருந்து புதிய சடங்குகள் மட்டும் உருவமைக்கப் படுவதில்லை; ஆண்-பெண் கடவுளர்களும் புதிய வடிவத்தை அடைகின்றனர். அண்மைக்காலம் வரை சாதாரண மக்களோடு

தொடர்புடைய கடவுளர்களும் தேவியர்களும் இப்போது பெருவணிக வளாகங்களும், பல்திரையரங்குகளும் (மால்களிலும் மட்டிபிளக்ஸுகளும்) கொண்ட ஆரவாரப் பகட்டுள்ள புதிய நகர்ப்புறங்களில் இருப்பிடம் பெறுகிறார்கள். நாட்டின் தென் பகுதியில், ஒருகாலத்தில் மக்களின் ஆரோக்கியத்தையும் மண்ணின் வளத்தையும் பாதுகாத்துவந்த கிராம தெய்வங்கள் அல்லது அம்மன்கள், இப்போது நடுத்தர வகுப்பினரால் ஏற்கப்படுகின்றனர். இப்போக்கு, 'கடவுளரின் தரம் உயர்த்துதல்' எனப்படுகிறது.[40] நாட்டின் வடக்குப் பகுதியில், 'மாதா'க்களின் கோயில்கள் அல்லது சக்திபீடங்களுக்குச் செல்லும் (சதி என்ற தேவியின் உடலுறுப்புகள் பலவும் விழுந்ததாகக் கருதப்படுகின்ற இடங்கள்) புனித யாத்திரைகள் மிகவும் பெருகியுள்ளன.

சென்னை மாநகரத்தின் சாலையோரக் கோயில்கள் பற்றி அண்மையில் யு. கல்பகம் என்பவர் செய்த ஆய்வு, மாரியம்மனின் தரம் உயர்த்துதல் பற்றிய இயங்குமுறையைத் தெரிவிக்கிறது. மாரியம்மன், சீதள மாதாவின் (அம்மைநோய் தீர்ப்பவள்) தெற்கத்திய வடிவம்.[41] தென்சென்னையின் மயிலாப்பூர் – மந்தை வெளிப் பகுதியில் உள்ள சாலையோரக் கோயிலான – ஸ்ரீநாக கன்னியம்மன் கோயிலின் வரலாற்றை இங்கு உதாரணமாகத் தரலாம். ஏறத்தாழ முப்பதாண்டுகளுக்கு முன்பு, கன்னியம்மா என்ற பெயர்கொண்ட பூக்காரி, மக்களால் புனிதமானதாகக் கருதப்படுகின்ற ஓர் அரசமரத்தடியில் ஒரு கல்லை நட்டு, பெண் கடவுளின் ஒரு சிறிய சன்னதியை உருவாக்கினார். ஆண்டுகள் செல்ல, இந்தக் கல், பழங்குடி, தலித் கடவுளர் மற்றும் வேதக் கடவுளர்களின் கலவையாக – ஒரு பலகோயில் வளாகமாக வளர்ந்துவிட்டது. அம்மனின் கோயிலோடு அனுமனுக்கும், விநாயகருக்கும், ஐயப்பனுக்கும் அருகருகே சன்னதிகள் உள்ளன. கோயிலின் அன்றாடச் செயல்பாடுகள் அந்த வட்டாரத்திலுள்ள பெருவணிகர்கள், கடைக்காரர்கள், குடியிருப்போர் அடங்கிய சங்கத்தினால் நிர்வகிக்கப்படுகிறது. தரம் உயர்த்துதல் என்னும் செயல்முறை வாயிலாக தலித்துகள், பிற்பட்ட சாதியினரின் கடவுளர், பிராமணப் புரோகிதர்களை அமர்த்துதல், மரக்கறி உணவை மட்டுமே படைத்தல், வேத, ஆகமச் சடங்குகளைச் செய்தல் போன்றவற்றைக் கொண்ட படித்த நடுத்தர வகுப்பினருக்கு உவப்பான வழிபாட்டு வடிவத்திற்குள் கொண்டுவரப்படு கின்றனர்.

இதைப் போன்ற ஒரு தரம் உயர்த்தும் செயல்முறை சென்னை மயிலாப்பூரில் நடுத்தரவர்க்கக் குடியிருப்புப் பகுதியில் நிகழ்ந்தது.[42] புகழ்பெற்ற கோலவிழியம்மன் கோயிலைப் புதுப்பித்துக் கட்டி, புனிதப்படுத்தி, பிராமணப் புரோகிதர்களை வைத்து வேதச் சடங்குகளைக் கொண்டு மீண்டும் கும்பாபிஷேகம் நடத்தியதை ஜோன் வேகார்ன் விவரிக்கின்றார். நாக கன்னியம்மன் கோயிலின் தரம் உயர்த்துதலில் நிகழ்ந்தது போலவே, இங்கும் 'ஒரு புனித மரத்தடியில் இரண்டு நூற்றாண்டுகளுக்கு முன்னால், பழைய முண்டகக் கண்ணியம்மன் எளிய ஒரு கல்வடிவத்தில் அமர்ந் திருந்தாள்' எனப்படுகிறது. இப்போது 'அவளுடைய முகமும் முக்கோண உடலும் தடித்த வெள்ளித்தகட்டால் மூடப் பட்டுள்ளன. அவளுடைய மரமும் கீற்றுக்குடிசையும் பளிச்சென வண்ணம் பூசிய மண்டபம், பிரகாரம் அமைத்து இரு கோபுரங்கள் ஆகியவற்றுடன் வளர்ந்துள்ளன.' இந்த தேவதை, கிராமப்புற நிலங்களின் வளத்தைப் பாதுகாத்துவந்தவள். புதிய பகட்டான நகர்ப்புறத்திற்கு நகர்ந்திருக்கிறாள். ஜோன் வேகார்ன் சொல்கிறார்:

> சக்தி (பெண்) தேவதைகளின் பழைய பீடங்களாக இருந்தவை பல, நடுத்தர வர்க்கத்தினருள் புதிய, தீவிரமான புரவலர் களைக் கவர்ந்துள்ளன...வெளிப்படையாக இப்படிப்பட்ட வழிபாட்டு வடிவங்களைப் பயன்படுத்தலும், இப்படிப்பட்ட தேவதைகளை வழிபடுதலும் ஒரு காலத்தில் படித்தவர்-படிக்காதவர் ஆகியவர்களின் மதப் பிளவைக் காட்டும் அடையாளமாக இருந்தது... ஆனால் 1990களில், இவள் புதிய நடுத்தர வகுப்பினரின் உலகத்தை ஒன்றுபடுத்துவதாகத் தெரிகிறது. முன்பு கிராம சக்திபீடங்களாக இருந்தவை இப்போது, நடுத்தர வகுப்பினர் தங்களுடைய சொந்த வீடு களைக்கட்டிக்கொண்ட அண்மைப் புறங்களில் செழிக்கின்றன.[43]

தரம் உயர்த்தும் செயல்முறை, சமஸ்கிருதமயமாக்கலின் தெளிவான கூறுகளைக் கொண்டுள்ளது. சான்றாக, ஆகம மந்திரங்கள், மரக்கறி உணவுப் படையல்கள் போன்றவை மூலலாக, கிராம தேவதை, நடுத்தர நகர்ப்புறவாசிகளின் மத உணர்வுகளுக்கு ஏற்புடையவள் ஆக்கப்படுகிறாள். இருப்பினும், கோயில் சடங்குகளிலும், விழாக் களிலும், மேட்டுக்குடி மற்றும் மேட்டுக்குடி அல்லாதோர் கடவுளர்கள், வகுப்புகள், சாதிகள் என்ற பாகுபாடுகள் மிகக் கண்டிப்பாகப் பின்பற்றப்படாமையால், ஒரு புதிய ஜனநாயகக் கலாச்சாரத்தின் ஒளிக்கீற்றும் தென்படுகிறது.

சென்னைக்கு அருகிலுள்ள மேல்மருவத்தூரில் மிக வேகமாக வளர்ந்துவரும் ஆதி பராசக்தி வழிபாடு, மேல்நோக்கிச் செல்லும் கிராம தேவதைக்கு மற்றுமொரு சான்று. இதை நன்கறியப்பட்ட சமகால இந்துமத ஆய்வாளரான வசுதா நாராயணன் விரிவாகக் கூறியுள்ளார்.[44] இந்தக் கோயில் வளாகத்திற்கு, பத்தாயிரக்கணக் கிலான பக்தர்கள் சிவப்பு உடை அணிந்து வருகிறார்கள். இந்தக் கோயிலின் ஆண் தெய்வ வாக்குரைஞரான பங்காரு அடிகளாரின் உடலில் அம்மன் அவதாரம் குடிகொண்டு பேசுவதாக அவர்கள் நம்புகிறார்கள். அவரை 'தாய்' அல்லது 'அம்மா' என்றும் அழைக்கிறார்கள். அவளுடைய அவதாரம் தெய்வ வாக்குரைஞரின் வாயிலாக சாதி, சுற்றுச்சூழல், உலக அமைதி ஆகிய சமகாலப் பிரச்சினைகளைப் பற்றியும் அம்மன் பேசுகிறது. பக்தைகளே அதன் ஆன்மிகக் குழுக்கள், சங்கங்கள் பலவற்றை நடத்துகின்றனர். மாதவிலக்குப் பெண்கள், விதவைகள் போன்றோர் மீதான தீட்டு அனுசரிக்கப்படுவதில்லை. சிவப்பு உடையை எல்லா பக்தர்களும் அணிந்துவருவதால் (சிவப்பு என்பது மனித இனத்திற்கே பொதுவான இரத்தத்தின் நிறம்) சாதி வித்தியாசங்கள் பார்க்கப் படுவதில்லை. மனிதர் யாவருள்ளும் தெய்வீகம் இருப்பதைக் குறிக்க, எல்லாரும் ஒருவரையொருவர் 'சக்தி' என்று அழைக் கின்றனர். இந்த தேவி 'சமூக, உலகப் பிரச்சினைகளை' அறிந்தவள். அவ்வப்போது தன் வாக்குரைஞர் வாயிலாக 'வறட்சியான பகுதிகள் மழை பெறவும், இயற்கை வளங்கள் அதிகரிக்கவும், உலக சமாதானத்திற்கும்' யாகங்களையும் மதச் சடங்குகளையும் நடத்தச் சொல்கிறாள். 1966இல் ஏதோ ஒரு வேப்பமர அதிசயம் நடந்ததில் தொடங்கிய இக்கோயில், இப்போது பிரார்த்தனைக் கூடங்கள், ஆசிரமங்கள், பள்ளிகள், மருத்துவமனைகள் கொண்ட ஒரு பெரிய யாத்திரை வளாகமாக வளர்ந்திருக்கிறது.

நோக்கத்தக்க மற்றொரு நிகழ்வு, பழைய கடவுளர்களும் தேவியர்களும் புதிய வடிவங்களில் அவதாரம் பெறுவதாகும்.[45] ஒருகாலத்தில் அம்மைநோயைத் தீர்ப்பவளாகக் கருதப்பட்ட மாரியம்மன், கர்நாடகாவில் இப்போது எய்ட்ஸ் அம்மனாக மீள்கண்டுபிடிப்பு செய்யப்பட்டிருக்கிறாள். இவர் எய்ட்ஸை குணப்படுத்தும் தாய். இந்தப் புதிய தேவதை, எச். என். கிரீஷ் என்ற உயர்நிலைப் பள்ளி அறிவியல் ஆசிரியரின் கண்டுபிடிப்பு. எச்ஐவி-எய்ட்ஸின் காரணங்களையும் எடுக்கவேண்டிய முன்னெச்சரிக்கைகளையும் மக்களுக்குக் கற்பிக்க ஒருவேளை

இப்படிச் செய்திருக்கலாம். (ஒரு பெண் தெய்வத்துக்கும் எச்ஐவி வைரஸுக்கும் என்ன தொடர்பு இருக்க முடியும் என்ற கேள்வியை ஏனோ அந்த ஆசிரியர் கேட்கவில்லை!) மதச்சார்பற்ற நோக்கங்களுக்கு மத நம்பிக்கைகளைப் பயன்படுத்துவதில் பரிவுடைய சிலர், இந்தக் கடவுள் கல்விநோக்கங்களுக்கு மட்டுமே பயன்படுவாள் என்று வாதிட்டிருக்கிறார்கள். ஆனால் ஒரு தேவதையின் மீயியற்கை மற்றும் புனிதப் பரிமாணத்தை அவ்வளவு எளிதாக இல்லாமல் ஆக்கமுடியும், அல்லது ஒரு கோயிலை ஓர் அறிவியல் வகுப்பறையாக மாற்றமுடியும் என்ற எதிர்பார்ப்பைக் களத்திலிருந்து வரும் அறிக்கைகள் பொய்யாக்குகின்றன. கோயிலுக்கு வருபவர்கள் மருத்துவத் தகவலை வேண்டி வருவதில்லை. மாறாக, அவர்கள் தேவியிடமிருந்து பாதுகாப்பையும் நல்ல உடல்நலத்தையும் வேண்ட வருகிறார்கள்.

எய்ட்ஸ் அம்மன் ஓர் எளிய விஷயம், மிக அதிகமான பேரை அது ஈர்ப்பதாகவும் தெரியவில்லை. ஆனால் தரம் உயர்த்தும் திட்டங்கள் பல, உண்மையிலேயே பிரமிக்கத்தக்க அளவில் நிகழ்த்தப்படுகின்றன, அவற்றுக்குப் பெரிய வணிகர்களிடமிருந்து மிகப் பெரிய கொடைகள் தேவைப்படுகின்றன. சுட்டிக்காட்டக் கூடிய ஓர் உதாரணம், புதுக்கோட்டையில் டிவிஎஸ் மோட்டார்ஸின் நன்கொடையால் தரம் உயர்த்தப்பட்ட மாரியம்மன் கோயில். தமிழ்நாட்டில் முக்கியமான பெரிய கோயில் புதுப்பித்தல்களை மேற்கொண்டுள்ள இந்தியக் கலாச்சார, பாரம்பரிய அறக் கட்டளைக்கு (இண்டியன் கல்ச்சுரல் அண்ட் ஹெரிடேஜ் ட்ரஸ்ட்) முக்கிய கொடையாளர் டிவிஎஸ் குழுமம் ஆகும்.[46] டிவிஎஸ் குடும்பம், ஐயங்கார் பிராமணர்கள். வளரும் பொருள்முதல் வாதத்திற்கு எதிர்நிலையில் பாரம்பரியத்தை மீட்பவர்களாகத் தங்களைக் காண்பவர்கள். ஒருவேளை மாநிலத்தில் கோயில் புதுப்பிக்கும் பணியில் அவர்கள் காட்டும் ஆர்வத்திற்கு இது காரணமாகலாம்.

சமகாலத்தில் அனுமன் கோயில்கள் கட்டுவதிலும் புதுப் பிப்பதிலும் ஏற்பட்டுள்ள பெருக்கமும், நடுத்தர வர்க்கத்தினரின் ஆதரவைக்காட்டுவதாகவே நோக்கப்படுகிறது. தேசம் முழுவதிலும் அனுமனுக்கு வளர்ந்துவரும் பிராபல்யத்தை ஆராய்ந்த ஃபிலிப் லுட்ஜெண்டார்ஃப், ‘அனுமனுடைய உயர்ந்த தலைவனுக்கு (இராமனுக்கு) உள்ள கோயில்களைவிட அனுமனுக்கு உள்ள

கோயில்கள் அதிகம்' என்று குறிப்பிடுகிறார்.[47] அனுமன் பரவலாகப் புகழ் அடைந்திருப்பது மட்டுமல்ல, ஒன்றைவிட ஒன்று பெரியதாக அனுமனின் சிலைகளை வைப்பது பரவலாகி வருகிறது. ஆந்திராவில் புட்டபர்த்தியில் சாயிபாபா ஆசிரமத்திலுள்ள 70 அடி உயர அனுமன் சிலை பிரசித்தமானது. ஆனால் தில்லியில் புதிதாக 91 அடி, 108 அடி அனுமன் சிலைகளை நிறுவிய பிறகு சாயிபாபாவின் அனுமன் குள்ளமாகிவிட்டார்.

அனுமனின் வளரும் பிராபல்யத்துக்கான அறிகுறிகளைக் காண்பது எளிது. புதுதில்லியின் மேட்டுக்குடி நகர் பகுதியான கனாட் பிளேஸில் உள்ள அனுமன் கோயில் முன்னால் நீண்டு வளையும் பக்தர்களின் வரிசை, ஒப்புநிலையில் சமூகத்தில் நன்கு ஊன்றியவர்களிடையே அனுமனுக்குப் பிராபல்யம் இருப்பதைக் காட்டுகிறது. காலத்தின் அருமையை மனத்தில் கொண்டு, கனாட் பிளேஸில் உள்ள அனுமன் கோயில், ஓரிட-முழுச்சேவைக் (ஒன்-ஸ்டாப் ஃபுல் சர்வீஸ்) கோயிலாகி உள்ளது. அங்கேயே பக்தர்கள் துர்கா, லக்ஷ்மியையும், விருப்பங்களைப் பூர்த்தி செய்வதில் பிரபலமான சந்தோஷி மாதாவையும், நிரந்தரமாக விரும்பப்படும் விநாயகரையும் வணங்கலாம். பாரம்பரியமாக, (பிரம்மச்சரியமும் உடல்வலிமையும் காரணமாக) அனுமன் ஆண்களின் கடவுளாகக் கருதப்பட்டாலும், அவனுடைய புகழ் பெண்களிடையே பரவிவருகிறது என்பது குறிப்பிடத்தக்கது. ஆண் குழந்தைகளையும் குடும்பத்தில் பொருள்வளத்தையும் தரும் கடவுளாக பெண்கள் அனுமனை பாவிக்கிறார்கள் என்று லுட்ஜெண்டார்ஃப் கூறுகிறார். அனுமனின் புகழ், பால்பேதத்தைக் கடந்ததுபோலவே வர்க்க பேதத்தையும் கடந்துள்ளது. மயானத்தின் அருகில் செல்வம் குறைவான பகுதியில் உள்ள ஒரு அனுமன் கோயில், தில்லியின் புறநகர்ப்பகுதியிலிருந்தும், அண்டை மாநிலங்களிலிருந்தும் சற்றே வசதி குறைவான பக்தர்களை ஈர்த்துவருகிறது.

ஏன்? என்பதுதான் இயல்பான கேள்வி. மேட்டுக்குடி அல்லாத கடவுளை நோக்கி நடுத்தர வகுப்பினரின் பக்தியை ஈர்ப்பது எது? பக்தர்களே முரண்பாடற்ற காரணத்தை அளிக்கிறார்கள்: தேவலோக வட்டத்தில் வாழும் பெரிய கடவுள்களைவிட, சாதாரண மககளின் தேவைகள், ஆசைகளை இந்த உள்ளூர்க் கடவுள்களே நெருக்க மாக அறிந்திருக்கிறார்கள். கிறிஸ்டோஃபர் ஃபுல்லர் இதுபற்றி:

பெரிய கடவுளர்கள், குறிப்பாக விஷ்ணு, சிவன் ஆகியோர், எதிர்வினையற்றவர்களாகவும், குறித்த வகையில் அவர்களைச் செயல்படத் தூண்டும் பயனற்ற முயற்சிகளால் சினம் அடைபவர்களாகவும் கருதப்படுகிறார்கள். மாறாக, சிறிய கடவுளர் பலர், வழிபாட்டின்போது, இன்னின்ன கொடுத்தால் என்ன பலனைத் தருவார்கள் என்ற நேரடி பேரத்துக்கு மனம் திறந்தவர்களாக உள்ளனர் என்று கருதப்படுகிறது.[48]

இதேபோல, அனுமன் போன்ற தெய்வங்கள், 'தேவைக்கேற்ப உருவாக்கப்பட்ட நடுத்தர வர்க்கக் கடவுளர்கள்' எனப்படுகிறார்கள். ஏனெனில் இவர்கள் உயர்கடவுளர்க்கும் மானிடர்க்கும் இடையில் உலக விஷயங்களில் இடைத்தரகர்கள் அல்லது தூதுவர்கள் போலப் பணி செய்கிறார்கள்.[49] தங்கள் வாழ்க்கையில் பழைய, புதிய சங்கடங்களைச் சந்திக்கும்போது நடுத்தர மக்கள், 'தேவையான மக்களிடமும் மூலங்களிடமும் செல்லத் தடைகளை நீக்கி, அணுகலை விரைவுபடுத்த இடைத்தரகர்கள்' போலச் செயல்படும் கடவுளர்களிடம் ஈர்க்கப்படுகிறார்கள். அதாவது உயர்கடவுளரிடம் தங்களுக்கான சிபாரிசு செய்ய வேண்டும்.

மதச்சார்பின்மைக் கோட்பாடு, இந்துக்கள் தங்கள் கடவுளர்க்குப் பணிஓய்வு வழங்குவார்கள் என்று எதிர்பார்த்தது. இதற்கு மாறாக, நவீனமயமாகும்போது, இந்துக்கள் தங்கள் கடவுளர்களையும் மறுவுருவாக்கம் செய்கிறார்கள். கிராமங்களின் பாதுகாவலர்களாக ஒருகாலத்தில் கருதப்பட்ட அம்மைநோய், பிற நோய்களிலிருந்து காப்பாற்றிய கடவுளர், இன்று போட்டி மிகுந்துவருகின்ற நகர்ப்புறச் சூழலில், வெற்றியையும் புனிதத்தையும் ஆசீர்வதிக்குமாறு வேண்டப்படுகிறார்கள்.

புதிய சாமியார்கள்

வளத்தில் காலூன்றிய இந்தியர்களுக்கும் அற்புதங்களைச் செய்யும் சாமியார்களுக்கும் இடையில் எப்போதும் பெரிய ஈர்ப்பு இருந்து வருகிறது. இந்த 'குருஜீ'க்களில் பலர் தங்களைத் தாங்களே கடவுளின் அவதாரங்களாகச் சொல்லிக்கொள்கிறார்கள். நன்கறியப்பட்ட எல்லா நவீன சாமியார்களும், மேல்நோக்கி வளர்கின்ற இந்தியர்கள், அயல்நாடுவாழ் இந்தியர்கள், தேடலில் ஈடுபட்ட மேற்கத்தியர்கள் என்ற ஒரே குட்டையில் மீன்பிடிக்க நினைக்கிறார்கள். இந்திய நடுத்தர வர்க்கத்தினர், அயல்நாடுவாழ்

இந்தியர்கள், மேற்கத்தியர்கள் போன்ற வாழ்க்கைமுறையைப் பெற்றுவிட்டால், இந்தப் புதிய யுகத்திற்கான ஆன்மிகத்திலும் அவர்களின் இரசனையைப் பகிர்ந்துகொள்வார்கள் என்று எதிர்பார்க்கப் படுகிறது. இது சரிதான்; ஏனெனில், மேற்கத்திய புதிய யுகம் முதலில் இந்து, பௌத்த மரபுகளிலிருந்து மிக அதிகமாகக் கடன்பெற்றுள்ளது.

நவீன சாமியார்கள், நடைமுறையில், மிகப்பெரிய வணிகப் பேரரசுகளின் தலைமை நிர்வாக அதிகாரிகள்தான். அவர்கள், கடும்போட்டி கொண்ட ஆன்மிகச்சந்தையில் தாங்கள் இயங்குவதை அறிவார்கள். ஆகவே அதற்கேற்ப, தங்கள் பொருள்களையும் சேவைகளையும் வேறுபடுத்திக்காட்ட முனைகிறார்கள். ஆன்மிகம் தேடுபவர்களும், சரியான சாமியாரைத் தேடியலைந்து, பல பேரை முயற்சிசெய்துவிட்டு, கடைசியாக ஒரு குருஜீயிடம் சென்று அமர்கிறார்கள். தங்கள் மனப்பாங்கிற்கும் ஆன்மிகத் தேவைகளுக்கும் ஏற்ப, மூன்று முக்கிய வகைச் சாமியார்களில் ஏதோ ஒருவகையினரிடம் செல்கிறார்கள். வகை- *1:* அற்புதங்கள் செய்யும் சாமியார்கள்; வகை-*2:*வேத ஞானத்தை விளக்குவதில் சிறப்புப் பயிற்சியுள்ள தத்துவ சாமியார்கள்; வகை-*3:* யோகம்-தியானம்-மாற்றுமருத்துவச் சாமியார்கள். இவர்கள், யோக நிலைகளையும் பிராணாயாம உத்திகளையும் புதிய யுக உத்திகளான ஜோசியம்/டேரட், வாஸ்து/ஃபெங் சுயி, ரேய்கி, பிராண மருத்துவம், மலர் மருத்துவம் போன்றவற்றுடன் சேர்த்தோ சேர்க்காமலோ கையாளுவார்கள். இந்த மூன்று வகையினரும் முற்றிலும் தனித் தனியானவர்கள் அல்ல. அற்புதங்கள் செய்யும் சாமியார்களும் தத்துவ உரைகளையும் நவயுக உத்திகளையும் வழங்குவார்கள்; வேத மரபைச் சொல்பவர்களும் ஜோசியம், யாகம், தங்கள் குருநாதர்களுடைய அற்புதச்செயல்கள் போன்றவற்றை விடுவதில்லை; யோகத்தையும் மாற்றுமருத்துவத்தையும் சொல்பவர்களும் ரேய்கி, அக்குபங்சர், உடல் சீர்மைகள், குடல்தூய்மை போன்றவற்றை விலக்குவதில்லை. தங்கள் பங்குக்கு, ஆன்மிகம் தேடுபவர்களும், தேவைக்கேற்பத் தங்கள் சாமியார்களைக் கலந்துகொள்ளவும் மாற்றிக்கொள்ளவும் ஒரு வகையிலிருந்து மற்றொரு வகைக்கு மாறவும் செய்கிறார்கள். யாவற்றுக்கும் மேலாக, ஓர் ஆசிரமத்தில் தியானம் செய்வது, ஒரு கோயிலுக்கோ, யாகத்திற்கோ செல்வதிலிருந்து ஒருவரையும் தடுப்பதில்லை. இந்தியாவின் மதப் பேரங்காடி, ஆன்மிகம் தேடுபவர்களின்

கனவு மெய்ப்பாடாகும். அது தங்கள் மதத்தன்மையை ஆராய் வதற்கும் வெளிப்படுத்துவதற்கும் ஏராளமான வழிகளுக்கான வாய்ப்பைத் தருகிறது.

அற்புதம் செய்யும் குருவின் மூலமுன்மாதிரி, சத்ய சாயிபாபா. அவருக்குக் கடும் போட்டியாக இருப்பவர், மாதா அமிர்தானந்தமயீ – புகழ்பெற்ற 'கட்டிப்பிடிக்கும் சாமியார்.' தனது மீயியற்கை ஆற்றலால் (அல்லது அது கண்கட்டு வித்தையா?) பௌதிகப் பொருள்களை உருவாக்குகிறார் சாயிபாபா என்றால், அமிர்தானந்த மயீ தனது சீடர்களை, தினமும் தங்களுக்காக அவர் அற்புதங் களை நிகழ்த்துவதாக 'நினைக்க' ஊக்குவிக்கிறார். எப்படிப் பார்த்தாலும், அற்புதங்கள், இயற்கையின் எல்லா அறியப்பட்ட விதிகளையும் மீறும் அசாதாரணமான நிகழ்வுகள் – தெய்வப் புனிதர் களைத் தேடுபவர்களுக்கு அவை மிக முக்கிய மானவை. சாமியாரின் உடலில் கடவுள் வந்துபோவதற்கான அடையாள அட்டையாக அற்புதங்கள் செயல்படுகின்றன. ஆன்மிக மாற்றம் ஏற்படும் என்ற வெறும் வாக்குறுதியாக அல்லாமல், தொட்டுணரக்கூடிய, கண்ணால் காணக்கூடிய அற்புதங்கள் தாங்கள் தேர்ந்தெடுத்தவரின் இறைத்தன்மையை நிரூபிக்கும் சான்று என அவர்கள் நினைக் கின்றனர். ஆகவே, பக்தர்கள், தங்கள் சொந்தக் கண்களால் அற்புதத்தைக் 'கண்டதால்', தங்கள் விசுவாசம் அறிவுபூர்வமானது என்று திருப்தி அடைகிறார்கள்.

மாதா அமிர்தானந்தமயீ (அவருடைய சீடர்கள் அவரை 'அம்மா' என்று அழைக்கின்றனர்) தானே தன்னைச் சக்தியின், அல்லது தெய்வீகப் பெண்மை ஆற்றலின் அவதாரமாக அறிவித்துக் கொண்டவர்.[50] அவருடைய புகழுக்குக் காரணம் அவருடைய கட்டித்தழுவுதலின் சக்தி: அம்மா கட்டித்தழுவுவதால், பெரிய ஆன்மிக, உணர்வுபூர்வமான, பொருள்சார்ந்த ஆதாயங்களைத் தாங்கள் அடைவதாக பக்தர்கள் சொல்கிறார்கள். ஆனால் சிறப்பு நிகழ்வுகளில் அம்மா 'தன் மானிட வடிவத்தை உதிர்த்துவிட்டு', ஒரு பெண் தெய்வத்தின் சின்னங்களை அணிந்து, பக்தர்களுக்குத் தன் 'தெய்வீகக்கூறுகளை' வெளிப்படுத்துகிறார். தாயின் தழுவலுக் காக வரும் பக்தர்கள், பெரும்பாலும், தங்கள் நம்பிக்கையை உறுதிப்படுத்தும் அற்புதச்செயல்களுக்காகக் காத்திருக்கிறார்கள்.

பக்தர்கள், தங்கள் நலத்திலும் பாதுகாப்பிலும் அக்கறை காட்டுகின்ற, மேற்கத்திய பாணி நுகர்வியத்தில் ஈடுபட்டதால்

தாங்கள் சேர்த்துக்கொண்ட தீய கர்மத்திலிருந்து தங்களை விடுவிக்கின்ற, ஒரு 'தெய்வீக மேடை நிர்வாகியாக' அம்மாவைக் காண்கிறார்கள். உண்மையில் ஆதரவற்ற குழந்தை தன் தாயை நாடுவதைப் போல பக்தர்கள் தன்னை நாடுவதற்கு அம்மாவும் ஊக்கமளிக்கிறார். தன் பக்தர்களிடம்:

> முழுமையான சரணாகதி, தெய்வத்தின்மீது (அதாவது தன் மீது, ஏனெனில் தானே, கிருஷ்ணன், தேவி, பிரம்மன் ஆகியோரின் முற்றிசைந்த வடிவம்) ஆழ்ந்த அன்பு, மிகத் தீவிரமான தாழ்வுணர்ச்சி ஆகியவற்றை வளர்த்துக்கொள்ளுமாறு வலியுறுத்துகிறார். கையற்றநிலை என்ற உணர்வை அவர்கள் அடையவேண்டும். அப்போது அவர்கள் மிகுந்த ஆசையும் நம்பிக்கையிழந்தும் கதறி, வருத்தம்தோய்ந்த நிலையில், இந்த வாழ்க்கையின் வேதனைகளினூடே தங்களைக் காண் பதற்கு, தெய்வீக உதவியை நாடுகிறார்கள்...⁵¹

அம்மாவைப் பின்பற்றுபவர்கள் இந்த அறிவுரையை தீவிரமாக எடுத்துக்கொள்கிறார்கள். காரில் பெட்ரோல் இல்லாத நிலையில் ஒரு பெட்ரோல் நிலையம் தென்படுவது, ஒரு இரயிலில் இடஒதுக்கீடு கிடைப்பது போன்ற தங்களின் சிறுசிறு அதிர்ஷ்டங் களையும் மாதாவின் அருள் என்றே அவர்கள் நினைக்கிறார்கள். ஆனால் இம்மாதிரிச் சார்புநிலை, அற்புதச் செயல்களின் மாயை ஆகியவற்றின் உறவு எப்படி உருவாக்கப்பட்டு, நீட்டிக்கப் படுகிறது? பூசைகளும் ஜோசியமும் நிரம்பிய பழைய மோஸ்தரி லான மீயியற்கைத்தன்மை வாயிலாக என்பதுதான் எளிய விடை. கர்மவினை-மறுபிறப்பு என்ற மரபான இந்துத் தத்துவத்தைத் தான் அமிர்தானந்தமயீ இவ்வாறு போதிக்கிறார்: பக்தர்களின் வாழ்க்கை வேதனைகளுக்குக் காரணம் முந்தைய பிறவிக ளிலிருந்து அவர்கள் சேர்த்துக்கொண்ட கர்மவினைச் சுமையும் மிக அதிகமான நுகர்வியமும், நவீனத்தன்மையுடன் வருகின்ற தர்க்கத்தையும் பகுத்தறிவையும் அதிகமாகச் சார்ந்திருப்பதின் விளைவாகும். எதிர்மறையான கர்மவினைகளின் எச்சங்களை யெல்லாம் எரித்து விடுவதற்கு உறுதியளிக்கின்ற வழிபாடுகள், சடங்குகளின் 'பட்டியலை' பக்தர்களுக்கு அளிக்கிறார். அவருடைய தழுவல் ஒன்றே, கர்மத்தை அழிக்கின்ற அவருடைய 'சக்தியை' பக்தர்களுக்கு மாற்றித்தருவதாகும். ஆனால் தழுவலுக்கு அப்பால் அவர் மிகுந்த எண்ணிக்கையிலான பூசைகளை

கடவுளரின் நெரிசல் நேரம் ❋ 113

வற்புறுத்துகிறார். அவற்றில் முக்கியமானது கிருகதோஷ நிவாரண பூசை. ஒருவருடைய ஜாதகத்தில் தீமை செய்யும் கிரகங்களின் தாக்கத்தை எதிர்க்க அது உதவும். பூசைகளைப் பற்றிய அக்கறை அற்றவர்களுக்கு, மாதா ஆனந்தமயீ மந்திரங்களைச் சொல்வதையும், தியானம் செய்வதையும் பரிகாரமாக பரிந்துரைக் கிறார். எல்லா ருக்கும் ஏதாவது ஒன்று கிடைக்கும், ஆனால் எல்லாருக்குமே நிச்சயிக்கப்பட்டது இதுதான் என்று எதுவும் கிடையாது.

போட்டிகள் ஒருபுறமிருக்க, இந்தியாவில் மிகவும் புகழ்பெற்ற 'வாழும் தெய்வம்' சத்ய சாய்பாபா,* தொடர்ந்து விசுவாசமிக்க பக்தர்களைக் கொண்டிருக்கிறார். ஆழ்ந்த பழமைவாதத்திலும், தேசியவாத இந்துமதத்திலும் பொதியப்பட்ட அற்புதங்கள் தான் சத்ய சாயிபாபாவின் போதனைகளின் மொத்த சாராம்சம். எனில் அவர்மேல் விசுவாசம்மிக்கவர்களுக்கு, சாயிபாபாவின் கண்கட்டு வித்தை, அவருடைய தெய்வீகத்திற்குச் சான்று. தனது வித்தையால், பாபா நுகர்வியத்தைப் புனிதப்படுத்திக்கொண்டே ஒரே சமயத்தில் உயர்வான இந்துமத ஆன்மிகத்தின் ஒழுக்க வழிகாட்டுதலின்கீழ் அதைக் கொண்டுவரவும் செய்கிறார்.[52]

அற்புதங்கள் செய்யும் சாமியார்களை ஏற்பதில் பலரும் திருப்தி அடைகிறார்கள். ஆனால் அதே சமூகபொருளாதார வகுப்பிலுள்ள பிறர் அதிக தத்துவத்தையும், குறைவான அற்புதங்களையும் தேடுகிறார்கள். கூடுதலான தத்துவ மனப்பான்மை கொண்டவர் களும், தாராளமாகத் தங்கள் ஜோசியர்களிடமும் வாஸ்து சாஸ்திரி களிடமும் ஆலோசிக்கலாம், அற்புதங்களை நிகழ்த்தும் ஆண்/பெண் சாமியார்களுக்கு வணக்கம் செலுத்தலாம், சில சமயங்களில் ஒரு யாகத்தை நிகழ்த்தலாம் அல்லது புனித யாத்திரை செல்லலாம். ஆனால் இவை யாவும் அவர்களுக்கு முழுநிறை வளிப்பதில்லை. தங்கள் ஆன்மிக அனுபவங்களுக்குக் கூடுதலான தத்துவ ஆழத்தை விரும்புகிறார்கள். இந்த நம்பிக்கை யாளர்களுக்குத்தான் வேதங்களின், வேதாந்தங்களின், *பகவத் கீதையின்* சிக்கல்களைப் பற்றித் தாங்கள் எளிதில் புரிந்து கொள்ளும் மொழியில் பேசக்கூடிய இரண்டாம் வகை சாமியார்கள் இருக்கின்றனர்.

* இந்நூல் எழுதப்பட்டபோது சாயிபாபா உயிருடன் இருந்தார். (மொ-ர்)

சுவாமி தயானந்த சரஸ்வதி (ஆரிய சமாஜத்தைத் தோற்றுவித்த அந்த தயானந்த சரஸ்வதி அல்ல) அமெரிக்காவில் தலைமையிடம் கொண்டுள்ள நவீனகால இந்து மிஷனை நிறுவியவர், இரண்டாம் வகை குருமார்களுக்குச் சரியான மாதிரி. இவர் சின்மயா மிஷனில் ஒரு மதப்பணியாளராகத் தொடங்கினார். பிறகு தனியாகச் செயல்படலானார். அமெரிக்காவின் பென்சில்வேனியாவில், செய்லர்ஸ்பர்கில் உள்ள சுழலும் குன்றுகளில், ஆர்ஷ வித்யா என்னும் குருகுலத்தை நடத்திவருகிறார்.* தன்னை 'மரபுவழி அத்வைத வேதாந்தம், சமஸ்கிருதம், யாகம், ஆயுர்வேதம், ஜோசியம், பிற இந்தியச் செவ்வியல் துறைகளின் மையமாக' அது தம்மை விளம்பரப்படுத்திக்கொள்கிறது.[53] ஆர்ஷ வித்யாவுக்கு இந்தியாவில் இரு கிளைகள். ஒன்று கோயம்புத்தூரிலும் மற்றொன்று ரிஷிகேஸிலும் உள்ளன. அவருடைய அமெரிக்க, இந்தியச் செயல் பாடுகளோடு தொடர்புள்ள, அதிகரித்துவரும் சீடர்கள் குழு ஒன்று இருப்பதால், சுவாமி தயானந்த சரஸ்வதி, இந்தியாவிலும் அமெரிக்காவிலும் பழைய ஞானத்தைப் போதிக்கும் செல்வாக்குமிக்க போதகராக எழுச்சி பெற்றுள்ளார்.

சென்னையின் தொழிலதிபர்களில் பலர் சுவாமி தயானந்தரைப் பின்பற்றுவோர். சுவாமியும் அவருடைய இந்திய மிஷன் பிரதிநிதி களும், பணக்கார வணிகர் குடும்பங்களையும் தொழில்திறனாளர் களையும் கொண்டு நிரம்பி வழியும் அரங்குகளில் பேசுகிறார்கள்.[54] அவருடைய கவர்ச்சியைப் புரிந்துகொள்வதற்காக, பிரிட்டிஷ் சமூகவியலாளர்களான — கிறிஸ்டோஃபர் ஃபுல்லரும், ஜான் ஹாரிஸும் அவரைப் பின்தொடர்ந்து, அவருடைய சீடர்களோடு ஆழமான உரையாடல்கள் நிகழ்த்தியிருக்கிறார்கள். இந்தியா விலும் அயல் நாட்டிலுமுள்ள முதலாளித்துவ வணிக நிறுவனங் களின் தலைவர் களுக்கு, புகழ்பெற்ற 'கர்மவினை முதலாளித் துவத்தின்' (*கர்மா கேபிடலிஸம்*) மீதுள்ள ஈர்ப்பு பற்றிய மிக நல்ல விளக்கத்தை அவர்கள் கண்டறிந்தனர்.[55]

சென்னை முதலாளிகளை குருவை நோக்கி கவர்ந்தது, அவருடைய நடத்தைத் தோற்றம். ஒரு சாதுவான, படித்த மனிதர், புனிதநூல்களில் தேர்ந்தவர், இருப்பினும் நவீன கலந்துரையாடல்

* இவர் அண்மையில் காலமானார். அவருடைய பணியை அவரைப் பின்பற்றுபவர்கள் தொடர்கின்றனர். (ப-ர்)

அறைகளில் முழு சௌகரியத்தோடு இருப்பவர். சுயமாகத் தங்களை உருவாக்கிக்கொண்ட ஆடவர்–பெண்டிரைப் பற்றிய அவர்களுடைய நம்பிக்கையுடன், அவருடைய போதனைகள், குறிப்பாக பகவத்கீதை பற்றிய விளக்கங்கள் முற்றிலும் ஒத்துச் செல்கின்றன. வெற்றியோ தோல்வியோ சமூகத்தைச் சார்ந்தன அல்ல, தனிமனிதப் பிரச்சினைகள் என்று தயானந்தர் வேதப் பாரம்பரியத்தை அர்த்தப்படுத்துகிறார். போதாமை பற்றிய உணர்விலிருந்து தங்களை விடுவித்துக்கொண்டு தனிமனிதர்கள், தங்கள் கர்மத்தினால், மோட்சத்தை இந்த வாழ்க்கையிலேயே, இப்போதே இங்கேயே அடையலாம். 'ஆசைகள் தெய்வீகத்தின் வெளிப்பாடு, அவற்றைத் துறக்கலாகாது, ஆனால் கட்டுக்குள் கொண்டுவர வேண்டும்' என்று கீதையில் கிருஷ்ண பகவான் கூறியதாக அவனது போதனைகளை விளக்குகிறார். இப்படியாக இவ்வுலக வெற்றிக்கும் வளங்களுக்குமான ஆசையைப் புனிதப் படுத்தும் 'வாழ்க்கைக்கான ஒரு திட்டமாக' பகவத்கீதையை மாற்றுகிறார். சந்தர்ப்பவசமாக, சுவாமி தயானந்தர் இந்தியத் தத்துவத்தை அயல்நாட்டு வணிகப்பள்ளிகளுக்கும், பெருவணிக நிறுவனங்களின் விவாத அறைகளுக்கும் கொண்டு சென்ற இந்திய சாமியார்கள் பலரில் ஒருவர். இந்தப்போக்கு, 'கர்ம முதலாளியம்' என்றே பெயரிடப்பட்டுள்ளது.

பெருவணிகர்களை தயானந்தர் போன்ற சாமியார்களிடம் கவர்ந்திழுக்கும் மற்றொரு பண்பு, நவீன அறிவியலுக்கும் பழைய இந்து ஞானத்திற்கும் ஓர் இசைவை அவர் வற்புறுத்துவது. இந்த நோக்கில் ஒவ்வொரு நவீன சாமியாராலும் எல்லையற்றுத் திரும்பத்திரும்பச் சொல்லப்படுகின்ற விஷயம், எவ்விதம் நியூட்டனின் இயற்பியல் அதன் அளவைகளுக்குள் சரியானதோ, அதுபோல, இந்துமதமும் தனது அடிப்படை மெய்ம்மைகளுக்குள் அறிவியல் பூர்வமானதும் உலக அளவில் சரியானதும் ஆகும். புனித நூல்கள் அடிப்படையிலான பிற மதங்களின் பிடிவாதத் தன்மைக்கு அப்பால் தங்கள் மதத்தை வைப்பதால், இந்துமதம் அறிவியல் பூர்வமானது என்று கருதப் படும் இந்த நோக்கு, நவீன இந்துக்களின் பெருமிதத்திற்கு மூலமாக உள்ளது.

இறுதியாக, தாங்கள் மேற்கத்தியமயம் ஆகாமல், மேற்கை வெல்ல வேண்டும் என நினைப்பவர்களுக்கு, அவர்கள் முழு அளவில் நவீனமடைய, மரபுகளுக்குத் திரும்பினால் போதும்

என்ற செய்தி வலுவாக ஒத்திசைகிறது. மேலும் உண்மையாகவும் மேலும் முழுமையாகவும் இந்து ஆகும்போது இந்தியர்கள் நவீன உலகின் பிரச்சினைகளை மிகச் சிறப்பாகச் சமாளிக்க முடியும் என்று தயானந்தர் வலியுறுத்துகிறார். மரபே நவீனமானது; முன்னோக்கிச் செல்ல, இந்தியர்கள் பின்னோக்கித் திரும்ப வேண்டும். மரபு சுமத்தக்கூடிய கட்டுப்பாடுகளை ஏற்கும் நிலையில் ஒருபோதும் இல்லாத உயர்வகுப்பு இந்தியர்கள் பலருக்கும் இந்தப் பழமைவாதச் செய்தி மிகவும் கவர்ச்சிகரமாக உள்ளது.

ஆனால் அற்புதச் செயல்கள் செய்கின்ற, பகுத்தறிவுக்கு ஒவ்வாத வகை-1 சாமியார்கள், வேதத்தை விளக்கும் வகை-2 சாமியார்கள், இவர்களைவிட அண்மை ஆண்டுகளில் நாட்டைப் புயலெனத் தாக்கிக் கைப்பற்றியவர்கள் யோக- தியானத்தை முதன்மைப் படுத்தும் வகை-3 சாமியார்களே. ஸ்ரீஸ்ரீ ரவிசங்கரும் சுவாமி ராம்தேவும் வகை-3 சாமியார் பட்டியலில் முதலிடத்தில் இருக்கிறார்கள்.

ஸ்ரீ ஸ்ரீ ரவிசங்கர், வாழும் கலை (ஆர்ட் ஆஃப் லிவிங் – ஏஓஎல்) என்ற மகிழ்ச்சியான பெயரால் அழைக்கப்படும் உலகளாவிய ஆன்மிகத் திட்டம் ஒன்றைக் கட்டியிருக்கிறார். இது ஏஓஎல் எனப் பொதுமக்களிடையே பிரபலமாகியுள்ளது. வாழும் கலையின் மையமான பகுதி, சுதர்சனக் கிரியை. இது மிகவேகமாக லயம் தவறாமல் மூச்சுவிடும் ஓர் உத்தியாகும். இவ்வாறு மூச்சுவிடும் உத்தி, தன்னைக் கடைப்பிடிப்பவரைத் தனது ஆன்மிக சுயத்துடன் தொடர்புகொள்ள வைக்கிறது. வேதாந்த அடிப்படை மெய்ம்மைப்படி, தனிமனித ஆன்மிக சுயமே பிரபஞ்ச சுயமாகவும் உள்ளது. இந்தப் பிரபஞ்ச சுயத்துடனான (பிரபஞ்ச சக்தி என்றும் இது சொல்லப்படுகிறது) தொடர்பு, உலக முயற்சிகளில் வெற்றியை உறுதிப்படுத்துவதோடு, மன அமைதியையும் தருகிறது. வாழும் கலைக்கு உலகம் முழுவதும் 140 நாடுகளில் 2 கோடி உறுப்பினர்களும் 5000 ஆசிரியர்களும் இருப்பதாக அவர்கள் கூறுகிறார்கள். இது மிக இலாபமிக்க ஒரு வணிகம். இதன் ஆண்டு வருமானம் கோடிக்கணக்கான டாலர்கள் அளவுக்குச் செல்கிறது. இந்தியாவிலும் அயல்நாட்டிலும் உள்ள உயர் வருமானமும், அதிக மனஅழுத்தமும் தரக்கூடிய பணிகளில் உள்ளவர்களுக்கு இந்த மூச்சுப் பயிற்சியைக் கற்பிக்க வசூலிக்கும் கட்டணமே இதன் வருமானத்தில் பெரும் பங்கு. ஆரகிள், சன்

மைக்ரோசிஸ்டம்ஸ், சிஸ்கோ சிஸ்டம்ஸ் போன்ற பெருவணிகக் குழுமங்கள் ஏஓஎல் ஆசிரியர்களைக் கருத்தரங்குகள் நடத்த நியமிக்கின்றன. ஒரு நபருக்கான கட்டணம் 150 டாலர் (ஏறத்தாழப் பத்தாயிரம் ரூபாய்). இந்தியாவில் அடிப்படை போதனைக்கு 1500 ரூபாயும், அதைவிட சிறப்புப் போதனைக்கு 2000 ரூபாயும் கட்டணமாக வசூலிக்கப்படுகிறது.[56]

பிரபஞ்ச சக்திக்கு உடலை ஒரு வாய்க்காலாகப் பயன் படுத்தலாம் என்று குவியப்படுத்துவது, மகேஷ் யோகி, அவருடைய சீடர் தீபக் சோப்ரா ஆகியோரின் அதீத தியான மரபில் வருவதாகும். (ரவிசங்கரும் தீபக் சோப்ராவும் சீட சகோதரர்கள் – இருவருமே தங்கள் பயிற்சியை மகேஷ் யோகியிடமிருந்து பெற்றவர்கள்.) இருவரும், புதுயுக நிகழ்வின் கூரிய முனையை முதன்மைப் படுத்துகிறார்கள். நவீன உலகத்தில், பதஞ்சலி யோக சூத்திரம், வேதாந்தம், பகவத்கீதை ஆகியவற்றைச் செல்வவள வெற்றியின் கையேடுகள் ஆக்கி , மறுவிளக்கம் வழங்க எப்படியோ முயன்றிருக்கிறார்கள். (தீபக் சோப்ரா, யோக சூத்திரத்திற்குத் தாம் செய்த விளக்கத்திற்கு *வெற்றியின் ஏழு ஆன்மிக விதிகள் – செவன் ஸ்பிரிட்சுவல் லாஸ் ஆஃப் சக்சஸ்* – என்றே பெயர் சூட்டியிருக்கிறார்.) அக ஆன்மிகத்தைப் பண்படுத்துவது, பொருள் உலகத்தில் மிகச் சிறந்தவற்றை அடைவதற்கும் அனுபவிப்பதற்கும் வழியாகிறது.

ஏஓஎல்லைத் தனித் தன்மையுள்ளதாக்குவது, அடுத்த தலைமுறையுடன் அதற்குள்ள பிராபல்யம்தான். செய்திகளின்படி, அதன் உறுப்பினர்களில் 60 முதல் 70 சதவீதத்தினர் முப்பது வயதுக்கும் குறைவானவர்கள். அவர்களில் பெரும்பாலோர் தகவல்தொழில் நுட்பத்துறையில் பணிபுரிபவர்கள்.[57] கவர்ச்சியின் ஒரு பகுதி, மன அழுத்தத்திலிருந்து விடுதலை பெறுதல்: யோக சுவாசமுறைக்கு ஸ்ரீஸ்ரீ வைத்திருக்கும் அணுகுமுறை அவர்களுடைய மன அழுத்தத்தைக் குறைப்பதோடு தங்களுடைய மனஅழுத்தம் (டென்சன்) நிரம்பிய தொழில்முறை வாழ்க்கையின் அழுத்தங்களை போக்கிவிடுகிறது. பெங்களூர் ஆசிரமத்தின் 'ராக் (நடன) சத்சங்கங்கள்' அதேபோல் மிகவும் புகழ்பெற்றவை. வேலைக்குப் பிறகு ஒவ்வொரு மாலைநேரத்திலும் ஏறத்தாழ 3000 பேரை ஈர்க்கிறது. அங்கு அவர்கள் பக்திப் பாடல்களைப் பாடவும் அவற்றுக்கு ஆடவும் செய்கிறார்கள். ஏஓஎல் தங்களைக் கவர்

வதற்குப் பின்பற்றுவோரே சொல்லும் மற்றொரு காரணம், அது அவர்களிடம் மிகக் குறைவான நிர்ப்பந்தங்களையே வைக்கிறது. உறுப்பினர் ஒருவர் கூறியபடி, 'புனித நூல்களைப் படிக்கவேண்டிய அவசியமில்லை. நடைமுறைக்கு மிக ஒத்தது.' மற்றொரு உறுப்பினர் கூறினார்: 'மகிழ்ச்சியாக இருக்கிறாயா?' என்பதே அங்கிருக்கும் ஒரே கேள்வி.[58]

கடைசியாக, சுவாமி ராம்தேவின் மிகவும் பரந்த பிராபல்யம் பற்றிச் சொல்லவேண்டும். அவர் யோக ஆசிரியர், ஆயுர்வேத மருத்துவர். அவருடைய யோக முகாம்கள், அவருடைய விரிவுரை – செய்து காட்டல்கள் போன்றவை அதற்காகக் கட்டணம் செலுத்துகின்ற பத்தாயிரக்கணக்கான பேர்களைக் கவர்ந் திழுக்கின்றன. இன்னும் பல லட்சக்கணக்கான பேர் தொலைக் காட்சியிலும் அவரைப் பார்க்கிறார்கள். அவருடைய தொலைக்காட்சி உரைகள் பலவற்றில், அவர் 'அ முதல் ஔ வரையிலான நோய்கள்' வரை, காலரா, நீரிழிவு, கிளாக்கோமா, இதயநோய், சிறுநீரக நோய், தொழுநோய், ஈரல்நோய் உள்ளிட்ட அனைத்து நோய்களுக்கும், 'சாதாரணச் சளியிலிருந்து புற்றுநோய்கள்' வரை, 'சிலநாள்களில் இல்லாவிட்டாலும் வாரங்களிலாவது' முழுமையான குணப் படுத்தலை அளிப்பதாகக் கூறுகிறார். அவருடைய திவ்ய யோகம் என்ற அவருடைய முறையில் மட்டுமோ, அல்லது அவருடைய சொந்த ஆயுர்வேத கூட்டுமருந்தாலோ நடைமுறையில் குணப் படுத்த இயலாத நோய்கள் எதுவும் இல்லை. அவருடைய அற்புதமான குணப்படுத்தல்கள் யாவும், அறிவியலால் உறுதிப் படுத்தப்பட்டவை மட்டுமல்ல, அவையே தூய்மையான வடிவிலான அறிவியல் என்று அவரால் கூறப்படுகின்றன. புறவயநிலையில் ஆராயும் போது, அவருடைய மருந்துகளின் தரங்களும் யோக குணப்படுத்தல்களுக்கு அவர் கூறும் முறைகளும் உயரளவில் சந்தேகத்திற்குரியவையாகவே உள்ளன.[59] ஆனால் அது ஒன்றும் இந்தியாவின் பெரிய, சிறிய நகரங்களில் தனக்கென ஒரு கூட்டத்தைச் சேர்த்துக்கொள்வதிலிருந்து அவரைத் தடுக்க வில்லை. இப்போது அவர் பிரிட்டனிலும் அமெரிக்காவிலும் உள்ள அயல்நாடுவாழ் இந்தியரிடையே தனது இருப்பை நிறுவுவதற்கான முயற்சியில் ஈடுபட்டிருக்கிறார்.

அவர்களுடைய பாணிகள் எப்படியிருந்தாலும், இந்த மூன்று வகைகளைச் சேர்ந்த முக்கியச் சாமியார்களுக்கும் ஒரு விஷயம்

பொதுவாக இருக்கிறது: அது அவர்களுடைய மென்மையான இந்துத்துவம். பிரபஞ்சம் அளாவிய தன்மை, சகிப்புத்தன்மை, நல்ல உடல்நலம், சமாதானம் ஆகியவற்றைப் பற்றிய மொழியில், அவர்கள் இந்தியா ஒரு இந்து தேசம், இந்துமதம் எல்லாவற்றை யும்விட மேம்பட்ட மதம், இந்தியாவை (ஏன், உலகத்தையே) மேலும் இந்துமயமாக்கவேண்டிய தேவை ஆகிய செய்தி களைக்கொண்ட தெளிவான ஓர் உலகப் பார்வையைப் பரப்பு கிறார்கள். இந்து தேசியவாதத்தை மனத்தில் ஒளித்திருக்கும் அவர்கள் மிதமான இந்துக்களை இந்துத்துவ முகாமுக்குள் கொண்டுவரத் தங்கள் கவர்ச்சியைப் பயன்படுத்துவார்கள் என்று சங்கப் பரிவாரம் நம்புவதில் வியப்பில்லை.

தயானந்த சரஸ்வதியின் உதாரணத்தை எடுத்துக்கொள்வோம். இந்தியப் பெருநகரங்களின் வணிக சபைகள் கூட்டுகின்ற மதச்சார் பற்றது போலத் தோற்றமளிக்கும் கூட்டங்களில் பங்கேற்பது போலவே, நியூ ஜெர்சியில் இந்து ஸ்வயம் சேவக் சங்கத்தின் கூட்டங்களிலும் மிக இயல்பாகப் பங்கேற்கிறார்.[60] சென்னை மேட்டுக்குடி மக்களிடையே அவருடைய சொற்பொழிவுகளுக்குச் சென்ற கிறிஸ்டோஃபர் ஃபுல்லரும் ஜான் ஹாரிஸூம் சுவாமி தயானந்தர் வெளிப்படையாகவே கிறித்துவ மதத்தை ஏளனம் செய்தார்; அயோத்தியில் இராமன் கோயிலைக் கட்டுவது, இந்துப் பெரும்பான்மையின் மாற்ற முடியாத கோரிக்கை என்று கூறியதோடு மதமாற்றங்களைத் தடுக்கும் தமிழ்நாட்டு அரசாங்கத்தின் தடைச் சட்டத்தை ஆதரிக்கவும் செய்தார்.[61] இந்தச் சூடான பிரச்சினைகள் எல்லாவற்றிலும், அவரது நிலைப்பாடு சங்கப் பரிவாரத்தின் நிலைப்பாட்டிலிருந்து வேறு பட்டதல்ல. இருப்பினும் மரபான ஞானத்தையும் வேத பாரம்பரியத்தையும் போதிப்பவர் என்ற முகமூடியை அவர் வெற்றிகரமாகவே உருவாக்கியிருக்கிறார்.

இதேபோல, ஸ்ரீஸ்ரீ ரவிசங்கரும், தான் எச்சரிக்கையாகத் வளர்த்துள்ள விளையாட்டுத்தனம், அன்பு, மகிழ்ச்சி ஆகியவற்றின் படிமத்திற்குப் பின்னால், ஒருவித இந்து தேசியவாத பேரார்வத்தை ஒளித்துவைத்திருக்கிறார். இராமன் கோயில், சிறுபான்மையினர் விவகாரத்தில் அவர் திரும்பத் திரும்பத் தனது இந்துத்துவ நிறத்தை வெளிக்காட்டியிருக்கிறார். பிரிட்டிஷ் பத்திரிகையான *தி எகனாமிஸ்ட்*, அவருடைய அரசியலை மிகவும் துல்லியமாக

இவ்வாறு வருணித்தது: 'வாழும் கலை எல்லா நம்பிக்கை கொண்ட மக்களுக்கும் உரியது. ஆனால், இராமன் கோயிலைப் பற்றி விவாதிக்கும்போது, மெய்யாகவே, அதன் குரு ஓர் ஆன்மிகத் தலைவர் போலக் காட்சியளிக்கவில்லை; சிறுபான்மை இனத்தவரைத் திருப்திப்படுத்துதலின் நீண்ட வரலாறு, முஸ்லிம்கள் மெக்காவுக்கு ஹஜ் யாத்திரை செல்ல மானியம் வழங்கும் அரசாங்க அமைப்பின் அநியாயம் ஆகியவற்றைப் பற்றிப் பேசுகையில், அதிகமாக ஓர் அரசியல்வாதி போலவே தோன்றுகிறார்.'[62]

ஸ்ரீஸ்ரீயிடம் உள்ளார்ந்திருக்கும் இந்துத்துவத்தை நோக்கும் போது, அவரைப் பின்பற்றுவோரில் பெரும்பகுதியாக அமைகின்ற இந்தியத் தகவல் தொழில்நுட்பக்காரர்களும் இந்து தேசியவாதக் கட்சியினரிடம் தனித்தன்மையோடு கூடிய ஈர்ப்பைக்கொண் டிருப்பதில் ஆச்சரியமில்லை. (இதனால் அவர்களுடைய குருதான் இந்தப் பரிவுக்கு நேரடிக் காரணம் என்று சொல்வதாகாது. இந்துத்துவச்சாய்வுகொண்டவர்களே ஸ்ரீஸ்ரீ, அவருடைய அமைப்பு ஆகியவற்றில் இயல்பாக இருக்கமுடியும்.) அண்மை ஆண்டுகளில், தகவல்தொழில்நுட்பப் பணியாளர்களின் வெளிப்படையான காவிமயமாக்கம், மிகவும் அதிகரித்துள்ளது. அதுவே தன்னளவில் தனியானதொரு போக்காக அமைவதற்கு போதுமானதாக இருக்கிறது. தகவல் தொழில்நுட்ப, மற்றும் தகவல்தொழில் நுட்பம் சாத்தியப்படுத்தியுள்ள சேவை அளிப்போரைத் திரட்டும் முயற்சியில், ஆர்எஸ்எஸ், ஐடி-மிலன்களை (சந்திப்புகளை) ஏற்படுத்துகிறது. இவை அடிப்படையில் தகவல்தொழில் நுட்பப் பணியாளர்களுக்கான ஆர்எஸ்எஸ் கிளைகள்தாம். இந்த அமைப்பில் ஆடவர்கள் மட்டுமே சேருமாறு அழைக்கப் படுகின்றனர். ஊடகங்களின் தகவல்படி, கடந்த மூன்றாண்டுகளில் இந்த மிலன்கள் மிகவும் அதிகரிக்கத் தொடங்கியுள்ளன.[63] இவை பெங்களூரில் தொடங்கின. ஆனால் ஏறத்தாழ தகவல்தொழில் நுட்பம் தொடர்பான தொழில்கள் பரவியிருக்கும் எல்லாப் பெரிய நகரங்களிலும் இவை பரவியிருக்கின்றன. இரு தரப்பினருக்கும் இந்த மிலன்கள் பெரிய வெற்றியை அளித்திருப்பது போல தெரிகின்றன. இதன் மூலம் அவர்களைக்கொண்டு சங்கப் பரிவாரம் தங்களுடைய இணைய தளங்களையும் தகவல் களஞ்சியத்தையும் மேம்படுத்திக் கொள்கின்றன, காவிச்சார்பு

கொண்ட பணியாளர்களோ, ஒத்த மனமுடையோரைச் சந்திப்ப தோடு அன்றி, நாள்முழுக்க கணிப்பொறியின் விசைப்பலகை யைக் தட்டிக்கொண்டு இருப்பதற்கு மேலாக, ஏதோ பெரிதாக ஒன்றில் பங்கேற்பது போன்ற உணர்வை அவர்கள் பெறுகின்றனர்.

கடைசியாக, சுவாமி ராம்தேவின் வெளிப்படையான இந்துத்துவத்திற்கு வருவோம். ராம்தேவைப் பாராட்டுவோரும், பின்பற்றுவோரும் மருத்துவ ஆலோசனைக்கும் மேலாக 'இந்துப் பாரம்பரியவாதத்தில் போதனையையும் இந்துப் பெருமிதத்தையும்' பெறுகின்றனர். யோக இருப்புநிலைகள், மூலிகைகள், உணவுப் பொருள்கள் ஆகியவற்றின் மருத்துவச்சிறப்புகளை அவ்வப்போது சொல்வதோடு ராம்தேவ் மேற்கத்திய கலாச்சாரத்துக்கும் மேற்கத்திய மருந்துகளுக்கும் மேற்கத்தியக் பெருவணிகக் குழுமங்களுக்கும் எதிராகத் தொடர்ந்து ஆவேசப்பேச்சையும் வழங்குகிறார். இந்தியர்கள் தங்கள் உடல்நலத்தையும் நலவாழ்வையும் மேம்படுத்திக்கொள்வதை, தேசத்தின் 'பழைய அறிவியல்களைப்' புதுப்பிப்பதால் கிடைக்கும் சுயாபிமானத்துடன் (பெருமிதத்துடன்) சமப்படுத்துகிறார். சங்கப் பரிவாரத்துடன் தனக்குள்ள தொடர்பை அவர் மறைப்பதில்லை. ஆர்எஸ்எஸ் வார இதழான *தி ஆர்கனைசரில்,*[64] ஆர்எஸ்எஸ்ஸின் மகளிர் அணியின் கூட்டம் ஒன்றில் அவர் ஆர்எஸ்எஸ் பாணியில் வணக்கம் செலுத்தும் படம் இருக்கிறது. ஆனால், இந்து வலதுசாரிச் சிந்தனைகளை வெளிப்படையாகத் தழுவிக்கொள்ளும் ராம்தேவின் இயல்பால், மக்கள்திரளின் உற்சாகம் குறைந்துவிடவில்லை. இது இந்து மேன்மையும் புத்துயிர்ப்பும்கொண்ட உலகப்பார்வை எவ்வளவு இயல்பாகவும் சாதாரணமாகவும் ஆகியிருக்கிறது என்பதைக் காட்டும் வலுவான ஓர் அடையாளமாகும்.

மெய்யாகவே, இந்துத்துவ ஆதரவாளர்களும் தங்கள் நோக்கத் திற்கு இந்தப் புதிய சாமியார்களின் பயன்பாட்டை நன்கு அறிந்துள்ளனர்.[65] ட்ராட்ஸ்கியவாதியும் பழைய வரலாற்றாசிரியரும் இப்போது இந்து தேசியவாத நோக்கங்களை ஆதரிப்பவருமான ஸ்வபன் தாஸ்குப்தாவின் சொற்களில், 'சமகால இந்துமதத்தின் நிஜமான ஆற்றல் காஞ்சி சங்கராச்சாரியாரின் மடம் போன்ற பிராமண நிறுவனங்களில் இல்லை' என்பதைப் புரிந்துகொள் கிறார்கள். இந்துக்களை உந்த வைப்பவை கோயில்கள்; அல்லது தனித்தன்மைமிக்க போதகர்களும் வாழும் புனிதர்களுமாக

இருக்கின்றனர். கிறித்துவத்திற்கு நற்செய்தி போதகர்கள் போல, இந்துமதத்திற்கு இவர்கள் இருக்கிறார்கள். ஆகவே தாஸ் குப்தா, சங்கப் பரிவாரத்தின் தலைவர்களிடம் இவர்களை இந்துத்துவ நோக்கத்திற்குத் தலைமை தாங்க அழைக்குமாறு வேண்டுகிறார்.

> ‘இந்துமத நற்செய்தி’ என்று குத்துமதிப்பாக சொல்லக்கூடிய ஒரு வாழும் மரபு இருந்துவருகிறது. ஆசாராம் பாபு, முராரி பாபு, சுவாமி ராம்தேவ், அம்மா, சத்ய சாயிபாபா, ஸ்ரீஸ்ரீ ரவிசங்கர், மற்றும் தொலைக்காட்சியில் வெவ்வேறு மத சேனல்களில் காட்சியளிக்கும் பலரையும் அது கொண்டுள்ளது. இவர்கள், நவீன இந்துமதத்தின் பாட் ராபர்ட்சன்களும் பில்லி கிரகாம் களும் ஆவர். இவர்களால் புரோகிதர்களையும் மடங்களின் தலைவர்களையும்விட தனிப்பட்ட இந்துக்களை மிக வெற்றிகர மாகத்தூண்டவும் அவர்களுக்கு உந்துதல் அளிக்கவும் முடிகிறது. அமைப்பாக்கப்பட்ட இந்து தேசியவாதத்தின் தோல்வி, இந்தத் தனித்த போதனையாளர்களின் கூட்டங்களை, இந்து ஆசார்ய சபாபோன்ற அமைப்புகளுடன் இணைக்க முடியாமையில் இருக்கிறது.

சங்கப் பரிவாரம் இந்த அறிவுரையை ஏற்றுக்கொண்டது போலவே தோன்றுகிறது. விஎச்பி, (விஸ்வ ஹிந்து பரிஷத்) ஸ்ரீஸ்ரீ ரவிசங்கர், பாபா ராம்தேவ், முராரி பாபு, ஆசாராம் பாபு, காயத்ரி பரிவாரின் பிரணவ பாண்ட்யா ஆகியோர் கூட்டணியை 2009 தேர்தல்களின் அரசியல், மத, சுற்றுச்சூழல் நோக்கங்களுக்குப் பயன்படுத்து வதற்காகச் சேர்த்துக்கொண்டதாகத் தகவல்கள் கிடைத்துள்ளன.[66] (ஏற்கெனவே, ஸ்ரீஸ்ரீ ரவிசங்கரைத் தவிர, பிற சாமியார்கள் அனைவரும் விஎச்பியின் தர்ம ரக்ஷா மஞ்ச்சின் உறுப்பினர்கள். அது இந்து வாக்குவங்கிக்காகவும் பாரதிய ஜனதா கட்சிக் காகவும் 2009 தேர்தல்களில் வேலை செய்தது.) இராமன் கோயிலுக்கும் பிற முக்கிய இடங்களுக்கும் நடத்திய மதவாத நிறமுள்ள யாத்திரைகள் போன்றவற்றில் ஈடுபடுவதைவிட, கங்கையைச்சுத்தப்படுத்துதல், ஆதாம் பாலத்தைக் காப்பாற்றுதல், அரசு குறுக்கீட்டிலிருந்து கோயில்களைக் ‘காப்பாற்றுதல்’ போன்ற ‘வினையூக்கமுள்ள போராட்டங்களில்’ அவர்கள் ஈடுபட்டனர். இதன் நோக்கம்: நடுத்தர வர்க்கத்தினரிடம் இந்தச் சாமியார்களுக்குள்ள செல்வாக்கை இராமன் கோயிலால் வெறுத்துப் போயிருக்கின்ற, ஆனால் பொதுவாக சுற்றுச்சூழல்,

கோயில் விஷயங்கள் ஆகியவற்றில் ஆர்வம் செலுத்த விருப்பமாக உள்ள, மிதவாத இந்துக்களை அடையப் பயன்படுத்திக்கொள்வதே.

மயக்கப்படுதலின் மூலங்கள்

புதிய மதத்தன்மை பற்றிய மேலாய்விலிருந்து பாதுகாப்பாகப் பெறப்படுகின்ற ஒரு முடிவு இதுதான்: கல்வியோ, மேல்நோக்கிய நகர்வோ, மீயியற்கை ஆள்கள்/சக்திகளின் மெய்ம்மையையோ, அற்புதங்களின் சாத்தியப்பாட்டையோ, சடங்குகள், பிரார்த்தனை களின் திறனையோ தீவிரமாகக் கேள்விக்கு உட்படுத்தவில்லை. நவீனமாக வாழ்வது பற்றிய மாக்ஸ் வெபர் கூற்றை இந்திய நடுத்தரவர்க்கத்தினர் பொய்யாக்குகிறார்கள்:

> உலகம் மயக்கங்களிலிருந்து விடுபட்டுள்ளது. காட்டுமிராண்டி களுக்கு ஆவிகள் போன்ற சக்திகள் மெய்யானவை. அவர்கள் செய்ததுபோல, ஆவிகளை வசியப்படுத்தவோ வேண்டவோ மந்திரதந்திரங்களுக்கு இனிமேல் ஒருவர் செல்லத் தேவை இல்லை. தொழில்நுட்ப வழிகளும் கணக்கீடுகளும் அந்தச் சேவையைச் செய்கின்றன. இதற்குத்தான் அறிவுமயமாக்கல் என்று பெயர்.[67]

தொழில்நுட்ப வழிகள், கணக்கீடுகளைத் திறம்பட அறிவதன் வாயிலாக ஒருவர் வசதியான வாழ்க்கையும் நடத்தலாம், அதே சமயத்தில் ஆவிகளை வசியப்படுத்தவும் வேண்டவும் மந்திர வித்தைகளுக்கும் செல்லலாம் என்பதை இந்திய நடுத்தர வர்க்கம் காட்டி வருகிறது.

இந்த நிகழ்வை எப்படி விளக்குவது? அற்புதச் செயல்களையும் மீயியற்கைச் சக்திகளையும் நம்புகின்ற, படித்த, நல்ல வளமுள்ள, நாகரிகமான, நகர்ப்புறவாசிகளுக்கு இவ்வகைத் தூண்டுதலை அளிப்பது எது?

சமூகவியல் சார்ந்த கொள்கையில் திட்டமான விடைகள் இரண்டு மட்டுமே உள்ளன. இவற்றில் எதுவும் இந்தியத் தரவுகளுக்குச் சரிவரப் பொருந்தவில்லை.

முதல் விடை, பொருளாதார நல்வாழ்வுடன் தொடர்புள்ளது. மிகுந்த நுட்பத்துடனும் கவனத்துடனும் ஹார்வர்டு சமூகவிய லாளர்களான பிப்பா நாரிஸூம் ரோலண்ட் இங்கிள்ஹார்ட்டும் காட்டியதுபோல நவீன, பிந்திய பெருந்தொழில் சமூகங்களில்,

மதநம்பிக்கையின் அளவுக்கும் 'இருத்தலியல் பாதுகாப் பின்மைக்கும்' வலுவான நேரடித் தொடர்பு இருக்கிறது.[68] வட அமெரிக்கா, ஐரோப்பா, ஜப்பான் ஆகிய நாடுகளின் சமூகங்களில் மத நம்பிக்கைக்கு எதிராக வருவாய் அளவைக்கொண்டு படம் வரைந்தபோது, வருவாய் அதிகரிக்க அதிகரிக்க, வழிபாட்டு நிகழ்வின் எண்ணிக்கையினால் அளக்கப்படும் மதத்தன்மை குறைந்தது. ஒட்டுமொத்தமாகக் கூறினால் ஏழைகள், பணக்காரர் களைப்போல் இருமடங்கு மதத்தன்மை கொண்டவர்களாக இருக்கிறார்கள். உதாரணமாக, அமெரிக்க ஐக்கியநாட்டின் தகவலை நோக்கினால், மிகக்குறைந்த வளமுடையவர்களில் 67 சதவீதம்பேர் பிரார்த்தனை செய்தார்கள்; உயர் வருமானம் கொண்ட குழுவினரில் 47 சதவீதம் பேர் பிரார்த்தனை செய்தனர். இந்த நோக்கின்படி, நவீனப் பெருந்தொழில் பொருளாதாரங்களில், மதத்தன்மை உதிர்ந்துவிடுவதோடு மக்கள் பொதுவாக மேலும் மதச்சார்பற்றவர்களாக ஆகிறார்கள் – ஆனால் பொதுநலத்திற்கு வசதியளிக்கப்படாத சமூகங்களிலுள்ள பொருளாதாரத்தின் மிகவும் கீழ்ப்படிகளில் சிக்கியவர்களைத் தவிர.

மேற்கண்ட விளக்கம் இந்தியத் தரவுகளைப் போதிய அளவு விளக்கவில்லை. இங்கே நாம் ஏற்கெனவே செல்வர்களாக இருப்போரிடையிலும், சமூகத்தில் உயர்ந்து செல்வோர் இடையிலும் மதப்பிடிமானம் உயர்ந்து செல்கிறது. அதாவது இவர்களுடைய பொருளியல் நலவாழ்வு, மேற்கத்தியத் தரத்தின்படி அளக்கப்படும் போதும் திருப்தியளிக்கும் நிலையில் இருக்கிறது. தெளிவாகவே, மேம்பட்ட பொருளியல் நலவாழ்வால், இருத்தலியல் பாதுகாப்பில் பெறப்பட்ட இலாபங்கள் இந்தியாவில் மதப்பற்றில் ஒரு வீழ்ச்சியாக மாறவில்லை.

வளரும் மதத்தன்மை என்பது நவீனப்படுதலுக்கும் மேற்கத்திய மயமாதலுக்கும் ஒரு தற்காப்பு எதிர்வினை என்பது இரண்டாவது விளக்கம். உதாரணமாக, அதிகமாக மேற்கோள் காட்டப்பட்ட *த கிரேட் இண்டியன் மிடில் கிளாஸ்* (பெரும் இந்திய நடுத்தர வர்க்கம்) என்னும் நூலின் ஆசிரியர் பவன் வர்மா, கிராமப் புறங்களில் தாங்கள் விட்டுவந்த பழைய, இதமான, சிறிய சமுதாயங்களிலிருந்து அந்நியமாக்கப்பட்ட, தனிமைப்பட்ட நகரவாசிகளுக்கு மதம் ஒரு புகலிடமாக உள்ளது என்கிறார்.[69] நகர்ப்புறங்களில் நவீன வாழ்க்கைக்கு ஏற்பட்ட மாற்றம் என்பது

அதிர்ச்சி தரக் கூடியதாக இருந்திருக்க வேண்டும் என்று வர்மா எளிதாக யூகிக்கிறார். ஆகவே இந்த அதிர்ச்சி சகநம்பிக்கை யாளருடன் சேர்ந்து கடவுளிடம் ஆறுதலைத் தேடுவதற்கு புதிய நடுத்தர வர்க்கத்தினரைத் துரத்துகிறது. பிறவற்றில் கூர்மதி கொண்ட அச்சின் வனாயக்கும் இந்து போதகர்களை ஏற்கிறவர்கள், 'சமூக நம்பிக்கை இழப்புக்கு – நவ-தாராளவியத்துடன் வருகின்ற அச்சு வார்ப்பிலான ஆணின் சுயமரியாதைக்கு ஏற்படும் இழப்பால் நிகழும் கௌரவ இழப்புக்கு – 'வலிநீக்கும் தைலம்' தேவைப் படுபவர்கள் என்ற அடிப்படை கருத்துநிலையை ஏற்றுக் கொள்கிறார்.[70]

ஆனால் இந்திய நடுத்தர வர்க்கத்தினரை நோக்குபவர்களுக்கு வரும் முதல் கருத்துநிலை 'சமூக நம்பிக்கை இழப்பு' என்பது அல்ல. வேலைப் பாதுகாப்பு குறைதலோடு, மேலும்மேலும் போட்டி மிகுந்த பொருளாதாரத்தைச் சந்திக்கின்ற புதிதாக வளம் பெற்றவர்கள் இடையில் கவலையும் பாதுகாப்பின்மை உணர்வும் இருக்கவே செய்கின்றன. ஆனால் அதேசமயத்தில், விரிவடையும் எல்லைகள், பல்கிப்பெருகும் வாய்ப்புகள் பற்றிய உணர்வும் இருக்கவே செய்கிறது. மாயா வாரியர் மிகத் துல்லிய மாகக்குறிப்பது போல, நகர்ப்புற இந்தியாவில் மேல்நோக்கிச் செல்பவர்கள்,

> ...தங்கள் வழியில் கிடைத்த கல்வி, வேலை வாய்ப்புகளைப் பற்றிக்கொண்டதன் வாயிலாக நன்றாகவே செயல்பட்டிருக் கிறார்கள். எதிர்பாராத நடையிலும் அளவிலும் ஏற்பட்ட மாற்றத்தை அனுபவித்ததால், அவர்கள் வாழ்க்கையின் பல வட்டங்களில் கிடைக்கின்ற வாய்ப்புகளால் ஒருவித மகிழ்நோக்கு உணர்வைப் பெற்றார்களே ஒழிய, நம்பிக்கை இழப்பு, அந்நியமாதல் ஆகிய உணர்வுகளை அடையவில்லை.[71]

நம்பிக்கை இழப்போ, அந்நியமாதலோ அல்ல, தாங்கள் புதிதாக அடைந்த செல்வத்தின் மீதான 'இருதலைப் போக்கு' (ஈரடிநிலை) என்பதே பெருகும் மதத்தன்மைக்குச் சாத்தியமான விளக்கம். பிற மதங்களைப் போலவே, இந்து இறையியலுக்கும் உண்மையான சமூக நடைமுறைக்கும் பற்பல முரண்பாடுகள் உள்ளன. இந்துப் புனிதநூல்களும் தத்துவ மரபும் பொருள்முதல்வாதத்தைத் தாழ்த்தி, துறவுக்கு ஆதரவாக இருக்கிறது. ஆனால் மக்கள் சார்ந்த இந்து மரபுகளோ, செல்வத்தையும் பொருளியல்சார்ந்த

பணக்காரர் ஆதலையும் வழிபடுகின்றன. இந்தியர்கள் எதிர்பாராத வேகத்தில் செல்வத்தைச் சேர்க்கும் போதே, அவர்கள் அதை ஒரு கெட்ட பிரக்ஞையுடன் செய்வது போலத்தான் தோன்றுகிறது. தாங்கள் தங்கள் கலாச்சாரத்தின் மிக முக்கியமான நற்பண்பை, அதாவது, பொருளுலகத்தால் உருவாக்கப்பட்ட மாயை களிலிருந்து தங்களை விடுவித்துக்கொண்டு துறவு ஏற்கவேண்டும் என்பதைத் தாங்கள் மீறுவதால் அப்படி உணர்கிறார்கள். பரோடாவில், நடுத்தர வர்க்கத்தைச் சேர்ந்த பதிலளிப்போர், 'எளிமையாக', 'நவீன மாகாத', 'சிக்கனமாக வாழ்ந்து நுகர்வின் வாயிலாக இன்பத்தையோ அந்தஸ்தையோ தேடாதவர்களை' வருணிக்க 'நல்ல' என்ற சொல்லைப் பயன்படுத்தினர்.[72] காந்தியத் தத்துவத்தின்படி வாழாதவர்கள் என்றாலும், காந்திய எளிமை யைக் கலாச்சார இலட்சியமாக அவர்கள் இன்னும் காண்கின்றனர்.

முன்னரே நாம் பார்த்ததுபோல, புதிய குருஜீக்கள், புதிய செல்வத்துக்கு ஒரு தெய்வீக ஏற்பு முத்திரை அளிப்பதன் வாயிலாக இந்த ஈரடிநிலையைச்சமன்படுத்துகின்றனர். மேல்தட்டினருக்குப் பணிவிடை புரியும் நவீன சாமியார்கள் 'பணம் சேர்ப்பது தெய்வீக மானது' என்ற செய்தியையே அளிப்பதாகத் தோன்றுகிறது. பகவத்கீதையும் யோகசூத்திரங்களும் பணத்தைச் சேர்ப்பதற்கும், வெற்றியை அடைவதற்குமான சுயமுன்னேற்றக் கையேடு களாக மாற்றப்பட்டுள்ளன.

உலக ஆசைகளையும் இன்பங்களையும் ஆசீர்வதிக்கும் போதே இந்த நவீன சாமியார்கள், குற்றவுணர்ச்சி அல்லது கெட்ட பிரக்ஞையையும் ஆன்மிகத் தேடல்களால் எவ்விதம் சமப் படுத்துவது என்று போதித்து, அவற்றை அழித்துவிடுவதாகத் தோன்றுகிறது. மாதா அமிர்தானந்தமயீ போன்ற சாமியார்கள் 'மேற்கத்திய' நுகர்வியம் தீய கர்மத்தை உருவாக்கினாலும், அவற்றைத் தான் விதிக்கும் சில சடங்குகளாலும் பூசைகளாலும் அழிக்கலாம் அல்லது குறைந்தபட்சம் 'சமப்படுத்தலாம்' என்று போதிக்கின்றனர். கொஞ்சம் துடுக்குத்தனமாகச் சொன்னால், கடையில் பொருட்களை 'வாங்குவதற்கு சிகிச்சை', 'மேலும் வாங்குவதுதான்', ஆனால் இப்போது சாமியார்கள், புரோகிதர் களின் ஆன்மிகப் பொருள்களையும் சேவைகளையும் வாங்க வேண்டும். மெய்யாகவே, சம்பந்தப்பட்ட எல்லாருக்குமே வெற்றி தரும் (வின்-வின் சிட்வேஷன்) சூழல்தான்!

மேலும், மதத்தன்மையைப் பொதுஇடங்களில் வெளிப்படுத்து வதை மோஸ்தராக்குகின்ற மற்றொரு காரணி சமூகத்தில் மேல் நோக்கிச் செல்லுகின்ற இந்தியர்களின் வெற்றி மனப்பான்மை, தேசியம் ஆகியவற்றின் உயர்ந்துவரும் அளவுகள். கலாச்சார உயர்வு பற்றிய உணர்வு என வரும்போது இந்தியர்கள் எல்லா தேசங் களின் பட்டியலிலும் உச்சத்தில் இருக்கிறார்கள். 2007 ப்யூ உலக மனப்பான்மைகள் மேலாய்வு இந்திய எதிர்வினையாளர்களில் ஏறத்தாழ 93 சதவீதத்தினர் – இதுதான் உலகில் உச்ச அளவு – 'எங்கள் மக்கள் முழுமை பெற்றவர்கள் அல்ல, ஆனால் எங்கள் கலாச்சாரம், மற்றவர்களின் கலாச்சாரத்தைவிட உயர்ந்தது' என்ற கூற்றுக்கு ஒப்புதல் தெரிவித்தனர்.[73] ஒப்பீட்டளவில், தாங்கள் தங்கள் கலாச்சாரத்தின் மேன்மையைப் பற்றிய சீனர்கள், ஜப்பானியர்கள், அமெரிக்கர்கள் ஆகியோரின் பொதுக்கருத்து மிக அதிக அளவு சுயவிமரிசனமுள்ளதாகவும் இருமனப்போக்கு கொண்டதாகவும் இருந்தன. (இயல் 4இல் நடுத்தர வகுப்பினரின் வெற்றி மனப் பான்மை பற்றி மேலும் காணலாம்.)

'இந்து அடையாளங்களையும் குறியீடுகளையும் இந்திய கலாச்சாரத்தின் சாராம்சம்' என்று தொடர்ந்து பொட்டலம் கட்டித்தருகின்ற மத, ஊடக, பிற கலாச்சாரச் சொல்லாடல்களின் ஒழுங்கான உணவுத்திட்டத்தில் *(டயட்டில்)* கல்விபெற்ற இந்தியர்கள் வளர்ந்துள்ளனர். இதனால் அவர்களுள் மேற்கூறிய இரண்டையும் உயர்த்தி நோக்குவது ஏறத்தாழ இரண்டாவது இயற்கையாகி விட்டது. இப்போது உலகச் சந்தையிலும் இந்தியா முக்கியப் பங்காளராகி வருவதால், நாட்டின் வெற்றிக்குக் காரணம், 'இந்து மதிப்புகளின்' உயர்வே எனப் பலரும் சொல்லத் தொடங்கி விட்டார்கள். சாமியார்களாலும் தொலைக்காட்சி குருஜீக்களாலும் இந்த மனக்கிளர்ச்சி மிகவும் தீவிரமாக மேம்படுத்தப்பட்டு வருகிறது. இவர்களின் பணிகளை நாம் மேலே ஆராய்ந்தோம். பணத்துக்கும் அதிகாரத்துக்குமான உலகளாவிய போட்டியில் மேலும் வெற்றியடைவதற்கு மேலும் இந்துவாக வேண்டும் என்ற செய்தியால் பொதுக்களம் முழுவதும் நிரம்பி இருக்கிறது.

முடிவுரை

புதிய சடங்குகளின் கண்டுபிடிப்பு, கடவுளரைத் தரம் உயர்த்துதல், சாமியார் கலாச்சாரத்தின் அதிபெருக்கம் எனப்படுகின்ற நடுத்தர

வர்க்க இந்து மதத்தன்மையின் மூன்று வெவ்வேறு பரிமாணங் களின் பிரதிநிதித்துவமான சான்றுகளை அளிப்பதற்கு இந்த இயல் முயலுகிறது.

மிக வேகமாக மாறிவருகின்ற இந்தியப் பொருளாதாரம், சமூகம் ஆகியவற்றுக்கேற்ப ஒத்துச்செல்கின்ற முறையில் வெகுசன இந்துமதம் மிகுதியான புத்தாக்கத்தன்மை கொண்டுள்ளது என்பது தெளிவு. கோயில்களோடு, பக்தர்களும் புதுப்பிக்கப் படுகின்றனர். பழைய கடவுளர்களையும் சடங்குகளையும் புத்தாக்கம் செய்கின்றனர், முற்றிலும் புதியவற்றையும் உருவாக்கு கின்றனர். ஒருகாலத்தில் கிராமப்புறப் பாதுகாவலர்களாகக் கருதப்பட்ட, பெரியம்மை, பிற கொள்ளை நோய்களிலிருந்து காப்பாற்றிய உள்ளூர்க் கடவுளர், இப்போது அதிகமாகி வருகின்ற போட்டி மிகுந்த, நகர்ப்புறச் சூழலில் வெற்றிக்கும் தூய்மைக்கும் ஆசீர்வாதம் அளிக்குமாறு வேண்டப்படுகின்றனர். பழைய, புதிய சாமியார்களும் குருஜீக்களும் இந்தியாவின் ஆன்மிகப் பேரங் காடியில் செழிப்பான வணிகத்தில் ஈடுபட்டு உள்ளனர். புதுப் பாணியிலான (ஃபேஷன்) நவ-யுக ஆன்மிகத்தையும் பகவத் கீதை, வேதாந்தம் போன்றவற்றைப் பொருத்தமும் வெற்றியும் உள்ள மேலாண்மைக் கருவிகளாக மறுவிளக்கம் செய்கின்ற, உரை களையும் கொண்ட செல்வ வளத்திற்கான ஓர் இறையியலை அவர்கள் அளிக்கின்றனர்.

ஆயினும், இந்து இந்தியர்கள் பிற மக்களைவிட 'இயற்கையாக' அல்லது 'உள்ளார்ந்த விதமாக' அதிஆன்மிகத்தன்மை கொண் டவர்கள் என்பதற்கு மேலும் ஒரு நிரூபணமாக மேலே காட்டப் பட்ட செய்திகளைக் கொள்வது தவறாகும். மாறாக, பல ஆண்டு களாக மதச்சார்பற்றதாகக் கருதப்படுகின்ற இந்திய அரசாங்கத் திடமிருந்தும், இந்தியாவின் பெருவணிகக் குழுமங்களின் மேட்டுக்குடியினரிடமிருந்தும் இந்துமதம் பெற்றுவந்த, தொடர்ந்து பெற்றுவருகின்ற, வெளிப்படையான அல்லது பலசமயங்களில் மறைமுகமான ஆதரவின் விளைவே இவ்வித வெகுசன இந்து மதத்தன்மையின் வெடிப்பு. அடுத்த இயல் இந்த அரசு-கோயில்-பெருவணிகக் குழுமக் கூட்டிணைவைப் பற்றிய ஒரு நெருக்கமான பார்வையை அளிக்கிறது.

3

அரசு-கோயில்-பெருவணிகக் கூட்டிணைவும் இந்து தேசியவாதத்தின் இழிவும்

மதம் வணிகத்துக்கு நன்மை மட்டுமல்ல... அதுவே எல்லாவற்றையும்விடச் சிறந்த வணிகமும் ஆகும்: தொடங்கும் செலவுகளும் குறைவு; சரக்குப் பெறுதல், சரக்குப் பட்டியல் பற்றி ஒருபோதும் பிரச்சினைகள் இருப்பதில்லை. மேலும், பருமையற்ற சரக்குகளை அளித்துப் பருமையான, தொடக்கூடிய சரக்குகளை ஒருவர் பெறுகிறார்.[1]

–லைஸ் மெக்கீன்

இந்துக்களில் 90 சதவீதத்துக்கும் மேல் மதத்தன்மை உடையவர்கள். நாம் அந்த மதத்தன்மையை இந்து வாக்கு வங்கியாக மாற்றுவோம்.[2]

–பிரவீண் தொகாடியா

வெகுசன இந்துமதம் ஒரு பெரிய புத்தெழுச்சிக்கு உள்ளாகிக் கொண்டிருக்கிறது. முன் இயலில் நாம் விளக்கியது போல, பணக்காரர்களும் ஏழைகளும் ஒன்று போலக் கடவுளிடமும் சாமியார்களிடமும் திரும்புகிறார்கள். பூசாரிகள், ஜோசியர்கள், வாஸ்து சாஸ்திரிகள் ஆன்மிக அறிவுரையாளர்கள் என யாவரும் ஒரு கொழிக்கும் வணிகத்தில் ஈடுபட்டிருக்கிறார்கள்.

வெகுசன இந்துமதத்தின் புத்தெழுச்சி, இந்திய மதச்சார்பின்மை மனநிலைக்கு 'எதிராக' நிகழவில்லை, 'அதனால்தான்' நிகழ்கிறது என்பது ஒரு முரணுண்மையாகத் தெரியலாம். இந்திய மதச் சார்பின்மை வடிவம், அரசுக்கும் பெரும்பான்மை மதத்திற்கும் நெருக்கமான, அதற்கு ஊட்டமளிக்கக்கூடிய உறவை வளர்க்க அரசை அனுமதித்துவிட்டது. நவ-தாராள அரசு, தனியார்

துறையுடன் கூட்டுவைத்துக்கொண்ட போது, ஒரு சுகமான முக்கோண உறவு அரசு-பெருவணிகத்துறை-இந்துப் பொது நிறுவனம் ஆகியவற்றிற்கிடையே எழுச்சிபெற்றுள்ளது.

உலக அரசியல் பொருளாதாரத்தால் உருவாக்கப்பட்ட புதிய சமூகப் பின்னணிக்குப் பொருத்தமாக அமையும் வகையில் இந்து மதம் தன்னைப் புதுப்பித்துக்கொள்ளக்கூடிய புதிய நிறுவன வெளிகளை அரசு-கோயில்-பெருவணிகக்குழுமக் கூட்டிணைவை உருவாக்கி வருகிறது. ஆனால் தன்னைப் புதுப்பித்துக்கொள்ளும் செயல் முறையில், சடங்குகளை இந்து அடையாளத்தின் அரசியல் உறுதிப்பாடுகளாக மாற்றுவதால், அது தேசியவாதக் குறிப்புப் பொருளையும் கொள்கிறது. சடங்கு வெளிகளை அரசியலாக்கப் பட்ட பொதுவெளிகளாக மாற்றுகின்ற செயல்முறை, மிகச் சாதாரணமாகவும் அற்பமான முறையிலும் நிகழ்வதோடு, அது நமது கூட்டுப் பொதுப்புத்தியின் பகுதியாகவும் இருப்பதால் கவனிக்கப் படாமலும் தடையின்றியும் நடந்துவிடுகிறது. சாதாரண இந்துச் சடங்குகள் கடவுள் வழிபாட்டை எவ்விதம் தேச வழிபாட்டுடன் ஒன்றிணைக்கின்றன என்பதை இந்த இயல் காட்டும்.

அரசும் தனியார்துறையும் இந்துமதத்தை மேம்படுத்தச் சேர்ந்து வேலைசெய்யும் இரண்டு பரந்த துறைகள் உள்ளன: கல்வியும் சுற்றுலாவும். புதிதாக உருவாகியுள்ள, ஆங்கிலம் பேசுகின்ற, கணினியைப் பயன்படுத்துகின்ற பூசாரிகள், ஜோசியர்கள், வாஸ்து சாஸ்திரிகள், மதச்சேவை புரிபவர்கள் ஆகியோர் புதிய புரோகிதப் பயிற்சிப் பள்ளிகள், நிகர்நிலைப் பல்கலைக்கழகங்களின் தயாரிப்புகள். இவை உயர்கல்வியின் வணிகமயமாக்கத்தால் பயனடைந்தவை. அரசும் பெருவணிகக்குழுமத்துறையும் இந்து மதத்திற்காகப் பொதுவாக இணைந்து செயல்படும் மற்றொரு துறை, புதிதாக வளர்ந்துவரும் மதச் சுற்றுலாவுக்கான இலாப கரமான சந்தை. கள்ளமற்றதாகவும் முழுமையாக மதச்சார் பற்றதாகவும் தோன்றுகின்ற சுற்றுலா மேம்பாட்டுத் திட்டம், கோயில்களையும், ஆசிரமங்களையும், புனிதயாத்திரைத் தலங் களையும் மேம்படுத்துவதற்கு வரிசெலுத்தும் மக்களின் பணத்தைச் செலவழிப்பதற்கான வழியாக மாறிவிட்டது.

பெரும்பான்மை மதத்திற்கு அரசும் பெருவணிகக்குழுமங்களும் புரவல ஆதரவுக்கான உதாரணங்கள் முகத்தில் அறைந்தாற் போல வெளிப்படையாகத் தெரிந்தாலும், இந்துக்கள் பலரும்

தங்கள் செலவில் இந்தப் போலி மதச்சார்பின்மை அரசு முஸ்லிம், கிறித்துவச் சிறுபான்மையினரின் ஆசைகளைப் பூர்த்திசெய்கிறது என்று கருதத் தொடங்கிவிட்டார்கள். 'இந்துமதம் ஆபத்தில் இருக்கிறது', 'நமது கோயில்களை அரசு கையகப்படுத்துவதிலிருந்து பாதுகாக்க வேண்டும்' என்பவை இந்து வலதுசாரியினரின் நன்கறியப்பட்ட கோஷங்களாக ஆகிவிட்டன. எவ்விதம் அரசு-கோயில்-பெருவணிகக்குழுமக் கூட்டிணைவு இந்துமதத்திற்கு ஆதாயமாகச் செயல்படுகிறது என்பதைக் காட்டுவதன் மூலம் இந்த இயல் இந்தத் தொன்மங்களுக்குச் சவால் விடுகிறது.

மதத்திற்கும் அதற்குத் தொடர்பான உள்கட்டமைப்புகளுக்கும் அரசாங்கம் செலவுசெய்வது அரசியலில் உணர்ச்சியைத் தூண்டக் கூடிய பிரச்சினை. சரியான மெய்ம்மைகளும் விவரங்களும் கிடைப்பது அருமை. அரசுக்கும் கோயில்களுக்குமான மறைவான நெருக்கத்தை வெளிப்படுத்த வேண்டி பொதுக்களத்தில் கிடைக்கும் சான்றுகளை ஒட்ட வைக்க முனைகிறது இந்த இயல்.

அரசும் கோயில்களும்: வரலாற்றுப் பின்னணி

அரசுக்கும் மதக் களத்திற்குமான பிணைப்பு என்பது இந்திய மதச்சார்பின்மைக்கே உரிய விசித்திர இயல்பின் விளைபொருள். அரசியலமைப்பின் 26ஆம் பிரிவு ஒவ்வொரு மதப் பிரிவும் 'அந்தந்த மதத்திற்குரிய, அறக்கொடை நோக்கங்களுக்காக நிறுவனங்களை நிறுவவும் தக்கவைக்கவும் செய்யலாம்' என்று அனுமதி அளித்திருக்கிறது. ஆனால் இந்த நிறுவனங்களில் மதக்கூறுகளுக்கு மட்டுமே இந்தச் சுதந்திரம் விரிகிறது. சமமதிப்புள்ள மதம் சாராத நிறுவனங்கள் கீழ்ப்படிகின்ற பொருத்தமான சட்டங்களுக்கு இசைவாகக் கொண்டுவரத் தேவை ஏற்பட்டால், எல்லா மத நிறுவனங்களின் மதச்சார்பற்ற விவகாரங்களுக்குள்ளும் அரசு குறுக்கிடுகின்ற உரிமையைத் தனக்கு வைத்துக்கொண்டுள்ளது.

மத நிறுவனங்களின் மதச்சார்பற்ற விவகாரங்களுக்கு உதாரணங்கள் பின்வருமாறு: தெய்வத்திற்கு பக்தர்கள் செலவிடும் பணத்திற்கும் பிற பொருள்களுக்கும் சொந்தக்காரர் யார்? கோயில் பணம் எவ்வாறு செலவிட வேண்டும்? கோயில் புதுப்பித்தல்கள் மற்றும்/அல்லது கோயில் சொத்துகளைக்கட்டுவது தொடர்பான ஒப்பந்தங்களைத் தருவது யார்? புரோகிதர்களின் தகுதி தொடர்பான கோயில் கொள்கைகளை யார் முடிவு

செய்வார்கள்? இம்மாதிரிப் பிரச்சினைகளில் கோயில்கள், ஆசிரமங்கள், பிற பொதுஇயற்கை கொண்ட மத நிறுவனங்கள் ஆகியவை எவ்வித சிறப்பு உரிமைகளின் பின்னாலும் ஒளிந்து கொள்ள அனுமதிக்கப்படுவதில்லை. ஏறத்தாழக் குடியரசின் எல்லா மாநிலங்களிலும் அந்தந்த மாநிலத்தின் இந்துக் கோயில்களை மேற்பார்வை செய்யும் அரசாங்க அதிகார அமைப்பு ஒன்று உண்டு. கோயில்கள் அரசுக்குப் பொறுப்பான பொது அறக்கட்டளைகள் என்ற வாதத்தை உச்ச நீதிமன்றம் ஏற்றுக் கொண்டிருக்கிறது.[3] பல வழக்குகளில் கோயில்கள்மீது அரசாங்க மேற்பார்வை அமைப்புகளின் சட்டபூர்வத்தன்மையை நீதிமன்றம் உறுதிப்படுத்தியிருக்கிறது. குறிப்பாக 1954இன் ஷீரூர் மட வழக்கில், அரசாங்கக் குறுக்கீட்டை அந்த மடத்தலைவர் எதிர்த்த போது இது பதிவுசெய்யப்பட்டுள்ளது.

இந்திய அரசு கோயில் விவகாரங்களில் மேற்பார்வை செய்யும் தந்திரமான செயல்பாட்டில் ஏன் தன்னை ஈடுபடுத்திக்கொள்ள நேர்ந்தது என்பதை இங்குப் புரிந்துகொள்ள ஒரு சிறிய வரலாற்று விளக்கம் பயனுள்ளதாக இருக்கும்.

அரசியலமைப்புச் சட்டம் ஏற்றுக்கொள்ளப்பட்ட நேரத்தில், எல்லா மதச் சமுதாயங்களும் தங்கள் மத வழிபாட்டிடங்கள், தர்மநிறுவனங்கள், அறக்கட்டளைகள் போன்றவற்றில் இருந்த மட்டுமீறிய ஊழலைச் சுத்தம் செய்யுமாறு கேட்கப்பட்டனர். சீக்கிய விஷயங்கள் குருத்வாரா சட்டம் 1925 மூலம் கவனிக்கப்பட்டு வந்தன. 1954இன் வக்ஃப் சட்டத்தின்கீழ் முஸ்லிம் பள்ளிவாசல் களும் தர்மநிதிகளும் கொண்டுவரப்பட்டன. தேவாலயங் களுக்கான தேசிய கவுன்சிலின் மேற்பார்வையில் கிறித்துவ தேவாலயங்கள் கொண்டுவரப்பட்டன. தங்களிடமுள்ள ஆயிரக் கணக்கான பிரிவுகள், சிந்தனைக்குழுக்கள் தங்கள் மீது எவ்வித ஒருமித்த அதிகார அமைப்பும் இந்துக்களுக்கு இல்லாததால், இந்து சீர்திருத்தவாதிகள் தாங்களாகவே அரசுக்கு அழைப்பு விடுத்தது போல ஆயிற்று.

காலகட்டத்திற்கேற்ப இந்துக் கோயில்கள் நடந்துகொள்ள வில்லை, மேலும் பாரம்பரிய அர்ச்சகர்கள் அச்சுறுத்திப் பணம் பறித்தலிலும் வட்டித்தொழிலிலும் ஈடுபட்டிருந்தனர். எனவே சென்னை மாகாணத்தின் (இப்போதைய தமிழ்நாடு) பிராமணர்களே கோயில் சீர்திருத்தங்கள் வேண்டுமென இருபதாம் நூற்றாண்டின்

தொடக்கத்தில் போராட்டத்தில் ஈடுபட்டனர். இந்த விஷயத்தைப் பற்றி விரிவாக எழுதியிருக்கும் கிறிஸ்டோஃபர் ஃபுல்லரின் கூற்றுப்படி, அன்னீ பெசண்ட்டின் தோழரும், பிரம்ம ஞானசபை உறுப்பினருமான எஸ். சுப்பிரமணிய ஐயர் தலைமையில் ஒரு பிராமண வழக்குரைஞர்கள் குழு, 1908இல் தர்ம ரட்சைச் சபையை அமைத்தது.[4] ஊழல்மிக்க அர்ச்சகர்களின் மீது வழக்குகளைக் கொண்டுவந்த தர்ம ரட்சைச் சபை, அப்போதிருந்த பிரிட்டிஷ் அரசாங்கத்தைக் கோயில் விஷயங்களை முறையாக மேற்பார்வை செய்வதற்காக உள்ளூர் அமைப்புகளை நிறுவுவதற் கெனச் சட்டம் இயற்றுமாறு வேண்டியது. (கிழக்கிந்தியக் கம்பெனியும் பிறகு பிரிட்டிஷ் அரசாங்கமும் 1817 முதல் 1888 வரை கோயில் அறக்கட்டளை நிதியங்களை நிர்வகித்துவந்தன. பிரிட்டனில் உள்ள வட்டாரக் கிறித்துவ விமரிசகர்களின் அழுத்தத்தால் அது கைவிடப்பட்டது.) 1925இல் மெட்ராஸ் சட்டமன்றம் முதல் இந்துமத அறக்கட்டளை நிதியச் சட்டத்தை (ஹிண்டு ரெலிஜியஸ் எண்டோமெண்ட்) நிறைவேற்றியது. ஆனால் அச்சட்டம், இந்துமத மற்றும் அறக்கட்டளை நிதியச்சட்டம் (ஹிண்டு ரெலிஜியஸ் அண்ட் எண்டோமெண்ட் சாரிடேபிள் ஆக்ட்– எச்ஆர்சிஈ) சட்டம் என்ற தன் இறுதிவடிவத்தை 1951ஆம் ஆண்டில்தான் அடைந்தது. எச்ஆர்சிஈ சட்டம், கோயில் அறக்கட்டளை நிதியங்கள், மதச் சேவைகள் ஆகியவற்றை ஒரு மேலாண்மை அமைப்பின்கீழ் கொண்டுவந்தது. இந்த மேலாண்மை அமைப்பில், அரசாங்க ஐஏஸ் அதிகாரிகளும் தர்மகர்த்தாக்களும் இருந்தனர். தர்ம கர்த்தாக்கள் சிலர் கோயில் அர்ச்சகர்களின் குடும்பத்திலிருந்து வந்தவர்கள், பிறர் அரசாங்கத்தால் நியமிக்கப்பட்டவர்கள். வரலாற்றாசிரியர் ஃப்ராங்க்லின் பிரெஸ்லர் விவரிப்பது போல, தமிழ்நாட்டு மக்கள் எச்ஆர்சிஈ சட்டத்தை வரவேற்றனர்:

> கோயில்களுக்கு நிர்ப்பந்தமாக அரசின் பாதுகாப்பு தேவைப் பட்டது... ஒரு செயல்படுகின்ற, விழிப்புள்ள அரசாங்கமின்றி, கோயில்கள் ஊழல்மிகுந்து, பழிபாவத்திற்கு அஞ்சாத தர்மகர்த்தாக்கள், அர்ச்சகர்கள், நிலக் குத்தகையாளர்கள், அரசியல்வாதிகள் ஆகியோர்க்கு இரையான நிலையில் இருந்தன. இவர்கள் யாவரும் கோயில்களை அரசியல் ஆதாயத்திற்காகச் சுரண்டினர். அரசாங்கத்தின் கீழிருக்கும் மையநிர்வாகம் ஒன்றுதான் இந்த நிலையை மாற்ற முடியும்.[5]

தமிழ்நாட்டிலுள்ள கோயில்களைச் சீரழித்த இந்தப் பிரச்சினைகள், இந்தியா முழுவதுமே பரவலாக இருந்தன. ஆகவே நாட்டிலுள்ள பிற மாநிலங்கள் யாவும் தமிழ்நாட்டின் எச்ஆர்சிஈ சட்ட மாதிரியைப் பின்பற்றி இந்து, ஜைன, பௌத்தக் கோயில்களை மேற்பார்வை செய்யத் தங்கள் சொந்த ஒழுங்குபடுத்தும் அமைப்புகளை ஏற்படுத்திக்கொண்டன. சில நன்கறியப்பட்ட உதாரணங்களைக் காண்போம்:

- ஒரிஸா மாநிலம் பூரியிலுள்ள புகழ்பெற்ற ஜகந்நாதர் கோயில், மாநில அரசின் கட்டுப்பாட்டுக்குள் கொண்டுவரப்படுவதற்கு முன் திருட்டுக்கும் ஊழலுக்கும் பெயர்பெற்ற தாக இருந்தது.[6]
- திருமலை திருப்பதி கோயிலின் அளப்பரிய செல்வம், பல நூற்றாண்டுகளாகப் பாரம்பரியமாக வந்த 12 அர்ச்சகர்கள் குடும்பத்திடம் இருந்தது. வெறும் லட்டுவை பிரசாதமாக விற்பதன் மூலம் மட்டுமே ஆண்டுக்கு 4.5 கோடி ரூபாய் வருமானம் கிடைத்தது. பண நன்கொடைகளைப் பற்றி சொல்ல வேண்டாம். 1996இல் இந்தப் பாரம்பரிய அர்ச்சகர் உரிமைக்கு உச்சநீதி மன்றம் முற்றுப்புள்ளி வைத்து, திருமலை திருப்பதி தேவஸ்தானம் உருவாகவும், கோயில் நிதிகளை நிர்வாகம் செய்யவும், அர்ச்சகர்களைத் தொழில்மயப் படுத்தவும் வழிவகுத்தது.[7]
- வட இந்தியாவில், ஜம்மு காஷ்மீரில் அமைந்துள்ள மிகவும் புகழ்பெற்ற புனித யாத்திரைத் தலம் வைஷ்ணோ தேவி கோயில். அதனுடைய மிகப்பெரிய செல்வம், 1000 அர்ச்சகர் குடும்பங்களின் கையில் இருந்தது. கோயிலைப் பராமரிப்பதற் கான பணம் ஒன்றுமே இல்லை என்ற நிலை. ‘பழுதுபார்க்க முடியாத நிலையில் வீழ்ந்து, மிகமோசமான நிலையில், மேம்போக்கான, ஆன்மா அற்ற, ஊக்கம் அற்ற, செயல் அற்ற இந்தியாவின் மிகவும் மோசமான நிலையைக் குறிக்கும் சின்னமாக இருந்தது’ என்று ஜம்மு காஷ்மீர் ஆளுநராக இருந்த ஜக்மோகன் சிங் குறிப்பிட்டுள்ளார்.[8] அவர் மாதா வைஷ்ணோ தேவிச் சட்டம் கொண்டுவருமாறு வலியுறுத் தினார். அதனால் 1986ஆகஸ்ட் மாதத்தில் மாதா வைஷ்ணோ தேவி கோயில் வாரியம் அமைக்கப்பட்டது. இந்த அமைப்பு உருவாக்கப்பட்டதை, 1988இல் உச்சநீதிமன்றம் ஏற்று உறுதி செய்தது.

- வைஷ்ணோதேவி கோயில்வாரியம், காஷ்மீரில் மற்றுமொரு புகழ்பெற்ற புனித யாத்திரைத் தலமான அமர்நாத்தில் இதேபோன்றதொரு மேற்பார்வை அமைப்பு உருவாக வழிவகுத்தது. 1850இல் இந்தக் குகையைக் கண்டுபிடித்தவர் புட்டா மாலிக் என்ற முஸ்லிம் ஆடுமேய்ப்பவர். இரண்டு இந்து அமைப்புகளோடு சேர்ந்து புட்டா மாலிக் அந்தத் தலத்தை நிர்வாகம் செய்துவந்தார். முஸ்லிம் பொறுப்பாளர்கள் தலத்தின் வருவாயில் மூன்றில் ஒரு பங்கைப் பெற்று வந்தனர். 2000இல் அமைக்கப்பட்ட அமர்நாத் கோயில் வாரியம், தலத்துக்குப் புனிதயாத்திரை மேலாண் மையைத் தன்பொறுப்பில் எடுத்துக்கொண்டது.[9] புட்டா மாலிக்கின் வாரிசுகளையும் கோயில் நிர்வாகத்திலிருந்து விடுவித்தது.

மாநில அளவிலான மத அறக்கட்டளை நிதியத்துறைகளின் விழிப்பான பார்வையின் கீழ், இப்போது கோயில்கள் பக்தர்களின் கொடையின் வாயிலாகத் தங்களுக்குக் கிடைக்கும் வருமானத்தை அவை அளிக்கும் மதச் சேவைகளின் தரத்தை மேம்படுத்தப் பயன்படுத்த வேண்டும் எனச் சொல்லப்படுகிறது. போதிய நன்கொடைகள் பெறாத கோயில்களுக்கு வளமான கோயில்கள் மானியம் அளிக்க வேண்டும் என்று எதிர்பார்க்கப்படுகிறது.

மதச் சேவைகளை மேம்படுத்துவதில் அக்கறை காட்ட வேண்டிய இரண்டு முக்கியப் பகுதிகள் உள்ளன. முதலாவது, பூசாரிகளின் கல்வியையும் பயிற்சியையும் பற்றியது. இரண்டாவது வழிபடுவோருக்கும் எளிய மக்களுக்கும் தர்மசாலைகள், பொதுப் படிப்பகங்கள், பள்ளிகள், மருந்தகங்கள், மருத்துவமனைகள் போன்றவற்றைக் கட்டுவதற்கான வசதிகளுக்காக நிலத்தைப் பெறுவது பற்றியது.

இந்த இரு விஷயங்களிலும், அரசு, பெருவணிகங்கள், கோயில்கள் ஆகியவற்றின் ஆர்வங்கள் ஒன்றாகவே ஆகிவருகின்றன. இது அரசுப் பொருளாதாரத்திற்கும் தனியார் வணிகங்களுக்கும் கோயில் களை இலாபம் உண்டாக்கும் மையங்களாக மாற்றுவதும், அரசையும் வணிகங்களையும் கோயில்களின் கலாச்சார அரசியல் திட்டத்திற்குத் துணைப் பொருள்களாக மாற்றுவதும் ஆகும். இந்த மூன்று கூட்டாளிகளுக்கிடையிலுள்ள வழக்கமான ஒத்துழைப்புப் பாணி இதுவாகத் தோன்றுகிறது: அரசு, கோயிலுக்கு வேண்டிய நிலத்தைக் கொடையாகவோ அடிமட்ட விலைக்கோ தருகிறது.

அதில் பள்ளிகள், பல்கலைக்கழகங்கள், மருத்துவ மனைகள், பிற தர்மச்செயல்கள் ஆகியவற்றிற்காகக் கோயில்கள் முதலீடு செய்யலாம்; அதனுடன்/அல்லது அரசு தன் உள்கட்டமைப்புத் திட்டங்களைக் கோயில் சொத்துகளின் தேவைகளுக்கு ஏற்றாற் போல் இயக்குகிறது. இந்தக் கட்டத்தில்தான் தொழிலதிபர்களும் மிகப்பெரிய வணிகக் குடும்பங்களும் உள்நுழைகின்றனர்: தாங்கள் மரியாதை செலுத்த நேர்கின்ற ஒரு சாமியாரின்/குருவின் தலைமையில் இந்த மத நிறுவனங்களைக் கட்டவும் நிலைக்கச் செய்யவும் தேவையான கொடைகளை வழங்குகின்றனர். அதற்கேற்றவாறு, அரசும் இந்த முதலீடுகளைத் தகுதியுள்ளதாக மாற்ற, 'நிகர்நிலைப் பல்கலைக்கழகங்களை' உருவாக்கியும் பயிற்சி, புத்துயிர்ப்புத் திட்டங்களுக்கு நிதியளிப்பது, புதிய கல்வித் திட்டங்களைத் தொடங்குவது, புதிய பட்டங்களுக்கு அறிந்தேற்பு அளிப்பது ஆகியவற்றிற்கான நவீன நற்சாட்சிப் பத்திரங்களை அளிக்கிறது. இதன் ஒட்டுமொத்த விளைவு, தனித்த பண்புடைய இந்து நிறுவனங்கள் பொதுக் களத்தில் ஆழமாக நுழைந்து, தனது குடிமக்கள் யாவருக்கும் அரசு அளிக்கவேண்டிய மதச் சார்பற்ற கல்வி, சுகாதாரச் சேவைகளுக்கு மதச்சார்பான சேவை களை பதிலீடு ஆக்குகின்றன.

இந்த முப்பக்கக் கூட்டிணைவால் முக்கிய ஆதாயம் பெறுவன வற்றில் மூன்று வகை இந்துப் பாரம்பரிய நிறுவனங்கள் உள்ளன:

- **முதல் வகை.** புரோகிதத் தொழிலையும் (கர்மகாண்டத்தை யும்) 'வேத அறிவியல்களையும்' பரப்புவதற்குத் தங்களை அர்ப்பணித்துக்கொண்டவை. நாட்டில் எங்கும் காளான் போல முளைத்து வருகின்ற பூசாரிகளுக்கான (அர்ச்சகர் களுக்கான) பல வகைப் பயிற்சிப் பள்ளிகள் (குருகுலங்கள், ரிஷிகுலங்கள், வேத, ஆகமப் பாடசாலைகள் என்று பல பெயர்களில் சொல்லப்படுபவை) இந்த வகையில் அடங்கும்.

- **இரண்டாவது வகை.** மதச்சார்பற்ற – மதப் பிரிவினைக் கிடையே ஊசலாடுவது. இங்கு வரிவிலக்கு அளிக்கப்பட்ட ஆசிரமங்கள், கோயில்கள் ஏற்படுத்திய, ஆனால் மரபான அறிவியல், பொறியியல், பிற மதச்சார்பற்ற படிப்புகளில் பட்டங்களை வழங்குகின்ற நிகர்நிலைப் பல்கலைக்கழகங் களை நாம் மனத்தில் கொள்ளலாம்.

- **மூன்றாவது வகை.** நேரடியான கொடைகளைப் பெறும் கோயில்கள். இந்த வகையில், பொதுத்துறை உள்கட்டமைப்புத் திட்டங்களைக் கோயில்கள், மதத் திருவிழாக்கள், புனித யாத்திரைகளின் தேவைகளுக்கு ஏற்பத் திருப்பிவிடுகின்ற அமைப்புகளும் அடங்கும்.

ஒவ்வொரு வகையிலும் முக்கியமான உதாரணங்களை இந்த இயல் அளிக்கும். ஆனால் முதலில், நாம் நிலைநாட்ட வேண்டிய கருத்துக்குக் கடுமையான எதிர்ப்பு ஒன்றை ஆராய்வோம்.

இந்துப் பழமைவாதத்திற்கு மதச்சார்பற்ற அரசின் பணிவு

அரசுக்கும் கோயில்களுக்கும் ஒரு கூட்டிணைவு உள்ளது, அது கோயில்களுக்கு நன்மை செய்வதாகிறது என்று நாம் வாதிட்டுள்ளோம். ஆனால் இந்து வலதுசாரி நிறுவனங்கள் பலவும், இயக்கவாதிகள் பலரும் இதற்கு எதிர்மறையான நிலைப்பாட்டைக் கொண்டுள்ளனர். அரசு நிர்வாகத்திலுள்ள கோயில் வாரியங்கள், கோயில்களைத் தாம் 'எடுத்து நடத்துவதை' 'இந்துமதத்திற்கு எதிரானது' என்கின்றனர். உதாரணமாக, அமெரிக்காவில் தலைமை யிடமாகக் கொண்ட உலக இந்துப் பாரம்பரிய அறக்கொடை நிறுவனம் (குளோபல் ஹிண்டு ஹெரிடேஜ் ஃபவுண்டேஷன்), வெவ்வேறு மாநிலங்கள் ஏற்றுள்ள எச்ஆர்சிஈ சட்டத்தின் எல்லா வடிவங்களையும் ஒழிக்க வேண்டும் என்கிறது. இந்துமதத்தை 'இந்தியாவிலிருந்து வெளியேற்றுவதற்கான தந்திரம்' அது என்கிறது.[10] பாரத் ஜாக்ரண் (பாரத விழிப்புணர்ச்சி) மன்றம் போன்ற அமைப்புகள், 'இந்திய அரசு இந்தியாவை இந்துமத மற்றதாக்குவதற்கு சதி' செய்வதாகக் குற்றம் 'சாட்டுகின்றன.'[11]

இந்து நிறுவனங்கள் மீதான அரசுக் கட்டுப்பாடு ஆன்மிக கலாச்சாரச் செயல்பாடுகளில் கடுமையாகக் குறுக்கிட்டுள்ள தாகவும், மத உணர்ச்சிகளை மீறியிருப்பதாகவும், மதச் சுதந்திரத் திற்கான இந்துக்களின் மனித உரிமைகளை ஒடுக்கிவிட்டதாகவும், பழைய மத உள்கட்டுமானத்தை முழு அளவில் தவறான நிர்வாகம், கோயில் நிலங்களை விற்றல் மூலமாக அழித்துவிட்டதாகவும், சேவை, தர்மப் பிரச்சாரங்களின் முக்கியச் செயல்பாடுகளை நிறுத்திவிட்டதாகவும் பாரத் ஜாக்ரண் சொல்கிறது. இந்து ஜன்ஜாக்ருத் சமிதியின் கோரிக்கைளில் ஒன்றானதால், கோயில்கள் 'பாதுகாக்கப்பட' வேண்டும் என்ற விஷயம் ஒரு மோசமான

திருப்பத்தை அடைந்துள்ளது. இந்தச் சமிதி, ஒரு மகாராஷ்டிர மாநில அமைப்பு. முஸ்லிம்களுக்கு எதிரான பயங்கரவாதத் தாக்குதல் களில் தொடர்புடையதாகக் குற்றம் சாட்டப்பட்டிருக்கிறது.[12]

இந்த விமரிசகர்கள் எல்லையற்ற எதிர்ப்பைக் காட்டுகிறார்கள். கோயில் சடங்குகள், வழிபாடு போன்றவற்றில் கோயில் பூசாரிகள் காட்டும் பழமைத்தனத்திற்கு அரசு முகமைகள் வழக்கமாக எவ்வளவு கெஞ்சுதலையும் பணிவையும் மேற்கொள்கிறார்கள் என்பதை அவர்கள் புரிந்துகொள்வதே இல்லை. வருவாய்க்கும் அந்தஸ்துக்குமான அரசாங்க மேற்பார்வை அமைப்புகளின் பொருள்சார் ஆர்வங்கள், எவ்வாறு தங்கள் நிறுவனங்களின் செல்வத்தையும் கௌரவத்தையும் பெருகச் செய்வதில் கோயில் பூசாரிகளுடைய ஆர்வங்களுடன் ஒன்றுபடுவதில் நிறைவடை கின்றன என்பதையும் அவர்கள் காணத் தவறுகிறார்கள். அரசாங்க அதிகார அமைப்புகள், பெரும்பாலும் அரசின் சுற்றுலா, பிற கலாச்சார-கல்விச் செயல்பாடுகள் மூலமாகவும் வருகின்ற பொதுப் பணத்தைக்கொண்டு புனித யாத்திரைகளையும், பக்தி சார்ந்த மதத்தன்மை வெளிப்பாடுகள் பிறவற்றையும் ஆதரிக்கவே செய்கின்றன.

அரசாங்கம் நியமித்துள்ள மேற்பார்வை அமைப்புகள் ‘இந்து மதத்திற்கு எதிரானவை’ என்ற சிந்தனையை அகற்றுவதற்குத் ஒரு துளி வரலாறு பயனுடையதாக இருக்கும். அர்ச்சகர்களின் அதிகாரத்திற்கும், இந்துப் புனித நூல்களுக்குப் பெரும்பாலும் அவர்கள் தருகின்ற மூடநம்பிக்கை கொண்ட விளக்கங்களுக்கும் பணிந்து நடப்பது என்பது அரசின் கோயில் நிர்வாகக் கொள்கைக்குள் தொடக்க முதலே கட்டப்பட்டிருக்கிறது. இந்துக்கோயில்களை மேற்பார்வை செய்வதற்கு அரசு அளவிலான மேற்பார்வை அமைப்புகளை ஏற்படுத்துவதற்கு 1962இன் இந்து அறநிலையத் துறை ஆணையத்தின் அறிக்கை அமைந்தது. புனித நூல்களின் அதிகாரத்தைக் கேள்வி கேட்காமல் ஏற்பதற்கு அது ஒரு நியாயம் வழங்கியது. அந்த ஆணையத்தின் உறுப்பினர்கள் வட இந்தியாவில் 150 இந்துமத நிறுவனங்களுக்கும் தெனிந்தியாவில் 82 நிறுவனங் களுக்கும் ஓராண்டில் சென்று பார்வையிட்டார்கள். அர்ச்சகர்கள் பலரைப் பேட்டி கண்டார்கள், 12,000 வினாநிரல்களைச் சுற்றுக்குவிட்டார்கள், நாட்டிலுள்ள கோயில்களின் நிலை பற்றிய விரிவான ஆய்வு ஒன்றை அளித்தார்கள். அர்ச்சகர்களின்

'அறியாமை, தொழில்திறனின்மை' இவற்றோடு அவர்களின் 'பணம் பறிக்கும் திறமை'யையும் கண்டு இந்த ஆணையத்தின் உறுப்பினர்கள் மிகுந்த ஏமாற்றத்துக்கு ஆளானதாக அறிக்கை அளித்துள்ளார்கள்.[13]

மேம்பாட்டிற்கென இந்த ஆணையம் அளித்த பரிந்துரைகள் தேசம் முழுவதும் கோயில்களின் மதச்சார்பற்ற விவகாரங்களில் சீர்திருத்தங்களைக் கொண்டுவருதற்கு அடிப்படையாக அமைந்தன. இந்தப் பரிந்துரைகள், தமிழ்நாட்டில் ஏற்கெனவே இருந்த கொள்கைகளை முன்மாதிரியாகக் கொண்டு அமைக்கப்பட்டன. அடிப்படையில் இந்த ஆணையம் பரிந்துரைத்தது இதுதான்: அர்ச்சகர்கள் பழைய நூல்களில் சொல்லப்பட்ட விதமாகவே சடங்குகளை நடத்துவதில் திறன்பெறுமாறு அவர்கள் கல்வியைக் கோயில்கள் மேம்படுத்த முயல வேண்டும். அதாவது, மேம்படுத்தல் என்பது, வேதங்கள், ஆகமங்கள், பிற புனித நூல்களுக்குச் சென்று அவற்றின் வழிகாட்டுதல்களை எழுத்துப்பூர்வமாகவும் விசுவாசமாகவும் கடைப்பிடிக்கவேண்டும். ஆணையத்தின் 1962 அறிக்கையிலிருந்து பொருத்தமான பகுதி, இந்தியாவில் மதச் சட்டத்தின் புகழ்பெற்ற அறிஞர் டன்கன் டெரெட் வாயிலாக மேற்கோள் காட்டப்படுகிறது:

> கோயில்களை மறைபொருள் சார்ந்த ஆய்வகங்களாக வரையறுக்கலாம். அங்குக் குறிப்பிட்ட சில போற்றுதல்களும் சில முறைப்படுத்திய வழிபாடுகளும், வழிபாட்டுப் பாடல்களும், மந்திரங்களும், இசையோடு சேர்ந்த பாராயணங்களும் குறிப்பிட்ட சில உடல்சார்ந்த, உள்ளம் சார்ந்த விளைவுகளைக் காலப்போக்கில் ஏற்படுத்தும். மேலும் இந்த பௌதிகச் செயல்முறைகள் முறையாக நடத்தப்பட்டால், அவற்றைச் செய்பவர் தகுதியை முறையாகப் பெற்றவர் என்றால், விளைவுகள் பெருகும். சடங்கை முறையாக நடத்துவதற்கு மிக அடிப்படையான ஒன்று, முறையான புரோகிதரை அமர்த்துதல். மேலும் இந்த பௌதிகச் செயல்முறைகளிலும், சடங்கின் நுணுக்கங்களிலும் அமர்த்தப்படும் புரோகித முகமையின் திறமையைத்தான் வழிபாடுகள், பூசைகள், அர்ச்சனைகள், அபிஷேகங்கள், விழாக்கள் ஆகியவற்றின் திறனும் சார்ந்திருக்கிறது. ஆகவே கோயில்கள் தங்கள் நோக்கங்களை நிறைவேற்றவேண்டும் என்றால், சரியான அணுகுமுறையும், முறையான நிபந்தனைகளும் திட்டவட்டமாகக் கடைப்பிடிக்கப்படவேண்டும்... மேலும் (வழிபாட்டின்) இந்த

பௌதிகச் செயல்முறைகள் முறையாக நிகழ்த்தப்பட்டால், விளைவுகள் சேர்ந்து பெருகும். (அழுத்தம் சேர்க்கப்பட்டது).[14]

இம்மாதிரியான கூற்றை, கோயில் சடங்குகளின் திறன்களில் மிகை நம்பிக்கையை மிகவும் பழமைவாதிகள் மட்டுமே சொல்லமுடியும். கோயில்களை 'பௌதிக விளைவுகள்' தரும் 'மறைபொருளுக்கான (இரகசிய வித்தைக்கான) ஆய்வகங்கள்' என்றும், அவை மதத்தின் நியாயமான, சாராம்சமான பணியைச் செய்கின்றன என்றும் இதை (புரோகிதர்கள் திட்டவட்டமாக சடங்கு மரபுகளைக் கடைப்பிடிக்க வேண்டும் என்ற பரிந்துரையால்) அரசு பாதுகாத்து ஊக்கப்படுத்த வேண்டும் என்றும் இந்த ஆணையத்தின் உயரிய கல்வி பெற்ற, நன்கறியப்பட்ட மக்கள் பணியாளர்களான உறுப்பினர்கள் ஐயத்துக்கிடமின்றி ஏற்றுக்கொண்டார்கள். டெரட் சற்றே திருகலாக நோக்கியதுபோல, இந்த ஆணையக்காரர்களுக்கு நல்ல பயிற்சி பெற்ற புரோகிதர்கள் தேவைப்பட்டதற்குக் காரணம், 'தாங்களே எந்தச்சமயத்திலும் கோயில்களுக்கு வந்து, நிவேதனங்கள் அளிக்கலாம்' என்ற எண்ணம்தான். கொள்கை வகுப்போரான இவர்கள், கோயில்களை பக்தர்களாக அணுகினார்களே ஒழிய, அரசியலமைப்பின் நோக்கத்திற்கேற்ப, எல்லா மதங்களிலிருந்தும் தங்களைப் பொதுவாகச் சமநிலையில் நிறுத்திக்கொண்டு, மதச்சார்பற்ற மக்கள் கலாச்சாரத்தை உருவாக்கும் ஆர்வத்துடன், ஒரு மதச்சார்பற்ற அரசின் அதிகாரிகளாக அல்ல.

காலப்போக்கில், அரசு அளவிலான நிர்வாக முகமைகளும்/ துறைகளும்/அமைச்சகங்களும் புரோகிதர்களின் உலகநோக்கு, உணர்ச்சிப்பாங்குகள் ஆகியவற்றிற்கு நெருக்கமாக மாறிவிட்டது போல் தோன்றுகிறது. ஜோன் வேகார்ன் தமிழ்நாட்டின் மத எழுச்சியை ஒரு முழுமையான ஆய்வுக்குட்படுத்தியபின் கூறுகிறார்:

(எச்ஆர்சிஈ அமைப்பால்) நியமிக்கப்பட்ட கோயில் நிர்வாக அதிகாரிகள், அறங்காவலர்களோடு ஒன்று சேர்ந்து, நகரத்தில் வளர்ந்துவரும் கோயில் கலாச்சார ஆர்வத்தை மேம்படுத்தவும் திசைப்படுத்தவுமான ஒரு பரஸ்பரத் திட்டத்திற்கு ஏற்ப வேலை செய்வதாகத் தோன்றுகிறது... திகாரியின் உள்மதிப்புகள் கோயில் தர்மகர்த்தாக்கள், பக்தர்களுடைய மனப்பாங்கிற்கு நெருக்கமாக இருந்தன. நான் சந்தித்த எந்த அலுவலரும், பக்தரும் சடங்கினைக் குறை கூறவோ, வழிபாட்டை ஆன்மிகப் படுத்தவோ முயலவில்லை.[15]

இன்றும் அரசாங்க மேற்பார்வை முகமைகளின் பிரதிநிதிகள், 'பூசாரிகளின் எல்லா பாரம்பரிய உரிமைகளையும்' தாங்கள் மதிப்பதாகவும் சேவைகளின் தரத்தை மட்டுமே மேம்படுத்த முயற்சி செய்வதாகவும் தங்கள் விமரிசகர்களுக்கு உறுதிப்படுத்தும் முறையில் பேசும்போது, இதே உணர்ச்சிதான் வெளிப்படுகிறது.[16]

கோயில் தர்மகர்த்தாக்கள், புரோகிதர்கள், பக்தர்கள் ஆகியவர் களின் உலகநோக்கையே அரசு நியமித்த மேற்பார்வையாளர்களும் பகிர்ந்துகொள்கிறார்கள் என்று ஒருவர் சற்று உறுதிபடக் கூறமுடியும்.

பகிர்ந்துகொள்ளும் நம்பிக்கைக்கும் மேல், மாநில அரசின் மேற்பார்வை முகமைகளுக்கும், கோயில்களுக்கும் பகிர்ந்து கொள்ளக்கூடிய பொருள் ஆர்வங்களும் உள்ளன: இரண்டுமே கோயில்களின் வருவாயையும் கௌரவத்தையும் அதிகரிக்க விரும்புகின்றன. கோயில் மேலாண்மைத் துறைகள் மிகவும் தொலைவில் உள்ள ஏதோ ஒரு கோயிலை அதற்கென ஒரு 'பழமையான வரலாற்றைக்' கண்டுபிடித்து ஒரு புனித யாத்திரைத் தலமாக்க முயற்சி செய்வதையும் யாத்திரையை எளிதாக்க, அரசு நிதியுதவி அளிக்கும் சுற்றுலாத்துறைகளைச் சாலைகளையும் உணவுவிடுதிகளையும் அமைப்பதில் ஈடுபடுத்துவதையும் பொதுவாகவே காணலாம். முந்தைய இயலில் சொல்லப்பட்ட, தமிழ்நாட்டுக் கோயில்களில் தங்க ரதங்களை விடுவது, சிவனுக்கும் பார்வதிக்கும் திருமணம் செய்வது போன்ற புதிதாகக் கண்டு பிடிக்கப்பட்ட கோயில் சடங்குகள், அரசாங்க மேற்பார்வை யாளர்கள் முழுமையாக அறிந்தே செய்த பணம் கொட்டும் வழிகளாகும். கேரளாவில் சபரிமலை தேவஸ்வம் போர்டின் பிரம்மாண்டமான மோசடியை நோக்க இந்தச்சடங்குகள் ஒன்றுமே இல்லாமல் மங்கி, மறைகின்றன. கேரளாவின் பொதுவுடைமை அரசாங்கத்தின் முழு ஒத்துழைப்போடு சபரிமலையின் மோசடி வித்தை பல ஆண்டுகளாக நிலைபெற்று நடைபெறுகிறது. ஒவ்வொரு ஆண்டும் பல லட்சக்கணக்கான யாத்திரிகர்கள் மகரவிளக்கு என்னும் தெய்வீக ஜோதியை தரிசனம் செய்வதற்காக வருகிறார்கள். உண்மையில் அந்த விளக்கை ஏற்றுவது கோயில் அதிகாரிகளும் தேவஸ்வம் போர்டும்தான். இதற்கு உடந்தையாக இருப்பவர்கள் மாநில மின்சார வாரியமும் அதனுடன் சேர்ந்து வனத்துறை அதிகாரிகளும் காவல்துறையும்.[17] 2008ஆம் ஆண்டு

புனித யாத்திரை காலத்தின் பொது கோயிலின் வருமானம் 72.52 கோடி. அதில் பெருமளவு 'தெய்வீக ஜோதி' நாளன்று கிடைத்தது. புதிய மரபுகளைக் கண்டுபிடிப்பதில் அரசாங்க அதிகாரிகள் ஈடுபடுவதும், மக்கள் அவற்றில் பங்கேற்கத் தூண்டுவதும் ஒன்றும் புதிதல்ல. 1982இல் ஃப்ராங்க்லின் பிரெஸ்லர், தமிழ்நாட்டின் எச்ஆர்சிஈ எவ்விதம் மாநிலத்தில் பல கோயில்களைப் பிரசித்தப் படுத்தி, அவற்றுக்குப் பயணம் செய்வதையும் எளிதாக்கியது, என்பதை விளக்கியுள்ளார்.[18] (ஆனால், பிரெஸ்லர் எச்ஆர்சிஈயை அரசியலாக்கியதை விமரிசனம் செய்துள்ளார்.) இதேபோல, ஒரிஸாவில் கட்டக்கிலுள்ள சண்டீ கோயிலைப் பற்றிய ஆய்வில், ஜேம்ஸ் பிரெஸ்டன், கோயில் அர்ச்சகர்களும் உள்ளூர் வியாபாரி களும் அரசு அறநிலைய ஆணைய அலுவலர்களும் ஒன்றுசேர்ந்து, கோயிலின் விரிவடையும் தர்மங்களுக்காக மேலும் நிலங்களைக் கையகப்படுத்த, 'கோயிலின் இலாப அளவை' அதிகரிப்பதற்கு எவ்விதம் வேலைசெய்தனர் என்பதைக் கண்டறிந்துள்ளார். சண்டீ கோயிலின் வருமானம் 1968இல் ஒரு லட்சம் ரூபாய். ஒரிஸா மாநிலத்தின் அறநிலைய ஆணையத்தின் கட்டுப்பாட்டின் கீழ்க் கொண்டுவரப்பட்ட பிறகு அதன் வருவாய் 1972இல் மூன்றரை லட்சம் ஆகியது.[19]

மேலும் சான்றுகள் வேண்டுமானால், மாநிலம் அமைத்துள்ள மேலாண்மை வாரியங்களின் கீழ் எவ்விதம் முக்கியப் புனித யாத்திரைத் தலங்கள் செழிக்கின்றன என்பதைக் காணுங்கள்:

- ஆந்திரப் பிரதேசத்திலுள்ள புகழ்பெற்ற திருப்பதி கோயிலை அரசு-கோயில் கூட்டு நிர்வாகக் குழு மேற்பார்வை செய்வது, அதன் வருவாயாக வரும் பெருஞ்செல்வத்தை எவ்விதத்திலும் குறைக்கவில்லை. மாறாக, உலகிலேயே இதுவரை உச்ச பட்சமான செல்வ வளமும், புகழும்பெற்ற மத நிறுவன மான வாடிகனைத் திருப்பதி மிஞ்சிவிட்டது என்று அறிக்கைகள் சொல்கின்றன. சமூகத்தினுள் பரவுவதிலும் இந்துக் கோயில் மிகுந்த அளவு வெற்றிபெற்றுள்ளது. முப்பது ஆயிரத்திற்கு மேற்பட்ட மாணவர்களைக்கொண்ட 12 கல்லூரிகளை நடத்துகிறது, வேத பாடசாலைகளிலிருந்து ஒவ்வொரு ஆண்டும் 600 அர்ச்சகர்களை வெளித் தள்ளுகிறது, இலவச மருத்துவமனைகளின் நீள்வரிசை ஒன்றையும் வைத்துள்ளது.[20]

- திருப்பதியைப் போலவே, வைஷ்ணோ தேவி கோயிலுக்கும் மாநில அரசு நியமித்த கோயில் வாரியம் அற்புதங்களைச் செய்துள்ளது. 1986இல் அந்தக் கோயிலுக்கு வரும் யாத்திரிகர் களின் எண்ணிக்கை 13 லட்சமாக இருந்தது. 2004இல் அது 60 லட்சம் ஆயிற்று. 2007இல் ஏறத்தாழ 70 லட்சம். 2009இல் 80 லட்சத்தைத் தாண்டிவிடலாம் என்று கருதப்படுகிறது.[21]
- ஸ்ரீஅமர்நாத் திருத்தல கோயில் வாரியத்தின் அக்கறை கொண்ட பராமரிப்பின் கீழ், 1989இல் ஏறத்தாழ 12,000 யாத்திரிகர்களை மட்டுமே கொண்டிருந்த நன்கறியப்படாத கோயிலான அது, 2007இல் 4 லட்சம் யாத்திரிகர்களைக் கவருகின்ற முக்கியப் புனிதயாத்திரைத் தலமாகிவிட்டது.[22]
- ஐம்பதாண்டுகளுக்கு முன்பு ஜம்முவில் உள்ள சிவ்கோரி கோயில் அறியப்படாத ஒன்று. இப்போது வைஷ்ணோ தேவி கோயிலுக்கு அடுத்தபடி, மிகவும் புகழ்பெற்ற கோயிலாகி விட்டது. வைஷ்ணோ தேவி, அமர்நாத் கோயில் வாரியங்களின் அமைப்பிலேயே உருவாக்கப்பட்ட ஸ்ரீசிவ்கோரி கோயில் வாரியத்தின் கீழ் அக்கோயில் வந்த இரண்டே ஆண்டுகளில், 2008இல் அதற்கு வரும் புனிதப் பயணிகளின் எண்ணிக்கை 50,0000 அளவைத் தாண்டியது.[23] தற்செயலாக ஒன்றைச் சொல்லலாம்: கோயில் பணத்திலிருந்தே அதன் முழு வளர்ச்சி நிகழவில்லை. ஜம்மு காஷ்மீர் மாநில அரசின் சுற்றுலா அமைச்சகம், சிவ்கோரிக்கென ஐந்துகோடி ரூபாய் அளவில் ஒரு வளர்ச்சித் திட்டத்திற்கு ஒப்புதல் அளித்தது.[24]

இம்மாதிரி அரசுத் தலையீடுகள் மிகுந்த வெற்றிகரமாக அமைந் திருப்பதால், பல கோயில்கள் மேலும் அது வேண்டுமெனக் கூச்சலிடுகின்றன. மேலும் கூடுதலான கோயில்களுக்கு, இன்னும் கேட்டால் காஷ்மீரி பண்டிதர்களின் எல்லாக் கோயில்களுக்கும் வைஷ்ணோ தேவி, அமர்நாத் கோயில்களின் பாணியில் அரசின் புதிய வாரியங்கள் வேண்டுமெனக் கேட்கின்றனர்.[25] கோயில் விஷயங்களில் அரசுக் குறுக்கீடு வேண்டுமென எல்.கே. அத்வானியும் ஆதரித்ததற்கான பதிவு உள்ளது. *இந்துயிஸம் டுடே* இதழில் அவர், ‘நிறுவனங்களின் இழிநிலை’ அரசாங்கம் தலையிடுவதைக் கட்டாயமாக்குகின்ற ஒரு நிலை வரக்கூடும். அரசுக் குறுக்கீடு புனித யாத்திரிகர்களுக்கு நிச்சயமாக உதவி

செய்துள்ளது என்பதற்கு வைஷ்ணோ தேவியின் மெய்யான அனுபவமே சான்றாக உள்ளது' என்று கூறியுள்ளார்.[26]

விமரிசகர்களின் ஆட்சேபணைகளை வழியிலிருந்து அகற்றிய பிறகு, இப்போது அரசு-கோயில்-பெருவணிகக்குழுமக் கூட்டிணைவு எவ்விதம் முன்பு கூறிய மூன்று வகைமைகளிலும் வேலை செய்கிறது என்பதை ஆராயவேண்டும்: குறிப்பாக, புரோகிதப் பயிற்சி, 'வேத அறிவியல் பாடசாலைகள்', இந்துக் கோயில்களோடும் ஆசிரமங்களோடும் இணைந்துள்ள 'மதச் சார்பற்ற' நிறுவனங்கள். மேலும், கோயில்களுக்கான நேரடி மானியங்கள்.

குருகுலங்களும் வேத பாடசாலைகளும்

கோயில் அர்ச்சகர்களுக்கு 'அறியாமையும் தொழில் திறனின்மையும்' உள்ளதென ஒப்புக்கொள்வது, கோயில் சீர்திருத்தங்களுக்கு ஓர் 'உந்துசக்தியாக' அமைந்தது. ஆகவே நவீனமயமாதல், இந்து மதத்தைப் புதுப்பித்தல் ஆகியவற்றின் தலையாய முயற்சியாக புரோகிதப் பயிற்சிப் பள்ளிகள் அமைந்ததில் வியப்பில்லை.

எல்லாவித குருகுலங்களும், 'ரிஷிகுலங்'களும், வேத பாடசாலைகளும் இன்று பெருகியுள்ளன. இவை எல்லாச் சாதிகளிலிருந்தும் பையன்களை (சில இன்னும் பிராமணர்களை மட்டுமே ஆதரித்தாலும்) ஏற்றுக்கொள்கின்றன. பூசைகள், யாகங்கள் செய்ய சமஸ்கிருத மந்திரங்களை ஏறத்தாழ 12 ஆண்டுகள் மனப்பாடம் செய்து, சடங்குகளை பௌதிகமாக நடத்துவதில் திறமை பெற்ற பிறகு, வளர்ந்துவரும் அர்ச்சகச் சந்தையில் நுழையத் தகுதியுள்ளவர்கள் எனச் சான்றிதழ் அளிக்கப்படுகிறார்கள்.

ஒட்டுமொத்தத்தில், இவை 1962 கோயில் சீர்திருத்த தேசிய ஆணையம் பின்பற்றிய பழமையான தத்துவத்திற்கு, அதாவது, பழைய நூல்களில் கூறியவாறே சடங்குகளை நடத்துவதில் புரோகிதர்களை வல்லவர்களாக்கும் வகையில் அவர்கள் கல்வியைச் சீர்திருத்துவதில் உண்மையாக நடந்துகொள்கின்றன. அதே சமயத்தில், இந்தப் பள்ளிகளின் பட்டதாரிகளுக்கு, குறிப்பாக ஆங்கில மொழித்திறனும் கணினிப் பயன்பாட்டுத் திறனும் கொண்ட நவீன கல்வியின் அறிமுகமாவது உள்ளது. சில நவீன

குருகுலங்கள் முறையான பள்ளிக் கல்வியில் உள்ள அறிவியல், கணிதப் பாடங்களையும் நடத்தத் தொடங்கியுள்ளன. ஆனால் பயிற்சிபெறும் புரோகிதர்களுக்கு விமரிசனச் சிந்தனைப் பழக்கத்தை வளர்ப்பதைவிட, மரபான வேத அறிவியல்களை உறுதிப்படுத்துவதை நோக்கமாகக் கொண்டே இவை கற்பிக்கப் படுகின்றன என்று உறுதியாகவே கூறலாம். நாட்டின் கல்விக் கொள்கை வகுக்கும் அமைப்புகளில் முதன்மையாக இருக்கும் பல்கலைக்கழக மானியக் குழு, இவற்றில் உயிர்த்தொழில் நுட்பவியல், ஜீனோமிக்ஸ் ஆகியவற்றுடன் 'மறைபொருள் அறிவியலில் (அக்கல்ட் சயின்ஸ்) மையப்படுத்திய ஆய்வு' நிகழ வேண்டும் என்று பரிந்துரை செய்யும்போது, மறைபொருளை (இரகசிய வித்தையை) நியாயமான அறிவியலாக ஏற்பதை எந்த குருகுலமும் மறுக்க வாய்ப்பில்லை.[27] ஃபுல்லரின் சொற்களில் கூறினால், 'தொழில் திறனோடு பயிற்சி பெற்ற பாரம்பரியத்தின் பாதுகாவலர்களை' இந்தப் பள்ளிகள் உற்பத்தி செய்கின்றன (நல்லதொரு எதிர்க் கருத்திணைப்புத் தொடர்). புதிய நடுத்தர வர்க்கத்தினர் முன்னுரிமை அளிக்கும் மொழியிலும் (ஆங்கிலம்), தொடர் அமைப்பிலும் (அறிவியல்) பேசக்கூடிய ஒரு புரோகிதப் பண்ணையை உருவாக்குவதுதான் இவர்களின் நோக்கம்.[28]

இந்திய அரசாங்கம் தகுதிவாய்ந்த 'நவீன' புரோகிதர்களுக்கு நிதி ஆதரவையும் அதிகாரபூர்வ ஏற்பையும் உறுதிப்படுத்தக் கூடிய ஒழுங்குமுறை அமைப்புகளை ஏற்படுத்தியுள்ளது. 2001 பிப்ரவரியில் பல்கலைக்கழக மானியக் குழு (யுஜிசி) ஜோசியத்தி லும், புரோகிதத்திலும் (கர்ம காண்டத்திலும்) கல்லூரி அளவிலான படிப்புகளை அறிமுகப்படுத்த முடிவெடுத்தபோது இந்தச் செயல்முறை தொடங்கியது. பாஜக அரசாங்கத்தின் ஆதரவுடனும், உச்ச நீதிமன்றத்தின் ஆசியுடனும் பல்கலைக்கழக மானியக் குழு உயர்கல்வியில் ஜோசியப் படிப்புகளை நிறுவனப்படுத்தும் முயற்சியில் வெற்றிகண்டது. ஆனால் ஏற்கெனவே புரோகிதப் பட்டங்களுக்கு ராஷ்ட்ரீய சம்ஸ்கிருத சம்ஸ்தான், மகரிஷி சந்தீபனி ராஷ்ட்ரீய வேத வித்யா பிரதிஸ்தான் ஆகிய வடிவங்களில் நிறுவன உள்கட்டமைப்பு இருந்தது.

சமஸ்கிருதம், யோகம், வேத அறிவியல்கள் ஆகியவற்றில் உயர் பட்டங்களை அளிப்பதில் பிரத்தியேகம் பெற்ற மூன்று நிறுவனங் களுக்கு முழுஅளவிலான நிகர்நிலைப் பல்கலைக்கழக அந்தஸ்தை

பாஜக தலைமை தாங்கிய தேசிய ஜனநாயகக் கூட்டணி அரசு அளித்தது. இந்த நிறுவனங்கள் நேரடியாக புரோகிதர்களை உருவாக்குவதில்லை. பூசாரிகளுக்கும் யோகம், ஜோசியம் போன்ற வேத அறிவியல் பயன்பாட்டாளருக்கும் பயிற்சி அளிக்கின்ற குருகுலங்களுக்கும் வேத பாடசாலைகளுக்கும் ஏற்பு அளிக்கின்ற நிறுவனங்களாகச் செயல்படுகின்றன. ஆனால் பட்டங்கள் வழங்க அனுமதியில்லை.

மூன்றிலும் நன்கறியப்பட்டதும் முக்கியமானதுமான நிறுவனம், ராஷ்ட்ரீய சம்ஸ்க்ருத சம்ஸ்தான். சமஸ்கிருத மொழியின் வளர்ச்சி, பாதுகாப்பு, மேம்படுத்தலுக்காக இது 1970இல் தன்னாட்சி பெற்ற அமைப்பாக நிறுவப்பட்டது. 2002 மே மாதத்தில், இந்தச் சம்ஸ்தானத்திற்கும், அலாகாபாத், கர்லி (இமாசலப் பிரதேசம்) ஜெய்பூர், ஜம்மு, லக்னோ, பூரி, சிருங்கேரி, திருச்சூர் ஆகிய எட்டு இடங்களிலுள்ள அதன் வளாகங்களுக்கும், தங்கள் சொந்தக் கல்வித் திட்டத்தை வகுப்பதற்கும், பட்டங்கள் வழங்குவதற்கும் அதிகாரமுள்ள முழு அளவிலான பல்கலைக்கழக அந்தஸ்து வழங்கப்பட்டது.[29] மேலும், இந்தச் சம்ஸ்தானத்தோடு தொடர்புடைய இரண்டு கேந்த்ரீய வித்யா பீடங்களுக்கு (ஒன்று தில்லியிலும் மற்றொன்று திருப்பதியிலும்) நிகர்நிலைப் பல்கலைக்கழக அந்தஸ்து அளிக்கப்பட்டன.

இந்த நிறுவனங்கள் அனைத்திற்கும் சமஸ்கிருத மொழிக் கல்வியைப் பரப்பும் பணி ஒப்படைக்கப்பட்டுள்ளது. சந்தேகமின்றி ஒரு தகுதிவாய்ந்த பணிதான். ஆனால் அவற்றின் கல்வித்திட்டத்தில் ஒரு பகுதி புரோகிதத்தில் பயிற்சி அளிப்பதையும் கொண்டுள்ளது. மதச்சார்பற்ற படிப்புகளில் பட்டங்கள் வழங்கப்படுவது போலவே, இந்த நிறுவனங்களில் பட்டங்கள் வழங்கப்படுகின்றன: சாஸ்திரி என்பது இளங்கலைக்குச் சமமான பட்டம்; ஆசார்யா என்பது முதுநிலைப் பட்டம். வித்யா வாரிதி என்பது முனைவர் பட்டம். சமஸ்கிருத இலக்கணமும் ஆறு மரபான தரிசனங்களும் சொல்லித் தரப்படுவதோடு, மாணவர்களுக்கு சாஸ்திரங்கள் வகுத்திருக்கும் சடங்குகளை நடைமுறைப்படி நடத்தவும் பயிற்சி அளிக்கப் படுகிறது. ராஷ்ட்ரீய சம்ஸ்க்ருத சம்ஸ்தானத்தின் இணைய தளத்தின் படி, அதனுடன் இணைந்துள்ள நிறுவனங்கள் 'ஜோசியம், கர்ம காண்டம், தொல்லியல், பட்டியலிடல், சமஸ்கிருதச் சுருக்கெழுத்து, தட்டச்சு போன்றவற்றில் குறுகியகாலத் தொழிற்

பயிற்சி வகுப்புகளை நடத்துவதற்கு' (அரசாங்கத்தின் மனிதவள மேம்பாட்டுத் துறையின்) நிதி உதவியைப் பெறுகின்றன. சமஸ்கிருதக் கல்லூரி நிலைப் பட்டப் படிப்பின் பகுதியாக ஜோசியம், கர்மகாண்டம், பிற மரபுவழி அறிவியல்களின் பயிற்சியும் எப்போதுமே அளிக்கப்படுகிறது. புரோகிதப் பயிற்சிக் காகவே முழுமையாக ஏற்படுத்தப்பட்ட சமஸ்கிருதக் கல்வி நிறுவனங்களுக்குப் பல்கலைக்கழக அந்தஸ்து அளித்தமை புதிய படிப்புகளைத் தொடங்க உதவ வில்லை.

குருகுலங்கள், வேத பாடசாலைகளிலிருந்து புரோகிதப் பயிற்சி யாளர்களை இரு புதிய ' நிகர்நிலைப் பல்கலைக்கழகங்கள்' ஈர்த்து வருகின்றன: பெங்களூரிலுள்ள சுவாமி விவேகானந்த யோக அனுசந்தான சம்ஸ்தானம் (எஸ்விஒய்ஏஎஸ்) ஒன்று; இதற்குப் பல்கலைக்கழக அந்தஸ்து 2001இல் வழங்கப்பட்டது. மற்றொன்று பிஹாரில் முங்கேர் கோட்டையில் அமைந்திருக்கும் யோக பாரதி. இது 2000இல் நிகர்நிலை பெற்றது.[30] இந்த இரண்டும் 'யோக அறிவியல்' களில் முனைவர்பட்டம் பெற வழிவகுக்கும் முன்னேறிய பட்டங்களை அளிக்கின்றன. பூசாரிகளாகவும், அர்ச்சகர் களாகவும் இளம் பள்ளிப் பருவப் பையன்களை ஏற்கின்ற குருகுலங்களும் பாடசாலைகளும், அல்லது பிற சம்ஸ்கிருத சம்ஸ்தான நிறுவனங் களும் தங்கள் மாணவர்களுக்கு யோகத்திலும், தொடர்புள்ள அறிவியல்களிலும் பயிற்சிபெற்று புரோகிதப் படிப்பை முழுமை செய்யவேண்டித் தங்கள் மாணவர்களை இந்தப் பல்கலைக் கழகங்களுக்குச் செலுத்துகின்றன. இந்தப் பல்கலைக் கழகங் களிலிருந்து பெறும் பட்டம் புரோகிதரின் தொழில் தோற்றத்தை மேம் படுத்துகிறது.

ஆனால், அரசாங்கப் பணமும் மூலவளங்களும் நேரடியாகவே புரோகிதர்களுக்குப் பயிற்சி அளிப்பதில் செலவிடப்படுகிறது. இவர்கள் யோகத்திலும் சம்ஸ்கிருதத்திலும் உயர் பட்டங்களுக்குச் செல்லலாம், செல்லாமலும் இருக்கலாம். மகரிஷி சந்தீபனி ராஷ்ட்ரீய வேத வித்யா பிரதிஷ்டானத்தினால் புரோகிதக் கல்விக்கு நிதி அளிக்கப்படுகிறது. இது மத்தியப் பிரதேச உஜ்ஜயினியில் மனிதவள மேம்பாட்டுத் துறையைச் சேர்ந்த தன்னாட்சி நிறுவன மாக 1987இல் நிறுவப்பட்டது. இந்நிறுவனம், நாடு முழுவதிலு முள்ள குருகுலங்களுக்கு நிதி உதவி அளிப்பதோடு அவற்றை மதிப்பிடும் அமைப்பாகவும் செயல்படுகிறது. இதனால் அரசாங்கப்

பணத்தை விநியோகிக்கும் இந்த நிறுவனம் புதிதாக முளைத்து வரும் புரோகிதப் பயிற்சிப் பள்ளிகளிடம் பணம்பெறும் வியாபார நிறுவனமாக மாறிவிட்ட நிலையை ஊடகச் செய்திகள் தெரிவிக்கின்றன. ஒரு நல்ல உதாரணம் உஜ்ஜயினியில் உள்ள நவீ மண்டல் வேத வித்யா மந்திர். இது 8 முதல் 18 வயதுக்குட்பட்ட ஏறத்தாழ 80 பையன்களை எடுத்துக்கொள்கிறது. அவர்களுக்குச் சடங்குக் கலைகளில் தனித்தன்மை பெற்ற யஜுர் வேதத்தில் பயிற்சி அளிக்கிறது.[31] இந்தப் பள்ளி அரசாங்க நிதியைப் பிரதிஷ்டானத்தின் வாயிலாகப் பெறுகிறது. இந்தப் பள்ளி ஓர் உயர்நிலைப் பள்ளியின் படிப்புக்குச் சமமான கல்வியை அளிக்கிறது. இதிலிருந்து தேர்வுபெற்றுவரும் புரோகித மாணவர்கள் பின்னர் விரும்பினால் ஒரு கல்லூரி மேற்படிப்பில் சேரலாம். கேரளாவில் பாலக்காட்டில் உள்ள இதே போன்ற மற்றொரு வேதப்பள்ளி, சந்தீபனி பிரதிஷ்டானத்தின் வாயிலாக நிதியும் மதிப்பிடலும் பெறுகிறது. பிரதிஷ்டானத்தின் வாயிலாக அரசாங்க நிதியைப் பெறும் புரோகிதப் பயிற்சிப் பள்ளிகளின் துல்லியமான எண்ணிக்கை தெரியவில்லை.[32]

இவற்றோடு, மாநில அரசாங்கங்கள் பலவும், மத்திய அரசாங்க முகமைகளான சந்தீபனி போன்றவற்றின் வாயிலாக நிதி பெறாமல், தங்கள் சொந்தப் பணத்தை வேத குருகுலங்களுக்கு நேரடியாகவே அளிக்கின்றன. பாஜக முதலமைச்சரான வசுந்தரா ராஜே சிந்தியாவின் ஆட்சியில், ராஜஸ்தான் மாநில அரசாங்கம் கோயில் புதுப்பித்தல்களுக்கும் 600 புரோகிதர்களுக்குப் பயிற்சி அளிப்பதற்குமாக 26 கோடி ரூபாய் ஒதுக்கியது. சாஸ்திரங்களின்படி கோயில் சடங்குகளை நிகழ்த்துவதற்குப் பயிற்சியளிக்க முகாம்களை அரசாங்கம் நடத்தியது.[33] ஆந்திர மாநிலத்தில் இப்போது 8 புதிய வேத பாடசாலைகளை ஏற்படுத்தப்போவதாக அறிவித்துள்ளது. இவை எல்லாச் சாதிகளிலிருந்தும் புரோகிதர்களை உருவாக்க இலவசப் பயிற்சி அளிக்கும். மாநிலத்திலுள்ள கோயில் புரோகிதர்களின் நலவாழ்வுக்கென இந்து அறநிலையத்துறைக்கு 60 கோடி ரூபாயை அளிக்கவும் அரசாங்கம் வாக்களித்துள்ளது.[34] குஜராத்தின் பாஜக அரசு வழக்கமாகவே புரோகிதர்களுக்குப் பயிற்சி அளிக்கவும் அவர்களுக்கு ஊதியம் வழங்கவுமான உள்கட்டமைப்பு வளர்ச்சிக்கென நிதியளித்து வருகிறது. (மேலும் குஜராத் அரசின் ஊக்கப்படுத்தும் செயல்களைக் கீழே காண்போம்.)

முற்போக்கான வளர்ச்சி என்று சொல்லக்கூடிய செய்தி: புரோகிதர்களுக்கான கல்வி, குறிப்பாக தலித்துகளுக்கு இப்போது சமூகநலத்தின் ஒரு பகுதியாக அளிக்கப்படுகிறது. ஆனால் புரோகிதக் கல்வியைச் சமூக நலத்துடன் தொடர்புபடுத்துவது, மந்திரங்களையும் யாகங்களையும் கற்பிப்பதற்கு அரசு செலவு செய்யலாம் என்ற எண்ணத்தை மேலும் சட்டபூர்வமாக ஆக்கி யுள்ளது. உதாரணத்திற்குத் தமிழ்நாடு அரசாங்கம். கோயில்களில் பூசை அலுவல்களை நடத்த தலித்துகளுக்கும் உரிமை உண்டு என்று2002இல் உச்ச நீதிமன்றம் முடிவு செய்த பின்னர், 2006இல் மு. கருணாநிதியின் அரசாங்கம் தலித்துகளும் பிற்பட்ட சாதியினரும் சேரும்வண்ணம் 6 அர்ச்சகப் பயிற்சிப் பள்ளிளைத் திறந்தது. இரண்டு வைணவருக்கும், நான்கு சைவருக்குமானது.[35]

ஏறத்தாழ 207 பேருக்கு இவற்றில் எல்லாவிதக் கோயில் பூசைகள், சடங்குகள் நிகழ்த்துவதற்கும் பயிற்சி அளிக்கப்பட்டு, ஆகம சாத்திரங்களில் பயிற்சி பெற்றதற்கான சான்றிதழ் வழங்கப் பட்டது.* குறைந்தபட்சம், இப்போது 22 அர்ச்சகப் பயிற்சிப் பள்ளிகள் இருக்கின்றன. பெரும்பாலான இப்பள்ளிகளை கோயில் களும் அறக்கட்டளைகளுமே நடத்துகின்றன, ஆனால் இதற்கு ஓரளவு நிதி அரசின் கஜானாவிலிருந்துதான் வருகிறது. 2006-2007 அதிகாரபூர்வ அறிக்கையின்படி, அரசு 75 லட்சம் ரூபாய் ஒவ்வோர் ஆண்டும் இதற்காக இந்து அறநிலையத்துறைக்குத் தருகிறது.[36] 2008-09க்கான அறிக்கை, கோயில் புதுப்பித்தல்களுக்கு அரசு ஆண்டு தோறும் கொடுக்கும் மானியமான 45 லட்சம் ரூபாயை மூன்று கோடியாக அதிகரித்துள்ளது என்று கூறுகிறது. இச்செலவில் ஒரு பகுதியேனும் அர்ச்சகர் பள்ளிகளுக்குச் செல்கிறது என்று கருதுவதில் தவறில்லை.

வணிக/ பெருந்தொழில் மேட்டுக்குடியினர் குறைந்தபட்சம் சில புரோகிதப் பயிற்சிப் பள்ளிகளுக்கேனும் முக்கியப் பங்குதாரர் களாக இருக்கிறார்கள். குஜராத்தில் போர்பந்தரில் 2006இல் நேர்த்தியான முறையில் கட்டித் திறக்கப்பட்ட மென்கருங்கற்

* தலித்துகள் அர்ச்சகர் பயிற்சிபெறுவது ஒரு புரட்சி என்று நோக்கலாம். ஆனால், அண்மையில் அர்ச்சகராகப் பயிற்சி பெற்ற பிற்பட்ட, தலித் சாதியினர் பணிவழங்கப்படாமல், தகுதியற்றவர் என விரட்டி அடிக்கப் பட்டுள்ளனர். அவர்கள் அவ்வப்போது போராட்டம் நடத்தி வருகின்றனர். (மொ-ர்)

கோயிலான ஸ்ரீஹரி கோயிலை உதாரணமாகக் காணலாம். கோயிலுடன் சந்தீபனி வித்யாநிகேதன் என்று அழைக்கப்படும் ஒரு ரிஷிகுலமும் (ரிஷிகளுக்கும் முனிவர்களுக்குமான புரோகிதப் பயிற்சிப் பள்ளி) இணைந்துள்ளது. நிலக் கொடையைப் பொறுத்த வரை, சந்தீபனி வித்யாநிகேதனின் இணையதளம் (www.sandipani.org/trusts/index.asp.) பின்வரும் தகவலைக் கொண்டுள்ளது: சந்தீபனியின் தாய் அறக்கட்டளை நிறுவனமான 'ஸ்ரீ பாரதீய சம்ஸ்க்ருதி சம்வர்தக் டிரஸ்ட், ஏற்கெனவே இருக்கும் நிலத்தைக் கையகப்படுத்த முற்பட்டது. குஜராத் அரசுக்கு வேண்டுகோள் முன்வைத்த போது, அது மிகவும் தாராளமாகப் போர்பந்தர் விமானநிலையத்தின் அருகில் 85 ஏக்கர் நிலைத்தை அளித்தது.' கோயிலும் பள்ளியும் நன்கறியப்பட்ட கதாகாலட்சேபக்காரர் (பாகவத புராணம், இராமாயணம், பகவத்கீதை ஆகியவற்றில் பிரசங்கம் செய்பவர்) ஆன ரமேஷ் பாய் ஓஷாவால் ஏற்படுத்தப் பட்டவை. அவர் புகழின் உச்சிக்கு வர மற்றொரு காரணம், அவர் இந்தியாவின் மிகவும் வளமான, நன்கறியப்பட்ட வணிக வமிசமான அம்பானி குடும்பத்தின் குரு என்பதால்.

குறைந்தபட்சம் இதிலேனும், இப்படித்தான் குரு-அரசு-தொழிலதிபர் என்ற முக்கோண உறவு வேலை செய்கிறது – குறைந்தது இந்த நிகழ்விலாவது. குஜராத்தின் முன்னாள் முதலமைச்சர் நரேந்திர மோடி, ஓஷாவுக்கு தானம் அளித்த 85 ஏக்கர் நிலத்தின் மீது இன்று கோயிலும் புரோகிதப் பள்ளியும் நிற்கின்றன. அம்பானி வணிகப் பேரரசைக் கட்டி, மறைந்த பிதாமகர் தீருபாய் அம்பானி, இந்தக் கோயில்–'ரிஷிகுல' வளாகத்தைக் கட்டுவதற்கான நிதிவளத்தை அளித்தார்.[37]

இம்மாதிரி முக்கோண உறவுகளுக்கான பிற உதாரணங்களைக் கண்டுபிடிப்பது கடினமல்ல. யோக, ஆயுர்வேத சிகிச்சையை விற்று 400 கோடி ரூபாய் பேரரசைக் கட்டிய பிரசித்தமான தொலை—யோகியான சுவாமி ராம்தேவ் (பாபா ராம்தேவ்), தனக்கு மத்தியப் பிரதேச, உத்தராகாண்ட் மாநில அரசுகளால் இலவசமாக அளிக்கப் பட்ட நிலங்களில் இரண்டு பல்கலைக்கழகங்களைக் கட்டுகிறார்.[38] ஜார்கண்ட் மாநிலமும் அவருக்கு அண்மையில் 100 ஏக்கர் நிலத்தை அளித்துள்ளது. அவருடைய மருந்துகளின் குணங்கள் அறிவியல்பூர்வமான முறையில், இதுவரை சோதிக்கப்படவில்லை இருப்பினும், அவருடைய பதஞ்சலி யோக பீடத்திற்குப்

பல்கலைக்கழக அந்தஸ்து அளிக்கப்பட்டுள்ளது. அதனுடைய 'வாழ்நாள் துணைவேந்தராக' ராம்தேவே நியமிக்கப்பட்டுள்ளார். இந்தியாவிலும் அயல்நாடுகளிலும் உள்ள லக்ஷ்மி மித்தல், இந்துஜா சகோதரர்கள், வேதாந்தா குழுவின் அனில் அகர்வால் உள்ளிட்ட வணிக மேட்டுக்குடியினர், ராம்தேவின் யோகபீடத்தின் தாராளமான புரவலர்களாகவும் மேம்படுத்துநராகவும் உள்ளனர்.[39] அரசு-வணிகம்-மதக் கலாச்சார மேட்டுக்குடியினர் இடைவெளியின்றி இணைந்து செயல்படுவதற்கும் வெளிப்படையான மதவாத, அந்நிய வெறுப்புக்கொண்ட இந்து வலதுசாரிக்கும் ஓர் உருமாதிரி யான உதாரணம், ராம்தேவின் யோக – ஆயுர்வேத சாம்ராஜ்யம். (ராம்தேவ், ஆர்எஸ்எஸ்ஸுக்கு அடிக்கடி வந்து செல்கின்ற, மரியாதைக்குரிய விருந்தினர். அத்துடன் விஸ்வ ஹிந்து பரிஷத்தின் மையக் குழுவான தர்ம ரக்ஷா மஞ்ச்சின் பங்களிப்பாளரும் ஆவார். இக்குழு 2009இல் இந்து வாக்கு வங்கியின் அளவை – அவ்வளவாக வெற்றியின்றி – அதிகரிக்க முயன்றது.)

இந்துத்துவக் குடும்பத்தின் தலையாய உறுப்புகளில் ஒன்றான விஎச்பியின் விருப்பக் கனவு, புரோகிதத் தொழிலை நவீனப் படுத்துவது. விஎச்பி, ஆர்எஸ்எஸ் இரண்டுமே குறுகியகால புரோகிதப் பயிற்சி முகாம்களை ஏற்படுத்துவது பொதுவான நடைமுறை. இரண்டிற்குமிடையிலான நெருக்கமான கருத்தியல் ஒற்றுமையைக் காட்டுகின்ற தீய அறிகுறிபோல, மைய நீரோட்டத்திலுள்ள மத ஆசிரமங்கள், மடங்களின் தலைவர்கள், சங்கப் பரிவாரம் நடத்தும் புரோகித முகாம்களுக்கு வந்து தலையைக் காட்டுவார்கள். ஆர்எஸ்எஸ்ஸின் வார இதழான *தி ஆர்கனைசரின்* செய்திகள், விஎச்பி ஒரு கிராமத் தில் நடத்திய புரோகித முகாமுக்குக் காஞ்சிமடத்தின் தலைவரான ஸ்ரீ சங்கர விஜயேந்திர சரஸ்வதியே நேரில்வந்து ஆசி வழங்கியதாகச் சொல்கின்றன.[40] கடவுளரைத் தரம் உயர்த்துதல் பற்றிய பகுதியில் நாம் சந்தித்த புகழ்பெற்ற பங்காரு அடிகளார் 'அம்மா'வுக்கும் தமிழ்நாட்டில் நடக்கும் விஎச்பி புரோகிதப் பயிற்சி முகாம்களில் நல்ல பிரதிநிதித்துவம் கிடைக்கிறது.[41]

புரோகிதப் பயிற்சியும் வேத அறிவியல் பயிற்சியும் தருகின்ற இந்தப் பள்ளிகளின் போதிக்கும் பாணிக்கும் உள்ளடக்கத்திற்கும் சிறப்பு கவனம் செலுத்தவேண்டும். குடும்பப் புரோகிதர்கள்,

ஜோசியர்கள், யோக ஆசிரியர்கள், வாஸ்து சாஸ்திரிகள், சந்தேகத்திற்குரிய ஆயுர்வேத மருந்துகளின் அனைத்து வகைகளையும் விற்பவர்கள் ஆகியோர் கும்பலை உருவாக்குவதில் இந்த நிறுவனங்களுக்குத்தான் பெரும் பொறுப்பு உண்டு.

பொதுவாக, புரோகிதப் பயிற்சிப் பள்ளிகள், ஒரு பாரம்பரியமான, பழமைவாத கல்வித் திட்டத்தைக் கடைப் பிடிக்கின்றன. மனப்பாடம் செய்தல், கேள்விகேட்காமல் கீழ்ப்படிதல் என்னும் இரண்டு பண்புகளை யாவற்றுக்கும் மேலாக அது வலியுறுத்துகிறது. எப்படி இந்தப் பள்ளிகள் செயல்படுகின்றன என்பதைக் கிறிஸ்டோஃபர் ஃபுல்லரின் தனிக் கட்டுரையான *த ரினிவல் ஆஃப் ப்ரீஸ்ட்ஹுட்* (புரோகிதத்தைப் புதுப்பித்தல், 2003) என்பதில் காணலாம். தமிழ்நாட்டில் புரோகிதக் கல்வியின் நவீனப்படுத்தல் பற்றிய விரிவான பார்வையை அது அளிக்கிறது. ஃபுல்லரின் ஆக்கம், அமெரிக்காவைத் தலைமையிடமாகக் கொண்டு வெளிவரும் *இந்துயிசம் டுடே* என்னும் இதழின் செய்திகள், இந்திய ஊடகங்களின் செய்தி அறிக்கைகள் ஆகியவற்றின் அடிப்படையில் அமைகிறது.

வேதப் பள்ளிகள், பிராமணர்களுக்கு முன்னுரிமை தந்தாலும், அவர்கள் மட்டுமே அல்ல—பையன்களையும் இளம் ஆண்களையும் மட்டும் சேர்க்கின்றன. 12-14 வயது பையன்கள் மரபான குருகுலப் பயிற்சியில் ஈடுபடுகிறார்கள். அதன்படி அவர்கள் குருவின் கட்டளையைக் கடவுளின் ஆணையாக ஏற்கவேண்டும். ('சீடருக்கு ஒரே ஒரு கடமை மட்டுமே உண்டு: குருவுக்குக் கீழ்ப்படிந்து நட! குருவுக்குக் கீழ்ப்படிந்து நட! குருவுக்குக் கீழ்ப்படிந்து நட!' இது *இந்துயிசம் டுடே* இதழின் அமெரிக்க இந்து நிறுவனரான சத்குரு சிவாய சுப்பிரமணியஸ்வாமி, குஜராத்தின் சாரங்கபூர் சாது பள்ளியின் துறவிகளுக்குத் தந்த அறிவுரை.)[42] சமஸ்கிருதச் செய்யுள்களைச் சரியாக மனப்பாடம் செய்து, அதன் ஒலியைச் சரியாக உச்சரிப்பதற்கு அழுத்தம் கொடுக்கப்படுகிறது. ஏனெனில் காலத்தின் தொடக்க முதலாகப் பிரபஞ்சத்தைச் சுற்றி இந்த ஒலிகள் தத்திப் பாய்ந்து கொண்டிருப்பதால், இவை, 'தெய்வீக அதிர்வுகளை' கொண்டிருப்பதாக நம்பப்படுகிறது. எதிர்கால குருக்கள், சரியான சொற்களையும் அவற்றுடன் நிகழவேண்டிய கைச் சைகைகளையும் கற்றுக்கொள்கிறார்கள். சிலர் இந்த சமிக்ஞைகளின் அர்த்தங்களைத் கற்றுக்கொள்கிறார்கள். ஆனால்,

பலர் அதற்கு முனைவதில்லை. முழுத் திட்டமுமே மனப்பாடக் கல்வியின் ஒரே நீண்ட பயிற்சி. மந்திரங்கள், கைச் சைகைகள் ஆகியவற்றின் பின்னுள்ள மீமெய்யியல் (*மெடாபிசிகல்/* இயல் கடந்த) யூகங்களை விமரிசன நோக்கில் சிந்திக்கும் தன்மைக்கு இடமில்லை. புரோகிதப் பயிற்சிக்கு ஜோசியத்தில் பயிற்சி பெறுவது மிகவும் அவசியமான பகுதி எனக் கருதப்படுகிறது. ஆகமக் கல்வி பற்றி ஃபுல்லர் இவ்விதம் கூறி முடிக்கிறார்:

> அர்ச்சகர்களின் பாரம்பரியவாதத்திற்கு வலுவூட்ட உதவி செய்திருக்கிறது. ஆகவே இருபதாண்டுகளுக்கு முன்பிருந்ததை விட இப்போது, ஆகம நூல்களின்படியும் (மதுரை மீனாட்சி கோயிலின்) பழமையான வழக்காறுகளின் படியும் பாரம்பரியத்தின் அதிகாரம், நியாயத்தன்மை, தங்கள் பிறப்புவழி உரிமைகள் ஆகியவற்றுக்கான கருத்தியல் உறுதி யுடன் அவர்கள் வலுவான வெளிப்பாட்டை மேற்கொள்கிறார்கள்.[43]

தமிழ்நாட்டில் புரோகிதக் கல்வியின் நிலைமை பற்றி ஃபுல்லரின் விவரிப்பைப் பிற குருகுலங்களின் தன்னிச்சையான விவரிப்புகளும் உறுதிசெய்கின்றன. திருமலையின் அருகில் தர்மகிரியிலுள்ள ஸ்ரீ வேங்கடேஸ்வர வேத பாடசாலை இந்தியாவின் மிகச் சிறந்த புரோகிதப் பயிற்சி மையங்களில் ஒன்றாகக் கருதப்படுகிறது. அதன் 'தலைமை முதல்வரான' ஜி.கே. ராமமூர்த்தியின் கூற்றுப்படி, 'பயிற்சிபெறும் புரோகிதர்களுக்குத் தத்துவம் கற்றுத்தரப்படுவது இல்லை; ஆனால் அவர்கள் வழிபாடு, அதன் பயிற்சி, தனிப்பட்ட பக்தியை வளர்த்தல் பற்றி எல்லாவற்றையும் கற்றுக்கொள் கிறார்கள்... அவர்களுக்கு ஜோசியம், சமஸ்கிருதம், தர்ம சாஸ்திரங்கள் ஆகியவையும் கற்பிக்கப்படுகின்றன.'[44]

'நவீனத்தன்மைக்கு' அளிக்கப்படும் ஒரே ஆதரவு, ஆங்கிலத்தில் பேசுவதற்கான பயிற்சிதான்: 'சில ஆண்டுகளுக்கு முன்னால், கல்வித்திட்டத்தின் ஒருபகுதியாக ஆங்கிலம் அறிமுகப்படுத்தப் பட்டது. இரண்டாவது மொழி என்ற அளவில் ஆங்கிலத்தின் முக்கியத்துவத்தை மேலும் மேலும் அறிந்து வருகிறோம். குறிப்பாக மாணவர்களுக்கு எவ்விதம் ஆங்கிலம் (சமஸ்கிருதம்கூட) படிப்பது, எழுதுவது, பேசுவது என்பதைக் கற்பிக்கிறோம்.' இந்தப் பாடசாலை மரபுவழிப் புரோகிதம், உள்ளார்ந்த புரோகித சம்ஸ்காரங்கள் ஆகிய கொள்கைகள் அடிப்படையில் நடக்கிறது. தாயின் வயிற்றில் கருவாக இருக்கும்போதே இந்த சம்ஸ்காரங்கள்

(சடங்குகள்) நடத்தப்படுவதால் அவை ஆழ்மனத்தில் பதிகின்றன: 'பாலாஜி கோயிலில் புரோகிதராக வருபவர், வைகான்ச ஆகமத்தில் முழுப்பயிற்சி பெற்ற புரோகிதர் ஒருவரின் மகனாக மட்டுமே இருக்க முடியும். தாயின் கருவிலிருக்கும்போதே அவனுக்குப் புரோகித சம்ஸ்காரங்களில் குறிப்பிட்ட சிலவற்றைக் கற்பிக்கவும் வேண்டும். இதனை 'விஷ்ணு பலி' என்னும் சடங்குமூலமாக நிறைவேற்றலாம்.' இந்தப் பள்ளி ஆண்டுக்கு 35 மாணவர்களை கௌரவத்துடன் உற்பத்தி செய்கிறது. இவர்கள் யாவருக்கும் திட்டமாக இந்தியக் கோயில்களிலோ, மேற்குநாடுகளில் வாழும் இந்தியர்கள் உருவாக்கிக் காளான்கள் போல் முளைத்துவரும் இந்துக் கோயில்களிலோ ஒரு திடமான ஒரு நடுத்தர வர்க்க வேலை கிடைக்கிறது.

தமிழ்நாட்டின் பிள்ளையார் பட்டியில் கே. பிச்சை குருக்கள் நடத்திவருகின்ற மற்றொரு புரோகிதப் பயிற்சிப் பள்ளி குறிப்பிடத் தக்கது. 250 மாணவர்களைக்கொண்ட அது, நாட்டிலேயே மிகவும் பெரியதாகக் கருதப்படுகிறது.[45] அங்கு அளிக்கப்படும் சடங்குகளின் நடைமுறைப் பயிற்சி, அதனுடன் ஜோசியம், சமஸ்கிருத இலக்கணம், பக்திப் பாடல்களைப் பாடுதல் ஆகியவற்றிலும் அளிக்கப்படும் பயிற்சி என ஃபுல்லரும் பிற ஆசிரியர்களும் குறிப்பிட்டுள்ளனர். தொடக்கத்திலிருந்தே செயல்முறைப் பயிற்சியை வலியுறுத்துவது இந்தப் பள்ளியின் சிறப்புப் பண்பாகும். கோயில்களிலும் வீடுகளிலும் யாகங்களையும் பூசைகளையும் நடத்தும்போது மாணவர்கள் – அவர்களில் வயதில் மிகச் சிறியவர்கள்கூட – தங்கள் ஆசிரியர்களுக்கு உதவிசெய்து தங்கள் கல்விக்கட்டணத்தைச் சம்பாதித்துவிடுகின்றனர். மிகவும் துல்லியமாக, சரியாக, வேதங்களில் சொல்லப்பட்டுள்ள அதே முறைப்படி, யாகங்கள் செய்வதில் புரோகித மாணவர்களுக்குப் பயிற்சி அளிக்கப்படுகிறது. சான்றாகப் பலரும் அறிந்த கணபதி ஹோமத்தைப் (கணேஷ யாகம்) புரோகித மாணவர்கள் 21 பேர் செய்கிறார்கள். அதில் 16 பேர் சரியான மந்திரங்களை உச்சரிக்கிறார்கள். 5 பேர் அவிசுகளைச் சொரிவதில் (யாகத் தீ புனிதப் படுத்திய பொருள்களை இடுவதில்) ஈடுபடுகிறார்கள். சடங்குகளை எளிமைப்படுத்துவதைவிட, விரிவான செயல்களின் 'தவறற்ற நடைமுறைப்படுத்த'லுக்கே முக்கியத்துவம் அளிக்கப் படுகிறது.

நிகர்நிலைப் பல்கலைக்கழகங்களும் பிற 'நவீன' நிறுவனங்களும்

உலகளாவிய ஆன்மிக, ஒழுக்க மதிப்பீடுகளாக அடையாளப் படுத்தப்படுகின்ற இந்துமத போதனைகள், சடங்குகள், பேர்பெற்ற 'வேத அறிவியல்கள்' ஆகியவை எவ்வளவு சிறப்பாக உயர் கல்வியில் தனியார்துறை முதலீடுகளின் மீது சவாரி செய்து கொண்டிருக்கின்றன என்பதை இந்தப் பகுதி நோக்குகிறது.

இந்து அறக்கட்டளை நிறுவனங்களுக்கு குருகுலங்களிலோ, அரசு உதவி தரும் பள்ளிகள் கல்லூரிகளிலோ நீண்டகாலமாகக் கல்வி அளிக்கின்ற வரலாறு இருக்கிறது. இவை நகர்ப்புற மேட்டுக் குடியினரிடையே மிகுந்த ஆதாயமுள்ள உயர்கல்விச் சந்தையில் நுழைகின்றன என்பதுதான் புதியது. சாமியார்கள் ஏற்படுத்துகின்ற கோயில் அறக்கட்டளைகள் அல்லது குருக்களால் ஏற்படுத்தும் அறக்கட்டளைகள், இன்றைய மேம்பட்ட கல்வி வசதிகளைக் கொண்டு மேற்கத்திய அறிவியல் தொழில்நுட்பத்தை இந்து ஞானத்தோடு கலக்க முனைகின்றன. இந்துப் புனித நூல்களி லிருந்தும், மரபுகளிலிருந்தும் வெளிப்படையாக வருவிக்கப்பட்ட ஒழுக்க, ஆன்மிக மதிப்பீடுகளை உள்பொதிந்த, மக்களால் விரும்பப்படுகின்ற துறைகளாகிய மேலாண்மை, ஊடகக் கல்வி, தகவல் தொழில்நுட்பம், பொறியியல் போன்றவற்றில் அவை பட்டங்களை அளிக்கின்றன. இம்மாதிரி 'ஸ்வாமிஜி பள்ளிகளை' வரவேற்பவர்களும் அவை மென்மையான இந்துத்துவத்தின் நாற்றங்கால்கள் என்பதை ஒப்புக்கொள்கிறார்கள்.

> புதுயுக ஸ்வாமிஜி பள்ளிகளில் தங்கள் குழந்தைகளைச் சேர்க்கும் அறங்காவலர்களும் மேலாளர்களும் சுதந்திரமான குடிமக்களும் இந்த நிறுவனங்கள் இந்தியக் கலாச்சார, ஆன்மிக மதிப்பீடுகளை மேம்படுத்துகின்றன என்று வலியுறுத்த முனைகின்றன. இருப்பினும், இந்தப் பள்ளிகள் இந்துத் துவத்தை மேம்படுத்துகின்றன என்பதும், சாராம்சத்தில் அவை இந்துப் புத்தெழுச்சி நிறுவனங்களே என்பதும் தெளிவு. அதேசமயம், இவற்றின் ஆதரவான சாமியார்களும் ஞானிகளும் நேருவின் மதச் சார்பின்மைக் கொடையின் செல்வாக்கிற்கு உட்பட்டவர்கள் என்பதும் உள்ளடங்கியுள்ளது. அதிகபட்சமாக இவை உலகெங்கும் பிரபலமாகி வருகின்ற மென்மையான, தாராளவாத இந்துத்துவத்தை மேம்படுத்துகின்றன[46]

இந்த நாட்டில் இப்படிப்பட்ட ஸ்வாமிஜி கல்லூரிகளும் பல்கலைக் கழகங்களும் எத்தனை இருக்கின்றன என்பதற்கு நிச்சயமான கணக்கில்லை. அவற்றின் வளர்ச்சி நாடகப்பாங்காக உள்ளது என்பதில் மட்டும் பொதுக் கருத்தொற்றுமை இருக்கிறது. உதாரணமாக கர்நாடகா, தமிழ்நாடு, மகாராஷ்டிரா ஆகிய மாநிலங்களில் ஸ்ரீஆதிசுஞ்சனகிரி மகா ஸம்ஸ்தான மடம் அல்லது அறக்கட்டளை கிராமப்புறக் கல்வியிலிருந்து நகர்ப்புற, தொழிற்கல்விக்கு வந்துள்ளது. இன்று அது பல மாநிலங்களில் 375 கல்வி நிறுவனங்களை நடத்துகிறது. 40,000 மாணவர்கள் அவற்றில் படிக்கிறார்கள். புரோகிதர்களை உருவாக்கும் வேத, ஆகமக் கல்லூரிகள், ஆயுர்வேத மருத்துவர்களுக்குப் பயிற்சி யளிக்கும் நிறுவனங்கள் முதலாக நவீன மருத்துவம், செவிலியர் பயிற்சி, மருந்துத் தயாரிப்பு, பொறியியல், மேலாண்மை உள்ளிட்ட துறைகளின் கல்லூரிகள் வரை கொண்டுள்ளன. இந்த மடத்தின் தலையாய சிறந்த நிறுவனம், பெங்களூரிலுள்ள முற்றிலும் சமகாலத்திய பிஜிஎஸ் சர்வதேச உறைவிடப் பள்ளி. இதற்குக் கிளைகள் தில்லியிலும் மங்களூரிலும் உள்ளன. இது சாதாரண மக்களுக்கான பள்ளியல்ல: இதன் ஆண்டுக் கல்விக்கட்டணம் ரூ.1,00,000க்கும் மேல்.⁴⁷ சின்மயா மிஷன் மற்றொரு வெற்றிகரமான பள்ளிகளின் தொடரமைப்பைக் கொண்டுள்ளது. விஸ்வ ஹிந்து பரிஷத்தின் அமைப்பு உறுப்பினர்களில் ஒருவராகிய சுவாமி சின்மயானந்தாதான் இதையும் தோற்றுவித்தவர். இது சர்வதேச பக்காலாரேட் திட்டத்தை அளிக்கும் கோயமுத்தூரிலுள்ள ஐந்துநட்சத்திர சின்மயா சர்வதேச உறைவிடப் பள்ளி உள்ளிட்ட 75 பள்ளிகளை நடத்துகிறது.⁴⁸

அரசு, பெருவணிகக்குழும உலகம் ஆகியவற்றின் அன்பளிப்பை மகிழ்ச்சியோடு அனுபவிக்கும் தனிச்சிறப்பு வாய்ந்த இந்துக் கல்வி நிறுவனங்களே நமக்கு இங்கே ஆர்வத்தைத் தருகின்றன. சில முக்கியமான உதாரணங்கள் கீழே தரப்படுகின்றன.

'தொழில்நுட்பக்காரர்களுக்கு' மிகவும் பிடித்த குருவாகிய ஸ்ரீஸ்ரீ ரவிசங்கரின் வாழும் கலை ஃபவுண்டேஷன் (ஏஓஎல்), அரசு அன்பளிப்புகளை மிகப் பெரிய அளவில் அனுபவிக்கின்ற ஒரு நிறுவனம். அவருடைய பலகோடி டாலர் ஆசிரமம், பெங்களூரிலிருந்து 40 கிமீ தொலைவில், கர்நாடகா அரசிடமிருந்து 99 ஆண்டுகளுக்கு குத்தகையில் பெற்ற ஒரு குன்றின்மீது

அமர்ந்திருக்கிறது.[49] இன் ஸ்பைட் ஆஃப் த காட்ஸ் (கடவுளர் இருந்தபோதும்) என்னும் நூலின் ஆசிரியரான எட்வர்டு லூசி, 'இந்த ஆடம்பரமான கட்டுமானத்திற்கு பெங்களூரின் அருகிலுள்ள மென்பொருள் குழுமங்கள் நிதியளித்தன. இந்த நிறுவனம், மிகவும் புகழ்பெற்ற தனது மூச்சுக்கலை, தியானப் பயிற்சிகளின் வாயிலாகவே பெரும் வருவாயை ஈட்டுகிறது' என்கிறார்.[50] இங்கும் நாம் நமக்குப் பரிச்சயமான, சாமியார்-அரசு-பெருவணிகக் குழுமப் பெருஞ் செல்வர்கள் ஆகியவர்களின் உறவை மறுபடியும் சந்திக்கிறோம்.

ஆனால் பெங்களூரில் ஏஓஎல் (வாழும் கலை) செயல்படுவதுடன் கதை முடியவில்லை. 2006இல் ஒரிஸா அரசாங்கம், அதன் தலைநகரான புவனேஸ்வரத்தின் வெளிப்புறத்தில் ஸ்ரீஸ்ரீ ஏஓஎல் பல்கலைக்கழகம் நிறுவுவதற்கு 200 ஏக்கர் நிலத்தை அந்த நிறுவனத்துக்கு இரகசியமான ஒரு சலுகைவிலையில் அளித்தது.[51] மரபான ஆயுர்வேதம், யோகம், வேத ஆய்வு ஆகிய படிப்புகளை நவீன அறிவியல், பொறியியல் கல்வித்திட்டத்துடன் இணைப்பதற்கு அந்தப் பல்கலைக்கழகம் திட்டமிடுகிறது. இந்த நிலத்தை அளித்தவர்கள், புவனேஸ்வரத்துக்கு அருகிலுள்ள மூன்று கிராமத்தினர். இடம்பெயர்ந்த அந்தக் கிராம மக்களின் விதி என்ன என்பது தெரியவில்லை.

வேதாந்தா பல்கலைக்கழக விவகாரத்துடன் ஒப்பிடும்போது இந்த ஏஓல் விவகாரமெல்லாம் மிகச் சிறியதுதான். ஒரிஸா அரசாங்கம், வேதாந்தா பல்கலைக்கழகம் அமைக்க, 8000 ஏக்கர் விலை அதிகமான இலவச நிலத்துடன், விமான நிலையம், நான்கு வழி நெடுஞ்சாலை உள்ளிட்ட, மிக நவீனமான இன்றைய தினத்து உள்கட்டுமான அமைப்புகளையும் கட்டித் தருவதாக வாக்களித்திருக்கிறது.[52] இந்தப் பல்கலைக்கழகத்திற்கான வங்கிக் கணக்குகளின் பின்னணியில் இருப்பவர் அனில் அகர்வால் என்ற இந்தியக் கோடீசுவரர். வேதாந்தாவின் மூலவளங்கள் அவருக்குத் தான் சொந்தமானவை. வேதாந்தா என்பது பிரிட்டனைத் தலைமையகமாகக்கொண்டு, இந்தியாவிலும் வேறு சில நாடுகளிலும் அலுமினியம், தாமிரம், துத்தநாகம், காரீயம் ஆகியவற்றைச் சுரங்கங்களிலிருந்து சுரண்டுகின்ற ஒரு தோண்டும் குழுமம். ஸ்டான்ஃபோர்டு, ஆக்ஸ்ஃபோர்டு, ஹார்வர்டு போன்ற அயல்நாட்டுப் பல்கலைக் கழகங்களுக்குச் சமமான உயர்கல்வி

நிறுவனமாக வருவதற்கு வேதாந்தா பல்கலைக்கழகம் திட்ட மிடுகிறது. ஆனால் அனில் அகர்வால் நிறுவனத்தின் கடந்தகால வரலாற்றைப் பார்க்கும்போது, அவருடைய இந்திய முயற்சி எவ்வளவு தூரம் மதச்சார்பற்றதாக இருக்கப்போகிறது என்பது கேள்விக்குரியது. இந்த நிறுவனம்தான் பிரிட்டனில் அரசு உதவி பெறுகின்ற முதல் இந்துப் பள்ளியான கிருஷ்ண-அவந்திப் பள்ளியைத் தோற்றுவிப்பதில் ஆழமாக ஈடுபட்டிருந்தது. ஒரு 'பின்பற்றும் இந்து'[53] யார் என்பதைத் தீர்மானிப்பதில் முக்கியப் பங்காற்றுகின்ற ஹரே கிருஷ்ணா இயக்கத்தால் அளிக்கப் பட்ட ஒரு வலுவான மரபுசார்ந்த பின்னணியை உடையதாகப் பலராலும் இது நோக்கப்படுகிறது. அனில் அகர்வால், பிரிட்டனி லுள்ள இஸ்கான் (ஹரே கிருஷ்ணாக்கள்) நிறுவனத்தின் அறக்கொடை அமைப்பான ஐ-ஃபவுண்டேஷனின் ஆலோசகர் களில் ஒருவர். ஐ-ஃபவுண்டேஷன் தன்னை இப்படி வருணித்துக் கொள்கிறது:

> நவீன உலகத்தில் வேதக் கலாச்சாரத்தையும் தத்துவத்தையும் மேம்படுத்துவதற்கும் முன்னேற்றுவதற்கும் தளராது நீடித் திருக்கும் திட்டங்களை நிறுவுவதை நோக்கமாகக் கொண்ட ஓர் அறக்கட்டளை. பழைய இந்தியாவில் தோன்றிய வேதங்களின் கலாச்சாரமும் தத்துவமும் வாழ்க்கைக்கு வளத்தையும் ஆழத்தையும் இயற்கையுடன் ஒன்றி வாழ்வதற்கு முழுமையான அணுகுமுறையையும் அளிப்பவை.[54]

மற்றொரு முக்கியமான உதாரணத்தை நோக்கலாம். மகரிஷி மகேஷ் யோகி, தனது சொந்த மாநிலமான மத்தியப் பிரதேசத்தை, மாநில அரசாங்கத்தின் முழு ஆதரவுடன், தனது பல்கலைக் கழகத்தின் (இது முற்றிலும் தவறான பெயர்) தலைமையகமாக ஆக்கியிருக்கிறார். 1995இல் காங்கிரஸ் கட்சியைச் சேர்ந்த திக்விஜய் சிங் ஆட்சி நடந்தபோது, மகரிஷி மகேஷ் யோகி வேத விஸ்வ வித்யாலயாவுக்கு (எம்எம்ஒய்விவி) மாநிலப் பல்கலைக் கழக அந்தஸ்து தருவதற்கு அவருடைய கட்சியினர் ஒருமனதாக வாக்களித்தனர். அதன் மேம்பாட்டுச் சுற்றறிக்கைப்படி, 'எம்எம் ஒய்விவி, வேறெந்த ஒரு பல்கலைக்கழக மானியக் குழு (யுஜிசி) அங்கீகரித்த பல்கலைக்கழகத்தையும் போன்றதொரு சட்ட பூர்வமான அமைப்பு.'[55] அதிகார எல்லையாக மத்தியப் பிரதேச மாநிலம் முழுவதையும் கொண்டுள்ள ஓர் இணைப்புப் பல்கலைக்

கழகம் இது. மாண்புமிகு மகரிஷி மகேஷ் யோகிஜி இந்தப் பல்கலைக்கழகத்தின் முதல் வேந்தர்.' 2002இல் இதன் சகோதர அமைப்பாக, மேலாண்மை மற்றும் தொழில்நுட்பத்திற்கான மகரிஷி பல்கலைக்கழகம், மாநில அரசு ஆணையால் சத்தீஸ்கட்டில் நிறுவப்பட்டது.

'வேறெந்த ஒரு யுஜிசி அங்கீகரித்த பல்கலைக்கழகத்தையும் போன்றதொரு சட்டபூர்வமான அமைப்பு' என்று நிறுவப் பட்டதால், மகரிஷி நிறுவனங்கள், யுஜிசியிடமிருந்து பிற பொதுப் பல்கலைக்கழகங்கள் பெறுகின்ற ஆதாயங்கள், நிதிகள், கொடைகள் போன்றவற்றை இவையும் பெறத் தகுதியுடையவை. ஆனால் இவற்றில் அளிக்கப்படும் கல்வி, பல்கலைக்கழகங்கள் யுஜிசியின் கட்டளைப்படி அளிக்கவேண்டிய 'உயர்கல்வி' எனச் சொல்லப்படுவதற்குத் தகுதியற்றது. எம்எம்ஒய்விவி வேத அறிவியலின் இயற்கைச் சட்டம் என்று மகேஷ் யோகி கற்பித்த வற்றின் அடிப்படையிலான கல்வியை அளிக்கிறது. உயர்நிலைப் பள்ளிக் கல்வியும் கட்டணம் கட்டுவதற்குப் போதிய பணமும் உள்ள யாரும் இளங்கலை, முதுகலைப் பட்டங்களையும், 'மகரிஷி வேத விஞ்ஞானம், ஜோசியம், யோகம், ஸ்தபத்ய வேத வாஸ்து வித்யா (வாஸ்துக்கலை), வேத ஸ்வாஸ்த்ய விதான் (மருத்துவக்கலை)' போன்றவற்றில் முனைவர் பட்டத்தையும் பெற்றுவிடமுடியும். எம்எம்ஒய்விவியின் சொந்தத் தரவுகளின்படி, 'ஆயிரக்கணக்கான மாணவர்கள் பட்டம் பெற்றுள்ளனர்' முன்னாள் மாணவர்கள் பலர், தங்கள் சொந்த வணிகங்களையும் ஜோசியம், வாஸ்து கற்பிக்கும் பள்ளிகளையும் நிறுவியுள்ளனர். *எஜுகேஷன் வேர்ல்டு* என்ற பத்திரிகையின் வேலைவாய்ப்பு ஆலோசகர்கள் இதற்கு ஒத்துப் பாடுகிறார்கள்: ஜோசியத்தில் பட்டயங்கள், பட்டங்கள், முனைவர் பட்டப் படிப்புகளை அளிக்கும் உச்சநிலை நிறுவனங்கள் எட்டில் ஒன்றாக மகரிஷி பல்கலைக்கழகத்தை அவர்கள் மதிப்பிடு கின்றனர்.[56]

ஏஓஎல், எம்எம்ஒய்விவி போன்ற நிறுவனங்கள் குறைந்தபட்சம் மதவிரோதமற்ற நிறுவனங்களாக, 'மதச்சார்பற்ற' அல்லது 'அறிவியல்பூர்வ' நிறுவனங்களாகக்கூடத் தோற்றமளிக்க முயற்சியேனும் செய்கின்றன. ஆர்எஸ்எஸ் அமைப்பே நடத்தும் ஒரு பல்கலைக்கழகத்திற்கு இத்தகைய முத்திரை தேவையே இல்லை. அமையவிருக்கும் கேசவ வித்யாபீட விஸ்வ வித்யாலயத்திற்கு

இராஜஸ்தான் அரசு 2300 ஏக்கர் நிலத்தையும் உள்கட்டமைப்பு களையும் தருவதற்கு யாரும் தடைவிதிக்கவில்லை. ஆர்எஸ்எஸ் அமைப்பைச் சேர்ந்த இந்தப் பல்கலைக்கழகம், கலாச்சார தேசியத்தைப் பரப்பவும், 'வேத அறிவியல்களில்' கல்லூரி அளவிலான படிப்புகளை நடத்தவும் போவதாக வாக்களிக்கிறது.[57] 2006 மார்ச் மாதத்தில் ராஜஸ்தான் அரசாங்கம் இதற்குப் பச்சைக் கொடி காட்டிவிட்டது. ஆர்எஸ்எஸ் கருத்தியலை ஆழமாக மனத்தில் பதித்துக்கொண்ட புதிய கல்லூரிப் பட்டதாரிகளை நாம் சந்திப்பதற்கு அதிக நாள்கள் ஆகப்போவதில்லை.

மதச் சுற்றுலா, கோயில் கட்டுதல், 'இந்துகரணம்'

இந்த வகைமையில், புதிய கோயில்களைக் கட்டுவதற்கும் கோயில் புரோகிதர்களுக்கு ஊதியம் வழங்கவும் புனித யாத்திரை களையும் மதச் சுற்றுலாவையும் மேம்படுத்தவும், இன்னும், வெளிப்படையான இந்துகரணத்திற்கும் – அதாவது இந்துமத மாற்றத்திற்கும் – அரசு நிதிகளும் மூலவளங்களும் பயன்படுத்தப் படுகின்றன.

உதாரணமாக, அக்ஷர்தாம் கோயிலைப் பார்ப்போம். தில்லியில், யமுனைக் கரையில், மிகவும் விலையுயர்ந்த இடத்தில் 100 ஏக்கர் நிலப்பரப்பில் கட்டப்பட்ட மென்கருங்கற் கட்டுமானம் இது. 2005ஆம் ஆண்டு மிகுந்த விளம்பரத்தோடு திறக்கப்பட்டது. தில்லியில் ஒரு கோயிலைக் கட்டுவது என்பது காலஞ்சென்ற யோகிஜி மகராஜின் நீண்டகால ஆசை போலும். இவர் பிஏபிஎஸ் ஸ்வாமிநாராயண் சம்ஸ்தாவின் குரு. 1969இல் எழுதினார்:

> தில்லிதான் அரியாசனம். (சுவாமி நாராயணனின்) கொடி தில்லியில் உயரப் பறக்கவேண்டும். இப்போது யமுனை காத்துக்கொண்டிருக்கிறாள். அவள் அமைதியற்றுத் தவிக்கிறாள். யமுனையின் கரையில் நிலம் பெறப்படும் என்பது நிச்சயமான உறுதிப்பாடு. தனது தெய்வீக வழியில் பிரபு இதை நிறை வேற்றுவான்[58]

'பிரபுவின் தெய்வீக வழி', ஜக்மோகன் வழியாகச் செயல்பட்டது. முன்பு வைஷ்ணோ தேவி கோயில் நிர்வாகத்தில் தன்னை ஈடுபடுத்திக்கொண்ட, 1999 முதல் 2001 வரை, பாஜக தலைமை தாங்கிய தேசிய ஜனநாயகக் கூட்டணியில் நகர்ப்புற வளர்ச்சி அமைச்சராகப் பணியாற்றிய, அதே ஜக்மோகன்தான். யோகிஜி

மகராஜ், தன் சீடர்களுக்கு ஜக்மோகனை இசைவுபடுத்துமாறு கூறினார்: 'சாகிபுக்கு மாலையிடுங்கள்; நிலம் கொடுக்கப்படும்.'[59]

மெய்யாகவே, நிலம் கொடுக்கப்பட்டது. ஜக்மோகனின் கீழிருந்த தில்லி நிர்வாகம், தில்லியின் முதன்மையான நகரத் திட்டத்தையே மாற்றியது; யமுனை ஆற்றுப்படுகையின் சில பகுதிகளை வணிக வளர்ச்சிக்கு அனுமதிக்குமாறு மறுஒதுக்கீடு செய்தது; ஆயிரக்கணக்கான ஏழை மக்கள் வெளியேறுமாறு யமுனா புஷ்டா சேரியை இடித்தது; செய்திகளின்படி, 'தூக்கி எறியக்கூடிய' (மிகக்குறைந்த) விலையில் கோயிலுக்கு 30 ஏக்கர் நிலத்தை ஒதுக்கியது. (அங்கு காமன்வெல்த், தகவல்தொழில் நுட்பப் பூங்கா போன்ற மதச்சார்பற்ற கட்டடங்கள் கட்டுவதற்கும் அனுமதி வழங்கப்பட்டிருந்தது.)[60] அதுமட்டுமல்ல: அடுத்துள்ள மாநிலமாகிய உத்தரப்பிரதேசத்தின் நிர்வாகத்திலிருந்த சுற்றுச் சூழல் எளிதில் மாசுபடக்கூடிய பகுதியில் மேலும் 50 ஏக்கரை வாங்கிய தோடு எல்லாவிதச் சுற்றுச்சூழல் தடைநீக்கங்களையும் பெற்றது.[61] கோயிலைக் கட்டுவதால் நிலத்தடிநீர் மறுசேமிப்பு இன்றிப் போகும் போன்ற தீவிரப் பிரச்சினைகள் மாநில அரசாங்கத்தாலும் நீதிமன்றங்களாலும் ஒதுக்கிவைக்கப்பட்டன. அரசு உண்மையாகவே வளைந்து கொடுத்து, தனது சொந்தச் சட்டங்களைத் தானே மீறி, ஓர் இந்து உட்பிரிவினர்க்கு அரசுக்குரிய இடத்தைச் சந்தை விலைக்குக் குறைவாக விற்றது.

கோயில் கட்டுவதற்கு மட்டுமின்றி, சில மாநிலங்களில் நேரடியாகப் புரோகிதர்களுக்குச் சம்பளம் கொடுக்கவும் பொதுமக்கள் பணம் பயன்படுத்தப்படுகிறது.

ராஜஸ்தான் மாநிலத்தில், அவ்வளவாகப் பேசப்படாத, ஏழைக் கோயில்களில் 390 'அரசாங்கத்தின் நேரடி மேற்பார்வையில் உள்ளன. இவற்றின் எல்லாச் செலவுகளும் மாநிலக் கணக்கிலிருந்து கொடுக்கப்படுகிறது.' இது மாநிலத்தின் தேவஸ்தானத்துறையின் அறிக்கை. மேலும் அது கூறுகிறது: 'பூசை, போகத்துண்டு, உற்சவம், விக்கிரக உடை, மின்சார, நீர்க்கட்டணங்களுக்கென ஒவ்வொரு அரசுக் கோயிலுக்கும் (390 மொத்தம்) ஒவ்வொரு நாளும் ரூ.63.65 செலவிடுகிறது.'[62]

மற்றொரு உதாரணம்: குஜராத் மாநிலத்தில், இந்துப் புரோகிதர்கள் 2001 முதலாகவே அரசாங்கச் சம்பளப்பட்டியலில்

உள்ளனர். மாநிலத்தின் பாஜக அரசாங்கம், தேவஸ்தானத் துறையின் கீழ்வருகின்ற 354 கோயில்களில் இருக்கும் புரோகிதர்கள் அனைவருக்கும், 2001ஆம் ஆண்டில் தலைக்கு ரூ.1200 மாத ஊதியம் வழங்கும் என அறிவித்தது.[63]

மத்தியப் பிரதேசத்தில், புரோகிதர்களை அரசு ஊழியர்களாக்க அரசாங்கம் முடிவு செய்திருக்கிறது. ஊடகச் செய்திகளின்படி, 'ஆயிரக்கணக்கான இந்துக் கோயில்களில் பூசை நடத்தவும், அலுவல்களை மேற்பார்வை செய்யவும் அரசாங்கமே நியமித்த பூசாரிகளைக்கொண்ட முதல் மாநிலம் மத்தியப் பிரதேசமாகவே இருக்கும்.[64] ஆதரிப்பின்மையால் பெரும்பான்மைக் கோயில்கள் பாழாகிக் கிடக்கும் நிலையில், அவற்றைப் பராமரிக்கவும் தங்கள் எதிர்காலத்தின் பாதுகாப்பை உறுதிசெய்துகொள்ளவும் இந்தத் திட்டத்தை அர்ச்சகர்களே வேண்டினர்.

தமிழ்நாட்டில், வருமானமற்ற கோயில்களில் ஒருகால பூசையை (ஒரு நாளைக்கு ஒரு பூசையை) அறநிலையத்துறையே நடத்துகிறது.[65] தான் விரும்பும் ஒரு கோயிலில் பூசை நடத்த விரும்பும் ஒருவர், அந்தத் துறைக்கு ரூ. 2500க்குக் காசோலை அனுப்பினால், அரசு அதற்கொப்பான அளவில் ரூ.2500ஐச் (அதாவது 5000க்கு) செலவிடும். (இந்த 'ஒப்புநிலை/ சரிநிகர் மானியம்' அரசிடமிருந்து வருகிறதா, கோயில் நிதியிலிருந்து வருகிறதா என்பது தெரிய வில்லை.)

மதச் சுற்றுலாவில் அரசின் ஈடுபாட்டை நோக்கும்போது இந்த முயற்சிகள் யாவும் ஒன்றுமில்லை. மத்திய அரசிடமிருந்து மானியங்களைப் பெற்றுக்கொண்டு, ஜம்மு காஷ்மீர், இமாசலப் பிரதேசம், உத்தராஞ்சல், பஞ்சாப் போன்ற மாநிலங்கள் புதிய 'யாத்திரைச்சுற்றுவழிகளை' உருவாக்க வேகமாக இயங்குகின்றன. இதற்கான ஓர் எடுத்துக்காட்டை இங்கே பார்ப்போம்: இமாசலப் பிரதேச அரசு, மாநிலத்தில் மலைகளில் இருக்கும் கோயில்களில் யாத்திரையை மேம்படுத்த மத்திய அரசிடமிருந்து ரூ. 7.8 கோடியைப் பெற்றுள்ளது.[66] ஜம்மு காஷ்மீரில் வைஷ்ணோ தேவி கோயிலின் வெற்றியை அப்படியே பின்பற்ற இந்த மாநிலம் விரும்புகிறது. இம்மாதிரி யாத்திரைச்சுற்றுகள், தனியார்துறைக்கும் மிகவும் கவர்ச்சிகரமாக இருக்கின்றன. மேற்குவங்கத்தில் மாயாபூரில் ஹரே கிருஷ்ணா கோயில் கட்ட ஃபோர்டு மோட்டார் கம்பெனி ஈடுபட்டிருப்பதும் தமிழ்நாட்டில் கோயில்களைப்

புதுப்பிப்பதில் டிவிஎஸ் குழுமம் ஈடுபட்டிருப்பதும் குறிப்பிடத் தக்க எடுத்துக்காட்டுகளாகும்.[67]

மதச் சுற்றுலாவுக்குப் பொதுப்பணத்தைச் செலவுசெய்வதைப் பொருளாதார அடிப்படையில் பெரும்பாலும் நியாயப்படுத்தலாம். லட்சக்கணக்கான யாத்திரிகர்களுக்கு வசதிகளைச் செய்து தருகின்ற பயன்வழிச் சிந்தனை ஒன்றே அரசாங்கச் செலவுக்குக் காரணத்தைச் சொல்லப் போதுமானது. ஆனால் இருக்கும் இந்தத் தேவையைப் பூர்த்திசெய்யமட்டும் அல்ல, மதத் திருவிழாக்களிலும் யாத்திரை களிலும் மக்களை ஈடுபடத் தூண்டவும் அரசுப் பணம் செலவிடப் படுகிறது. யாத்திரையையும் மதச்சுற்றுலாவையும் வளர்க்கும் நேரடி நோக்கத்துடன் அரசின் முழு ஈடுபாட்டுடன் பாரம்பரியமான திருவிழாக்கள் மீள்கண்டுபிடிப்புச் செய்யப்பட்டு வெகுசனப் படுத்தப்படுகின்றன.

எடுத்துக்காட்டாக, ஜம்மு காஷ்மீர் அரசாங்கம், புனித யாத்திரை காலத்தில் உச்ச நேரத்தில் நவராத்ர விழாக்கள் நடத்தவும் பரப்பவும் வைஷ்ணோ தேவி கோயிலுக்கு அதிக அளவிலான சரிநிகர் (ஒப்புநிலை) மானியங்களை அளிக்கிறது. 2004 வைஷ்ணோ தேவி யாத்திரையின்போது, அரசு ஆளுநர் எஸ். கே. சின்ஹா, கோயில் வாரியத்திற்குச் சரிநிகர் மானியமான ரூ.8,50,000ஐ அறிவிப்பதற்கு முன்னால் ஒரு யாகத்திற்குக் கடமையாற்றினார், பூசை செய்தார், பிறகு தேவியின் முதல் தரிசனத்திற்கு புனித யாத்திரிகர்களை அழைத்துச் சென்றார்.[68] வைஷ்ணோ தேவிக்கான புனித யாத்திரை அன்றி, அரசு நிதியைக்கொண்டு நவராத்ர விழா தனியாகப் பயணிகளைக் கவரும் விழாவாக மேம்படுத்தப்படுகிறது. செவ்வியல் நாட்டியங்கள், நாட்டார் நடனங்கள், கவிதை வாசிப்புகள், ஏன், குத்துச்சண்டைகள், 'மகா கார் லோன் மேலாஸ்' (கடன் விழாக்கள்) நிறைந்த கலாச்சாரக் காட்சியாக அரசு முகமைகள் இதை ஏற்பாடு செய்கின்றன.

ஆனால் இது ஏதோ தனியாக நடக்கும் ஒன்று அல்ல. குஜராத் மாநில அரசு, அதிகாரபூர்வமாக நவராத்திரி, மகர சங்கராந்தி திருவிழாக்களைத் தனது 'அதிர்ந்தெழும் குஜராத் (வைப்ரண்ட் குஜராத்)' நிகழ்ச்சியின் பகுதியாக நடத்துகிறது. ஊடகச் செய்தி களின்படி, ரிலையன்ஸ், பிர்லா, எஸ்ஸார் உள்ளிட்ட முக்கியப் பெருவணிகக்குழுமங்கள் இந்தத் திருவிழாக்களை அரசு நடத்தப் பெரும் நன்கொடைகளை அளிக்கின்றன.[69] கேரளாவில்

பொதுவுடைமை (கம்யூனிஸ்ட்) அரசாங்கமே சபரிமலைக் கோயிலின் மகரஜோதி என்று அழைக்கப்படும் தெய்வீக ஜோதியை ஏற்றுவதில் பங்குபெறுகின்றது. இந்த அவப்புகழ்பெற்ற உதாரணம் பற்றி இந்நூலில் ஏற்கெனவே கூறப்பட்டிருக்கிறது.

அரசியல், சுற்றுச்சூழல்களில் உணர்ச்சிமிக்க மாநிலமான ஜம்மு காஷ்மீரில் கோயில் சுற்றுலாவை மேம்படுத்துவதில் அதன் அரசு குறிப்பாக வலிந்து ஈடுபடுகிறது. முன்பே கூறியவாறு, வைஷ்ணோ தேவி, அமர்நாத் கோயில்களின் வெற்றியை மறுஉருவாக்கம் செய்ய, மாநில அரசு சிவ்கோரி கோயில் வளாகத்தில் பணத்தைக் கொட்டிக்கொண்டிருக்கிறது. சுற்றுச் சூழல் எளிதில் மாசுபடக் கூடிய இந்தக் கோயில் பகுதியின் (யாத்திரிக) ஏற்புத்தன்மை பற்றிச் சுற்றுச்சூழல் குழுக்கள் அக்கறைகொண்டு செய்த பரிந்துரைகள் எல்லாவற்றுக்கும் எதிராக, மாநில அரசும் மத்திய அரசும் நேர்வழியைவிட்டு விலகி, அமர்நாத் கோயிலுக்கு யாத்திரையை மேம்படுத்த முயன்றன. 2006-07இல், மத்திய அரசு, அமர்நாத் யாத்திரை வழியின் உள்கட்டமைப்பு வளர்ச்சிக்காக 7 கோடி ரூபாய் செலவிட முன்வந்தது.[70] கூடுதலாக, கோயிலுக்கு ஹெலிகாப்டர் மூலமாகச் செல்லும் வசதி உருவாக்கப் பட்டதால், யாத்திரைக் காலம் ஒரு மாதத்திலிருந்து இரண்டு என நீட்டிக்கப்பட்டது. 2008 கோடையில், யாத்திரிகர்களுக்குத் தற்காலிகத் தங்குமிடங்கள் அமைக்க, கோயில் வாரியம் 40 ஹெக்டேர் வனப்பகுதி நிலத்தை ஆக்கிரமிக்க முயன்றதால், மாநிலம் முழுவதும் அரசியல் கிளர்ச்சி ஏற்பட்டது.

இறுதி எடுத்துக்காட்டு குஜராத் மாநிலத்திலிருந்து வருகிறது. இந்துகரணம் அல்லது இந்துமத மாற்றம் என்று மட்டுமே சொல்லக்கூடிய ஒன்றுக்கு குஜராத் அரசு பொதுமக்கள் பணத்தைச் செலவுசெய்கிறது.[71] டாங்ஸ் என்ற ஆதிவாசிப் பகுதியில், பாஜக, ஆர்எஸ்எஸ் ஆகியவற்றை ஆதரிக்கும் கட்சிக்குழுக்கள், புதிதாகக் கண்டுபிடிக்கப்பட்ட ஒரு 'புனித யாத்திரைக்கு' (சபரி கும்பம் என்று பெயர்) ஒரு பெரிய மக்கள் திரளைத் திரட்டின. போலியான வழியில் அபகரித்த நிலத்தில் சபரிக்கும் (இராமனுக்கும்) கோயில் கட்டப்பட்டது. இந்தப் போலிக் கும்பவிழாவுக்கு நீராடும் துறையை அமைக்க குஜராத் அரசு தடுப்பணைகள், பிற கட்டுமான வசதிகளை அளித்தது. அந்தப் பகுதிக்கு வருகைதந்த குடிமக்கள் விசாரணைக் குழு (சிஜசி) கண்டறிந்தது போல, 'அரசு எந்திரத்துக்கும்

(ஆர்எஸ்எஸ்) சங்கத்திற்கும் தொலைவு இருப்பதான பாவனை கூட அங்கே கைவிடப் பட்டிருந்தது.'

அரசு எந்திரத்துக்கும் 'இந்துகரணச்' சக்திகளுக்குமான ஏறத்தாழ முழுமையான இணைப்பு, கொஞ்சகாலமாகவே நடந்துவருகிறது. எடுத்துக்காட்டாக, 1983இல் விஎச்பி ஏற்பாடு செய்து அவப்புகழ் அடைந்த 'ஏகாத்மதா' யாகம் (ஒருமுகப் போக்கிற்கான வேள்வி), மாவட்டக் குற்றவியல் நடுவர்கள், உயர் போலீஸ் அதிகாரிகள் உள்ளிட்ட (இவர்கள் யாத்திரைக்கும் மதச் சடங்குகளுக்கும் தலைமை தாங்கினர்) அரசு அலுவலர்களின் உற்சாகமிக்க பங்கேற்பையும் ஆதரவையும் கொண்டிருந்தது.[72]

சுருக்கமாக: இந்திய மதச்சார்பின்மைக் கொள்கையின் நிஜமான நடைமுறை, நவீன காலத்துக்கும் முகலாய காலத்திற்கும் முந்திய இந்து அரசு-கோயில் உறவு என்னும் முன்மாதிரியைப் பின்பற்றுவதாகத் தோன்றுகிறது. தேர்ந்தெடுக்கப்பட்ட அமைச்சர்களும், ஆட்சியாளர்களும், தர்மத்தைப் பாதுகாக்கும் கடமைகொண்ட, சென்ற காலத்தின் இந்து அரசர்களின் அச்சுவார்ப்பில் தங்களை வைத்துக்கொள்கிறார்கள். கோயில் புரோகிதர்களும் சாமியார்களும் தேர்ந்தெடுக்கப்பட்ட அதிகாரிகளைக் கடவுளாகவே அன்றி, அதி முக்கியஸ்தர்களாகக் கருதத் தயங்குவதில்லை. மதத்திற்கும் அரசியலுக்குமான இடைவெளியற்ற கூட்டு, மதச்சார்பின்மை என்னும் மெல்லிய மாயத்திரைக்குப் பின்னால் தொடர்ந்து நடக்கிறது.

இந்து தேசியவாதத்தின் அற்பத்தனம்

நேராக நோக்கினால், சமகாலப் வெகுமக்கள் சார் இந்துமதம், மாறிவரும் காலத்திற்கேற்ப அடியெடுத்துவைத்து மாறுகின்ற ஓர் இயக்கமுள்ள, புதிய கண்டுபிடிப்புகளைச் செய்கின்ற மதப் பாரம்பரியத்தின் மிகவும் நல்ல அடையாளமாகவே தோன்றுகிறது. தெளிவாகவே, எல்லாப் புதிய கடவுளரும், ஆண்பெண் சாமியார்களும், புதிய கோயில்களும், சடங்குகளும் படைப்பாற்றல் மிக்க புத்தாக்கங்களின் வெற்றிகரமான பட்டியலாக இணைகின்றன. உலகப் பெருவணிகக்குழும முதலாளித்துவத்தின் (குளோபல் கார்ப்பரேட் கேபிடலிஸம்) ஆதிக்கத்திலுள்ள, வேகமாக முன்னேறுகின்ற, ஆனால் நிலைத் தன்மையற்ற உலகத்தில் இவையெல்லாம் ஆடவர் பெண்டிருக்குத் தங்கள் கடவுளர்களை எடுத்துச்செல்ல வழிதருகின்றன.

இதற்கு எதிர்ப்புறம் ஒன்றும் இருக்கிறது: பேர்பெற்ற பெரும் இந்திய நடுத்தர வர்க்கத்தை உலகமுதலாளித்துவத்திற்கு இசைந்து செல்லச் சாத்தியமாக்குகின்ற இதே மதப் புத்தாக்கச் சடங்குகளும் கொள்கைகளும், இந்து ஆதிக்க உணர்ச்சியையும் ஆழப்படுத்து கின்றன; இந்துக்களுக்கும் இந்து அல்லாத சிறுபான்மை யினருக்குமான பிளவையும் அகலப்படுத்துகின்றன. இந்த அற்பத்தனமான, அன்றாட இந்துமதத்தன்மை, அதேசமயம் ஓர் அற்பத்தனமான, அன்றாட வகையான இந்து தேசியவாதத்தையும் வளர்க்கிறது. இந்த வகையான தேசியம், ஃபத்வாக்களில் (இஸ்லாமிய மார்க்கத் தீர்ப்புகளில்) அறிவிக்கப்படுவதில்லை, அரசியல் கட்சிகளின் தேர்தல் அறிக்கைகளிலும் வெளியாவ தில்லை. அதன் சக்தி, சாதாரண மக்களின் பொதுப்புத்தியைக் கட்டமைப்பதில் இருக்கிறது.

இழிந்த தேசியவாதம் என்ற கருத்து **1995**இல் மைக்கேல் பிலிக் எழுதி, வெளிவந்த *பேனல் நேஷனலிஸம்* என்னும் நூலிலிருந்து உருவானது.[73] பிலிக், தேசியவாதம் என்பது பிரிவினைவாதிகள், அதி-தேசியவாத பாசிஸ்டுகள், தீவிர வலதுசாரிகளின் விளிம்பு நிலை இயக்கங்கள் போன்றவற்றின் கருத்தியல் மட்டுமல்ல என்று நம் மனங்கொள்ளுமாறு வாதிக்கிறார். அரசுகள் தங்கள் தொடர்ச்சியில் உறுதிகொண்டுள்ள, ஏற்கெனவே நன்கு நிறுவப் பட்டுவிட்ட தேசங்களின் தேசிய'மும்' இருக்கிறது. பிலிக்கின் வாய்பாட்டுநிலையிலான உயர் எடுத்துக்காட்டு, அமெரிக்கா, அதுபோன்ற பிற தேச-அரசுகள். இந்த நாடுகளில், தேச அரசின் இருப்போ, தொடர்ச்சியோ சந்தேகப்பட இயலாத அளவு நிலையானது. அங்கும் அன்றாட அரசியல் சொல்லாடல்களுக்கு அர்த்தம் தரத் தொடர்ந்து ஒரு பின்னணியைத் தருவதற்கு, தேசத்தின் குறியீடுகளைக் கொண்டாடுதல் தேவைப்படுகிறது. பிலிக் கூறுவதுபோல்:

> பல சிறிய வழிகளில், குடிமக்களுக்கு உலக தேசங்களில் அவர்களின் தேசிய இடம் அன்றாடம் நினைவுறுத்தப்படுகிறது. இந்த நினைவுறுத்தல், மிகவும் அறிமுகமானதாகவும் மிகவும் தொடர்ச்சியாகவும் இருப்பதால், ஞாபகப்படுத்துதல் என பிரக்ஞையில் படுவதில்லை. *இழிந்த தேசியத்தின் சினையெச்சப் படிமம்,* தேசியக்கொடி உணர்ச்சிகரமாக அசைக்கப்படுவதில் *இல்லை;* அது யாராலும் கவனிக்கப்படாவிட்டாலும், ஒரு பொதுக் கட்டடத்தில் பறக்கின்ற கொடியில் உள்ளது.[74]

சிவப்பு-வெள்ளை-நீலநிறக் கொடி அமெரிக்காவுக்கு எப்படியோ, அப்படித்தான் இந்தியர்களுக்குக் கடவுளரும். இந்தியாவில், பொது இடங்களில் இந்துக்கடவுளரை வழிபடுதல், தனித்தன்மை வாய்ந்த இந்துச் சடங்குகளை நிகழ்த்துதல் ஆகியவை, தேசியக் கொடி பறக்கின்ற பங்கை இந்தியர்களுக்கு ஆற்றுகின்றன. 'புனித நூல்களின்' மதங்களான இஸ்லாமும் கிறித்துவமும் தங்களுக்கு வெளிப்படுத்தப்பட்ட கொள்கைகளுக்குச் சொல்லிலும் உட் பொருளிலும் கீழ்ப்படிந்து நடக்கும்படி விசுவாசிகளிடம் வேண்டுகின்ற சமயத்தில், இந்துமதம், பல்வேறு இடங்களில் பல்லிழைகள் கொண்ட கயிற்றினால் தன்னிடம் விசுவாசிகளைக் கட்டுவதற்குக், குழந்தைகள் தங்கள் தாய்களின் கால்களில் விளையாடிக் கற்றுக்கொள்ளும் வகையைச் சேர்ந்த, அறிமுகமான சடங்குகள், பண்டிகைகள், தொன்மங்கள், பிற கடைப்பிடித்தல் களைப் பயன்படுத்துகிறது. இதில் உட்செல்கின்ற கருத்தியல் புகட்டல்களை நாம் காணமுடியாமலே போய்விடுகிறது. சாதாரண பக்தர்களும், மேற்கூறிய அரசு, கோயில், பெருவணிகக்குழுமம் அல்லது வணிக ஆர்வங்கள் என்ற மூன்று பங்காளிகளும் ஏற்கெனவே வடிவமைக்கப்பட்ட ஒரு நடனத்தை ஆடுவதுபோலத் தோன்று கிறது. அதில் ஒவ்வொரு கூறும் மற்றதுடன் நயமாகவும் முயற்சி யின்றியும் பொருந்துகிறது. இதன் ஒட்டுமொத்த விளைவு, ஒரு புதிய அரசியல்மயமான, தேசியமயமான இந்துமதம். பழைய வழக்காறுகளிலிருந்தும் மரபுகளிலிருந்தும் புதிதாகக் கண்டு பிடிக்கப்பட்ட இது, மக்களுக்கு அறிமுகமானது, விருப்பமானதும் கூட. ஆழமாக உணரும் மதத்தன்மைமீது இது கட்டப்படுவதால், குறிப்பாக முஸ்லிம்களுக்கோ, கிறித்துவர்களுக்கோ எதிராக இல்லாதவர்களையும் தனக்குள் உறிஞ்சிக்கொள்கிறது. மதத் திருவிழாக்கள், கோயில் சடங்குகள், சமய உரைகள் போன்றவை இந்தியாவை ஒரு இந்துதேசமாகக் கொடியசைக்கும் பலவழி களாகின்றன. அத்துடன் இந்தியாவின் கலாச்சார மேன்மை உணர்வுக்கு இந்து ஆன்மிகத்தன்மை காரணமாகிறது.

இந்து தேசியத்தின் அற்பத்தனத்தையும் அதில் மதத்தின் பங்கையும் விளக்குவதற்கான சிறந்த வழி, அது எப்படிப் பணிபுரிகிறது என்பதைக் காட்டுவதே.

2006 பிப்ரவரி 4 அன்று, ஸ்ரீஹரி மந்திர் என்ற புதிய கோயில், குஜராத்தில் போர்பந்தரில் திறக்கப்பட்டது. மிருதுவான கல்லால்

ஆகிய இக்கோயிலும், சந்தீபனி வித்யா நிகேதன் என்ற இதன் புரோகிதப் பயிற்சிப்பள்ளியும் முந்தைய பகுதியில் குறிப்பிடப் பட்டது போல, குஜராத் அரசு, அம்பானிகளின் மிகப்பெரிய வணிகக் குடும்பம், ரமேஷ் பாய் ஓஜா என்னும் கவர்ச்சிகரக் கதைசொல்லி ஆகிய மூவரின் கூட்டு முயற்சிகள். இந்தக் கோயில்—குருகுல வளாகத்தின் திறப்புவிழா, எவ்விதம் இந்துக்கடவுளர்கள் இந்து தேசியவாதம், இந்து உயர்வு ஆகியவற்றிற்கான சொத்து களாக மாறுகிறார்கள் என்பதைக் காட்டுவதற்கு நல்ல எடுத்துக் காட்டாக அமைகிறது.

அமைப்பாளர்களே தருகின்ற விவரங்களின்படி, இந்தக் கோயில், முதலமைச்சர் நரேந்திர மோடியின் முன்னிலையில் அப்போதைய துணைக்குடியரசுத் தலைவராக இருந்த பைரோன்சிங் ஷிகாவத் தினால் திறக்கப்பட்டது. அத்துடன் அந்நிகழ்ச்சியில் மறைந்த திருபாய் அம்பானியின் மனைவியும் குடும்பத்தினரும் வந்திருந்தனர். அவர்களின் தாராளக் கொடையினால்தான் அந்தக் கோயில் கட்டப்பட்டது. இந்தியாவையும் பிறநாடுகளையும் சேர்ந்த, ஓஜாவின் செல்வவளம் படைத்த 50,000 சீடர்களும் இந்த நிகழ்ச்சியைக் காணக் கோயிலைச் சுற்றிக் கூடியிருந்தனர்.[75]

மதச்சார்பற்ற இந்தியாவின் தேர்ந்தெடுக்கப்பட்ட பிரதிநிதிகள், தங்கள் அதிகாரநிலையில், கோயில் விக்கிரகங்களின் முன் வழிபட்டனர். இம்மாதிரி நிகழ்ச்சிகள் வழக்கமாகிவிட்டதால், யாரிடமும் எந்த எதிர்வினையையும் இப்போது ஏற்படுத்துவ தில்லை. இந்த வழிபாட்டுக்குப் பிறகு, கடவுளர்கள் முன்னிலையில் தேசியகீதம் இசைக்கப்பட்டது. பிறகு மாணவ வேதபாடிகள் வேதம் ஓதினர். பின்னர் குஜராத்தின் நாட்டார் நடனங்கள். இவற்றைத் தொடர்ந்து தேசத்துடன் கடவுளரை இணைத்த உரைகள். அவற்றில் பேரளவில் இந்து அறிவியலின் மேன்மை குறித்த அலங்காரப் பேச்சுகளும் இடம்பெற்றன. மிகவும் மோசமான மதப்படுகொலைகளைத் தனது ஆட்சியில் குஜராத் மக்களைக் காண வைத்த மோடி, இந்துமதத்தின் சகிப்புத்தன்மையையும் மதச்சார் பின்மையையும் பற்றிப் பாராட்டிப் பேசினார். இந்தியாவின் ‘உள்ளார்ந்த சூழலாக’ இந்து மதம் இருப்பதால், நாட்டில் எந்தப் புதிய கட்டுமானத்தையும் தொடங்குவதற்கு முன்னால் யாகங் களையும் வேத பாராயணங்களையும் நிகழ்த்தவேண்டும் என்று பரிந்துரை செய்தார். தொடர்ந்து வந்த திருமதி கோகிலா அம்பானி,

தனது கணவரின் முன்னுதாரணத்தைக் காட்டி, மதத்துடன் பணி நேர்மைகளையும் பெருந்தொழில்களையும் கலக்க வேண்டுமென வற்புறுத்தினார். துணைக் குடியரசுத்தலைவர், தம்முடைய பங்கிற்கு, கடவுளரின் ஆயுதங்களை இன்றைய ஏவுகணைகளுக்கும் அவர்களுடைய வாகனங்களை ஹெலிகாப்டர்களுக்கும் ஒப்பிட்டு இந்து மரபுகளின் நவீன அறிவியல்தன்மை பற்றிப் பேசினார்.

பழைய இந்து அறிவியல்களின் உயர்வு பற்றிய கருத்து மீண்டும் ஒருவாரம் கழித்துப் பேசப்பட்டது. அப்போது இந்தியக் குடியரசுத் தலைவரான அப்துல் கலாம், அந்தக் கோயில் — ஆசிரம வளாகத்திற்கு அதன், 'அறிவியல் அருங்காட்சியகத்'தைத் திறக்க வந்தார். அதில் வானியல்/ஜோசியம், மருத்துவம் (ஆயுர்வேதம்), கட்டடக் கலை (வாஸ்து) போன்ற இந்துக் கண்டுபிடிப்புகள் காட்சியில் வைக்கப்பட்டிருந்தன. நவீன உலகத்தில், பூமியை மையமாகக் கொண்ட ஆரியபட்டரின் வானியல்/ ஜோசியத்திற்கு என்ன அடிப்படை இருக்கிறது என்ற கேள்வியை எழுப்பாமலே, அணு பௌதிக விஞ்ஞானியான குடியரசுத் தலைவர், பழமையின் மேன்மையைப் பற்றி மட்டுமின்றி, நவீன வானியலை வளப் படுத்தியதில் பழங்காலத்தவரின் தொடர்ந்த பொருத்தப்பாட்டைப் பற்றியும் பேசினார். நவீன அறிவியல், பழைய இந்துமதத்தின் பிரபஞ்சவியலைத் தவறாக்கியிருக்கிறது என்ற மெய்ம்மையைப் பற்றிய உணர்வே இன்றி, நவீன அறிவியலின் வழிகாட்டிகளாகப் பழங்காலத்தவர் போற்றப்பட்டனர்.

இந்தியாவின் அரசு-கோயில்-பெருவணிகக்குழுமக் கூட்டிணைவு எப்படி இயங்குகிறது என்பதற்கு இது ஒரு நல்ல எடுத்துக் காட்டாகும். இந்தியாவின் இந்துத்தனத்தையும் இவை இரண்டின் (இந்தியா, இந்துத்தனம்) பெருமையையும் வலியுறுத்தவும் கடவுளர்கள் பின்னணி ஆகிறார்கள், மரபான பூசைகள் வாயில் களாகின்றன. கடவுளரின் வழிபாட்டையும் இந்துக் கலாச்சாரம், இந்திய தேசம் ஆகியவற்றின் வழிபாட்டையும் பிரிக்கமுடியாமல் போகிறது. பக்தர்கள் பக்திப் பாக்களைப் பாடவருகிறார்கள், இறுதியில் இந்தியத் தாயின் போற்றிப் பாடல்களைப் பாடி முடிக்கிறார்கள், இரண்டுக்கும் வேறுபாடு தெரியவில்லை. தேசத்தின் வழிபாட்டு மரபு, ஒரே நேரத்தில் 'பகுத்தறிவு', 'அறிவியல்' வழிபாட்டு மரபாக மாற்றப்படுகிறது — ஆனால் அறிவியலின் விமரிசனமும் அனுபவ அடிப்படையும் இல்லாமல்.

நிலத்துடனும் அதன் கலாச்சாரத்துடனும் நேசத்திற்குரிய வெகுசன கடவுளருடன் அடையாளம் காணப்பட்ட பிறகு, இந்து தேசியவாதம் ஓர் அற்பத்தனமான, அன்றாட விஷயமாகிவிடுகிறது. யாரும் ஃபத்வாக்கள் அறிவிக்க வேண்டியதில்லை, எவரும் மேற்கிற்கு எதிராக தீவிரமான போர்தொடுக்க வேண்டியதில்லை. இம்மாதிரி மென்மையற்ற கருவிகள் இந்து தேசியவாதிகளுக்குத் தேவையில்லை. மாறாக, அவர்கள் கடவுள் வழிபாட்டை தேச வழிபாடாக மாற்றுவார்கள்; அத்துடன் பயன்வழி அறிவியல்களில் மேற்கின் பலத்தையும் பிற முன்னேற்றங்களையும் தங்களுடைய தாகவும் தங்களுடைய சொந்தக் கடவுளருடையதாகவும் மாற்றிக் கொள்வதால் மேற்கை வெற்றிகொள்வார்கள். சாதாரண நம்பிக்கை யாளர்களின் மதத்தன்மைதான் இந்த அற்பத்தனமான, இந்து தேசியவாதத்திற்குச் 'செங்கற்களை' வழங்குகிறது. ஆனால் இந்த இந்து தேசியவாதம் பெருந்தகைமையிலிருந்து வெகு தொலைவில் உள்ளது என்பதுதான் சோகம்.

அன்றாட இந்து தேசியத்தின் மிக அடக்கமான, நகர்ப்புறம் சார்ந்த, நாகரிகமான முகமும் இதுதான்.

முடிவுரை

பொருளாதார உலகமயமாக்கலும், நவ-தாராளவாதச் சீர்திருத்தங் களும் வெகுசன, சடங்குகள்சார் மதத்தன்மை வளர்ந்துவரக் கூடிய பொருளியல், கருத்தியல் சார்ந்த நிலைமைகளை உற்பத்தி செய்திருக்கின்றன. அரசு, கோயில், பெருவணிகக்குழும ஆர்வங் களின் முப்பக்கக் கூட்டு இந்துமதத்தைப் பொதுக்களத்தில் முன்செலுத்த ஒத்திசைவோடு செயல்பட்டுக்கொண்டிருக்கிறது. வெகுசன மதத்தன்மை, இதற்கேற்ப, இந்து மேலாதிக்க, இந்து தேசியவாத வெகுமக்கள் கருத்தியலுக்குள் தள்ளப்பட்டுக் கொண்டிருக்கிறது.

மதச்சார்பின்மையின் தோல்வி என்னும் ஆழமான, மேலும் அடிப்படையான நோயின் அறிகுறியே இந்தப் போக்கு. மதச்சார் பின்மை என்பதை ஒப்புக்கொண்டாலும், இந்தியாவின் எல்லா மதங்கள் மீதும் இந்திய அரசு சமமான விருப்புவெறுப்பு இன்மையையோ, சமமான மரியாதையையோ காட்டவில்லை. மாறாக, அது பெரும்பான்மையினரின் மதமான இந்துமதத்தை இந்திய தேசத்தின் குடிமக்கள் மதமாகவே நடத்திவந்துள்ளது.

இதன் விளைவு பொதுக்களம் பரவலாக இந்துமயமாகி வருதல். உலகமயமாக்கல் நிலைகளின் கீழ் இது வளர்ந்துதான் வருகிறது.

4

இந்தியா@சூப்பர்பவர்.காம்: நாம் எப்படி நம்மை நோக்குகிறோம்

> இந்தியர்களாகிய நாம், எல்லா தேசங்களுக்கும் குருவாக. ஆம், நான் அதை நம்புகிறேன்...
>
> – ஏ. பி. வாஜ்பேயி

> யத் இஹஸ்தி தத் அன்யந்த்ர, யன் நிஹஸ்தி ந தத் கவ்சித்
> இங்கிருப்பது எங்கும் இருக்கலாம், ஆனால் இங்கில்லாததை எங்கும் காண இயலாது.
>
> – மகாபாரதம், 1.56.33

நிலைக்கண்ணாடி, சுவரிலிருக்கும் நிலைக்கண்ணாடி...

உலகத்திலுள்ள எவரையும்விட, முகம் பார்க்கும் கண்ணாடியில் தோன்றும் தங்கள் பிம்பத்தில் மயங்கிக் கிடப்பவர் யார்?

நாம்தான்.

நாம்தான் உலகத்தில் 'நம்பர் ஒன்' என்று சிந்திப்பதில் இந்தியர்கள் உலகத்தில் 'நம்பர் ஒன்'னாக இருக்கிறார்கள் அல்லது, அதைவிட நமது கலாச்சாரம்.[1]

2007இல் நன்கறியப்பட்ட அமெரிக்கச் சிந்தனையமைப்பான ப்யூ ஆய்வு மையம் நடத்திய உலக மனப்பாங்குகள் மேலாய்விலிருந்து இந்தத் தரப்படுத்தல் வருகிறது. 47 நாடுகளின் மக்களை 'நமது மக்கள் குறைபாடற்றவர்கள் அல்ல, ஆனால் நமது கலாச்சாரம் மற்றவர்களுடையதைவிட உயர்ந்தது' என்ற கூற்றை ஏற்கிறார்களா, மறுக்கிறார்களா என்று இந்த மேலாய்வு கேட்டது.

இந்தியர்கள்தான் பட்டியலில் நம்பர் ஒன்! மிகப் பெரிய 93 சதவீதத்தினர் நமது கலாச்சாரம்தான் மற்றவர்களுடையதைவிட

உயர்ந்தது என்று ஒப்புக்கொண்டார்கள். இதில் 64 சதவீதத்தினர், எந்த நிபந்தனையுமின்றி இதை ஏற்றனர். இந்த ஆய்வில் 2043 எதிர்வினையாளர் பங்கேற்றனர். இவர்கள் எல்லாருமே நகர்ப் புறங்களிலிருந்து வந்தவர்கள், (அதாவது படித்தவர்கள் வீதம் அதிகம் உள்ளவர்கள்) ஆங்கிலம் பேசுபவர்கள், ஒப்புநிலையில் வளமானவர்கள். எல்லாப் பொதுக்கருத்து ஆய்வுகளுக்குமுள்ள குறைபாடுகளுடன் நோக்கினாலும், முன்னுரிமை பெற்ற இந்தியர்கள் உலகத்திற்கு எதிராகத் தங்களை வைத்து எப்படி நோக்குகிறார்கள் என்பது பற்றி ப்யூ ஓரளவு கருத்தைத் தருகிறது.

எல்லா மக்களுக்கும் தங்கள் கலாச்சாரத்தின் மீது ஓர் அபிமானம் இருக்கவே செய்கிறது. ஆகவே இந்தியர்களாகிய நாமும் நம்மைப் பற்றி நன்றாகவே எண்ணுவதில் வியப்பில்லை. ஆனால் எவ்விதம் நமது தற்பெருமை அளவுமீறிப் போகிறது என்பதை அறிய, நமது அருகிலுள்ள 'பழமையான கலாச்சாரங்களோடு' நம்மை ஒப்பிட்டுப் பார்ப்போம். நமது 93 சதவீதத்திற்கு மாறாக, ஜப்பானியர்களில் 69 சதவீதத்தினரும், சீனர்களில் 71 சதவீதத்தினருமே தங்கள் கலாச்சாரம்தான் உலகிலேயே சிறந்தது என்றார்கள். உண்மையில் உலகிலேயே தங்கள் நெறிகள் சிறந்தவை அல்ல என்று மறுத்தவர்கள், ஜப்பானியர்களிலும் சீனர்களிலும் ஏறத்தாழக் கால்பங்கு—ஒப்புநிலையில் வெறும் 5 சதவீத இந்தியர்கள்தாம் — அவ்வாறு கூறினார்கள். தனது கலாச்சார ஆதிக்கத்திற்காகக் கண்டிக்கப்படும் அமெரிக்க ஐக்கிய நாடு, இவ்விஷயத்தில் ஒரு தாழ்வுமனப்பான்மையையே நடைமுறையில் கொண்டுள்ளது. அமெரிக்கர்களில் 55 சதவீதத்தினரே தங்கள் கலாச்சாரத்தின் மேன்மையை ஒப்புக்கொண்டார்கள்; 24 சதவீதத்தினர் சுய சந்தேகத்தில் ஆழ்ந்தார்கள்; 16 சதவீதத்தினர் தங்கள் கலாச்சாரம்தான் உயர்ந்தது என்ற கூற்றை அறவே மறுத்தார்கள். (இந்திய ஒப்புநிலை எண்கள், 93, 5, 1).

'நமது கலாச்சாரம்' என்பதன் மேன்மையில் வைக்கும் கேள்வி யற்ற நம்பிக்கைதான், மற்றபடி கூருணர்வுடைய மக்களில் பலரையும் இந்தியா வல்லரசாக எழுச்சியுறும் நாடு என்ற சரளமான பேச்சில் மயங்கவைக்கிறது. நமது அரசியல், வணிக, மதத் தலைவர் களின் கூற்றை நம்பினால், இன்னும் இருபதாண்டுகளுக்குள் இந்தியா தகவல் தொழில்நுட்பம், அறிவியல் (இன்னும் பரந்த நிலையில் 'அறிவு'), தொழில்நுட்பம், உயர் கல்வி, மருத்துவம்,

பொருளாதாரம், கலாச்சாரம், அத்துடன் கண்டிப்பாக ஆன்மிகம் என எல்லாவற்றிலும் 'நம்பர் ஒன்'னாக மாறிவிடும். 2050 அளவில், ஆன்மிகம், பொருளியல் ஆகிய உலகத்திலும் தான் ஒரு ஜகத்குரு என்ற அந்தஸ்தைப் பெற்றுவிடும்.

நவ-தாராளவாதம், உலகமயமாக்கல் ஆகியவற்றின் உற்சாகிகள் —மதச்சார்பின்மை, இந்து தேசியம் என்ற இரண்டு நிறங்களிலும் வருபவர்கள்—உலகப் பொருளாதாரத்தில் இந்தியாவின் வெற்றியை வேத-இந்து-சமஸ்கிருதத்தின் காலடியில் சமர்ப்பிக்கிறார்கள் என்பதை இந்த இயலில் நாம் நோக்குவோம்: தகவல் தொழில் நுட்பத்தில் இந்தியாவின் வெற்றியிலிருந்து அதன் ஜனநாயகம் வரை எல்லாமே மிகப்பெரிய, வியப்புக்குரிய இந்து மனத்தின் சாதனைகள்.

மெய்ம்மைகளைக்கொண்டு நோக்கும்போது இந்த இந்து வெற்றிவாதம் காரணமற்றது என்பது மட்டுமல்ல, இது அபாயகர மானதுகூட. ஏனெனில் பெரும்பாலும் அது தனது தீய இரட்டை யான மதவாதத்துடன் சேர்ந்துதான் வருகிறது. தங்கள் இந்துப் பாரம்பரியத்தில் பெருமைகொள்கின்ற நேர்மையான, தாராள, முற்றிலும் மதச்சார்பற்ற, ஆனால் மதவாதத்தைச் சற்றும் மனங் கொள்ளாத இந்தியர்கள் எத்தனையோ பேர் இருக்கிறார்கள். ஆனால் இந்து வெற்றிவாதத்தை ஆயத்தமாகவும் விமரிசன மின்றியும் ஏற்றுக்கொள்வதால், அவர்கள் தங்களை அறியாமலே இஸ்லாமியரை வெறுக்கும், கிறித்துவரை எதிர்க்கும் கீழ்த்தர எழுச்சியாளர்களை ஆதரிக்கும் நிலைக்குச் செல்கிறார்கள். இந்த எழுச்சியாளர்கள், 'எல்லா' இந்தியர்களின், 'எல்லா' மதங்களின், இனங்களின் இந்தியர்களின் சாதனைகளை சநாதன (என்றும் மாறாதவை) தர்மத்தின் பெருமைக்குப் பயன்படுத்துபவர்கள். மதச்சார்பற்ற நவ-தாராளவாதிகள், இந்து தேசியவாதிகள் என்ற எதிர்ப்புறத்தினர் ஆகிய இருவரும் பகிர்ந்துகொள்ளும் பொதுநிலம் இந்து வெற்றிவாதம்தான்.

அடுத்த தலைமுறையும் ('ஜென்நெக்ஸ்ட்') நாகரிகங்களின் மோதலும்

சமூக அறிவியலாளர்கள், உலகமயமாக்கலுக்கு உலக அளவில் ஏற்பட்ட எதிர்வினைகளை இரண்டு பரந்த வகைகளாகப் பிரிக் கிறார்கள். ஒன்று, மேற்கிற்கு பயந்தும், அதைப் போலிசெய்யும்

வகையிலும் ஏற்பட்டது; மற்றது, மேற்கிற்கு எதிரான தேசியப் பெருமிதத்திலும் மேற்கத்திய எதிர்ப்பையும் அடிப்படையாக கொண்டு ஏற்பட்டது.

மேற்கு அல்லாத சமூகங்களில் நவீனப்படுத்தியவர்களின் முதலாம் தலைமுறையினர், மேற்கத்திய காலனியச் சக்திகளி லிருந்து சுதந்திரமடையப் போராடிக் கொண்டிருந்தார்கள். இவர்கள் முதல் வகைக்குள் வருவர். ஆனால் சுதந்திரமடைந்த, பின்காலனியச் சமூகங்களில் வயதுக்குவந்த இரண்டாம் தலை முறையினர், மேற்கின் சுய பெருமித, எதிர்ப்பு நிலைப்பாட்டை மேற்கொள்கிறார்கள். இரண்டாம் தலைமுறை நவீனப் படுத்தியவர்களின் இந்த சுய விழிப்புணர்ச்சியின் எழுச்சியும் பெருமிதமும் நாகரிகங்களின் மோதலுக்கு ஒரு பகுதிக் காரணமாக இருக்கின்றன. இதைப் பற்றி அமெரிக்கச் சமூகவியலாளர் சாமுவேல் ஹண்டிங்டன், தமது புகழ்பெற்ற, கருத்து மாறுபாட்டுக் கிடமான *நாகரிகங்களின் மோதல் (த கிளாஸ் ஆஃப் சிவிலைஷேசன்)* என்னும் நூலில் விவரிக்கிறார்.[2]

இந்தப் பெயர்பெற்ற 'மோதல்' எதைப் பற்றியது? மிகவும் விவாதம் செய்யப்பட்ட தனது நூலில், ஹண்டிங்டன், உலகமய மாக்கல் கலாச்சார அடையாளங்களை அழித்து ஒரு மெக் டோனால்டிய உலகத்தை உருவாக்கவில்லை. மாறாக அது 'நாகரிகப் பிரக்ஞையைத்' தூண்டுகிறது, மக்கள் தங்கள் தனித்த கலாச்சாரங்களைப் பற்றித் தீவிர விழிப்புகொள்ளவும் பெருமைப் படவும் செய்கிறது என்று வாதிட்டுள்ளார். இதற்கு எதிராக ஃப்ரான்சிஸ் ஃபுகுயாமா, சோவியத் ஒன்றியத்தின் முடிவுக்குப் பிறகு, வரலாறே முடிவுக்கு வந்துவிடும், முழு உலகமும் அமெரிக்கப் பாணி முதலாளித்துவ ஜனநாயகத்தை மேற்கொள்ளும் என்றார்.[3] ஹண்டிங்டன் உலகமயமாக்கல், உலகத்தை எட்டு முக்கியமான நாகரிகப் பகுதிகளாக 'உடைத்துவிடும்' என்று முன்னறிவித்தார். அவை: மேற்கத்திய கிறித்துவப் பகுதி (லத்தீன் அமெரிக்கா உள்பட புராட்டஸ்டண்ட்– சீர்திருத்த, கத்தோலிக்கம் ஆகிய இரண்டும் கொண்ட பகுதி); பழமைவழி அல்லது கிழக்கத்திய கிறித்துவப் பகுதி (ரஷ்யா); இஸ்லாமிய உலகம்; சீனம் (அல்லது கன்ஃபூசியம்); ஜப்பானியப் பகுதி; பௌத்தப் பகுதி; ஆப்பிரிக்கப் பகுதி; இந்துப் பகுதி என எட்டு நாகரிகங்கள். உலக அரங்கில் எதிர் காலப் பகைமைகளும் நட்புகளும் பெருமளவு கருத்தியல்களால்

நடைபெறாது, மாறாக நாகரிகச் சேர்க்கைகள் அல்லது மோதல் களால் நடைபெறும்.சீனா, இஸ்லாமிய நாடுகளோடு இராணுவக் கூட்டு வைத்துக்கொண்டு 'மேற்கின்' (அமெரிக்கா, ஐரோப்பா, பிரிட்டன்) கலாச்சார, பொருளாதாரச் சக்திகளுக்குச் சவால்விடும். இந்தியா, ஜப்பான், ரஷ்யா ஆகியவை 'ஊசலாடும் நாகரிகங்கள்.' இவை மேற்கு-யூத அச்சுடன் சேரும், கன்ஃபூசிய- இஸ்லாமிய அச்சை எதிர்க்கும்.

நாகரிகங்கள் ஏன் மோதிக்கொள்கின்றன? ஹண்டிங்டன் இரண்டு முக்கியக் காரணங்களைத் தருகிறார்: மனித இயற்கை, மேற்கிற்கு எதிராகப் பிறரின் எழுச்சி. நாகரிகங்கள் மோதும். ஹண்டிங்டன் கூறுகிறார், ஏனெனில்,

> ஒரு குறிப்பிட்ட சூழலில் மக்கள் தங்களைப் பிறரிடமிருந்து எது வேறுபடுத்துகிறது என்பதை வைத்து தங்களை வரை யறுத்துக் கொள்வார்கள்... தாங்கள் யாராக இல்லையோ அதை வைத்துத் தங்களுடைய அடையாளங்களை வரையறுப்பார்கள்.[4]

மேற்கு அல்லாத கலாச்சாரங்கள் மேற்கத்திய வழிகளில் பரிச்சய மாகும்போது, அவர்கள் தங்கள் சொந்த நாகரிக அடையாளங் களுக்கு அதிக (குறைவாக அல்ல) ஏற்பைத் தர முனைவார்கள். இது மனித இயல்பு, வேறெதையும் எதிர்பார்க்கக் காரணம் இல்லை.

ஆனால் 'பிறர்' 'மேற்கிற்கு' எதிராக மோதுவதற்கு மற்றொரு காரணம், மேற்கத்தியமயம் ஆகாமலே நவீனமயம் ஆகுதல். கடந்தகாலத்தில், மேற்கு அல்லாத சமூகங்களின் மேட்டுக் குடியினர், மேற்கத்தியக் கலாச்சார மதிப்புகளையும் ரசனை களையும் தங்கள் சமூகங்கள் ஏற்றுக்கொண்டால்தான் நவீன மயமாகும் என்று நம்பினார்கள். ஆனால் இது இன்று உண்மையல்ல. மேற்கு அல்லாத சமூகங்கள் நவீனத்தன்மையின் தொழில்நுட்ப வன்பொருள் களைப் பெறும்போது, அவர்கள் இந்த நவீனத் தன்மையைத் தங்கள் சொந்த மரபுகளோடும் கலாச்சார மதிப்பு களோடும் இணைத்துக் கொள்கிறார்கள். நடைமுறைச்சாத்தியத்தில் இதற்கு அர்த்தம் என்னவென்றால், முதல் தலைமுறை நவீனப் படுவோர் மேற்கைப் பார்த்துக் காப்பியடித்தார்கள்; ஆனால், இரண்டாம் தலை முறையினர், தங்கள் வெற்றியின் இரகசியத்தைத் தங்கள் சொந்தக் கலாச்சாரத்தில் தேடுகிறார்கள்:

> ...அவர்கள் தங்கள் பேரதிகப் பொருளாதார வளர்ச்சியை மேற் கத்தியக் கலாச்சாரத்தின் இறக்குமதியோடு அன்றி, தங்கள்

> சொந்தக் கலாச்சாரத்தைக் கடைப்பிடிப்பதுடனேதான் சம்பந்தப் படுத்துகிறார்கள். அவர்கள் மேற்கிலிருந்து மாறுபட்டிருப்பதால் தான் வெற்றிபெறுகிறார்கள்... மேற்கு அல்லாத மதிப்பு களின் உயர்வை வலியுறுத்துவதன் வாயிலாக மேற்கிற்கு எதிரான கலகம் நியாயப்படுத்தப்படுகிறது.[5]

எழுச்சியடையும் நகர்ப்புற நடுத்தர வர்க்கத்தில் இதுதான் மிகவும் சரியாக நடைபெற்றுக் கொண்டிருக்கிறது—ப்யூ மேலாய்வு இப்படிப்பட்டவர்களின் பார்வைகளைத்தான் சேகரித்தது. மேற்கைப் பார்த்து வியப்படைவதற்கோ, அதைப் பின்பற்ற வேண்டிய மாதிரியாகக் கருதுவதற்கோ, இந்த இந்தியத் தலை முறையினருக்குக் காரணம் ஒன்றுமில்லை. ஆனால், இந்தியா சுதந்திரமடைந்து, அறுபதுக்கும் மேற்பட்ட ஆண்டுகளில், அது சாதித்திருப்பதைக் கண்டு பெருமைப்பட அவர்களுக்கு நல்ல காரணங்கள் உள்ளன. தங்கள் சாதனைகளைக் கண்டு பெருமை கொள்வதால் மேற்கு தங்களிடமிருந்தும் கற்றுக்கொள்ள விஷயங்கள் உள்ளன என்று அவர்கள் நினைக்கிறார்கள்.

குறிப்பாக இஸ்லாமுக்கும் மேற்கிற்குமான மோதலாக விளக்கப் பட்ட 9/11 தாக்குதலுக்குப் பிறகு, ஹண்டிங்டனின் கருத்து மிகச் செல்வாக்குப் பெற்றது. ஆனால் அதில் வெளிப்படையான பிரச்சினைகள் உள்ளன: ஒன்று, உலகத்தின் 600 கோடிக்கு மேற்பட்ட மக்களையும், ஆயிரக்கணக்கான ஆண்டுகளாக இருந்துவரும் கலாச்சார மதிப்புகளையும் வைத்து ஏழு குழுக்களாகத் திட்ட மாகப் பிரித்துவிடலாம் என்று அது கருதுகிறது. மேலும் உலகத்தை இம்மாதிரிப் புரிந்துகொள்ளும்முறை, கலாச்சாரங்களை அல்லது நாகரிகங்களைத் தலைவிதி ஆக்கிவிடுகிறது. மரபணுக்களைப் பெறுவது போலவே, ஒருவர் சரியான நாகரிகத்தில் பிறக்க வேண்டும், அல்லது பின்தங்கிக் கிடப்பது தலையெழுத்தாகிவிடும்.

மாபெரும் இந்துமனமும்
தகவல்தொழில்நுட்ப அற்புதமும்

'பிறவற்றிலுள்ள' பிற இனங்களைப் போலவே இந்தியாவும் இரண்டாம் தலைமுறைத் தன்மயமாதலுக்கு *(இண்டி ஜினைஷேசன்)* உட்பட்டு வருகிறது. நவீனமயமாகும்போது மேற்கத்தியமயமாக மறுக்கிறது. நவீனத் தன்மையின் வழக்கமான சின்னங்களாகிய செல்வம், எந்திரங்கள், அணுகுண்டுகள், மெக்டொனால்டுகள்,

பெருவணிக வளாகங்கள், அழகுப் போட்டிகள் (*பியூட்டி பேஜியண்ட்ஸ்*), இன்ன பிற போன்றவை அதற்கும் தேவைப்படுகின்றன. அதே சமயத்தில் அவற்றின்மீது ஒரு தனித்த இந்திய முத்திரையையும் அது குத்துகிறது. பெரும்பாலும் இந்த முத்திரை, தனித்த, சுய-பிரக்ஞையோடு இந்துத்தன்மை கொண்டதாகவும் இருக்கிறது.

நவீனத்தன்மையை இப்படி வசப்படுத்தி இந்துத்தனமாக மாற்றும் செயல்முறை உலகமயமாக்கலின் தற்போதைய கட்டத்தின் போது தொடங்கியதல்ல. புதிய, அயலகச் சிந்தனைகளைப் பழைய இந்துஞானத்தின் மறுவடிவம் போலக் கையாள்வது இந்தியா வழக்கமாக மாற்றத்தை எதிர்கொள்ளும் தனித்த வழிமுறை. சுவாமி விவேகானந்தர், சர்வபள்ளி இராதாகிருஷ்ணன், மகாத்மா காந்தி போன்றவர்களின் நவ-இந்துமதம், இந்தக்கலத்தல்–பொருத்துதல் செயல்முறையை அடிப்படையாகக் கொண்டதேயாகும். மேற்கிலிருந்து போற்றக்கூடியது, தினுசானது என எது கிடைத்தாலும் இந்தியர்கள் எடுத்துக்கொள்வார்கள்; பிறகு அதை எப்படியோ தங்கள் 'அழியாத' இந்துப் பாரம்பரியத்தில் இணைத்து, தொடக்ககாலம் முதல் இருந்துவரும் சொந்த இந்து மேதைமையின் உற்பத்திப் பொருள் என்று சொல்லி விடுவார்கள்! புதியது பழையதாக்கப்படுகிறது, அயல்தன்மை கொண்டது சொந்தப்பொருளாக்கப்படுகிறது. பழைய முறைமைக்கு அந்தப் புதியது வைத்த சவால்கள் எல்லாம் முனை மழுங்கப்பட்டு, எல்லா முரண்பாடுகளும் இல்லாமல் ஆக்கப்படும். நவீன இந்தியர்கள் சுயபிரக்ஞையின்றியே இந்த இயலின் தொடக்கத்தில் உள்ள மகாபாரதத் தற்பெருமைக் கூற்றான 'இங்கிருப்பது எங்கும் இருக்கலாம், ஆனால் இங்கில்லாததை எங்கும் காண இயலாது' என்பதைப் பூர்த்தி செய்கிறார்கள் போலும்.

பழையதைப் புதிதாக்கும் இந்தச் செயல்முறை எப்போதும் முடிவதில்லை. நவீனமயமாக்கச் செயல்முறை தருகின்ற புதிய, முழுமையாக மதச்சார்பற்ற (அதாவது மதத் தொடர்பற்ற, இவ்வுலகிற்கான) வளர்ச்சிகளும் சவால்களும் வேதத்தில் இருப்பவையாக அல்லது மேட்டுக்குடி இந்துச்சிந்தனை வழிகளில் உள்ளடக்கப்படுவதோடு அவை சநாதனமானவை (என்றும் மாறாதவை) என்றும் முத்திரையிடப்படுகின்றன. பின்வரும் உதாரணங்கள், இந்தச் செயல்முறையின் காட்டுத்தனமான தர்க்கத் தாவல்களைத் தெளிவுபடுத்தும்.

- இந்தியா ஒரு பாராளுமன்ற ஜனநாயகம். இதிலிருந்து, இந்தியர்கள் இயல்பிலேயே ஜனநாயகவாதிகள் என்ற முடிவுக்கு வந்துவிடுகின்றனர். சுதந்திரத்தின்போது நாம் ஜனநாயகத்தை ஏற்கவேண்டிய அரசியல் நிர்ப்பந்தத்தில் இருந்ததற்கான காரணங்கள் இலகுவாக ஒதுக்கிவிடப் படுகின்றன. கண்ணுக்குப் புலப்படும் 'காரியம்', கண்ணுக்குப் புலப்படாமல் உள்ள 'காரணத்தி'லேயே, அதாவது பொருள்கள், மக்களின் சாராம்சமான இயற்கையாகிய 'சுபாவத்'திலேயே அடங்கியிருக்கிறதெனக் கொள்ளப்படுகிறது. ஒரு விதை தன் இனத்திற்கே உரிய மரமாவதை தவிர்க்க முடியாதது போல, இந்தியர்கள் ஜனநாயகத்தன்மை கொள்ளாமல் இருக்க முடியாது. ஏனெனில் அப்படிச் செய்வது அவர்களின் சுபாவம், உள்இயற்கை.

  ஒரு சமூக நிகழ்ச்சி இவ்வாறு உள்இயற்கை, கலாச்சாரச் சாராம்சம் சார்ந்தது என வரையறுக்கப்படும்போது, 'இயற்கை யாக'வே கேள்வி எழுகிறது: எங்கிருந்து இந்தியர்கள் இந்த இனிய ஜனநாயக சாராம்சத்தைப் பெற்றார்கள்? தவிர்க்க வியலாமல், விடை இதுதான்: ஜனநாயகப் பண்புகளை போதிக்கின்ற இந்துமதத்திலிருந்துதான். ஜனநாயகத்துக்கு முற்றிலும் எதிரான சதுர்வர்ணத்தைப் (நான்கு வர்ணங்கள்) பற்றி நீங்கள் குறிப்பிட்டால், அவ்வளவுதான். அது நீங்கள் நற்பண்புக்கு எதிரி, தாய்நாட்டின் படிமத்தை அழுக்குப்படுத்து கின்றவர் என்பதை நிரூபிக்கிறது.

- இந்தியாவில் பல மதங்கள் உள்ளன. இதிலிருந்து இந்தியர்கள் இயல்பாகவே சகிப்புத்தன்மை உடையவர்கள் என்று கொள்ளப்படுகிறது. இந்துமதம் எல்லா மதங்களும் சம அளவு மெய்யானவை என்று போதிப்பதால் சகிப்புத்தன்மை உடையவர்களாக இருக்கிறார்கள். பாரம்பரிய இந்துமதம் வேதங்களை மட்டுமே முழு உண்மை என்று நம்புவதோடு, பிற எல்லாவித வழிபாட்டு வடிவங்களையும் உண்மையின் கீழ்ப்படிகளில் உள்ளவை, மாயையான பலன்களைத் தருபவை என்று சொல்கிறது என்று எடுத்துக்காட்டினால், அது அர்த்த மற்றது என ஒதுக்கப்படுகிறது.

- காந்தி அகிம்சைவழியினால் சுதந்திரத்திற்கு இட்டுச்சென்றார். இதிலிருந்து இந்தியர்கள் இயற்கையிலேயே அகிம்சா

வாதிகள் என்று முடிவு செய்யப்படுகிறது. ஏன் நாம் அகிம்சா வாதிகளாக இருக்கிறோம்? இந்துமதம் அகிம்சையைப் போதிப்பதனால்தான். பகவத்கீதை, உங்கள் சொந்தச் சகோதரர்கள், குடும்ப உறுப்பினர்களுக்கும் எதிராக நீங்கள் சண்டையிடுவதை ஆதரிக்கிறது என்று சொன்னால், உங்களுக்கு அந்த தெய்வீகப் பாடலின் ஆழங்களுக்குள் செல்லும் அறிவில்லை என்று பொருள்.

- உலகிலேயே அறிவியல்சார் வேலைச்சக்தியைப் பொறுத்த வரை இந்தியாமூன்றாவது இடத்தில் இருக்கிறது. இதிலிருந்து இந்தியர்களுக்கு அறிவியலில் உள்ளார்ந்த ஆற்றல் இருக்கிறது என்று முடிவு செய்யப்படுகிறது. ஏன் நாம் உள்ளார்ந்த அறிவியல் ஆற்றல் பெற்றிருக்கிறோம்? சரிதான், நமது வேத முன்னோர்கள் என்ன சொன்னார்களோ, அதை நவீன அறிவியல் மறுகண்டுபிடிப்புதான் செய்துகொண்டிருக்கிறது. நவீன அறிவியலுக்கும் வேதத்தின் ஆன்மிக ஒற்றைவாதத் திற்கும் உள்ள தீவிர முரண்பாடுகளை நீங்கள் சுட்டிக் காட்டினால், நீங்கள் அடியோடு ஒரு நாத்திகப் பொது வுடைமையாளன் என்று அறிவிக்கப்படுவீர்கள்!

இவ்வாறு போய்க்கொண்டே இருக்கும். எல்லாருமே இப்படிப் பட்ட காட்டுத்தனமான தர்க்கத் தாவல்களில் கண்டிப்பாக ஈடுபடுவதில்லைதான். மாறாக, சமூக நிகழ்வுகளை உள்ளார்ந்த கலாச்சார, மத சாராம்சங்களைக்கொண்டு விளக்குதல் என்னும் தந்திரவலையில் சிக்காத மிகச்சிறந்த சில சமூக விஞ்ஞானி களையும் வரலாற்றாசிரியர்களையும் இந்தியா உற்பத்தி செய்துள்ளது. ஆனால் பரந்த கலாச்சாரத்தில் இம்மாதிரி தர்க்கத்தை முழுமையாகத் தீட்டியிருக்கும் சாமியார்களுக்கும் அரசியல் பண்டிதர்களுக்கும் எண்ணிக்கையே இல்லை — இவற்றில் இவர்களுக்கு உதவியாக மேற்கத்திய இந்திய விரும்பிகளும் கீழைச் சிந்தனையாளர்களும் (ஓரியண்ட்லிஸ்ட்) வேறு.

அவர்கள் தங்கள் சொந்தச் சமூகங்களில் காணப்படும் சில பிரச்சினைகளுக்கு ஆக்கப்பூர்வமான தீர்வுகளை இந்தியாவில் தேடுபவர்கள்.

இந்தத் தர்க்கப் பாணியின் மாறாத, ஒருங்குசேர்த்த பயன் பாட்டினால், பழைய இந்து ஞானத்தையும், அறிவியலின் மதச்சார்பற்ற வளர்ச்சிகளையும் ஜனநாயகத்தையும் இன்னும்

மதச்சார்பற்ற தன்மையையும்கூடத் தேடும் நவ-இந்தியர்கள், உயர் இந்துமதத்தால் விழுங்கப்படுகிறார்கள். தவிர்க்க இயலாமல், தனக்குள் பல ஓடைகள் பாய்கின்ற இந்திய நாகரிகத்தின் பெருமை என்ற நிலை இல்லாமற் போகிறது. எல்லாவற்றுக்கும் 'இந்தியர்களின் உள்ளார்ந்த மேன்மைகளைக்' காரணமாகச் சொல்லும் வேத 'ஆரிய' முன்னோர்கள் வழிபடப்படுகிறார்கள். முஸ்லிம்கள், கிறித்துவர்கள், சீக்கியர்கள், பௌத்தர்கள், இயற்கையைக் கடவுளாக வழிபடும் ஆதிவாசிகள், நாத்திகர்கள் என யாவரும் உழைத்தும் தியாகம் செய்தும் உருவாக்கிய இந்தியாவின் சாதனைகள், வெறும் இந்துமதச் சாதனைகளாக அறிவிக்கப்படுகின்றன. *மகாபாரதம்* சொன்னதுபோல, 'இந்துப் பிரபஞ்சத்திற்கு அப்பால் ஒன்றுமேயில்லை!'

இவ்விதமான சிந்தனை எவ்வளவு புறந்தள்ளுவதாயிருக்கிறது என்பதை முழு அளவில் அமெரிக்காவுடனான ஓர் இணைவரை வெளிப்படுத்த உதவலாம். இன்று அமெரிக்காவின் சாதனைகளுக்கெல்லாம் காரணம், அதன் புனிதப்பயணக் கிறித்துவ முன்னோர்கள் அல்லது சீர்திருத்தக் கிறித்துவர்கள் மட்டுமே என்று கூறினால் எப்படியிருக்கும்? இந்தியாவை உருவாக்கியவர்கள் இந்துக்கள் என்று மைய ஊடகங்களில் சொல்வது போலக் கிறித்துவர்கள்தான் அமெரிக்காவை உருவாக்கினார்கள் என்ற கருத்து அங்கு முன்வைக்கப்பட்டால், வாய்கிழியப் பேசுகின்ற இந்தியக் குடியேறிகள் உட்பட்ட கிறித்துவரல்லாத அமெரிக்கர்களின் பரந்த பெரும்பான்மையினர் அதை எதிர்த்து உடனே போராடக் கிளம்பிவிடுவார்கள் என்று பந்தயமே கட்டலாம். (இன்னொரு பாதுகாப்பான பந்தயம்: இப்படிப்பட்ட வாதம் அமெரிக்காவில் முன்வைக்கப்பட்டால் இனவாதம் என்று கூக்குரலிடும் இதே அயலக இந்தியர்கள், பலர் இந்தியாவில் இப்படிப்பட்ட இனவாத இந்துத்துவக் காரணங்களுக்கு நிதி தரத் தயங்கமாட்டார்கள்.)

இந்தியாவின் மிகவும் போற்றப்படும் சாதனையாகிய அதன் தகவல்தொழில்நுட்பத் தொழிலில் இந்தியாவுக்கும் இந்து மதத்திற்கும் இடையே உள்ள கலப்பை மிகவும் அதிகமாகக் காணலாம். இதன் அடிப்படைச் சிந்தனை அமைப்பு பற்றி இதுவரை படித்ததிலிருந்து உங்களுக்கு நன்கு பரிச்சயமாகி இருக்கும்.

- இந்தியர்கள் மென்பொருள் உற்பத்தியில் வல்லவர்கள். முழு உலகத்தின் பின்-அலுவலகங்களையே (பேக் ஆஃபீஸ்) நாம்தானே நடத்திக் கொண்டிருக்கிறோம்! இந்த விஷயத்தில் நாம் உயர்வு பெற்றிருப்பதற்கு என்ன காரணம்? தகவல்களின் தனித்தனித் துண்டுகளைக்கூட ஒன்றுசேர்த்துப் பார்க்கும் உள்ளார்ந்த ஆற்றலை நமக்கு இந்துப் பாரம்பரியம் அளித்துள்ளது என்பதால்தான்.

இங்கு முன்வைக்கப்பட்ட முடிவுக்குத் தாழ் இடுகின்ற யூகமான காட்சியல்ல இது. இந்துமதம்தான் மிகப்பெரிய மென்பொருள் பொறியியலாளர்களை உருவாக்கும் தன்மைகொண்டுள்ளது என்ற சிந்தனைப் பாங்கிற்குள் கணினித் தொழில் திறனாளர்கள் முக்கியமான விஞ்ஞானிகள், நன்கு மதிக்கப்படும் அறிவுப் பணியாளர்கள் போன்ற பலரும் ஈர்க்கப்பட்டுள்ளனர். கணினி வேலை என்பது, குறிகளை எழுதுதல் — நமது சடங்குகள் பிரபஞ்சத்தைக் 'குறிப்படுத்திய' (கோடட்) அறிவைக் கொண்டுள்ளன என்று சிலர் வாதிடுகின்றனர். இன்னும் பலர், நாம்தான் 0-வை (பூச்சியத்தைக்) கண்டுபிடித்தவர்கள், கணினிக் குறிகள் அனைத்தும் 0, 1 என்பவற்றைக் கையாளுவதுதான் என்று வாதிக்கிறார்கள். அல்லது சமஸ்கிருதம்தான் கணினியின் மொழி என்கிறார்கள் — இதுபோன்ற வாதங்கள் பல. இம்மாதிரி வாதங்களில் மேலும் தீவிரமானவற்றிற்குச் சில உதாரணங்களை இப்போது காண்போம்.

இந்தியா அன்பவுண்ட் (கட்டற்ற இந்தியா) என்னும் நூலின் புகழ்மிக்க ஆசிரியராகிய குர்சரண் தாஸ், இதனைச் சொல்கிறார்:

> நாம் பழுதுபார்ப்பதில் (டிங்கர்ஸ்) உறுதியானவர்கள்; வெவ்வேறு காலங்களில் வெவ்வேறு விதங்களில் பொருள்களை இயங்கவைக்கும் மக்கள் என்பதை நம்முடைய வரலாற்றின் மூலமாக நிரூபித்திருக்கிறோம். மென்பொருளியலுக்கும் பிற அறிவுப் பயன்பாடுகளுக்கும் முழுமையாக ஏற்றது இது... உண்மையில் இந்துமதத்தின் அளவற்ற சிக்கல்தன்மை, பழுதுபார்ப்பவர்களாக, மயிர்பிளக்கும் (நுட்பமான) வேலைகள் செய்பவராக, வாதக்காரர்களாக, தொடர்புகொள்பவர்களாக, வலைபின்னலை உருவாக்குபவர்களாக, எது வேலைசெய்யும், எது செய்யாது என்பதைப் பேசிக் கண்டறிபவர்களாக நம்மை ஆக்கியுள்ளது. இதுதான் முற்றிலும் தகவல்தொழில்நுட்பப்

பணிக்குத் தேவையான நடத்தை. அதனால்தான் நாம் அதில் சிறப்பாக இருக்கிறோம்.[6]

'தகவல்தொழில்நுட்ப-உலக நடத்தையில்' நாம்தான் மிகச் சிறந்தவர்கள் என்றால், முதலில், இணையதளத்தை ஏன் நாம் கண்டுபிடிக்கவில்லை என்ற கேள்வி எழுகிறது. நமது மதம் நம்மைச் சிறந்த 'பழுதுபார்ப்பவர்களாக' ஆக்கியிருந்தால், நம் மக்களில் பெரும்பான்மையினர் இன்னும் ஏன் மரஅடுப்பு களையும் மரக்கலப்பைகளையும் பயன்படுத்துகிறார்கள்? நமது வேத முன்னோர்கள் 'இந்தியாவின் நூற்றாண்டிற்குள்' மறுபிறப்பு எடுக்க இயலும் என்றால் இவற்றுடன் எப்படி ஒன்றி வாழ்ந்தார்கள்?

பிறவற்றில் கூர்மதியுடன் இந்தியச் சமூகத்தை நோக்க வல்லவ ரான பவன் வர்மா, இங்கே இந்து மனத்தின் 'உள்ளார்ந்த கணினித் திறன் கொண்ட வேலைக்காரர்' பற்றி பெருக்கி, சொல்திறனுடன் பேசுவதை இங்கே பாருங்கள்:

தன்னைச் சுற்றியுள்ள தகவல்களஞ்சியத்தை (டேட்டாபேஸ்) வேறுபடுத்திப் பார்க்கின்ற பிறப்பின் வாயிலாக வருகின்ற மனநிலையை ஓர் இந்து பெற்றிருக்கிறான் என்பதுதான் முக்கியமான விஷயம். எல்லா இயற்கை நிகழ்வுகளையும் பகுதிப் பொருள்களாக வேறுபடுத்தி, உடைத்து, அவற்றை மறுசீரமைப்புச் செய்து பெட்டிகளாக்கி, பொருத்துவாய்கள் தெரியாத வண்ணம் முழுமைகளாகச் செய்யும் மனப்பாங்கை ஓர் இந்துவால் தடுக்கவே இயலாது... முழுமைக்கும் அதன் பகுதிகளுக்குமான இணைப்பைத் தொடர்ச்சியாகக் கட்ட மைக்கும் திறன் இதற்கு முன்னோடித் தேவையாக இருக்கிறது... ஆகவே தகவல்கள் மேலும்மேலும் சேர்வதால், அல்லது ஒரு சட்டகத்தின் நழுவுதன்மையால் ஓர் இந்து, மனம் சோர்வதில்லை; ஒரு பீவர் (கரடி போன்றதொரு விலங்கு) மரத் துண்டுகளைச் சேகரிப்பதைப்போல உழைத்து, இரண்டையும் தகர்த்தமைக்க முயல்கிறான்...[7]

உண்மைதானா? நாம் இன்றைக்கு இயல்பானதாக ஏற்றுக் கொண்டிருக்கின்ற பெரும் கண்டுபிடிப்புகளை எல்லாம் இந்த பீவர் போன்ற இந்துமனம் கண்டுபிடிக்காமல், மேற்கத்திய விஞ்ஞானிகள் கண்டுபிடிக்கக் காத்திருந்தது ஏன்?

இறுதியாக இதோ, டேனியல் லாக் (இவர் பிபிசியின் தெற்காசியச் செய்தியாளராகப் பல ஆண்டுகள் இருந்தவர், அண்மையில்

இந்தியா எக்ஸ்பிரஸ் என்ற நூலை எழுதியவர்) பிராமணர் வளர்ப்பு முறைக்கும் கணினித் திறனுக்குமான தொடர்பைப் பற்றிச் சிந்திக்கிறார்:

> ...இந்து மரபுசார் அறிவுகள், நடைமுறைகள் போன்றவற்றின் இரகசியமான, உட்புகமுடியாத இயற்கை, எப்படியோ அதனுடைய முந்தைய காலத்து புரோகித வகுப்பினருக்கு இன்று தகவல்தொழில்நுட்பத்துறையில் செழிக்கும் மனப் பாங்கை ஏற்படுத்துகிறது. இந்துச் சடங்குகளைப் போலவே தகவல்தொழில்நுட்பத்துறையும் 'குறிப்படுத்தப்பட்ட மொழியை' மீட்கவும்; பிரச்சினைகளைத் தீர்க்கவும், இரகசியமானதையும் சாதாரணமானதையும் ஒத்துச்செல்ல வைக்கவும், திறன்பெற்ற ஒரு மெய்யான உபநயனம்பெற்ற புரோகிதத் தன்மையை வேண்டுகிறது...[8]

ஆனால், நாட்டின் எல்லா பிராமணர்களும் மென்பொறியிய லாளர்கள் ஆவதாக வைத்துக் கொண்டாலும், அதற்கும் இந்து மரபுசார் அறிவுக்கும் அவை உட்புகமுடியாத இயற்கை கொண்டு இருந்தாலும் இல்லாவிட்டாலும் என்ன தொடர்பு இருக்கிறது? பிராமணர்கள் பல நூற்றாண்டுகளாக முழுமையாக எல்லாக் கல்வி மீதும் தங்கள் கட்டுப்பாட்டை நிறுவி, தாங்கள் சேகரித்துக்கொண்ட கலாச்சார முதலீட்டால், அவர்களுக்கு நவீன அறிவியல், பொறியியல் கல்வியை எளிதாகப் பெற முடிந்தது என்பதே இதற்குக் காரணம். இதுவே இந்தத் தொழிலில் தங்களுக்குரிய விகிதாசாரத்தையும் மீறி, அவர்கள் அதிகமாக இருப்பதற்கான காரணத்தையும் போதிய அளவு விளக்கவல்லது.

மேற்கூறிய இந்துச்சிந்தனைகள் இந்தியத் தெருக்களிலும் பரவி விட்டதுபோலத் தோன்றுகிறது. சாதாரண மக்களும் கணிதம், அறிவியல், 'கம்யூட்டர்ஸ்' ஆகியவற்றில் இந்தியர்களுடைய உள்ளார்ந்த திறன்கள் குறித்துப் புகழ்பாடுவதைக் கேட்பது சர்வ சாதாரணமாகிவிட்டது. வேடிக்கையான விஷயம், நம்மை நாமே போற்றுகின்ற இந்த முழுமையான புகழ்க்குவியல்கள், பெரும் பாலும் மேற்குநாட்டினர், குறிப்பாக அமெரிக்கர்கள் மீது இழிவான கூற்றுகளைத் தூவுவதோடு சேர்ந்தே இடம்பெறுகின்றன. அவர்கள் பொருள்முதல்வாதிகளான சாப்பாட்டு ராமன்கள், இந்தியர்கள் தங்கள் திறன்களை வளர்த்துக் கொள்வதற்குச் செலவிடும் கடின உழைப்பைச் செய்யாமல் வேடிக்கைக் களியாட்டங்களில்

ஈடுபடுபவர்கள் எனப்படுகிறது. மூளைகொண்ட இந்தியர்கள் இல்லாமல் போனால், அமெரிக்காவில் பெருந்தொழில்கள், பெருவணிக வண்டியின் சக்கரங்கள் நின்றே போய்விடும் என்று அவர்களில் பலர் நினைப்பதாகத் தோன்றுகிறது!

இந்து மனத்தைப் பற்றிய இந்த உயர்வுப்பேச்சு, இந்திய அறிவியல், வெகுவாகப் போற்றப்படுகின்ற தகவல்தொழில் நுட்பத்துறை உள்ளிட்ட தொழில்நுட்பம் ஆகியவற்றின் மெய்யான நிலையை மதிப்பிடுவதிலிருந்து தடுத்துவிடுகிறது. இந்தியா 'அறிவுப் பொருளாதாரமாக' (நாலேட்ஜ் எகானமியாக) மாறுவதற்குப் பெருமுயற்சி செய்துவருகிறது என்பது பொதுவான மனப் பதிவு. ஆயினும், அடிமட்ட மெய்ம்மைகள் வேறுவித நிதானமான கதையைச் சொல்கின்றன.

நமது ஆசிய அண்டை நாடுகளுடனோ, இந்தியாவின் பழைய பதிவுகளுடனோ ஒப்பிடும்போதும், இந்திய அறிவியல் தொழில் நுட்பம் நன்றாக இல்லை. புகழ்பெற்ற ஷாங்காய் தர அளவு கோலில் உலகின் முதல் 500 பல்கலைக்கழகங்கள் பட்டியலிடப் படுகின்றன. அவற்றில் முதல் நூறு இடங்களுக்குள் இந்தியாவின் உயர் அறிவியல் தொழில் நுட்பக் கல்வி நிறுவனங்கள் இடம் பெற்றதே இல்லை. மூன்று இந்திய நிறுவனங்கள் மட்டுமே இந்த 500 நிறுவனங்களில் இடம்பெற முடிந்திருக்கிறது. அதுவும் பட்டியலில் மிகவும் கீழே. பெங்களூரில் உள்ள இந்திய அறிவியல் நிறுவனம் (ஐஐஎஸ்) 251-300க்குள் வந்தது; தில்லி, கரக்பூரின் ஐஐடிக்கள் (இண்டியன் இன்ஸ்டிடியூட் ஆஃப் டெக்னாலஜியில் படித்தவர்கள்) 451-500 என்னும் மிகவும் தாழ்ந்து பட்டியலில் இடம்பெற்றன.[9] இதற்கு மாறாக, ஜப்பானின் ஐந்து பல்கலைக் கழகங்கள், 100 பல்கலைக்கழகங்களில் முதல் இடங்களில் இருந்தன; சீனாவின் இரு பல்கலைக்கழகங்கள், இந்திய நிறுவனங்களைவிட உயர் இடங்களில் இருந்தன. பல்கலைக் கழகங்கள், நிகர்நிலை நிறுவனங்கள் ஆகியவற்றின் எண்ணிக்கை கூடிக்கொண்டே வரும்போதும், ஆண்டு வரவு-செலவில் ஆராய்ச்சி-வளர்ச்சிக்கான நிதி ஒதுக்கீடு கூடிக்கொண்டே வந்தபோதும், இந்தியாவில் அறிவியல் ஆய்வின் அளவும் தரமும் தொடர்ந்து குறைந்துகொண்டே வந்திருக்கிறது. 1980-2000 காலப் பகுதியில், நிகர் மதிப்புக்கொண்ட ஆய்விதழ்களில் இந்தியாவின் ஆய்வுக் கட்டுரைகள் 14,987இலிருந்து 12,227ஆகக்

குறைந்துள்ளன. இதே காலப்பகுதியில், சீனாவின் ஆய்வுக் கட்டுரைகள் வெறும் 924இல் இருந்து 22,061 அளவுக்கு வளர்ந் துள்ளன. இந்திய ஆய்வின் தரத்தை (அல்லது தாக்கத்தை) மதிப்பிடும்போது, தகவல்கள் சமஅளவு இருண்டதாகவே உள்ளன: இந்தியாவில் வெளியிடப்பெறும் ஆய்வுக்கட்டுரைகளில் வெறும் 0.33 சதவீதம் மட்டுமே உலகில் மிக அதிகமாக மேற்கோள் காட்டப்பெறும் ஒரு சதவீத ஆய்வுக்கட்டுரைகளில் இடம் பிடிக்க முடிகிறது. ஆனால் சீனாவின் தாக்கம் இதைப்போல இருமடங்காக உள்ளது.[10] வெகுவாகப் போற்றப்படும் இந்தியத் தகவல் தொழில் நுட்பத்துறைகூட, உயர்வான கண்டுபிடிப்புகளால் புகழ்பெற வில்லை, மலிவான உழைப்பால்தான் அவை அதிக அளவு செல்வத்தைக் குவித்துள்ளன. தகவல் தொழில்நுட்பத் துறை தொழில்திறன் கூலிகளை (டெக்னோ கூலி) அனுப்பும் நிலையி லிருந்து வெகுதொலைவு வந்திருக்கிறது என்றாலும், அதனை இயக்கும் எஞ்சின், இன்னும் ஒப்பீட்டு அளவில் குறைந்த செலவில், வழக்கமான தட்டுமுட்டு வேலைகளைச் செய்யும் அளவிலேயே இருந்துவருகிறது.[11]

இவற்றையெல்லாம் பார்த்தபிறகு, எல்லா இந்தியர்களின் இரத்தம், கண்ணீர், வியர்வை ஆகியவற்றாலும் நாம் உருவாக்கும் நவீன உலகத்தைப் புரிந்துகொள்வதற்கு இந்துமனத்தைப் போற்றுவது ஒன்றும் வெகுவாக உதவவில்லை என்பது வெளிப்படை.

பெரும்பான்மைவாதப் பொதுப்புத்தி

நவீன இந்தியாவின் சாதனைகளை இந்துமதத்தின் காலடியில் கிடத்துவது இந்து-இந்தியர்களின் சுயத்தை உயர்த்திவிடலாம். ஆனால் அதற்கப்பால் இது வேறெந்தப் பயனுள்ள வேலையும் செய்யாது. நாம் மேலே கண்டதுபோல, மாபெரும் இந்துமனத்தைப் போற்றுவது, மிதமிஞ்சிய சிறப்புகள் நமக்கிருப்பதான மாயையை உருவாக்கி, விஷயங்களின் உண்மை நிலைமை பற்றி ஒரு நேர்மையான, சுய-விமரிசனத்தோடு கூடிய மதிப்பீட்டைத் தடுக்கிறது.

ஆனால் இதைவிடப் பெரிய அபாயம் ஒன்று உள்ளது: இந்துத்துவ விஷயங்களுக்குத் தன்னை அறியாமலே ஒத்துப்பாடுவதற்கு உடன்படுதல். இந்தியக் கலாச்சாரத்துடன் இந்துமதத்தை ஒன்று

சேர்த்துப் பார்ப்பது இன்று பொதுப்புத்தியின் ஒரு பகுதியாகி விட்டது. இதற்காகத்தான் இந்து வலதுசாரி தனது ஆதி முதலாகப் போராடி வருகிறது என்பதை மறந்துவிடுவதும் எளிதாகிறது.

இதனால், இந்துக் கலாச்சாரத்தின் மேன்மைகளுக்கு இதயத்தில் ஓர் இடம் தந்திருக்கின்ற யாவரும் மதவாதிகள் என்றோ, முஸ்லிம்களுக்கும் கிறித்துவர்களுக்கும் எதிரான உணர்ச்சிகளைக் கொண்டு இருப்பவர்கள் என்றோ பொருள் அல்ல. அது இவ்வாதத்தின் முடிவல்ல. மத நம்பிக்கையோ, சாதாரணமாக ஒருவன் தன் இனத்தில் கொண்டிருக்கக்கூடிய பொதுவான பெருமிதமோ, தன்னளவில் யாருடைய வெறுப்புக்கும் ஆளாவதில்லை. இதுதான் நிலைமை என்றால், இந்தியா நீண்டகாலத்திற்கு முன்னரே இல்லாமல் போயிருக்கும்.

இந்தியச் சாதனைகளை இந்துச் சொற்களில் கற்பனை செய்வதோ, விளக்குவதோ, இந்தியன், இந்து என்ற இரு சொற்களை ஒன்றுக் கொன்று மாற்றாகக் கையாளுவதோ ஒருவரை மதவாதி ஆக்குவது இல்லை. ஆனால் அது இந்துப் பெரும்பான்மைவாதப் பொதுப் புத்திக்கு நிச்சயம் இடமளிக்கிறது.

'எண்ணிக்கையில் அதிகமான சமுதாயத்தினருக்கு மற்றவர்மீது தங்கள் விருப்பங்களைத் திணிக்கும் ஜனநாயக உரிமை உள்ளது என்று நினைப்பவர் யாரோ, அவரே பெரும்பான்மைவாதி' என்று வரையறுக்கலாம். ஆகவே, பெரும்பான்மைச் சமுதாயத்தினரின் கலாச்சாரமே முழுதேசத்தின் கலாச்சாரம் என்றும் சிறுபான்மை யினர் அதை ஏற்கவேண்டும் என்றும் பெரும்பான்மைவாதி வலியுறுத்துவான். சிறுபான்மையினர் கலாச்சாரங்களைப் பாதுகாக்க அரசு மேற்கொள்ளும் எந்தச் சிறப்பு நடவடிக்கையையும் நியாயத்துக்கு மாறான சமரசம் என்று பெரும்பான்மைவாதி எதிர்ப்பதில் வியப்பில்லை.[12]

இந்திய அரசியலில் இப்படிப்பட்ட பெரும்பான்மைவாதம் வளர்ந்துவருகிறது என்று தோன்றுகிறது. வேடிக்கை முரண் என்னவெனில், ஜனநாயகம் என்பது பெரும்பான்மையினர் ஆட்சி என்று கூறுவது, எண்ணிக்கையில் அதிக பலம்கொண்ட சமுதாயத் தினருக்கு பிற எல்லார்மீதும் தங்கள் விருப்பத்தைத் திணிக்கும் ஜனநாயக உரிமை உள்ளது என்ற சிந்தனையுடன் குழப்பிக் கொள்ளப்படுகிறது. இந்தியாவில் மிகுந்த நம்பிக்கைக்கும்

மதிப்புக்கும் உரிய கருத்துக் கணிப்பாளர்களாகிய வளரும் சமூகங்களின் ஆய்வுமையம் *(சென்டர் ஆஃப் ஸ்டடி ஆஃப் டெவலப்பிங் சொசைடீஸ்)*, பெரும்பான்மைவாதப் பிரச்சினை பற்றி 2004 தேர்தலில் வாக்களித்தோரிடம் ஓர் ஆய்வு நடத்தியது.[13] வாக்காளர்களின் ஒரு (குறுக்கு வெட்டுப்) பகுதியினரிடம் 'ஒரு ஜனநாயகத்தில், பெரும்பான்மைச் சமுதாயத்தினரின் கருத்துகளே மேலோங்கி நடக்கவேண்டும்' என்பது சரியா எனக் கேட்டார்கள். பதிலளித்தோரில் 35 சதவீதத்தினர், இதை ஏற்றுக்கொண்டனர்; 35 சதவீதத்தினர் மறுத்தனர்; மீதி 30 சதவீதத்தினர்க்கு இதுபற்றிய கருத்தில்லை. (ஒருவேளை, அவர்கள் பெரும்பான்மை-சிறுபான்மை என்ற அடிப்படையில் சிந்திப்பதில்லை என்று நம்புவோம்.) முஸ்லிம்கள், வெளிப்படையான காரணங்களால், பெரும்பான்மை வாதிகளாக இருப்பதில்லை. பதிலளித்த முஸ்லிம்களில் 60 சதவீதத்தினர் இக்கருத்தை ஏற்கவில்லை.[14]

'அதிகப் படிப்பு, அதிக அளவில் மக்களைப் பெரும்பான்மை வாதிகளாக ஆக்குகிறது' என்பது வியப்பளிக்கிறது. கல்லூரிப் பட்டம் பெற்றவர்களில் அதிகப் பேர் (44 சதவீதம்), பள்ளிவரையில் படித்தோரைவிட (40 சதவீதம்) பெரும்பான்மைவாதிகளாக இருந்தார்கள். ஆனால் மதம்தான் அதிக வேற்றுமையை ஏற்படுத்தியது: இந்துக்களில் மதத்தன்மை கூடுதலாகப் பெற்றவர்கள் (42 சதவீதம்), குறைவாகப் பெற்றவர்களைவிட (26 சதவீதம்) பெரும்பான்மைவாதிகளாக இருந்தார்கள். (தற்செயலான விஷயம், மதத்திற்கும் பெரும்பான்மைவாதத்திற்குமான இந்த ஒற்றுமை, இந்துக்களுக்கு மட்டும் உரியதல்ல: தெற்காசியச் சமூகத்தில் எல்லா மதத்தினருக்கும் உண்மையானது என்பதை நாம் அறியலாம். தெற்காசியாவின் எல்லா நாடுகளிலும் ஜனநாயகத்தின் நிலை பற்றிய அண்மைக்கால மேலாய்வு, 'மத அமைப்புகளில் பங்கேற்பவர்கள் அவ்வாறு பங்கேற்காதவர்களைவிடக் குறைந்தது இருமடங்கு பெரும்பான்மைவாதிகளாக இருப்பதற்குச் சாத்திய முள்ளது' என்று காட்டியுள்ளது.)

பெரும்பான்மைவாத மனப்பான்மை உள்ளவர்கள், பாஜகவுக்கும் அதன் தோழர்களுக்கும் (39 சதவீதம்) காங்கிரஸைவிட (34 சதவீதம்) சற்றே கூடுதலாக வாக்களிக்கும் தன்மையைக்கொண்டிருந்தார்கள் என்று 2004 தேர்தலின் வாக்களிக்கும் போக்குகள் காட்டின. 1996, 1998, 1999 ஆண்டுகளில் நடந்த தேர்தல்களும் நகர்ப்புற நடுத்தர

வர்க்கத்தினர் காங்கிரஸைக் கைவிட்டு பாஜகவுக்கு வாக்களிக்க முனைந்தனர் என்பதைக் காட்டின.[15]

2009 தேர்தல்கள் இந்தப் போக்கிற்கு எதிராக இருந்தன. தில்லி போன்ற ஒரு மீப்பெரு நகரத்தில், சேரிப் பகுதியோ, வளமான பகுதியோ, எல்லாத் தொகுதிகளும் காங்கிரஸ் கட்சிக்கே சென்றன. ‘மோதும் ஆர்வங்கள் கொண்ட வேறுபாடுகளுடன்’ வாக்காளர்கள் வாக்களிக்கச் செல்கிறார்களே ஒழிய, இந்துக்களாக மட்டும் அல்ல. உலகப்பார்வை, வாக்காளர் மதிப்புகள் ஆகியவற்றில் ஏற்படும் நீண்ட காலக் கலாச்சார மாற்றங்களை வாக்குப் பதிவுகளை வைத்துச் சரியான முறையில் மதிப்பிட இயலாது.

எப்படியிருப்பினும், இந்துப் பெரும்பான்மைவாதம் காங்கிரஸ், பாஜக என்னும் கோடுகளுக்கு இடையே கட்டாயமாகப் பிளவு உண்டாக்க வேண்டியதில்லை. காங்கிரஸுக்கும் அதன் தோழமைக் கட்சிகளுக்கும் வாக்களிப்பவர்களில், முழு தேசத்திற்கும் இந்து மதமே மெய்யான வாழ்க்கைவழி என்று கருதுபவர்கள் குறிப்பிடத் தக்க அளவு உள்ளனர். மேலே பார்த்தபடி, எல்லாவற்றையும் ஜீரணித்துக் கொள்ளும் இந்துமதத்தன்மைக்கு மதச்சார்பற்ற-மதவாத அல்லது பாஜக-காங்கிரஸ் வேறுபாடு என்பதற்கும் அப்பால், நெடுங்கால, சிக்கலான வரலாறு உள்ளது.

பெரும்பான்மைச் சமுதாயத்தின் வாக்குவங்கி இந்துமத வாக்குவங்கியாகி, மதவாதிகளுக்கு வாக்குகள் விழுந்துவிடும் என்பதோ, சிறுபான்மையினருக்கு எதிராக வெறுப்பும் வன்முறையும் கொண்டு அது செயல்படும் என்பதோ இந்துக் கலாச்சாரப் பெரும்பான்மைவாதத்தின் அபாயம் அல்ல. சிறுபான்மைச் சமுதாயத்தின் உறுப்பினர்கள்மீது காட்டும் அசட்டையும் உணர்ச்சி யின்மையும் சிறுபான்மை உரிமைகளைப் பாதுகாப்பதற்காக அரசு எடுக்கும் நடவடிக்கைகளை ‘சமரசமாகக்’ காணுதல், சிறுபான்மையினரைத் தாழ்வான கலாச்சாரத்தைக்கொண்ட அந்நியர், ‘பிறர்’ எனக் காணுதல் — இவைதாம் உண்மையான அபாயங்கள். சமூகவியலாளரான தீபங்கர் குப்தாவும் இதைச் சொல்கிறார்:

> இந்துக்களின் பெரும்பான்மைச் சமுதாயத்திலிருந்து வருகின்ற சாதாரண இந்திய னுக்கு, அவ்வப்போது முஸ்லிம்களுக்கு என்ன நிகழ்கிறது என்பதில் பெரிய அக்கறையில்லை... மிகப்

பெரும்பான்மையினர் சென்று முஸ்லிம்களைக் கொலை செய்யப்போவதில்லை; ஆனால் அரசு ஆதரவுடன் அவ்வாறு செய்பவர்களை அன்புடன் நோக்குவர்.[16]

இது மிகவும் சரியானது. இந்தியா, இந்துக் கலாச்சாரத்துடன் கூடிய ஓர் இந்து நாடு, சிறுபான்மையினர் இதை ஏற்றுக்கொள்ள வேண்டும், அல்லது விளைவுகளைச் சந்திக்கவேண்டும் என்பதைப் பெரும்பான்மைவாத மனப்பான்மைகொண்டவர்கள் ஏற்றுக் கொள்வது எளிதானது. ஆனால் சகிப்பின்மையைச் சகித்துக் கொள்ளும் இந்தத் தன்மையே இந்துப் பெரும்பான்மைவாதத்தின் நிஜமான அபாயம்.

வெறுப்பின் இறையியல்: செமிட்டிக் ஒற்றைக் கடவுளியத்திற்கு எதிராக இந்துத்துவம்

நல்ல வேளையாக, இதுவரையிலேனும், மேலே சொல்லப்பட்ட இந்துப் பெரும்பான்மையினரின் மனஅமைப்பு, முழு அளவில் வரையப்பட்ட அரசியல் திட்டமாக இல்லாமல், பரந்து விரிகின்ற, பரவலாகப் பகிர்ந்துகொள்ளப்படுகின்ற கலாச்சாரக் கூருணர்வை மிகுதியாகக் கொண்டுள்ளது. இந்து மதத்திற்குள்ளாகவே இருக்கும் பன்மைத்தன்மை, வேறுபட்ட தன்மைகளால் ஒற்றை ஆதிக்கத் திற்குள் நழுவிவிடுகின்ற போக்கிலிருந்து அது தடுக்கப்பட்டுள்ளது. மேலும், புகழ்பெற்ற அலங்கார மொழியான *சர்வ தர்ம சமபாவம்* என்பதேனும், வெளிப்படையாக இந்து உயர்ச்சியை வெளி யிடுவதை மிதப்படுத்தியுள்ளது. மிகவும் இறுகிப்போன மதவாதிகள் கூட, குறைந்தபட்சம் இந்து மதம் எவ்வளவு சகிப்புத்தன்மை யோடும் தாராளமாகவும் இருந்துவருகிறது என்பதைக்காட்ட வேனும் அவ்வப்போது, பிற மதங்களைப் பற்றிச் சில நல்ல கருத்துகளைக் கூறவேண்டி வருகிறது. இந்த நூல் காட்டியவாறு, அரசு அதிகாரிகள் இந்துமதம் ஒன்றே மெய்யான அரசு மதம் என்பதுபோல அதைப் பாவிக்கிறார்கள் என்றாலும், எல்லா மதங்களையும் சமமாக பாவிக்கவேண்டும் என்ற அரசியல் சாசனக்கொள்கை ஒரு 'சமரசச் செல்வாக்காக' இன்னும் செயல்பட்டு வருகிறது.

இந்துக்களின் நெகிழ்ச்சியான கலாச்சாரப் பெரும்பான்மை வாதத்தை, இந்துக்கள் அல்லாதோர் வெளிப்படையாகவே இரண்டாந்தரக் குடிமக்களாக வாழ்கின்ற ஒற்றை அரசியல்

பெரும்பான்மையியமாக மாற்றுவது, இந்து வலதுசாரிகளின் விருப்பக் கனவாக இருந்துவருகிறது. இதை நிறைவேற்றுவதற்கு, இந்துத்துவ முகாமிற்குள்ளாகவே இஸ்லாம், கிறித்துவம் மீதான வெறுப்பை வெளிப்படையாக எழச்செய்கின்ற குரல்கள் ஒலிக்கின்றன.

முஸ்லிம்களிடமும் கிறித்துவர்களிடமும் ஆர்எஸ்எஸ் மென்மையாக நடந்துகொள்கிறது என்று அதைக் குற்றம்சாட்டுகின்ற புதிய குரல்கள் தீவிர வலதுசாரியான, இந்துத்துவ முகாமுக்குள்ளேயே எழுகின்றன — ஒரு புதிய ஆழமான இஸ்லாமிய வெறுப்பும் கிறித்துவ எதிர்ப்புக் குழுவும் உருவாகிவருகிறது. இது, *வாய்ஸ் ஆஃப் இண்டியா* (வீஓஐ- இந்தியாவின் குரல்) எனப்படும் வெளியீட்டகத்தைச் சேர்ந்த எழுத்தாளர்கள், இதழியலாளர்கள் குழுவால் ஆனது. இந்தக் குழுவைச் சேர்ந்த எழுத்தாளர்கள் உருவாக்கும் வெளியீடுகளை வெறுப்பின் இறையியல் என்றுதான் சொல்லவேண்டும். ஏனெனில் அவற்றில் ஆப்ரகாமிய அல்லது ஒற்றைக் கடவுளிய மதங்கள் எல்லாவற்றையும் ஆழமாகப் புண்படுத்தக்கூடிய இறையியல் வாதங்களைத்தான் அதில் அவர்கள் முன்வைக்கிறார்கள்.[17]

விநாயக் தாமோதர் சாவர்க்கர், குரு கோல்வால்கர் போன்றவர்களின் செல்வாக்குப் பெற்ற முந்தைய தலைமுறை இந்து தேசியவாதிகள், முஸ்லிம்கள் கிறித்துவர்கள் மீதான வெறுப்பை, அவர்கள் அயல்நாட்டில் தோன்றிய மதங்களைச் சேர்ந்தவர்கள் என்ற பார்வையால் நியாயப்படுத்தினார்கள். அவர்களுடைய புனித இடங்கள் வேறெங்கோ இருப்பதனால் அவர்கள் பாரத வர்ஷத்தின் முழு உறுப்பினர்கள் அல்ல. இந்திய முஸ்லிம்களையும் கிறித்துவர்களையும் அந்நியர்கள் என்று 'வெறுமனே' குறை கூறுவதோடு புதிய தலைமுறை இந்து தீவிரவாதிகள் திருப்தி அடைவதில்லை. முஸ்லிம்களும் கிறித்துவர்களும் வழிபடும் ஒற்றைக் கடவுள் 'குறையுள்ளவர்', 'போதாதவர்' என்று கண்டிக்கின்றனர். இந்து வலதுசாரியின் முக்கியமான கொள்கையாளரான ராம் ஸ்வரூப் சொல்கிறார்: '(அவர்களுடைய கடவுள்) ஒருவர், ஆண், விலக்கிவைப்பவர், சகிப்புத்தன்மை இல்லாதவர், தாமச, ராஜச வழிபாடுகளை ஊக்குவிப்பவர், சாத்துவிக வழிபாடுகள் அற்றவர்.'[18] *வாய்ஸ் ஆஃப் இந்தியாவை* உருவாக்கியவரான சீதாராம் கோயல் சொல்கிறார்: 'சீர்திருத்த இயலாத, திட்டவட்டமாகத்

தவறான பிரக்ஞையின் இருண்ட உந்துதல்களிலிருந்து சக்தியைப் பெறுகின்ற 'புறமனத்தின் கட்டமைப்புதான் அவர்களுடைய கடவுள்.' இந்தியாவின் குரல் குழுவின் சிந்தனைப்படி, மேற்கிற்கும் இஸ்லாத்திற்கும் எதிராக இந்துக்கள் மட்டுமே சுய-உறுதியை அடைய முடியும். அவர்கள் ஒற்றைக்கடவுள் மதங்களை இந்து அல்லது யோக ஆன்மிக நோக்கிலிருந்து வெளிப்படையாகவே விமரிசனம் செய்கிறார்கள். முஸ்லிம்களை 'இஸ்லாம் என்ற நோயிலிருந்து காக்க வேண்டும்... அவர்களுடைய முஹம்மதின் கொள்கை எவ்வளவு தவறானது, பேய்த்தனமானது; அது எப்படி அவர்களைச் சிறைப்படுத்தி வைத்துள்ளது, அது அவர்களிடம் கோருவது விசுவாசத்தை அல்ல, அவர்களின் வெறுப்பை தான் என்பதைப் புரிந்துகொள்ள உதவவேண்டும்.'[19] பெல்ஜியத்திலிருந்து இந்து தேசிய வாதத்தையும் பிற இஸ்லாமிய எதிர்ப்பு இயக்கங்களையும் ஆதரிக்கின்ற கோயன்ராட் எல்ஸ்ட் என்பவரும், அண்மையில் ஒரு நேர்காணலில், 'ஒவ்வொரு முஸ்லிமும் ஒரு சீதைதான், இராவணனின் சிறையிலிருந்து விடுவிக்கவேண்டும்... முஸ்லிம்களை இஸ்லாமிலிருந்து விடுவிக்க நாம் உதவ வேண்டும்' என்று கூறுவதன் மூலம் இதே கருத்தையே வெளிப்படுத்துகிறார்.'[20]

இரண்டாவதாக, முந்தைய தலைமுறை ஆர்எஸ்எஸ் மதவாதிகள், ஜெர்மனி, இத்தாலி நாடுகளின் பாசிஸ்டுகளிடமிருந்து தங்கள் குருஜீக்கள் (குறிப்பாக குரு கோல்வால்கர்) கடன் வாங்கிய, நாஜி காலத்து மதிப்பிழந்த சொற்களாகிய இனவுணர்வு, இனப் பெருமை ஆகியவற்றில் வளர்ந்தவர்கள். புதிய தலைமுறை சகிப்புத்தன்மை, தர்க்கம் ஆகியவற்றின் சொற்கூட்டுகளைத் தாராளமாகப் பயன்படுத்துகிறது. ஒற்றைக் கடவுள் மதங்கள் ஓர் உண்மைக் கடவுள் என்ற கருத்தாக்கத்தால் உள்ளார்ந்த நிலையில் சகிப்புத்தன்மை அற்றவை, தர்க்கமற்றவை; இந்து மதம் மட்டுமே, பல கடவுளர்கள், பல தள உண்மைகள் கொண்டிருப்பதால், மெய்யாக சகிப்புத் தன்மை உடையதாக, வேற்றுமைக்கு மரியாதை அளிப்பதாக இருக்க முடியும். (ஒற்றைக் கடவுள் கொள்கைகள் செய்வது போல) கடவுளை இயற்கையிலிருந்து பிரிக்காத இந்துமதம் மட்டுமே அறிவியலையும் ஆன்மிகத்தையும் இணைக்க முடியும். ஒரு பிரதிநிதித்துவ உதாரணத்தை நோக்குவோம் என்றால், சீதாராம் கோயல் இப்படித்தான் ஒற்றைக்கடவுள் மதங்களின் கடவுளை வருணிக்கிறார்:

> ஒற்றைக் கடவுள் கொள்கையின் உயர்இருப்பு (ஜெஹோவாவோ, அல்லாஹ்வோ), ஒரு சர்வாதிகாரியாக வெளிப்படுகிறார். அவரே தன்னிச்சையான ஒருதலைச் சார்புள்ளவராகவும் பொறாமை பிடித்த போக்கிரியாகவும் இருக்கிறார்... ஒற்றைக் கடவுள் என்பது வெறும் சாத்தானின் மற்றொரு பெயர்தான். அதனால்தான் ஒற்றைக் கடவுளின் பக்தர்கள், எல்லாவிதக் கொடுமைகளையும் செய்யும்போது அவரை தொழுது வேண்டுகிறார்கள்.[21]

சர்வாதிகாரமிக்க, பொறாமைபிடித்த கடவுள் என்ற கருத்தாக்கம், வேதாந்த இலட்சியங்களான எல்லா உண்மைகளும் சமம் என்பதுடனும், 'எல்லாக் கடவுளர்களும் தங்களுக்குள்ளும், தங்கள் பக்தர்களுடனும் நட்புடனிருத்தல்' என்பவற்றுடன் ஒப்பிடும் போது தாழ்கிறது. இவ்விதமாக ஒற்றைக் கடவுள் மதங்களை வாசிப்பதால், அந்த மதங்களிலுள்ள சகிப்புத்தன்மை, அன்பு, சமத்துவம் ஆகியவற்றின் மூலங்களை முழுமையாக மறுக்கிறது. ஆனால் குறிப்பிடத்தக்கது என்னவெனில், இந்துமதத்தின் உயர்வான சகிப்புத்தன்மையின் பெயரால், இஸ்லாமுக்கும் கிறித்துவத்திற்கும் எதிராகச் சகிப்பின்மைமையத் தூண்டி விடுகிறது. இம்மாதிரி சகிப்புத்தன்மை, அறிவொளி (ஞானம்) ஆகியவற்றின் மொழியைப் பயன்படுத்தும், ஆனால் இந்த மதிப்பீடுகள் ஒரே ஒருவித மக்களுக்கு (இங்கு இந்துக்களுக்கு) மட்டுமே உள்ளார்ந்த முழுமையான மேன்மையாக இருக்கின்றன என்ற சிந்தனை, *டிசைனர் பாசிசம் (தேவைக்கேற்ப வடிவமைக்கப் பட்ட பாசிசம்)* என்று வருணிக்கப்படுகிறது.[22]

இந்த இந்து வெற்றிவாதக்காரர்கள் யார்? அவர்கள் தங்களை 'பௌத்திக க்ஷத்திரியர்' (புத்திசார்ந்த போராளிகள்) என்று அழைத்துக்கொள்ள விரும்புகிறார்கள். இந்தச் சொல் 'வாமதேவ சாஸ்திரி' என்ற மறுபெயர்கொண்ட டேவிட் ஃப்ராலியால் உருவாக்கப்பட்டது. இவர் அமெரிக்கர், இந்துவாக மதம் மாறியவர். இந்துமதத்தின் உலகளாவிய வணிகச்சின்ன மேலாளர்களாகப் *(பிராண்ட் மேனேஜர்)* பணிபுரியக்கூடிய, அந்த மதத்தைப் பற்றி உடன்பாடான ஒரு சித்திரத்தை வழங்கக்கூடிய, விசுவாசமிக்க அறிவுஜீவிகளுக்கு இந்தப் பெயரை அவர் கொடுத்தார். தங்களைத் தாங்களே இந்துமதப் போராளிகளாக அறிவித்துக் கொள்ளும் இவர்களுக்கு இரு பண்புகள் பொதுவாக உள்ளன.[23]

ஒன்று, ஏறத்தாழ எல்லா முதன்மையான இந்துவெற்றிவாதிகளும் தில்லியிலுள்ள வாய்ஸ் ஆஃப் இண்டியா (இந்தியாவின் குரல்) வெளியீட்டகத்தைச் சேர்ந்தவர்கள். வாய்ஸ் ஆஃப் இண்டியாவை நிறுவியவர்கள், பொதுவுடைமை எதிர்ப்புவாதிகளாக இருந்து இந்து தேசியவாதிகளாக மாறிய இரண்டுபேர். ஒருவர் சீதாராம் கோயல் (1921-2003); மற்றொருவர், அவருடைய நண்பரும் அறிவுசார் உயிர்த்தோழருமான ராம் ஸ்வரூப் (1920-1992). கிரிலால் ஜெயின் (1924-1993), அருண் ஷோரி, எஸ். குருமூர்த்தி, பிரான்ஷுவா கௌடியர் உள்ளிட்ட மையநீரோட்ட ஊடகங்களில் எழுதுவதற்கு செல்வாக்குப்பெற்றவர்கள்; நேரடியாகவோ, நூலாசிரியர்கள் (ஜெயின், ஷோரி, கௌடியர்), பத்திரிகையாளர்கள் என்ற முறையிலோ, போற்றுகின்ற சகபயணிகள் (குருமூர்த்தி) என மறைமுகமாகவோ வாய்ஸ் ஆஃப் இண்டியாவுடன் தொடர்புகொண்டிருக்கிறார்கள். வாய்ஸ் ஆஃப் இண்டியா குழு, மேற்கத்திய எழுத்தாளர்கள் பலரைக் கவர்வதில் வெற்றி பெற்றுள்ளது. இவர்களில் ஒருவர் கோயன்ராட் எல்ஸ்ட். இவர் பெல்ஜியம் நாட்டைச் சார்ந்தவர். அங்கு அகதிகளுக்கு எதிரான, இஸ்லாமிய வெறுப்புக்கொண்ட வ்லாம்ஸ் பேலாங் என்னும் வலதுசாரிக் கட்சியுடன் எல்ஸ்ட் தொடர்புடையவர். சீதாராம் கோயல், ராம் ஸ்வரூப் ஆகியோரின் அறிவுலக வாரிசாக ஏற்கப்பட்டவர். பிரான்ஷுவா கௌடியர், அரவிந்தரின் சீடர், அண்மைக் காலத்தில் ஸ்ரீஸ்ரீ ரவிசங்கரின் சீடருமாவார். லா ஃபிகரோ என்ற பிரெஞ்சு இதழுக்கு இந்தியச் செய்தியாளராகப் பல ஆண்டுகள் இருந்தவர். இந்தப் பத்திரிகை, பிரெஞ்சுப் புதிய வலதுசாரியினரின் (ஃப்ரன்ச் நியூ ரைட்) ஊதுகுழலாக வருணிக்கப்படுவது. வேத ஜோசியரும், ஆயுர்வேத மருத்துவருமான டேவிட் ஃப்ராலி, வாய்ஸ் ஆஃப் இண்டியாவின் மிகச் சிறந்த ஆசிரியர்களுள் ஒருவராக மதிக்கப்படுபவர். இந்துமதத்தின் உலக வணிகச்சின்ன மேலாளர்களாகத் (பிராண்ட் மேனேஜர்களாகத்) தங்களைக் கருதிக் கொள்கின்ற, ஆனால் அமெரிக்காவை அடித்தளமாகக் கொண்ட இந்தியப் பொறியியலாளர்கள், கணினி அறிவியலாளர்கள், பிற தொழில் திறனாளர்கள் ஆகியோரையும் வாய்ஸ் ஆஃப் இண்டியா கவர்ந்துள்ளது.

இந்துத் தத்துவத்தின், வரலாற்றின் மீது இந்துமேன்மை அர்த்தத்தைத் தெளிப்பதில் நிபுணத்துவம் காட்டும் எழுத்தாளர்கள், இதழியலாளர்கள் கருத்துகளைத் தாங்கிவருகின்ற நூல்களை

வாய்ஸ் ஆஃப் இண்டியா விலை அதிகமின்றி, ஒப்புநிலையில் நன்கு தயாரித்து வெளியிடுகிறது. அதிகாரபூர்வ இணையதளத்தில் 107 நூல்களின் பட்டியல் காணப்படுகிறது. பெரும்பாலும் ஆங்கிலத்தில், சில இந்தியிலும் உள்ளன.[24] அதன் புகழ்பெற்ற 26 நூல்களின் முழுமையான பிரதிகளை இணையதளத்திலேயே வாசிப்பதற்குத் தருகிறது. குறிப்பாக அவற்றுள் சீதாராம் கோயல், ராம் ஸ்வரூப், கோயன்ராட் எல்ஸ்ட், டேவிட் ஃப்ராலி போன்ற எழுத்தாளர்கள் எழுதியவையும் அடங்கும். இஸ்லாமிய எதிர்ப்பாளரும் நன்கறியப்பட்ட அமெரிக்க நவ-பழமைவாதியுமான டேனியல் பைப்ஸின் நூல்களின் இந்தியப் பதிப்புகளையும் வெளியிடத் தொடங்கியுள்ளது. இந்து வலதுசாரிகளுக்கு மிகவும் பிடித்தமான இரண்டு விஷயங்களைக் கொண்ட புத்தகங்களை வெளியிடுவதில் வாய்ஸ் ஆஃப் இண்டியா, ஏற்கெனவே ஒரு வணிகச் சின்னமாகிவிட்டது. 'ஆரியர்க'ளின் அசலான தாயகம் இந்தியாதான் என்பது ஒன்று; வேதங்கள் குறியீட்டு மொழியில் நவீன பிரபஞ்சவியல் சிந்தனைகளைக் கொண்டுள்ளன என்பது மற்றது. இந்தப் பிற்போக்குவாத வரலாறுகளுக்கு அவர்கள் தருகின்ற வாதங்களும் சான்றுகளும், ஏற்கெனவே நன்கறியப் பட்ட இந்தியாவைப் பற்றிய வரலாற்று ஆசிரியர்களால் நம்ப இயலாதவை என்று இகழப்பட்டவை.[25]

வாய்ஸ் ஆஃப் இண்டியா சார்ந்த வெற்றிவாதிகளை ஒருங்கிணைக் கின்ற இரண்டாவது கூறினை மேலே காட்டினோம்: அவர்கள் ஆர்எஸ்எஸ்ஸின் வலப்புறம் நிற்கிறார்கள். ஆர்எஸ்எஸ் மீதான அவர்களின் முதன்மைப் புகார் என்னவென்றால், ஆர்எஸ்எஸ் காரர்கள் காந்திய இலட்சியமான *சர்வ தர்ம சமபாவம்* என்பதை வெளிப்படையாகக் கைவிடவில்லை என்பதும், 'போலி மதச்சார் பின்மை' பேசுபவர்களைவிடத் தாங்கள் மெய்யாகவே மதச்சார் பற்றவர்களாக இருக்கிறார்கள் என்று தொடர்ந்து நிரூபிக்க முனைவதும் ஆகும். வாய்ஸ் ஆஃப் இண்டியா, குறிப்பாக சீதாராம் கோயல், ராம் ஸ்வரூப், அப்பாஸ் சாட்டர்ஜி போன்றோர் இஸ்லாமியத்திற்கும் கிறித்துவத்திற்கும் சம மரியாதை காட்டுகின்ற சிந்தனைக்கும் எதிரானவர்கள். ஏனெனில் அவர்கள் தர்மத்துக்கு எதிரான, 'அசுர (பிசாசுத் தன்மையுள்ள) இனங்கள்.' தாமச விருத்தி (இருண்ட குணம்) கொண்டவர்களுக்கே அந்த மதங்கள் ஏற்றவை. எல்லா மதங்களுக்கும் சம மரியாதை அளிக்க வேண்டும் என்ற சிந்தனையை எவ்வளவு வெறுக்கிறார்கள் என்பதைப் பின்வரும்

எடுத்துக்காட்டு மாதிரி (சாம்பிள்) வெளிப்படுத்துகிறது:

> இஸ்லாமும் கிறித்துவமும் தாமச (இருண்ட) குணங்கள் அல்லது அசுர குணங்கள் கொண்ட அதர்மத்தின் பாதையைப் பின்பற்று கின்றன. இவை சநாதன தர்மத்தின் கடவுளிடமிருந்து ஒருவனை விலகச் செய்யும்... தர்மத்தையும் அதர்மத்தையும் ஒரே பீடத்தில் வைத்து, வழிகள் என்று பெயரிட்டு, அந்த வழிகளைப் பின்பற்று வோருக்குச் சம மதிப்புத் தருவது, நல்லொழுக்கம்-தீயொழுக்கம், நேர்மை-நேர்மையின்மை, நன்மை-தீமை ஆகியவற்றைச் சமமாக மதிப்பதை, அதாவது தர்ம-அதர்ம 'சமபாவத்தை' உருவாக்குகிறது. இது 5000 ஆண்டுகளின் இந்திய ஆன்மிகச் சிந்தனையைக் கேலிசெய்வதாகும். இது தீயநோக்கு, ஒழுக்க மின்மை ஆகியவற்றின் அதி ஆழங்களில் சமூகத்தை ஆழ்த்துவ தைத் தவிர வேறொன்றும் செய்யாது.[26]

சம மரியாதையை உதட்டளவில் ஏற்பதையும் அவர்கள் எதிர்க் கிறார்கள். ஏனெனில் மதமாற்றத்துக்கு அவர்கள் காட்டும் எதிர்ப்பை அது இல்லாமலாக்கிவிடுகிறது: எல்லா மதங்களும் சமமான அளவு உண்மையுள்ளவை, மரியாதைக்குரியவை என்றால் எந்த ஒரு இந்துவும் பிற மதங்களுக்கு மாறுவதை எந்த அடிப்படையில் அவர்கள் எதிர்க்கமுடியும்? இந்த விஷயத்தைப் பற்றி வாய்ஸ் ஆஃப் இண்டியா ஆசிரியர்கள் கொள்ளும் உணர்ச்சிவேகம், அமெரிக்காவில் வசிக்கும் அயலக இந்தியர்கள் (என்ஆர்ஐ) பலருடைய கவலைகளையும் பிரதிபலிக்கிறது. தங்கள் சொந்தப் பிள்ளைகளே சர்வ தர்ம சமபாவம் என்ற தர்க்கத்தைப் பயன் படுத்தி இந்துமதத்திலிருந்து விடுபட்டுப் பிற மதங்களுக்குச் சென்று விடுவார்கள் என்று அவர்கள் பயப்படுகிறார்கள்.

ஒற்றைக் கடவுள் வழிபாட்டு மதங்களை வாய்ஸ் ஆஃப் இண்டியா குழுவினர் கடுமையாகக் கண்டிப்பது, இந்து ஆன்மிகம், சகிப்புத்தன்மை, பகுத்தறிவுத்தன்மை ஆகியவற்றை அவர்கள் முழுமையாகப் போற்றுவதற்கு இணையாகவே உள்ளது. இந்து மதத்தை உலக ஆசான் (ஜகத்குரு) ஆக்கவேண்டுமென்ற அவர் களுடைய ஆசை, மேலே நாம் சந்தித்த சாமுவேல் ஹண்டிங்டனின் 'நாகரிகங்களின் மோதல்' என்னும் கருத்துக்கு மிகத் தீவிரமான இந்து-மையப்பட்ட எதிர்வினையைக் காட்டுகிறது.

வாய்ஸ் ஆஃப் இண்டியாவின் அறிவுசார்ப் போராளிகள், ஒவ்வொரு நாகரிகத்திற்கும் நீடித்த, மாறாத மையப்பகுதி

ஒன்றிருக்கிறது, அது மதத்தினால் முதன்மையாகக் கட்டமைக்கப் படுகிறது என்ற ஹண்டிங்டனுடைய அடிப்படைச் சிந்தனை யைப் பகிர்ந்துகொள்கிறார்கள். அவர்களுடைய மனத்தில், ‘மேற்கு’ என்பது கிறித்துவத்தினால் வரையறுக்கப்படுவது போல, இந்தியாவின் (அல்லது தெற்காசியாவையும், தென்கிழக்கு ஆசியாவின் பெரும்பகுதியையும் கொண்டிருக்கும் ‘பரந்த இந்தியா’வின்) நாகரிக மையம் இந்துமதத்தினால் வரையறுக்கப் படுகிறது என்ற கருத்து உள்ளது. எல். கே. அத்வானி கூறியது போல, இந்தியாவுக்கு உயிரூட்டுகின்ற ‘கலாச்சார உயிரோட்டம்’, இந்து மதம்தான்; ‘இந்து, பாரதீய, இந்து ராஷ்ட்ர, பாரதீய ராஜ்ய போன்ற சொற்கள் எல்லாம் ஒரே அர்த்தமுடையவை.’ [27]

ஆனால் ஹண்டிங்டன், கலாச்சாரங்களின் முக்கிய மோதல் ‘கிறித்துவ மேற்கிற்கும்’ இஸ்லாத்திற்கும் (இதற்கு உதவி சீனா) இடையில் நிகழ்வதாக நினைக்கும்போது, இந்து வெற்றிய லாளர்கள், ஹண்டிங்டனுக்கும் மேலே சென்று, இந்துமதத்தை ‘இஸ்லாத்திற்கும் கிறித்துவத்துக்கும் எதிராக’ வைக்கிறார்கள். உலகத்திலுள்ள மதச்சகிப்பின்மை, பிற தீங்குகள் ஆகியவை இஸ்லாத்தால் மட்டும் ஏற்படவில்லை, ‘செமிட்டிக்’ (மேற்கு ஆசியாவில் பிறந்த) கிறித்துவத்தையும் யூதமதத்தையும் உள்ளிட்ட ஒற்றைக் கடவுள் வழிபாட்டு மதங்களால்தான் ஏற்படுகிறது என்று கருதுகிறார்கள். செமிட்டிக் ஒற்றைக் கடவுள் மதங்கள், உலக முழுவதற்கும் ஒரேயொரு, உண்மையான கடவுள் மட்டுமே உண்டு என்று நம்புவதால் அவர்கள் ‘இயல்பு’ நிலையில், மாறுபட்ட தன்மையையும் பன்முகத் தன்மையையும் சகிக்க இயலாதவர்களாகவே இருக்கிறார்கள். (யூதர்களின் கடவுள் அவர்கள் இனத்திற்கு, அதாவது யூதர்களுக்கு மட்டுமே உரிய வராக இருப்பதால், யூதமதம் இந்த விமரிசன நோக்கிலிருந்து விலக்கப் படுகிறது.)

இந்த வாசிப்பின்படி, ஒற்றைக் கடவுள் கொள்கைக்கும், பல கடவுள் கொள்கைக்குமான மோதல்தான் மானிட வரலாற்றிலேயே மிகவும் அடிப்படையான மோதலாகும். அவை இரண்டின் சாராம்சங்களும் ஒன்றுக்கொன்று எதிரானவை என்பதால் ‘என்றைக்குமான போரில்’ இரண்டும் ஈடுபட்டுள்ளன. செமிட்டிக் ஒற்றைக் கடவுள் கொள்கையின் சாராம்ச உணர்வு, ‘வேறுபடுத்தி அழித்தலாக’ உள்ளது; ஆனால் இந்துமதத்தின் சாராம்சம்,

'தன்வயமாக்கி உள்ளடக்குவதாக' இருக்கிறது.[28] உலகம் பனிப் போரில் ஈடுபட்டிருந்தபோது இந்த மோதல் பார்வைக்குப் படாமல் இருந்தது.

இப்போது பொதுவுடைமைக்கு எதிரான பனிப்போர் முடிந்து போன நிலையில், இஸ்லாமிய பாசிசத்திற்கு எதிரான சூடான போர் தொடங்கியுள்ளது. அதனால் கடவுள் பற்றிய இருவேறு கருத்து களுக்கிடையிலான மோதல் முதன்மை பெறுகிறது. 9/11க்குப் பிற்பட்ட உலகத்தில், 'இந்து-இந்தியா'விடம் மேற்குலகிற்கு இஸ்லாத்தை எப்படித் தோல்வியுறச் செய்வது என்று கற்பிப்பதில் மதிப்புக்குரிய பாடங்கள் இருக்கின்றன என்று இந்து வெற்றி வாதிகள் நம்புகிறார்கள். 'இந்து சமூகம்தான் ஒருவேளை, இஸ்லாமிய இறையாட்சி நாகரிகத்தை எதிர்த்து நின்று, உலகிலேயே வெற்றி பெற்ற ஒரே சமூகம்' என்று எஸ். குருமூர்த்தி கூறினார். இஸ்லாமிய இறையாட்சி நாகரிகத்தை உலகம் தோற்கச் செய்யவேண்டுமானால், இந்து மதிப்பீடுகளை உலகம் கற்றுக் கொள்ளவேண்டும் என்பது இதன் அடியில் இருக்கும் கருத்தாகும்.

உலகப் பொருளாதாரம், அரசியலில் இந்தியாவின் வளர்முகத் திலிருந்து வாய்ஸ் ஆஃப் இண்டியா பாணியிலான வெற்றிக் கோட்பாடும் புதிய சக்தியை மிகுதியாகப் பெற்றுள்ளது. இது 'இந்தியாவின் நூற்றாண்டு' என்ற பொதுவான உணர்ச்சி எங்கும் பரவியிருக்கிறது. இந்தியாவின் நூற்றாண்டை, 'இந்து நூற்றாண்டாக' ஆக்க வேண்டும் என்று வாய்ஸ் ஆஃப் இண்டியா கருதுகிறது.

உயர்ந்துவரும் இஸ்லாமிய வெறுப்பு (இஸ்லாமோஃபோபியா)

வாய்ஸ் ஆஃப் இண்டியா எதை வேண்டுமானாலும் வெளியிட்டுக் கொள்ளட்டும். எப்படியானாலும், இந்தியா ஒரு சுதந்திர நாடு. ஆனால் ஒற்றைக்கடவுள் பெருமதங்கள் மீது அவர்களுடைய வசைமாரியின் விளைவு எப்படிப்பட்டதாக இருக்கிறது?

இந்திய வாக்காளர்கள் இந்து வகுப்புவாதிகளுக்கு அடுத்தடுத்த இரண்டு பொதுத் தேர்தல்களில் (2004, அடுத்து 2009) கிறுகிறுக்க வைக்கும் தோல்வியை அளித்திருக்கிறார்கள் என்பது இனவாதக் கிருமி தடுக்கப்பட்டிருக்கிறது என்ற நம்பிக்கை எழக் காரணமாக இருந்தது. ஆனால் வாக்காளர் போக்குகள் எப்போதுமே மக்களின்

மனநிலைகளையும் மனப்பாங்குகளின் மாற்றங்களையும் பிரதிபலிப்பதில்லை. நிலையான அரசுத்தன்மை, தொடர்ச்சியான நிர்வாகம், பொருளாதாரக் கொள்கைகள் என்று மதச்சார்பற்ற பிற என பல காரணங்களை வைத்துக் கணக்குப் போடுவதால் மக்கள் அப்போது பாஜவுக்கு வாக்களிக்காமல் இருந்திருக்கலாம். பாஜக, இந்துத்துவ சகாக்கள் ஆகியோரின் மதம், மதச்சிறுபான்மை யினர் பற்றிய கருத்துகளை மக்கள் ஏற்கவில்லை என்றும் அதனால் கூற முடியாது.

சச்சார் கமிட்டி அறிக்கையில் முஸ்லிம்களுடைய சமூக நிலைமைகளின் நீண்டகாலப் போக்குகள், போதிய அளவிலும் மிக கவனமாகவும் விவிரிக்கப்பட்டுள்ளன. ஆனால் ஏதோ மாற்றம் நிகழ்ந்திருக்கிறது என்பதை உணர ஒருவருக்கு எந்தவொரு கமிட்டியின் அறிக்கையும் தேவையில்லை. நாகரிகக் குழு ஒன்றில் வாடும் 'நம்மைப் போன்ற மக்கள்' இக்காலத்தில் சொல்ல முடிகின்ற விஷயங்கள் போன்றவை சில ஆண்டுகளுக்கு முன்னர், நம்மால் நினைத்துப் பார்க்கவும் முடியாதவையாகவே இருந்திருக்கலாம். இந்த ஆண்டில், இந்தியாவில் நான் தங்கியிருந்த கடைசி ஆறு மாதங்களில், இஸ்லாமிய வெறுப்பின் வெளிப்படையான வெளியீடுகள் எவ்விதம் மதிப்பிற்கு உரியவையாக மாறியுள்ளன என்பதை என்னால் அறியமுடிந்தது.

புது தில்லியின் உயர்குடிமக்கள் வாழும் கனாட் பிளேஸில் நிறைய புத்தகங்களை வைத்திருக்கும் பெரிய புத்தகக் கடையில், இஸ்லாத்தைப் பற்றிய புத்தகங்கள், போர்/இராணுவம்/இஸ்லாம் என்ற பகுதியில் இருப்பதைக் கண்டேன். இந்துமதம், பௌத்தம் சார்ந்த நூல்கள், மதம்/தத்துவம்/ஆன்மிகம் என்ற தலைப்பிட்ட அலமாரிகளில் இருந்தன. இதைப் புத்தகக்கடைக்காரரிடம் முறையிட்டபோது, அவருக்கு என் பிரச்சினை என்ன என்பதே புரியவில்லை. இஸ்லாத்தில் பெரிய அளவில் ஆன்மிகம் இல்லை, எனவே ஒருவேளை இஸ்லாம் பற்றிய நூல்களை மதம்/ஆன்மிகம் பிரிவில் வைக்க முடியாமல் இருந்திருக்கலாம் என்று சொன்னார். இஸ்லாம் வன்முறையைப் போதிக்கிறது என்பது உண்மையா, இல்லையா என்று என் முகத்தைப் பார்த்துக் கேட்டார். ஆகவே எதற்காக நான் புகார் செய்துகொண்டிருக்கிறேன்? அங்கிருந்த வாடிக்கையாளர்களில் ஒரு சிலரும் அது இஸ்லாத்திற்கு கிடைத்த அவமரியாதை என்று என்னுடன் ஒப்புக்கொண்டனர். ஆனால்

இது அவருடைய வணிகத்திற்கு எந்த வித்தியாசத்தையும் ஏற்படுத்தவில்லை. வெளியில் பார்க்கும்போது, அவர் வணிகம் செழிப்பாக நடப்பதாகத்தான் தோன்றுகிறது. (வாய்ஸ் ஆஃப் இண்டியா குழுவைச் சேர்ந்த இணக்கமற்ற போக்கினர் இப்போது மெய்சிலிர்ப்பார்கள்!)

இந்த ஆண்டின் தொடக்கத்தில் சண்டீகட் சென்றபோது நான் ஒரு இளம்பெண்ணின் கௌரவக் கடத்தலைக் காண நேர்ந்தது. (இதை இந்து பத்திரிகைக்குப் பின்னர் எழுதினேன்.) ஒரு சீக்கியப் பெண், முஸ்லிம் ஆடவனைத் திருமணம் செய்துகொள்ள விரும்பி யிருக்கிறாள். விசாரணைக் களத்திற்கு வெளியே தந்தை அவளைக் கடத்தச் செய்துவிட்டார். போலீஸ் அலுவலர்கள் முதல் பிற சாட்சியங்கள் வரை, எல்லாருமே அந்தப் பெண்ணின் தந்தை சரியான விஷயத்தையே செய்தார் என்று கூறியதுதான் எனக்கு அதிர்ச்சியை அளித்தது. கௌரவமான ஒரு குடும்பத்தைச் சேர்ந்தவர்கள், தங்கள் மகள் ஒரு முஸ்லிமை மணப்பதை எப்படி ஏற்றுக்கொள்ள முடியும்? 'ஒரு இழிதொழில் (சுடா சமாருக்கு) செய்பவர்களுக்குக்கூட (கெட்ட கீழ்ச்சாதி ஆளுக்குக்கூட) நான் என் மகளை மணம் செய்து தருவேன், எனக்குக் குறுகிய புத்தி கிடையாது, ஆனால் ஒரு முஸ்லிமைக் கல்யாணம் செய்வது என்பது வேறுவிஷயம்' என்று பெண்ணின் தந்தை போலீசிடம் உறுதி கூறிக் கொண்டு இருந்ததைக் (அவர்களுக்கு இந்த உறுதிமொழியே தேவையில்லை) கேட்டுக் கொண்டிருந்தது மட்டுமீறியச் செயலாக இருந்தது. அப்போதுதான் தலித்துகளைவிட முஸ்லிம்கள் கீழாக நோக்கப்படுகிறார்கள் என்ற சச்சார் கமிட்டி அறிக்கையின் மெய்ம்மை எனக்கு உறைத்தது: முஸ்லிம்கள், இந்தியாவின் புதிய தீண்டத்தகாதவர்கள்.[29]

அடுத்தது, பழைய பள்ளி நண்பருடன் நடந்த உரையாடல் ஒன்று. மும்பையில் பெரிய பணக்காரர்கள் இருக்கும் ஆடம்பர அடுக்குமாடிக் குடியிருப்பில் அவர் வசிக்கிறார். எனக்குத் தெரிந்த ஒரு தலித்-முஸ்லிம் ஜோடியைப் பற்றி அவருக்குச் சொன்னேன். மிகப் பெரிய மும்பை நகரத்தில் அவர்களுக்கு யாரும் வாடகைக்கு இடம் தர மறுப்பதால், வசிக்க இடமின்றி இருப்பதாக அவரிடம் எதார்த்தமாகச் சொன்னேன். திடீரென என் நண்பரின் ஆளுமையின் ஒரு கூறு – இதுவரை நான் அறியாதது – எனக்குத் தென்பட்டது. மிகுந்த உணர்ச்சியுடனும் வேகத்துடனும் அவர் முஸ்லிம்கள் ஏன்

‘இந்துப் பகுதிகளில்’ இடம் வாங்கவோ வாடகைக்கு வரவோ அனுமதிக்கக் கூடாது என்று கூறலானார். அவர்கள் அசுத்த மானவர்கள், வன்முறையில் ஈடுபடுபவர்கள், மாமிசம் உண்பவர்கள். தன்னைப்போன்ற நல்லவர்கள் இருக்குமிடங்களில் வசிக்க வேண்டிய தேவையே இல்லை என்றார். பின்னர் என் நண்பர் இந்துமதப் பிரச்சினைகளில் அனுதாபம் காட்டுபவர், வாய்ஸ் ஆஃப் இண்டியா போன்ற இஸ்லாமியருக்கு எதிரான இணைய தளங்களில் ஓய்வுநேரங்களில் சுற்றுபவர் என்று நான் தெரிந்து கொண்டேன்.

மேலே நாம் பார்த்த மூன்று சித்திரங்கள், ஒரு போக்கைக் குறிப்பன ஆகாது. அல்லது, என்ன நடக்கிறதோ, அதன் நேரடி வெளிப்பாடுதான் வாய்ஸ் ஆஃப் இண்டியா போன்ற வெற்றிக் கோட்பாடு என்றும் சொல்ல முடியாது. நாம் சொல்லக்கூடிய தெல்லாம், இப்படிப்பட்ட சிந்தனைகள் காற்றில் பரவியிருக் கின்றன—முன்பு இருந்ததைவிட. இந்தச் சிந்தனை ஒரு நிறுத்தத் தைப் பெறவேண்டும். மற்றபடி நல்லவர்களாக இருப்பவர்கள், பாதிப்படையக்கூடிய ஒரு சிறுபான்மையினரைப் புரிந்துகொள்ள வில்லை; அந்தச் சிறுபான்மையினர் ஒரு பிறப்பட்ட தன்மைக்கு மூலமாக இருந்து உலகில் தங்களுக்குரிய நியாயமான இடத் திலிருந்து கீழே இழுக்கப்படுகிறார்கள் என்றால் அங்கே பயங்கர மான நிகழ்வுகள் ஏற்படுகின்றன என்று வரலாறு காட்டுகிறது.

வெறுப்பு இல்லாத பெருமிதம்

தன் இனத்தின் சாதனைகளில் ஒருவர் பெருமிதம் கொள்ளுதல் மிக நியாயமான உணர்வெழுச்சி. ஆனால் பெருமிதத்திற்கு மதவெறுப்பு எரிபொருளாக உதவும்போது, பிறருக்கு எதிரான வெறுப்புக்கு அது காரணமாகும்போது, போர்வெறிகொண்ட ஆடம்பர நாட்டுப் பற்றாகிறது.

இந்த இயல் வாதிட்டவாறு, இந்தியாவின் சாதனைகளைப் பற்றித் தங்களைத் தாங்களே பாராட்டிக்கொள்ளும் போக்கு வளர்கிறது; அதற்கு இந்துமதத்தைக் காரணம் காட்டும் போக்கு, இந்துப் பெரும்பான்மையினரிடம் ஒரு வெறிகொண்ட மன அமைப்பின் எழுச்சிக்குக் காரணமாகிறது.

இந்த மனஅமைப்பால் இரண்டு பெரும் அபாயங்கள் உள்ளன. முதலாவது, மக்கள் என்ற முறையில் நம் சாதனைகளை மிகைப்

படுத்திக் காணும் உணர்வு. குறைந்தகால அளவில் என்றால் இது தன்முனைப்புக்கு ஒரு நல்ல தூண்டுகோலாகப் பயன்படலாம். ஆனால் பிறகு நம்மைத் தோல்வியில் கொண்டுபோய்விடும் சுய நிறைவுக்கு இது ஆளாக்கலாம்.

இரண்டாவது அபாயம் மிகப்பெரியது. இந்து அல்லாத சிறுபான்மையினர் மீதான சகிப்பின்மையைச் சகித்துக்கொள்ளும் தன்மையின் வளர்ச்சி. இந்தியாவில் தகுதியானவை, பாராட்டக் கூடியவை அனைத்தும் இந்துப்பெருமனத்தின் சாதனை என்று நினைக்கின்றவர்கள், இந்துஅல்லாத சிறுபான்மையினர் மீது மதிப்போ சகநல்லுணர்ச்சியோ கொள்வதற்கு வாய்ப்பில்லை. குறிப்பாக அவர்களுக்கிடையில் மோதலுக்கான வரலாறும் இருந்து விட்டால், தீர்ந்தது. தங்களால் தேர்ந்தெடுக்கப்பட்ட தலைவர்கள், இந்தியாவை ஒரு பெரும் தேசமாக்கி, உலக-குருவாக்கிக் (ஜகத் குருவாக்கிக்) காட்டுவதாகச் சவடால் பேசிக்கொண்டு, அவ்வப் போது திட்டமிட்ட கொலை-கொள்ளைகளை அனுமதிக்கும் போது இம்மாதிரி மக்கள் மிகவும் கவலைப்படவோ கோபம் கொள்ளவோ மாட்டார்கள். முஸ்லிம் ஆண்களைத் திருமணம் செய்யாமலிருக்க வேண்டி இந்துப் பெண்களைக் கடத்தி திருமணத்தைத் தடை செய்வதை அவர்கள் இயல்பானது, சரியானது என்றே நினைப்பார்கள். தங்கள் சுற்றுவட்டாரத்தில் முஸ்லிம்கள் வந்து வசிக்காமலிருந்தால் அது சரி என்றே நினைப்பார்கள்... இதுபோல இன்னும் பிறவற்றை அடுக்கிக்கொண்டே போகலாம்.

இந்தப் பெரும்பான்மை மனஅமைப்புக்குச் சவால்விட ஒரே வழிதான் உள்ளது. இந்தியாவின் சாதனைகள் எல்லாவற்றிற்கும் அதன் எல்லா மக்களும்தான் காரணம் என உணர்தல். இந்தியா இன்றிருப்பது, இந்து மேதைமையால் அல்ல, இந்தியாவின் எல்லா மதத்தினரும் அல்லது மதமற்றவர்களும் போராடி உழைத்துத் தியாகம் செய்ததால் ஏற்பட்ட ஒன்று என உள்ளார்ந்த நம்பிக்கை கொள்வதாகும்.

இந்துமதம் இயற்கையாகவே நம்மை ஜனநாயகமுள்ளவர்களாக ஆக்குவதால் இந்தியா ஒரு மதச்சார்பற்ற நாடாக இல்லை. முன்பே இருக்கின்ற உயர்வு-தாழ்வு பற்றிய வேற்றுமைக் கருத்துகளை எல்லாம் ('மாபெரும்' இந்துமதம் புனிதப்படுத்தியிருக்கின்ற சாதிப்படிநிலை அமைப்பு உள்பட) ஒதுக்கிவைப்பதாக நமது அரசியல் சாசனத்தில் நாம் ஒப்பந்தம் செய்திருப்பதால்தான்

ஜனநாயக நாடாக இருக்கிறோம். நாம் இந்துக்களாக இருப்பதால் சகிப்புத்தன்மை கொண்டவராக இல்லை, இந்தியாவின் எல்லா மதத்தினரும் தங்கள் மதக்கருத்துகளைப் பிறருடன் சமரசப் படுத்திக் கொள்ளாமலே ஒருவரோடு ஒருவர் வாழமுடியும் என்று கண்டிருப்பதால் சகிப்புத்தன்மை உடையவராக இருக் கிறோம். நாம் இன்றைக்கு இருக்கும் அளவுக்குத் தகவல் தொழில்நுட்பத் துறையில் வெற்றிபெற்றிருக்கிறோம் என்றால், அது இந்துப் புனைவுகளால் அல்ல; ஐஐடீக்களையும் பிற உயர் கல்வி நிறுவனங்களையும் இந்தியா கட்டுவதற்காக எல்லா மதங்களையும் சேர்ந்த குழந்தைகள் தங்களுடைய அடிப்படைக் கல்வியை இழக்க வைத்திருப்பதால்தான்.

'மாபெரும் இந்து மனம்தான்' மதச்சார்பற்ற இந்தியாவின் சாதனைகளுக்குக் காரணம் எனக் கூறுவதைவிட்டு, எல்லா இந்தியர்களும் சிந்தியிருக்கும் இரத்தம், வியர்வைதான் அதற்குக் காரணம் என அறியவேண்டிய சமயம் இது. அப்போதுதான் நாம் தவறான அபிப்பிராயங்கள் இன்றிப் பெருமிதம் கொள்ள முடியும்.

5

மதச்சார்பின்மையாக்கம்-ஒரு மறுசிந்தனை
(இந்தியாவை மனத்தில்கொண்டு)

கடவுள் இறந்துபோனார்

–நீட்சே

நீட்சே இறந்துபோனார்

–கடவுள்

ஒரு வெற்றிப் பாதையில் கடவுள்

இந்தியாவில் உலகமயமாக்கல் காலத்தில் வெகுசன இந்து மதத்தின் வளர்ச்சியைப் புரிந்துகொள்வதில் நாம் இதுவரை ஒரே மனத்துடன் கவனம் செலுத்திவந்தோம். ஆனால் இதில் இந்தியா தனியாக இல்லை: உலகம் முழுவதிலும் மதத்தன்மையின் பேரலை ஓங்கியடித்து வருவதாகத் தோன்றுகிறது. பின்வருவனவற்றைச் சிந்தித்துப் பாருங்கள்:

- ஐரோப்பாவில் அதி-மதச்சார்பற்ற நாடுகள் சிலவற்றில்கூட, தனிப்பட்ட கடவுள், சொர்க்கம், நரகம், ஆன்மாவின் மீட்டுயிர்ப்பு போன்ற மரபான கிறித்துவ நம்பிக்கைகள் வளர்ந்துவருகின்றன. மதச்சார்பின்மையின் கோட்டைகளான ஸ்வீடன், ஹாலந்து, ஜெர்மனி, பிரிட்டன் போன்ற நாடுகளிலும் நற்செய்தித் திருச்சபைகள் மிகவும் உணர்ச்சிபூர்வமான, பங்கேற்புத்தன்மை வாய்ந்த கிறித்துவத்தைப் பிரச்சாரம் செய்வதால் மிகவும் வலுவான வளர்ச்சிகண்டு வருகிறது.[1] அமெரிக்கப் பாணித் தொலைவு மதப் பிரச்சாரம், மாபெரும் தேவாலயங்கள் கட்டுதல் ஆகியவை பிரிட்டனின் இங்கிலாந்துத் திருச்சபையிலும் ஜெர்மனியிலும் வளர்கின்றன. கண்டங்களின் அளவிலான பரந்த கிறித்துவக் கல்வித்

திட்டங்கள் புதிய உறுப்பினர்களை ஈர்க்கின்றன. ஐரோப்பா முழுவதும் கூர்மையான வீழ்ச்சியைச் சந்தித்துவந்த கத்தோலிக்க மதமும் கவர்ச்சிகரமான இயக்கங்களின் வளர்ச்சியைக் கண்டுவருகிறது. பிரான்சில் தோன்றிய இம்மானுவேல் சமுதாயம் (இம்மானுவேல் கம்யூனிட்டி) போன்ற அமைப்புகள் இப்போது 50க்கும் மேற்பட்ட நாடுகளில் இயங்குகின்றன. கத்தோலிக்கப் பீடங்கள் – குறிப்பாக மேரி மாதாவின் தேவாலயங்கள், அதிக எண்ணிக்கையிலான யாத்திரிகர்களை ஈர்க்கின்றன.[2] 'புனித யாத்திரையின் பொற் காலத்தில் ஐரோப்பா வாழ்வதாக' இன்று வருணிக்கப்படுகிறது.

- அறிவொளியின் தாயகமான பிரான்ஸ் உள்ளிட்ட பெரும்பான்மை ஐரோப்பாவிலும் மறுபிறப்பில், புதிய யுகத்தின் தோற்றத்தில், மறைந்திருக்கும் மிச்சங்களில் நம்பிக்கை நீடித்துவருகிறது.[3]

- பொதுக்களங்களில் மதகுருக்களின் போதனை வளர்ச்சியை ரஷ்யா கண்டுவருகிறது. ரஷ்யப் புராதனத் திருச்சபை, ஏறத்தாழ ஒரு நூற்றாண்டில் வேறெப்போதையும்விட இப்போது மிகவும் செல்வ வளமும் வலிமையும் கொண்டு ரஷ்ய அரசின் ஆன்மிகக்கரமாக மாறியிருக்கிறது. பைபிள் வாசிப்பும் பொது வழிபாட்டு முறையும் முழுமையாக நிறைந்த ரஷ்யப் புராதன போதனைகளைப் பொதுப் பள்ளிகளில் அறிமுகப்படுத்துவதில் வெற்றிபெறும் அளவுக்குத் திருச்சபையின் அதிகாரம் வளர்ந்திருக்கிறது.[4] 1997முதலாக ரஷ்யப் புராதனத் திருச்சபையின் போட்டியாளர்கள் யாவரையும் தடைசெய்ய அரசாங்கம் முயன்று வந்தாலும், நற்செய்தி போதனை மற்றும் கத்தோலிக்கத் திருச் சபைகளுடன் ஜெஹோவா சாட்சிகள், ஹரேகிருஷ்ணா, சயண்டாலஜி போன்ற மத இயக்கங்களும் வளர்ந்து வருகின்றன.[5]

- ஒரு காலத்தில் நாத்திக நாடாக இருந்த சீனா, இப்போது 'உலகின் மிகுந்த மதத்தன்மை கொண்ட நாடாக எழுச்சி பெற்றுள்ளது. அங்கு பழையவை-புதியவை, மரபு சார்ந்தவை-மரபுக்கு மாறானவை என எல்லாவித மதங்களும் செழிக்கின்றன.' பகுத்தறிவுவாதமும் அறிவுக்கு ஆதரவான மனப்பாங்கும் கடவுள், ஆவி, பேய், முன்னோர், விதி மீதெல்லாம் நம்பிக்கை வளர்வதற்கு வழிவகுத்துள்ளன.[6]

- உலகமயமாக்கல் மதங்களைத் தங்கள் வரலாற்றுத் தாயகங்களி லிருந்து தோண்டி எடுத்து உலகமுழுவதும் தூவிவிடுவதால் நாடுகளுக்குக்கிடையே குறுக்காகப் புதிய மத வலைப் பின்னல்கள் எழுகின்றன. ஆப்பிரிக்க, கிழக்காசிய (குறிப்பாக, கொரிய) திருச்சபைகள் ஐரோப்பாவிலும் வடஅமெரிக்கா விலும் வளர்கின்றன. இந்துக் கோயில்களும் ஆசிரமங்களும் நாடு கடந்த ஒன்றாக அதிகரிக்கின்றன.

- இணையதள மதங்கள் வளர்கின்றன. இன்று, கணினியும் கிரெடிட் கார்டும் வைத்துள்ள எவரும் இந்துப் பலதெய்வ மனையிலுள்ள எண்ணற்ற கடவுளருக்கும் தேவியருக்கும் மெய்நிகர்நிலையில் (விர்ச்சுவல்) ஆரத்தியெடுத்து, முழுமை யான பூசை நடத்தி, ஓர் இணைய தரிசனத்தையும் பெற்றுவிட முடியும். (சோதித்துப் பார்க்க, கூகிளில் 'ஆன்லைன் பூஜா' என்று தட்டிப் பாருங்கள்.)

- விஞ்ஞானிகள் மத்தியிலும் மதநம்பிக்கை பரவலாக இருக்கிறது. இந்திய விஞ்ஞானிகளிடையே அண்மையில் அமெரிக்காவிலுள்ள சமூக-கலாச்சார மதச்சார்பின்மை பற்றிய ஆய்வு நிறுவனத்தினர் (ஐஎஸ்எஸ்எஸ்சி) நடத்திய ஆய்வில் (பங்கேற்றோர் 1100 விஞ்ஞானிகள், எல்லாரும் அடிப்படை அறிவியல்களிலும், பொறியியலிலும், மருத்துவத் திலும் பிஎச்டி பெற்றவர்கள்) அவர்களில் 26 சதவீதத்தினர் ஒரு தனிப்பட்ட கடவுளின் இருப்பிலும், மற்றொரு 30 சதவீதம் தனிநபர் சாராத ஆன்மிகச் சக்தியிலும் உறுதியான நம்பிக்கை கொண்டிருந்தனர். ஏறத்தாழ 40 சதவீத இந்திய விஞ்ஞானிகள், கடவுள் அற்புதச் செயல்களைச் செய்கிறார் என்றும், 24 சதவீத விஞ்ஞானிகள் சிறப்பு தெய்வீக ஆற்றல் படைத்த ஆடவரும் பெண்டிரும் அற்புதச் செயல்களைச் செய்யமுடியும் என்றும் நம்பினர். குறிப்பிட்ட எண்ணிக்கை யினர் (29 சதவீதம்) கர்ம வினையிலும் இன்னும் சிலர் (26 சதவீதம்) மரணத்திற்குப் பிறகு வாழ்க்கையிலும் மறுபிறப் பிலும் நம்பிக்கை கொண்டவர்கள். நாட்டின் புகழ்பெற்ற விஞ்ஞானிகள் என்ற வகையில் அடங்கக்கூடிய பலரும் பொதுவழிபாடுகளில் பங்கேற்றதோடு, அற்புதங்களைச் செய்யும் சாமியார்களைப் பின்பற்றினர்.[7]

- இம்மாதிரியான போக்குகள், மேற்கத்திய சமூகங்களிலிருந்தும்

பெறப்படுகின்றன. அமெரிக்காவில், உதாரணமாக, மேலாய்வு செய்யப்பட்டோரில் 40 சதவீத விஞ்ஞானிகள் (இவர்களில் 7 சதவீதம் மட்டுமே 'புகழ்பெற்றவர்கள்') தனிப்பட்ட கடவுளில் நம்பிக்கை கொண்டிருந்தார்கள்.[8] பிரிட்டனின் அண்மைத் தகவலின்படி 20 சதவீத விஞ்ஞானிகளும், ஏறத்தாழ 4 சதவீதப் 'புகழ்பெற்ற' விஞ்ஞானிகளும் கடவுளை நம்புபவர்கள்.[9]

- புனித நூல்களின் வெளிப்படையான எடுத்துரைப்புகளை உண்மையென உறுதிப்படுத்த அறிவியலைப் பயன்படுத்துவது எங்கும் காணப்படுகிறது. கடவுளின் உயிர்ப்படைப்பு வாதத்தை 'அறிவியல்பூர்வமானவை' என்று அமெரிக்கப் பள்ளிகளில் கற்பித்துத் தரவேண்டும் என வலியுறுத்திப் பிரச்சாரங்கள் மேற்கொள்வதை யாவரும் அறிவர். 'வேதப் படைப்புவாதம்' என்பது அமெரிக்காவில் ஒரு புதிய போக்கு. இதில் ஹரே கிருஷ்ணா இயக்கம் தலைமை கொண்டுள்ளது. தீபக் சோப்ரா இந்துப் பார்வையிலிருந்து அறிவுபூர்வமான வடிவமைப்பை ஆதரிக்கிறார்.[10] திருக்குர்ஆன் வசனங்களிலிருந்து நவீன அறிவியலைத் தேடும் நீண்ட பாரம்பரியத்தைக் கொண்ட இஸ்லாமிய உலகத்திலும் அறிவியல் படைப்பு வாதம் பரவிவருகிறது.[11] ஜோசியம், யாகங்கள், யோக சித்திகள் ஆகியவை எவ்வாறு இருப்பினும் அறிவியல்தான் என்ற நம்பிக்கை இந்தியாவில் தொடர்ந்து பரவலாக உள்ளது.

- தேசியவாதக் குறிப்புகள் கொண்ட வெகுசன இந்துமதத்தின் பேரெழுச்சி பற்றி இந்த நூலின் 2, 3ஆம் இயல்களில் ஏற்கெனவே விரிவாக விளக்கப்பட்டுள்ளது.

கடவுள் இப்போதெல்லாம் தெளிவாகவே வெற்றிப்பாதையில்தான் இருக்கிறார்.

மதச்சார்பின்மையே போய்வா?

மதத்தின் இந்தப் பேரெழுச்சி, ஒரு பிரம்மாண்டமான, இக்கட்டான கேள்வியை எழுப்புகிறது: நாம் எல்லாரும் இவ்வளவு தவறாக எப்படி இருக்க முடியும்?

உலகம் மேலும் நவீனமாகும்போது மக்கள் மீயியற்கை இருப்புகளை நம்பத் தேவையில்லை, மதங்கள் தங்கள் முக்கியத்துவத்தை இழந்துவிடும், மக்கள் மேலும் மதச்சார்பற்றவர்களாக

மாறுவார்கள் என்பது நவீன சமூகக் கோட்பாட்டின் அடிப்படை யூகங்களில் ஒன்றாக இருக்கிறது. சமூகத் தத்துவத்தின் பேரறிஞர் களான கார்ல் மார்க்ஸ், மாக்ஸ் வெபர், எமில் டர்க்ஹீம், சிக்மண்ட் ஃப்ராய்டு, ஃப்ரீட்ரிக் நீட்சே என யாவரும் மதங்களின் நாள்கள் எண்ணப்படுகின்றன, எதிர்காலம் மதச்சார்பின்மைக்கு உரியது என்று ஒப்புக்கொண்டிருக்கிறார்கள். இந்தியாவின் மாபெரும் மதச்சார்பின்மைவாதிகளான ஜவஹர்லால் நேரு, பீம்ராவ் அம்பேத்கர் போன்றோர் கர்மம், தர்மம் போன்ற மதக் கருத்தாக்கங் களைச் சற்றும் புகுத்தாமல் மதச்சார்பற்ற ஒழுக்க அடிப்படையில் அமைந்த 'இவ்வுலக வாழ்க்கை'க்குரிய ஒரு புதிய அரசியல் அமைப்பை இந்தியாவுக்கு மறுவுருச்செய்ய மிகவும் வலுவாகப் போராடினார்கள். நாம் மேலும் மதச்சார்பற்றவர்கள் ஆவதற்காக, அறிவியல் மனப்பான்மையையும், விமரிசனச் சிந்தனையையும் வளர்த்துக்கொள்ள வேண்டும் என்று வேண்டினர். குறுகிய மனமுடைய மதவாதத்திற்கும் மூடநம்பிக்கை கொண்ட அறிவு எதிர்ப்புக்கும் நேர் எதிரானது மதச்சார்பின்மை என்பதால் அது நல்லது என்று நமக்குச் சொல்லப்பட்டது. மதச்சார்பின்மை நாம் நேசிப்பதற்கும் போராடுவதற்கும் உரிய ஒன்றாக இருந்தது.

மதச்சார்பின்மைவாதிகள் கொண்டாடியது எதனை? மதச்சார் பின்மை என்றால்தான் என்ன?

மதச்சார்பின்மை என்பது ஒன்று: கடவுளில் நம்பிக்கை; இரண்டு: மதத்தின் சமூக முக்கியத்துவம்; மூன்று: இரண்டும் சேர்ந்தது என்பவற்றைக்கொண்ட குறைந்தபட்ச வாதத்தின் ஒரு மனப்பாங்கு.

கடவுள் நம்பிக்கையைப் பொறுத்தவரை, மதச்சார்பற்றவர்கள் அவநம்பிக்கைவாதிகள். நவீன பெண்களும் ஆடவரும் தங்கள் புலன்கள், பகுத்தறிவு ஆகியவற்றின் மதிப்பீட்டை நம்பக் கற்றுக்கொள்ளும் போது மீயியற்கைச் சக்திகள் *(சூப்பர் நேட்சுரல்)* கொண்டதோர் இருப்பு என்பது நம்ப இயலாதது எனக் காண்பார்கள் என்று மதச்சார்பற்றவர்கள் நம்புகிறார்கள். கடவுள் முழுமையாக இறந்துபோக மாட்டார், ஆனால் அவருக்கு அளிக்கப்படும் வியக்கத்தக்க சக்திகள் பலவற்றை இழந்துவிடுவார். அப்படிப்பட்ட கடவுள், 'ஐன்ஸ்டீனியக் கடவுள்' என்று ரிச்சர்டு டாகின்ஸ் கூறியதற்கு நெருக்கமாக வருவார். அவர் வியப்புக்கும் அச்சத் திற்குமான கவிதை உருவகம் போன்றிருப்பார்.[12] பீட்டர் பெர்கரின் வார்த்தைகளில், 'மதச்சார்பற்ற சமூகம் என்பது மேலும்மேலும்

அதிக எண்ணிக்கையிலான மனிதர்கள் உலகையும் தங்கள் வாழ்க்கையையும் மத விளக்கங்களின் ஆதாயமின்றிக் காணக்கூடிய இடம்.'[13] இந்த அடிப்படையில், மேலும் மேலும் அதிக மக்கள் தாங்கள் விசுவாசத்தின் அடிப்படையில் ஏற்கின்ற மீயியற்கைச் சக்திகள் *(சூப்பர் நேட்சுரல்)* தரும் நம்பிக்கையின் ஆறுதலின்றி நல்ல, முழுமையான வாழ்க்கையை வாழக் கற்றுக்கொள்ளும் போது, ஒரு சமூகம் என்பது முறையாக மதச்சார்பற்றது என்று சொல்லப்படும்.

மதத்தின் எல்லையைப் பொறுத்தவரை மதச்சார்பற்றவர்கள் பிரிவினைவாதிகள். நவீன சமூகங்கள் ஒரு பிரிவினைச் (அல்லது சமூகவியலாளர்கள் சொல்வது போல வேறுபடுத்துதல்) செயல் முறைக்கு உள்ளாகின்றன. அதாவது சமூகம், கலாச்சாரம் ஆகிய வற்றின் பகுதிகள் மத நிறுவனங்கள், குறியீடுகளின் ஆதிக்கத் திலிருந்து நீக்கப்படுகின்றன. 'தன் நிழலின்கீழ் சமூகத்தின் மீதிப்பகுதி செழிக்கின்ற ஒரு புனித விதானம்' என்பது மதத்தை பீட்டர் பெர்கர் வருணிக்கின்ற புகழ்பெற்ற வருணனை. மதச் சார்பின்மையாக்கம் என்பது, இந்தப் 'புனிதவிதானமாக' மதம் இல்லாமல்போதல். மதம், எல்லா வாழ்க்கைக்குமான கவிகை *(விக்)* அர்த்தத்தை அளிப்பதற்குப் பதிலாக அரசியல், பொருளாதாரம், அறிவியல்கள், கலைகள், பிற சமூக முயற்சிகள் ஆகியவற்றைத் தங்களுடைய சொந்த, உள் தர்க்கத்தின் வாயிலாகச் செயல்பட விட்டுத், தனிப்பட்ட களத்திற்குச் சென்றுவிடுகிறது. மதம் பாதுகாக்கப்பட, போற்றப்படவும் வேண்டிய ஒன்றுதான், ஆனால் கண்டிப்பாகத் தன் மீமெய்ம்மைசார் யூகங்கள், திருமணங்கள், ஈமச் சடங்குகள், கவிதை இன்பம், ஆறுதல் ஆகியவற்றின் சொந்தக் களங்களில் மட்டுமே. மதம் எதைச் செய்யலாம், செய்யக்கூடாது என்று எல்லைகள் விதிக்கும் நிலைப்பாடுதான் மதச்சார்பின்மை.

மதத்திற்கு எல்லைகள் விதிப்பதற்கு இந்திய அரசியலமைப்பு ஒரு நல்ல உதாரணம்: தாங்கள் தேர்ந்தெடுக்கும் கடவுளரை நம்புவதற்கு மக்களுக்குள்ள உரிமையை அது மதிக்கிறது. ஆனால் பலவேறு வர்ணங்களுக்கு உரிமைகளையும் கடமைகளையும் விதிப்பதில் தர்ம சாஸ்திரங்களுக்குள்ள அதிகாரத்தைப் பேனாவின் ஒரு கீற்றில் அழித்துவிடுகிறது. சாதி, இனம், பால் இவற்றின் வேறுபாடுகள் இன்றி இந்தியக் குடி மக்களுக்குரிய சம உரிமைகள், மதச்சார்பற்ற ஓர் அதிகாரத்தின் விளைவு. மதம் எதைச் செய்யலாம், எதைச் செய்யலாகாது என்று அது எல்லை விதிக்கிறது.

மேலிரண்டிற்கும் ஓர் இணைப்பு இருப்பதை மதச்சார் பற்றவர்கள் காண்கிறார்கள். மதச்சார்பற்ற உலகப் பார்வையில், தனிமனித பக்தியின் வீழ்ச்சி, மதத்தின் சமூக முக்கியத்துவம் குறைவதோடு தொடர்புறுத்தப்படுகிறது. அதாவது, தெய்வீக சக்திகளையோ இருப்புகளையோ வேண்டாமல், மக்கள் பகுத்தறிவு ரீதியாக உலகைப் புரிந்துகொள்ளத் தொடங்கும்போது, அவர்கள் தங்கள் விருப்பங்களை நிறைவேற்றிக்கொள்ள தெய்வீக சக்தி களையோ, சரி-தவறு உணர்வுகள், கடமைகள், பொறுப்புகள் ஆகியவற்றை வருவித்துக்கொள்ள மத அதிகாரம் பெற்றவர் களையோ நாடுவதில்லை. கடவுளர் இல்லாமல் மேலும் மேலும் மக்கள் அர்த்தமுள்ள வாழ்க்கைகளை உருவாக்கிக் கொள்ளும்போது மதம் தனது சமூக முக்கியத்துவத்தை இழக்கத் தொடங்குகிறது.

இதனால் கடவுளை நம்புபவர்கள் மதச்சார்பற்றவர்களாக இருக்கமுடியாது என்று அர்த்தமல்ல. அவர்கள் அவநம்பிக்கை யற்றவர்களாக இருந்தாலும், பிரிவினைவாதிகளாக இருக்கலாம். தங்கள் தனிப்பட்ட வாழ்க்கைக்குள் மதத்தை ஒருவர் வைத்துக் கொள்ள முடியும் என்றால், அவர் மதச்சார்பற்றவர் என்பது மரபான தாராளவாத முடிவு. இது கொள்கையளவில் சரி என்றாலும், இதில் முரண்பாடுகள் மிகுதியாக உள்ளன. ஏனெனில் இது பக்தியுள்ளவர் களின் ஆழமான நம்பிக்கைகளுக்கும் அவர்களுடைய செயல் களுக்கும் பிளவை உண்டாக்குகிறது: தான் மிக உயர்வான உண்மை என மதிப்பதை வைத்துச் செயல்படக் கூடாது என்று அவரை அடிப்படையில் கேட்பதாகவே அர்த்தம். அரசையும் திருச்சபை யையும் உயர்ந்த சுவர்களால் பிரிக்கின்ற அமெரிக்கா போன்ற ஒரு தாராளவாதச் சமூகம், இப்படிப்பட்ட பிளவு மனப்பான்மையுடன் கொஞ்சகாலம் வாழ்வதில் வெற்றி கண்டது.[14] ஆனால் அங்கும்கூட அழுத்தங்களும் சிரமங்களும் ஏற்படவே செய்தன. மதம் அதிக அதிகமாக இப்போது அரசின் விஷயங்களில் தன் மூக்கை நுழைத்துவருகிறது.

இந்திய மதச்சார்பின்மை, அக்கருத்துக்குத் தன் சொந்த, விசித்திர மான திருப்பத்தை அளித்துள்ளது: அரசுக்கும் மதத்துக்கும் இடையில் அது சுவர் எழுப்பவில்லை. மத நடுநிலைத் தன்மையை அரசு கடைப்பிடிப்பது, அதாவது, அரசுக்கெனத் தனியொரு மதத்தை ஏற்காமல், எல்லா மதங்களையும் சம மரியாதையுடன் நடத்துவது தான் இந்திய அரசை மதச்சார்பற்றதாக ஆக்குகிறது.

பரந்த நோக்கில், இதுதான் மதச்சார்பற்ற தன்மை பற்றிய செய்தி.

தெளிவாகவே, நாம் இன்று மதத்தின் குறைந்தபட்சவாத உலகில் வாழவில்லை: உலகம், மேலும் மதவயமாகிக் கொண்டிருக்கிறதே ஒழியக் குறைவாக அல்ல. உலகம் முழுவதுமுள்ள மக்கள் தங்கள் தனிப்பட்ட வாழ்க்கைகளில் மதத்துக்குத் திரும்புவது மட்டுமல்ல, அந்த மத ஆர்வங்களைப் பொதுக்களத்திற்கும் கொண்டு வருகிறார்கள். மத அடையாளங்கள் எப்படி அரசியல்மயமாகின்றன, திருமணங்கள், ஈமச்சடங்குகளில் போலவே மதச் சடங்குகள் எப்படி அரசியல் ஆள்திரட்டலின் பகுதியாகின்றன என்பதற்கு இந்தியாவின் உதாரணம் போதும். மேலும் இந்தியாவில் கடவுளர்கள், சாமியார்களின் செழிக்கும் பேரங்காடி, நவீன ஆடவரும் பெண்டிரும் இன்னும் மீயியற்கை, அற்புதச் சக்திகளில் முழுநம்பிக்கை வைப்பதையே காட்டுகிறது. உலகம் முழுவதிலும், மத அதிகபட்சவாதம்தான் இன்றைய முறைமை என்று தோன்றுகிறது.

இந்த இயலில், மதச்சார்பின்மையாக்கம் பற்றிய சமூக அறிவியல் கோட்பாடுகள் என்னும் அகல-லென்ஸின் வழியாக நோக்கி, இந்தியாவில் மாறிவரும், வளர்ந்துவரும் மதத்தன்மையைப் புரிந்து கொள்ள முயற்சிசெய்வோம். சமூகக் கோட்பாட்டில் இங்கு ஈடுபடுவது, சற்றே பயமுறுத்துவதாகவும், இந்தப் புத்தகத்தின் மீதிப்பகுதிக்குப் பொருத்தமற்றதாகவும் தெரியக்கூடும். ஆனால் ஒரு குறிப்பிட்ட காலப் பகுதியில் ஒரு சமூகத்தை அதிக அல்லது குறைந்த மதச்சார்பு கொண்டதாக எது ஆக்குகிறது என்பதை ஆழமாகப் புரிந்துகொள்ள இது உதவும். மேலும் சந்தை அடிப்படையிலான, அளிப்பு (சப்ளை) சார்ந்த மதப் புத்துயிர்ப்புக்கான புதியதொரு சட்டகம் எழுச்சி பெறுகின்ற உலகளாவிய விவாதங்களின் ஆழ்நோக்குகளைக்கொண்டு, மதச்சார்பின்மை பற்றிய உள்ளூர் விவாதங்களை வளப்படுத்தவும் உதவும்.

பல ஆண்டுகள் முன்பிருந்தே, மதச்சார்பின்மை பற்றிய இந்திய விவாதம் காந்திய முனையான சர்வ தர்ம சமபாவம் (எல்லா மதங்களுக்கும் சம மதிப்பு) என்பதற்கும், நேருவிய முனையான தர்ம நிர்பேக்ஷதா (எல்லா மதங்கள் மீதும் பட்சபாதமின்மை) என்பதற்கும் இடையில் உறுதியாக ஊசலாடிவருகிறது. ஆனால் மதச்சேவைகளின் தேவை-அளிப்பில் இந்தியா அனுபவித்து வருகின்ற மாதிரியான மாபெரும் வளர்ச்சியில், போட்டியிடும்

புதிய சந்தைகள் மதம்/ஆன்மிகக் களத்தில் நுழைவது பற்றிய புதிய கொள்கைகள் நமக்கு முக்கியம். உலகமயமாக்கலின் புதிய காலத்தில் கடவுளர்களின் எழுச்சி பற்றிய சிந்தனைகளின் புதிய வழிகளை வாசகருக்கு அறிமுகப்படுத்த இந்த இயல் முயற்சி செய்யும். நவீன உலகில் மதம் திரும்பி வந்தமை பற்றிய இந்தக் கொள்கைகள் (கோட்பாடுகள்), மதத்தின் மரணத்தை முன்னறிவித்த பழைய கோட்பாடுகளுடன் ஏற்பட்ட அறிவுபூர்வமான விவாதங் களின் விளைவாக எழுந்தவை. ஆகவே அடுத்தடுத்து வந்த பல்வேறு கோட்பாடுகளையும் நாம் காண்பது அவசியம். பின்வரும் பகுதியில், மதச்சார்பின்மை (அல்லது மதத்தின் வீழ்ச்சி) பற்றிய பழைய கொள்கைகள், மதச்சார்பின்மை நீக்கம் (அல்லது மதத்தின் புத்தெழுச்சி) பற்றிய புதிய சிந்தனைகள் ஆகியவை இந்திய அனுபவத்திற்குப் பொருந்திய வகையில் ஆய்வுசெய்யப்படும்.

செவ்வியல் கொள்கை:
மதச்சார்பின்மையின் தவிர்க்கவியலாமை

கடவுளை ஈடுபடுத்தாமல், இயற்கையின் அடிப்படை ஒழுங்கு பற்றி ஆடவரும் பெண்டிரும் புரிந்துகொள்ளத் தொடங்கும் போது கடவுள் நம்பிக்கையிலிருந்து அவர்கள் விடுபடக் கற்றுக் கொள்வார்கள் என்ற அறிவொளிக்கால நம்பிக்கையின் அடிப்படையில் எழுந்தது மதச்சார்பின்மை பற்றிய செவ்வியல் கொள்கை. இயற்கையை அறிவுபூர்வமாகக் கட்டுப்படுத்துதல், தெய்வீக சக்திகளுக்கு அடிபணிவதைத் தேவையற்றதாக்கும். மதம் வாடி உலர்ந்து அழிந்துபோகும். இந்தியாவின் அரசியலமைப்பைச் செதுக்கிய நவீனத்துவச் சிற்பிகளின் மதச்சார்பின்மை பற்றிய பார்வை மேற்கண்ட புரிந்துகொள்ளல் அடிப்படையில்தான் எழுந்தது.

இந்தச் செவ்வியல் மதச்சார்பின்மையின் பிறப்பும் இறப்பும் பற்றி ஒரு தொலைநோக்கிப் பார்வையை பீட்டர் பெர்கர் அளித்துள்ளார். அவர் பாஸ்டன் பல்கலைக்கழகத்தின் புகழ்பெற்ற மதச் சமூகவியலாளர், மிகுந்த ஆக்கப்பணி செய்தவர். த சேக்ரட் கெனோபி (புனித விதானம்) என்னும் வெளிச்சம் தரும் நூலை 1967இல் எழுதினார். நவீன பெருந்தொழில் சமூகங்களில் மதத்தின் வீழ்ச்சி தவிர்க்கமுடியாதது என்பதை இந்நூலில் அவர் காட்டி இருந்தார். 1999இல், ஏறத்தாழ முப்பது ஆண்டுகள் கழித்து,

த டிசெகுலரைசேஷன் ஆஃப் த வேர்ல்ட் (உலகில் மதச்சார்பின்மை நீக்கம்) என்ற புத்தகத்தைத் தொகுத்தார். இப்புத்தகத்தில் தனது முந்தைய கொள்கையைக் கைவிட்டு, உண்மையில், உலகம் மேலும் நவீனமாகும் போது மேலும் மதத்தன்மை கொள்கிறது என்று ஏற்றுக்கொண்டார்.

த சேக்ரட் கெனோபியில் (புனித விதானத்தில்), நவீனப் பெருந் தொழில்களின் செயல்பாட்டிற்குள் கட்டப்பட்டுள்ள ஓர் உலக ளாவிய செயல்முறையாகவே மதச்சார்பின்மையாக்கத்தை வருணித்திருந்தார்: *பெருந் தொழில்மயமாகும் எந்தச் சமூகமும் மதச்சார்பின்மையை அடையவே செய்யும்.* 'மதம்', பெர்கர்கூறினார், 'தொழிலக வாயிலில் நின்றுவிடும்.' 'நவீனப் பெருந்தொழில்', மதத்தைப் பொறுத்தவரை, 'ஒரு சுதந்திரமடைந்த பிரதேசம் போன்றது'; மதச்சார்பின்மையாக்கத்தைச் சமூகத்தின் பிற பகுதிகளுக்குப் பரப்புகிறது.[15]

பெருந்தொழிற்பகுதியை ஒரு 'சுதந்திரமடைந்த பிரதேசமாக' ஆக்குவது எது? சுருக்கமான விடை இதுதான்: வேலைச் செயல் பாட்டின் பகுத்தறிவாக்கம். அதாவது, தெய்விகக் குறுக்கீட்டின், மந்திரதந்திரச் செயலின் எல்லாத் தன்மைகளையும் நீக்கி, வேலையைக் கணிக்கக்கூடியதாகவும், நம்பிக்கை வைப்பதற் குரியதாகவும் ஆக்குதல். நவீன பெருந்தொழிற் சமூகத்திற்கு ஒரு பெரிய அளவிலான அறிவியல், தொழில்நுட்பப் பணியாளர் அமைப்பின் இருப்பு அவசியம். இந்த அமைப்பின் பயிற்சியும் மேற்செல்லும் சமூக அமைப்பும் உள்கட்டமைப்பின் அளவில் மட்டுமல்ல, பிரக்ஞையின் தளத்திலும் மிக உயர்ந்ததொரு பகுத்தறிவாக்கத்தை எதிர்நோக்குகிறது. காலப்போக்கில், பொருளாதாரத்தின் பகுத்தறிவுமயமாகிய மையப் பகுதியைப் பாதுகாக்கவும் மேம்படுத்தவும் வேண்டி, அரசுகூடத் தன்னை மதம் விதிக்கும் கட்டுப்பாடுகளிலிருந்து விலக்கிக் கொள்கிறது என்பது பெர்கருடைய வாதத்தின் உச்சமுடிவு. இது, மதகுரு அமைப் பிற்கு எதிராகத் திட்டமிட்டு (பிரான்சில் நிகழ்ந்ததுபோல) உருவமைக்கப்பட்டாலும் (அமெரிக்கா, பிரிட்டன், இந்தியாவில் போல) அவ்வாறு இல்லாவிட்டாலும் தேசியப் பின்னணிக்கு ஏற்றவாறு மாறுபடும். ஆனால் பொருளாதாரச்செயல்பாடு, சட்டம், அரசியல் ஆகியவற்றுக்கான மத அடிப்படைக் கோட்பாடுகளின் ஆதிக்கத்திலிருந்து அரசை விடுவிப்பது என்னும் மதச்சார்

பின்மையாக்கத்தின் மையப் பகுதி, எல்லா நவீனமயமாகும் அரசு களுக்கும் பொதுவான உலகளாவிய பண்பாகும்.

பெர்கருடைய கூற்றில், ஒரு மதச்சார்பற்ற அரசு எவ்வாறேனும் அமைந்துவிட்டால், பிறகு சமூகம், கலாச்சாரம், வாழ்க்கையுலகம் ஆகியவற்றின் மதச்சார்பின்மையாக்கம் ஏறத்தாழத் தானாகவே நிகழ்ந்துவிடுகிறது. இது பின்வருமாறு நடக்கிறது: முன்பு மத நிறுவனங்களால் கட்டுப்படுத்தப்பட்டிருந்த குடிமக்களுக்கான துறைகளையும் சேவைகளையும் அரசு எடுத்துக்கொள்கிறது. அதேசமயத்தில், முன்பு தெய்வீகக் குறுக்கீட்டால் ஏற்படுவதாகக் கருதப்பட்ட வாழ்க்கையின் துரதிருஷ்டங்கள் பலவும் – நோய்கள், கதியற்றநிலை, இயற்கையால் ஏற்படும் அழிவுகள் போன்றவையும் அறிவின் கட்டுப்பாட்டிற்குள் கொண்டுவரப்படுகின்றன.

அரசு, பொருளாதாரம், கல்வி, உடல்நலம், அறிவியல் ஆய்வு, தொழில்துறை வளர்ச்சி போன்றவற்றின் ஆதிக்கக் களங்கள் யாவும் மெதுவாகவும் ஒழுங்காகவும் தங்கள் மேல்கவிந்துள்ள மதம் என்னும் 'புனித விதானத்திலிருந்து' விடுபடுவதுதான் மதச் சார்பின்மையாக்கத்தின் அடிப்படை சாராம்சம் ஆகும். மதத்தின் ஆதிக்கத்தி லிருந்து நிறுவனங்கள் விடுபடும்போது மக்களின் பிரக்ஞையும் அவ்வாறே விடுபடுகிறது:

சமூகத்திலும் கலாச்சாரத்திலும் மதச்சார்பின்மையாக்கம் இருப்பது போலவே, பிரக்ஞையின் மதச்சார்பின்மையாக்கமும் இருக்கிறது. எளிமையாகச் சொன்னால், நவீன மேற்கு, மதம் அளிக்கும் விளக்கத்தின் உதவியின்றி உலகத்தையும் தங்கள் வாழ்க்கை யையும் நோக்குகின்ற மிக அதிகமான தனிமனிதர்களை உருவாக்கிவருகிறது என்று இதற்குப் பொருள்.[16] (அழுத்தம் என்னுடையது).

கலாச்சார ஆக்கத்தின் மீதான கட்டுப்பாட்டை மதங்கள் அரசுக்கு விட்டுவிடுமாறு நிர்ப்பந்திக்கப்படும்போது, அவை முன்பு அளித்த புனித விதானம் குலைந்துபோகிறது. மதங்கள், மக்களின் ஆதரவை முன்புபோல் தன்னிச்சையாக நம்ப முடிவதில்லை. தனியார் மயமான மதங்கள் ஒரு தேர்வுவாய்ப்பாக அமையுமே தவிர, கண்டிப்பானவையாக இருக்கமுடியாது. இம்மாதிரிச் சூழ்நிலையில், மத நிறுவனங்கள் சந்தைப்படுத்தும் முகமைகளாக (மார்கெட்டிங் ஏஜென்ஸியாக) மாறுகின்றன, மதப் பாரம்பரியங்கள் நுகர்வோர் சரக்குகளாக மாறுகின்றன என்று பெர்கர் வாதிடுகிறார்.

இந்தப் பன்மைத்தன்மைகொண்ட மதச்சந்தை மக்களின் மதச்சார்பைக் குறைக்கும் என்று பெர்கர் நோக்குகிறார். கடவுளைப் பற்றிய, ஒன்றுக்கொன்று மோதுகின்ற பல கருத்துகளை மக்கள் எதிர்கொள்ள நேரிடும்போது தங்கள் மதப் பாரம்பரியம் மட்டுமே சரியான ஒரே வழி என்று அவர்களால் ஏற்க இயலாது. சார்பியல் நிலைப்பாடு, மதத்தின்மீது சந்தேகத்தை ஏற்படுத்தும் என்று பெர்கர் நம்புகிறார்.

இந்திய அரசியலமைப்பு இந்தச் செவ்வியல் மதச்சார்பின்மை வாத நோக்கின் அடிப்படையில் அமைந்துள்ளது. பொதுக் களத்தில் மதத்தின் செல்வாக்கு வீழத்தான் போகிறது; சாதி, பாலினப் பாகுபாட்டுக்கான மத ஆதாரங்களைச் சரிசெய்ய அரசு தலையிட வேண்டிவரும் என்ற யூகத்தின் அடிப்படையில் இந்தியாவின் ஜனநாயகப் புரட்சி நிகழுமென எதிர்பார்க்கப்பட்டது. சாதி, இனம், வர்க்கம், பாலினம் ஆகியவற்றிற்கு அப்பாற்பட்டு சமமான குடியுரிமையை அரசியலமைப்பு வழங்கும் என்ற வாக்குறுதியால், இந்துச்சட்டங்கள், புனித விலக்குகள், பல நூற்றாண்டுகளாகச் சமூக பொருளாதார உறவுகளைக் கட்டுப்படுத்தி வந்த வழக்காறுகள் ஆகியவை அடித்துச் செல்லப்படும் என்று நோக்கப்பட்டது. மேலும், இந்திய அரசியலமைப்பு, முற்றிலும் நாத்திகமானது: அதன் கொள்கைகளான நீதி, சுதந்திரம், சமத்துவம், சகோதரத்துவம் என்பவை எந்தத் தெய்வீக சக்தியையும், எந்தப் புனித நூலையும், எந்தப் புனித மரபையும் எதிர்நோக்கவில்லை. ஆனால் முரண் நகையாக, 'ஒரே சமயத்தில் மதச்சார்பற்ற கல்வி கிடைப்பதை ஜனநாயகப்படுத்தாமல்', உயர் இந்துமதத்தை அடைவதற்கான வழியை மட்டும் ஜனநாயகப்படுத்தியதால், முன்னைவிடக் 'குறைந்த' மதச்சார்பின்மை கொண்ட குடிமக்கள் சமூகம் உருவாக வழிசெய்துவிட்டது. ஆக, இந்தியாவை மதச்சார்பற்ற தேசியத்தைத் தழுவிக்கொள்ள வழிசெய்த சமூக இயக்கம், பெர்கருடைய கோட்பாட்டுக்கு ஒத்துவரும்போது, அவர் முன்கணிப்புச் செய்த 'பிரக்ஞையின் மதச்சார்பின்மையாக்கம்' ஏற்படவே இல்லை.

அறிவியல், சமதர்மம், மதச்சார்பின்மையாக்கம்

த சேக்ரட் கெனோபி (புனித விதானம்), நியாயமாகவே அது ஒரு செவ்வியல் நூல் எனக் கருதப்படுகிறது; ஒரு தலைமுறைச் சிந்தனையாளர்களை அது முழுமையாகச் செல்வாக்கிற்கு

உட்படுத்தியுள்ளது. ஆனால், வெகுசன அறிவுச் சூழலை மாற்றுவதில் அறிவியல் முன்னேற்றங்களின் பங்கு, மதச்சார்பின்மைக்கும் உழைக்கும் வர்க்க இயக்கங்களுக்கும் இடையிலான வரலாற்றுப்பூர்வ நேயம் ஆகிய இரண்டு முக்கியக் காரணிகளை மதச்சார்பின்மை பற்றிய செவ்வியல் கோட்பாடுகள் தவறவிட்டு விடுகின்றன. இந்தியாவில் மதச்சார்பின்மைக் கலாச்சாரத்தை உருவமைப்பதில் அறிவியல் மனப்பான்மையின் உருவாக்கத்திற்கு நமது அரசியலமைப்புத் தந்தையர் கொடுத்த முக்கியத்துவத்தை நோக்கினால், இந்தியாவிற்குப் பலகாலம் முன்பே மதச்சார்பின்மைக்கான போராட்டங்கள் தொடங்கிவிட்ட மேற்கத்திய சமூகங்களில், உழைக்கும் மக்களின் அறிவியல் ஏற்பு பற்றிச் சிந்திக்க வேண்டியதன் முக்கியத்துவத்தை உணரலாம்.

மையநீரோட்ட மதச்சார்பின்மைக் கோட்பாடு, தொழில்நுட்ப, நிறுவனம்சார்ந்த உள்கட்டமைப்புகள் மீது கலாச்சாரமும் சிந்தனைகளும் செல்வாக்குச் செலுத்த இடமளிக்கவே இல்லை என்பது விசித்திரமான விஷயம். இந்தப் பிரச்சினை பற்றி பெர்கர் மிகத் தெளிவாக இருக்கிறார். மேற்கில் மதச்சார்பின்மைச் செயல்முறையைத் தொடங்குவதில் பைபிள்சார் பாரம்பரியத்தின் வரலாற்றுப் பங்கை அவர் ஒப்புக்கொள்கிறார். ஆனால், அச்செயல்முறை தொடங்கிவிட்ட பிறகு மதத்திற்கு நேரடிப் பங்கு எதுவும் இல்லை. மாறாக, அரசியல் பொருளாதாரத்தை மதம் முற்றிலும் சார்ந்ததாகி விடுகிறது; ஒரு சமூகத்தின் நிறுவன அமைப்பின்மீது செல்வாக்குச் செலுத்தும் திறனை இழந்துவிடுகிறது. பனிப்போர் (அமெரிக்காவுக்கும் ரஷ்யாவுக்குமான கருத்தியல் வேறுபாடுகளால் உருவான போராட்டங்கள்) உச்சமாக நடந்துகொண்டிருந்த நாள்களில் எழுதுகின்ற பெர்கர், சோவியத் கூட்டமைப்பிலிருந்த 'அறிவியல் நாத்திகவாதி'களும் அமெரிக்காவிலிருந்த கிறித்துவ நற்செய்தியாளர்களும் மதச்சார்பின்மை அலையைத் தடுக்கிறார்கள் எனச் சமமாகவே புறக்கணிக்கிறார். பகுத்தறிவுசார் விமரிசனமோ, தற்காப்புவாதமோ எதுவும் மதத்தைக் காப்பாற்றிவிட முடியாது. மதம் இறக்கவில்லை என்றாலும் மறதிக்குள் சென்றுவிடும்.

பரந்துபட்ட மக்கள்சமூகத்தில் நவீன அறிவியல் வளர்ச்சிக்கும் அறிவியல் நோக்கின் வளர்ச்சிக்கும் முக்கியத்துவம் அளிக்காமை மதச்சார்பின்மைக் கோட்பாட்டின் மற்றொரு விசித்திரக்கூறு. அறிவியல், தொழில்நுட்பமாகத்தான் ஒரு வேற்றுமையை

ஏற்படுத்துகிறது. அது வேலையில் பகுத்தறிவாக்கத்திற்கு இட்டுச் செல்கிறது. மீண்டும் அது சமூகத்தின் பிற களங்களுக்குப் பரவுகிறது. அறிவியலின் கலாச்சாரச் செல்வாக்கு — உலகத்தைப் பற்றி சமயக் கொள்கைகள் (டாக்மாஸ்) சொல்கின்ற கூற்றுகளின் உண்மை யைப் பகுத்தறிவால் கேள்வி கேட்பது — மைய நீரோட்ட மதச்சார்பின்மையாக்கத்தில் எவ்விதப் பங்கும் வகிப்பதில்லை. பெர்கரின் கூற்றுப்படி, உண்மை முக்கியமல்ல, உண்மைபோலத் தோன்று கின்ற தன்மை (அல்லது சரியெனத் தோன்றும் தன்மை) தான், அல்லது 'நம்புகின்ற தன்மைதான்' அவசியம். உண்மையோ பொய்யோ, எந்தக் கருத்தையும் சமூகவயமாக்கல் செயல்முறையின் மூலமாக நம்பக்கூடியதாகத் தோன்ற வைத்துவிடலாம். சமூகவய மாக்கல் சடங்குகள், மரபுநிகழ்வுகள் மூலம் திரும்பத் திரும்பச் சொல்வதன் வாயிலாக நிகழ்கிறது. அதாவது, தங்கள் கடவுளர் களுக்குச் சார்பான அல்லது எதிரான சான்றுகளைச் சீர்தூக்கி, அதற்கேற்பத் தங்கள் நம்பிக்கைகளை மக்கள் சரிப்படுத்திக் கொள்வதால் மதச்சார்பின்மை ஏற்படுவதில்லை. மாறாக, கடவுளை மெய் என்று நம்பவைக்கின்ற சமூகவயமாக்கல் செயல்முறைகள் மீது மதங்களுக்கிருக்கும் ஏகபோக உரிமையை உடைப்பதால் தான் சமூகங்கள் மதச்சார்பின்மையை ஏற்கின்றன. இந்த நோக்கை மதச்சார்பின்மையை ஆதரிக்கும் மற்றவர்களும் மிகவும் குறிப்பாக, மதச்சார்பின்மையை வெளிப்படையான பேச்சு, எழுத்துகளால் நன்கு தற்காத்து வருகின்ற ஸ்டீவ் புரூஸ் போன்றோரும் ஏற்கிறார்கள்.

ஓவன் சாட்விக் 1975இல் எழுதிய செவ்வியல் நூல், *த செக்யூலரைசேஷன் ஆஃப் தி யூரோப்பியன் மைண்ட் இன் த நயன்டீன்த் செஞ்சுரி* (பத்தொன்பதாம் நூற்றாண்டில் ஐரோப்பிய மனத்தின் மதச்சார்பின்மையாக்கம்) என்பது. பெர்கரின் நூலை அதனுடன் வைத்துப் படிப்பது பயனுள்ளது. ஐரோப்பாவில் பத்தொன்பதாம் நூற்றாண்டில் நடந்த மதச்சார்பின்மை ஆக்கத்தின் தனித்தன்மை என்னவெனில், நவீன அறிவியல் கொண்டுவந்த சிந்தனைகளில் ஏற்பட்ட புரட்சியை உழைக்கும் மக்கள் தீவிரமாக ஏற்றுக் கொண்டார்கள்; அறிவுஜீவிகளான மேட்டுக்குடியினரின் அறைகளில் மட்டுமே மதத்தை அறிவியல்ரீதியாக விமரிசனம் செய்வது நிகழவில்லை. அது உழைக்கும் மக்களின் கலாச்சாரத் திற்குள் பரவியது. 1740களின் சுதந்திர சிந்தனையாளர்களைவிட 1840களின் சுதந்திர சிந்தனையாளர்கள் வேறுபட்டு இருந்தார்கள்.

அவர்கள் சமூகத்தின் கீழ்மட்டத்தில் இருந்தவர்கள். மத நோக்கங்களை சமூகநோக்குடன் சேர்த்துப் பார்த்தார்கள்.[17] 'பிரிட்டிஷ் சமதர்மவாதிகள் நாத்திகம் என்ற சொல்லைப் பயன்படுத்தினால் தவறாகப் புரிந்துகொள்வார்கள் என்று கருதியே 'மதச்சார்பின்மை' என்ற சொல்லை ஜார்ஜ் ஹால்யோக் என்பவர் 1851இல் உருவாக்கினார் என்பதை சாட்விக் நினைவூட்டுகிறார். இந்தக் காலத்தின் ஐரோப்பிய மதச்சார்பின்மை இயக்கங்கள், கார்ல் மார்க்ஸ், சார்லஸ் டார்வின் ஆகியோரால் எழுச்சி பெற்றவை. ஜெர்மானிய அறிவியலாளர்களின் – குறிப்பாக கார்ல் வோக்ட், லுட்விக் பக்னர், எர்ன்ஸ்ட் ஹெகல் போன்றோரின் பொருள் முதல்வாதத்தைத் தழுவியவை. இவர்கள் பிராண வாதத்திற்கு (வைட்டலிஸம்) எதிரான போராட்டத்தில் ஈடுபட்டிருந்தார்கள். (பிராணவாதம் என்பது, உயிர்வேதியியல் மூலக்கூறுகளின் இயக்கத்திற்குப் பின்னால், உயிர்களுக்கு ஏதோ ஓர் உயிர்ச்சக்தி — இந்தியாவில் நாம் கூறும் பிராணன் போன்ற ஒன்று — தேவைப்படுகிறது என்ற சிந்தனை.) இந்த இயக்கங்களுக்கு நடுத்தர வர்க்கக் கைவினைஞர்கள், நெசவாளர்கள், கடைக்காரர்கள், புத்தக விற்பனையாளர்கள், உழைக்கும் வர்க்கத்தினர் ஆகியோரின் உற்சாகமான ஆதரவு இருந்தது. இவர்கள் அதிகாரபூர்வத் திருச்சபைமீது அலட்சியமாகவோ, மதங்கள் உழைப்பாளர்களின் நோக்கங்களுக்கு எதிரானவை என்று கருதுபவர்களாகவோ இருந்தார்கள்.

இதுபோன்ற வளர்ச்சிகள் அட்லாண்டிக்கைத் தாண்டி அமெரிக்காவிலும் ஏற்பட்டன. முற்போக்குவாதத்தின் காலத்தில் (1875-1914), பேச்சுச் சுதந்திரம், திருச்சபையையும் அரசையும் வேறுபடுத்தல், எட்டு மணிநேர வேலைநாள், சுதந்திரமான மதச்சார்பற்ற அரசுப் பள்ளிகள் போன்ற பரந்த அளவிலான மக்களுடைய பிரச்சினைகளுக்கு அமெரிக்க சுதந்திரச் சிந்தனையாளர்கள் உழைக்கும் வர்க்கத்தினருடன் கைகோத்தனர்.[18] இவை உழைக்கும் மக்களிடையேயும் பரந்துபட்ட தொகுதிகளை ஈர்த்தன. சாதாரண மக்களின் வாழ்க்கையைப் பாதிக்கின்ற அன்றாடப் பிரச்சினைகளுக்கு நடைமுறை சார்ந்த, இவ்வுலகு சார்ந்த, பகுத்தறிவு சார்ந்த தீர்வுகளை அளிக்கும் போதுதான் மதச்சார்பற்ற இயக்கங்கள் வெற்றி பெறுகின்றன என்பதை அமெரிக்கச் சான்றும் காட்டுகிறது.

மதச்சார்பின்மையின் இந்த நடைமுறை சார்ந்த கருத்தாக்கத்தை மார்க்ஸ் எவ்விதம் தழுவிக்கொண்டார் என்பதை சாட்விக் விளக்குகிறார். தமது இளமைக்காலத்தில் மார்க்ஸ் மதத்தின் அறிவுபூர்வ உள்ளடக்கத்தில் ஈடுபட்டிருந்தார். பகுத்தறிவு சார்ந்த வாதத்தால் களையக்கூடிய தவறு அது என்று நினைத்தார். ஆனால் தமது முதிர்ந்த எழுத்துகளில் மார்க்ஸ், முதலாளித்துவ நிலைமைகளின் கீழ் நிஜமான மதச்சார்பின்மையாக்கத்தை எந்த அளவிலான அவநம்பிக்கை சார்ந்த மாயைநீக்கமும் மேம்படுத்த முடியாது என்பதைக் கண்டார். *ஜெர்மன் ஐடியாலஜி* (ஜெர்மானியக் கருத்தியல்) என்னும் நூலில் மார்க்ஸின் பார்வைகளைத் தொகுத்துத் தர முனைகின்ற சாட்விக், 'நாம் மனிதர்களின் சிந்தனைகளை மாற்ற வேண்டுமானால், நாம் அதை நாத்திகத்தைப் பிரச்சாரம் செய்வதன் மூலமாகவோ, தத்துவப்படுத்தல் மூலமாக அவர்கள் மத நம்பிக்கைகளைக் குலைப்பதன் வாயிலாகவோ செய்ய இயலாது. மதத்தை மறையச் செய்ய நமக்கு அறிவியல் தேவையில்லை, சமூகப் புரட்சிதான் தேவை' என்கிறார்.[19] ஆனால் தன்னளவில் பகுத்தறிவு சார்ந்த விமரிசனம் போதாது என்றாலும், மார்க்ஸூம் மார்க்ஸியர்களும் உழைக்கும் வர்க்கத்தின் போராட்டங்களில் அதை ஒரு தேவையான கூறாகவே எப்போதும் கருதி வந்துள்ளனர்.

நேராக வெறும் அரசியல் புரட்சிகளில் மட்டும் இந்தப் புரட்சிகர இயக்கங்களின் நீடித்த தாக்கம் நிகழவில்லை; மேற்கில் நிகழவும் அதுவே காரணம். *வெகுசன கலாச்சாரத்தில் மெதுவான, உறுதியான அறிவுபூர்வமான மாற்றம்* உலகத்தைப் பற்றித் தாங்கள் பாரம்பரியமாக ஏற்றுக்கொண்ட விளக்கத்திற்கு வேறான மாற்று விளக்கமும் இருக்கிறது என்ற சிந்தனையை உழைக்கும் மக்களிடமும் நடுத்தர வகுப்பினரிடமும் இவை ஏற்படுத்தின. பைபிள் ஊகமாகக் கொண்டிருந்த பிரபஞ்சத்தின் படத்தைப் பற்றிச் சந்தேகத்தின் விதைகளை விதைப்பதில் இவை வெற்றிகண்டன.

மேற்கிற்குப் போலவே இந்தியாவுக்கும் பகுத்தறிவுவாதம், நீதிக்கான சமூகப் போராட்டங்கள் சார்ந்த விவாதங்கள் மிகவும் ஏற்புடையவையே. இந்தியாவின் இடதுசாரி அரசியல் மதத்தை மாயைநீக்கம் செய்வதா, சமூகப் புரட்சியா — எது முதலில் முக்கியம் என்ற கேள்வியிலேயே நீண்டகாலமாக ஈடுபட்டிருந்தார்கள். தலித், சூத்திரச் சிந்தனைச் செயல்பாட்டாளர்கள் — மார்க்சியர்கள்

இடையே கருத்துமாறுபாட்டுக்கான முக்கியமான விஷயமாக இதுவே இருந்துவந்தது. பி.ஆர். அம்பேத்கர் போன்ற தலித் அறிவுஜீவிகளுக்கு, உள்ளார்ந்த மானிடச் சமமின்மையை நியாயப்படுத்துகின்ற இந்து அமைப்பை முதலில் உடைப்பதுதான் சமூக உறவுகளில் ஏற்படக்கூடிய எந்தத் தீவிர மாற்றத்திற்கும் தேவையானது. அம்பேத்கர் கேட்டார்: 'ஏற்கெனவே அமைந் திருக்கும் மேற்கட்டுமானத்தை (சாதியை இந்துமதம் நியாயப் படுத்துவதை) உடைக்காமல் எவ்விதம் ஒரு புதிய அடித்தளத்தை (ஜனநாயக சமதர்மத்தை) அங்கு ஏற்படுத்தமுடியும்?'

மாறாக, இந்திய மார்க்சியர்கள், பொருள்முதல்வாதத்தையும் நாத்திகத்தை யும் தத்துவரீதியாக ஏற்றுக்கொண்டிருந்தாலும், பொதுவாக மார்க்ஸின் வழியையே பின்பற்றினார்கள்: முதலாளித் துவத்திற்கும் ஏகாதிபத்தியத்திற்கும் எதிரான புரட்சிக்கே முன்னுரிமை கொடுத்தார்கள். மத நம்பிக்கைகளை அவ-நம்பிக்கைசார் மாயை நீக்கத்தினால் உடைக்கும் திட்டத்திற்கு அவர்கள் எதிரிகள் என்பதல்ல. எம்.என். ராய், தேவிபிரசாத் சட்டோபாத்யாயா, டி.டி. கோசாம்பி போன்ற மார்க்சியச் சிந்தனையாளர்கள் இந்து மதத்தில் பகுத்தறிவு, பொருள்முதல் வாதக் கூறுகள் நீண்டகால மாக இழிவுபடுத்தப்பட்டு வந்துள்ளமை மீது கவனத்தை ஈர்ப்பதில் வழிகாட்டியுள்ளனர்.

பகுத்தறிவுவாதத்தின் மீது பரிவு காட்டினாலும், இந்திய மார்க்சியர்கள் மதத்தைப் பற்றிய விமரிசனத்தைப் பின்னுக்குத் தள்ளிவந்துள்ளனர். மாறாக, மக்களை வெற்றுப் பேச்சால் கவர்கின்ற, நவீனத்திற்கு எதிரான இயக்கங்களுடன் தங்களைச் சிலசமயம் நட்பாகச் சேர்க்கின்ற அரசியல் கணக்கீடுகளுக்கே முக்கியத்துவம் தந்துள்ளனர். இதன் விளைவாக, மதங்களின் மாயைகள்மீது நேராகக் குறிவைக்கக்கூடிய, பகுத்தறிவு வாதம் சார்ந்த ஒரு தனித்த அரசியல், இடதுசாரிகளிடம் இந்தியாவில் இல்லாமல் போய்விட்டது. அதுமட்டுமின்றி, வர்ணாசிரம தர்மத்தின் அடிப்படைகளை ஆதரிப்பதை ஒருபோதும் கைவிடாத அல்லது படிநிலைகளை நியாயப்படுத்தும் தத்துவங்களைப் பரிசீலனைக்கு உட்படுத்தாத உயர்சாதிக் கட்சிகளுடன் சந்தர்ப்ப வாதக் கூட்டணிகளில் இன்றைய தலித் இயக்கங்கள் இணையவும் செய்கின்றன. இதற்காக அவை அம்பேத்கரின் திட்டமான கருத்தியல் விமரிசனம் என்பதைக் கொல்லைப்புறத்தில்

போட்டுவிட்டன. ஆனால் இந்த இயல் காட்ட முனைவதுபோல, உண்மைக்கும் நீதிக்குமான போராட்டங்கள் ஆழமாக ஒன்றிணைந் துள்ளன. ஒன்று இன்றி மற்றது முழுமைபெறுவதில்லை.

மதச்சார்பின்மையாக்கம் ஒரு மேற்கத்தியச் சிந்தனையா?

மதச்சார்பின்மையாக்கம் என்பது ஓர் உலகளாவிய நிகழ்வுதானா என்பது இம்மாதிரி விஷயங்களைப் பற்றிச் சிந்திப்பவர்களைக் குழப்புகின்ற மற்றொரு கேள்வி. எல்லாச் சமூகங்களுமே, தாங்கள் பெருந்தொழிலமைவில் ஈடுபடுகின்ற சமயத்தில் மதத்தின் 'புனித விதானத்திலிருந்து' சமூகத்தின் வெவ்வேறு களங்கள் பிரிவு படுவதைக் காண்கின்றனவா?

நியூயார்க்கின் சமூக ஆராய்ச்சிக்கான புதுப்புலத்தில் உள்ள சமூகவியலாளரான ஜோஸ் கேசனோவா, தனது பெரிதும் பாராட்டப்பட்ட , 1994ஆம் ஆண்டு வெளியான *பப்ளிக் ரெலிஜியன் இன் த மாடர்ன் வேல்ட்* (நவீன உலகத்தில் வெகுசன மதம்) என்னும் நூலில், இந்தக் கேள்விக்கு விடைகாண ஒரு பயனுள்ள வழியை அளித்துள்ளார். இந்தியாவிற்கு எப்படிப்பட்ட மதச்சார்பின்மை ஏற்றது என்பது பற்றி இங்கு நிகழ்ந்துகொண்டிருக்கும் விவாதங் களுக்கு அவருடைய ஆழ்நோக்குகள் பொருத்தமானவையாக உள்ளன.

அரசு, பொருளாதாரம், அறிவியல் ஆராய்ச்சி மற்றும் வளர்ச்சி ஆகிய துறைகள் மதத்தின் உட்புகுத்தல்களிலிருந்து மேன்மேலும் சுய ஆதிக்கம் (அல்லது வேறுபடுத்தலைப்) பெறவேண்டும் என்ற மதச்சார்பின்மையின் அடிப்படை மையத்தைக் கேசனோவா ஆதரிக்கிறார். 'நவீன' அரசு அதிகார அமைப்புகளையும் சந்தை களையும் வேறுபடுத்திக் காட்டுவது என்னவெனில், அவை *கடவுள் இல்லாதது போலவே* பாவித்துச் செயல்படுகின்றன என்பதே. சமூக வாழ்க்கையின் பல்வேறு கூறுகள் இவ்விதம் மதத்தின் அனுமதிப்புகள், புனித விலக்குகள் ஆகியவற்றிலிருந்து மேலும் மேலும் தன்னாட்சி பெறுகின்ற செயல்முறைதான் எந்தச் சமூகத்தையும் நவீனம் ஆக்குகிறது.

இந்த 'வேறுபடுதல்' செயல்முறை உலகளாவியது. ஆனால், எல்லாச் சமூகங்களின் மதங்களும் ஒரே அளவான தனிமைப் படுதலையும், வீழ்ச்சியையும் அனுபவிக்கும் என்று அர்த்தமல்ல என்று கேசனோவா வாதிடுகிறார். நவீனப்படுகின்ற எல்லாச்

சமூகங்களும் வேறுபடுத்தலின் ஒரே மாதிரிச் செயல்முறைக்கு உட்படுகின்றன; ஆனால் அதனால் வெகுசன மதத்தன்மையின் வீழ்ச்சியில் — மேலும்/அல்லது கோயில்கள், தேவாலயங்கள், மசூதிகள் ஆகியவற்றின் கலாச்சார ஆதிக்கத்தின் வீழ்ச்சியில் — ஒரே மாதிரியான தொடர்விளைவுகள் ஏற்படுமா என்பது வெவ்வேறு சமூகங்களில் காணப்படும் வேறுபட்ட கலாச்சார, அரசியல் முன்நிலைமைகளைப் பொறுத்தது என்பது அவருடைய முடிவு. 'முறையான மதச்சார்பின்மையாக்கத்தின் வரலாற்றுச் செயல் முறைகளையும் இந்தச் செயல்முறைகளினால் யூகிக்கப்படும் அல்லது எதிர்பார்க்கப்படும் விளைவுகளையும் குழப்பிக்கொண்ட தால் பழைய செவ்வியல் மதச்சார்பின்மையாக்கக் கோட்பாடு ஊனமுற்றிருந்தது' என்று சரியாகவே சுட்டிக்காட்டுகிறார்.[20]

ஒரே மாதிரியான நவீனப்படுத்தல்/நிறுவன வேறுபடுத்தல் போன்ற செயல்முறை, வெவ்வேறு சமூகங்களில் வெவ்வேறு விளைவுகளுக்கு ஏன் கொண்டுசெல்லவேண்டும்? சில சமூகங் களில், குறிப்பாக மேற்கு ஐரோப்பாவில், நவீனப்படுத்து வதால் மதங்கள் தங்கள் சமூகச் செல்வாக்கை ஏன் இழக்க நேரிட்டது? ஆனால், அரசிலிருந்து முறையாக மதங்கள் பிரிக்கப்பட்ட பிறகும், அமெரிக்கா, இந்தியா போன்ற பிறச் சமூகங்களில் ஏன் மதங்கள் தொடர்ந்து செழிக்கின்றன?

மதச்சார்பின்மையாக்கத்தின் கலாச்சாரக் 'கடத்திகள்' நான்கைக் கொண்டு இத்தகைய வேற்றுமைகளை விளக்கக் கேசனோவா முயலுகிறார். கிறித்துவச் சீர்திருத்த இயக்கம், நவீன தேசிய அரசுகளின் எழுச்சி, நவீன முதலாளித்துவத்தின் எழுச்சி, நவீன அறிவியலின் எழுச்சி ஆகிய நான்கும் இக்கடத்திகள் ஆகும். இக்கடத்திகளில் ஒவ்வொன்றும் வெவ்வேறு இயக்க முறைமை களை வெவ்வேறு இடங்களில் வெவ்வேறு காலங்களில் வளர்த்ததால், வெவ்வேறு சமூகங்களில் காணப்படும் மதச்சார் பின்மையாக்க வரலாற்றுச் செயல்முறையின் பாணிகளும் விளைவு களும் வெவ்வேறாக இருக்கின்றன.

மேற்கில் சீர்திருத்தக் கிறித்துவம் (புரோட்டஸ்டான்டிஸம்), மதச்சார்பின்மையாக்கத்தின் பிற கடத்திகளை—முதலாளித்துவம், அறிவியல் ஆகியவற்றை—இயங்கவிடுவதில் எவ்விதம் உதவி செய்தது என்பதைக் கேசனோவா கோடிட்டுக் காட்டுகிறார். ஆனால் காலப் போக்கில், சீர்திருத்தக் கிறித்துவத்துடனான

தொடர்பு உடைந்து போயிற்று. அறிவியலும் முதலாளித்துவமும் தனித்த சக்திகளாகி மதச்சார்பற்ற தேசிய அரசுகளின் பிறப்பிற்கு உதவின. கிறித்துவமானாலும் இல்லாவிட்டாலும் 'நவீனப்படும் எல்லாச் சமூகங்களும்' சீர்திருத்தக் கிறித்துவம் போன்ற ஒன்றின் ஒப்புமை இயக்கம் கொண்டோ, இல்லாமலோ, 'தங்கள் தேசிய அரசுகள்' நிர்வகிக்கும் உலகளாவிய முதலாளித்துவச் சந்தைகளில் பங்கேற்கவே செய்கின்றன. எல்லாமே அறிவியல் கல்வியையும் தொழில்நுட்பப் பயிற்சியையும் மேம்படுத்தவே விரும்புகின்றன. இன்று நவீனப்படும் எந்த தேசிய அரசும் தன்னை முதலாளியத் திலிருந்தோ, அறிவியலிலிருந்தோ மூடிக்கொள்ள முடியாது. இரண்டுமே அரசின், பொருளாதாரத்தின் மதச்சார்பற்ற கூறுகளை மதத்தின் உட்செலுத்துகைகளிலிருந்து பாதுகாக்க முயல்கின்றன.

கேசனோவா தரும் நுட்பமாற்றம், இந்தியச் சூழலுக்குப் பொருத்தமானது. புனிதமானவற்றைத் (மதத்தை) தனிக்களமாகப் பிரித்தல் ஒரு கிறித்துவச் சிந்தனை; 'தங்களைப் பின்பற்றுவோர் வாழ்க்கையின் எல்லாமாகத் தாங்கள் (மதங்கள்) இருப்பதால், சமூகத்தைக் கட்டமைப்பது மதமே'[21] என்னும் இந்திய முழுமைசார் நோக்கிற்குப் பொருத்தமானதல்ல என்று மதச்சார்பின்மையின் இந்திய விமரிசகர்கள் சிலர் சொல்கிறார்கள். மேற்கத்திய விதியிலிருந்து இந்துமதத்தின் விடுபாட்டிற்கு வாதாடுபவர்கள், இடைக் காலத்தில், கிறித்துவமதம் முழுமையாக்கத்தில் இந்து மதத்தை விடக் கொஞ்சமும் குறைந்ததாக இல்லை என்பதை மறந்து விடுகிறார்கள். புனித விதானத்தை நவீனமயமாக்கலும் மதச்சார் பின்மையாக்கலும் உடைப்பதற்கு முன்னர், வாழ்க்கையின் எல்லா அம்சங்களையும் கட்டுப்படுத்துகின்ற விதத்தில் 'எல்லா' மதங் களும் முழுமையாக்கம் (மொத்தத்துவமாக்கம்) செய்பவை யாகவே இருந்தன. இந்துத் தத்துவக் கொள்கைகள் *(மெடாபிசிகல் டாக்டிரின்ஸ்)*, பொருளுக்கும் ஆன்மாவுக்கும், படைக்கப் பட்டவைக்கும் படைத்தவனுக்கும் இடையில் ஒற்றைக் கடவுள் வழிபாட்டு மதங்களைப் போல வேறுபாடுகளை அனுமதிக் காததால், விஷயங்களைச் சிக்கலாக்கிவிட்டன என்பது உண்மை.

ஆனால் கேசனோவா கருத்தின்படி, மதச்சார்பின்மையாக்கத்தின் நான்கு முக்கியக் கடத்திகளில் மதக்கொள்கை ஒன்றே ஒன்றுதான். கடந்த மூன்று நூற்றாண்டுகளாக, இந்தியா மற்ற மூன்று

கடத்திகளான அறிவியலின் உலகப் பரவல், உலக முதலாளித்துவம், உலகமுழுவதும் நவீன தேசிய அரசுகளின் எழுச்சி ஆகியவற்றால் ஈர்க்கப்பட்டே வந்துள்ளது. மதச்சார்பின்மையாக்கத்திற்கு உதவிய பிற மூன்று கடத்திகளின் எழுச்சிக்குச் சீர்திருத்தக் கிறித்துவம் உதவியாக இருந்தபோதும், மதச்சார்பின்மையுடன் அது பிணைக்கப் படவில்லை. எனவே இந்து மதத்திற்குத் தனிநிலை கோருவது பொருந்தாது. 'மதத்தையும் பொதுக் களத்தையும் வேறுபடுத்துவது தான் மதச்சார்பின்மை' என்று புரிந்துகொள்வது வேறு எந்தச் சமூகத்திற்கும் போலவே இந்தியாவுக்கும் பொருந்தும்.

மதச்சார்பின்மையாக்கமே!
அமைதியில் உறங்குவாயாக!

இருபதாம் நூற்றாண்டு நிறைவடையும்போது, மதச்சார்பின்மைக் கோட்பாடுகள் சக்தி இழந்துவிட்டன. உலக முழுவதும் பொதுக் களங்களிலும் தனிக்களங்களிலும் மதத்தின் புத்தெழுச்சி நிகழ்கின்ற நிலையில் மதத்தின் வீழ்ச்சி பற்றிய முன்னறிவிப்புகள் சாத்திய மற்றவை ஆயின. விளக்கவேண்டிய நிகழ்வாக ஆனது மதத்தின் வீழ்ச்சி அல்ல; பிரார்த்தனைகளுக்குச் செவிசாய்க்கும், அற்புதச் செயல்களை நிகழ்த்தும் தெய்வீக இருப்புகளால் நிறைந்த முழு ஆற்றலுடைய, மதங்களின் எதற்கும் மசியாத நீடிப்புத் தன்மையையே இன்று விளக்க வேண்டும்.

மதச்சார்பின்மையாக்கக் கோட்பாட்டின் மரணத்தை முதன் முதலாக அறிவித்ததும் வேறு எவருமல்ல, மதச்சார்பின்மையின் மாபெரும் கோட்பாட்டாளரான பீட்டர் பெர்கரே ஆவார்.[22] *த டிசேக்குலரைசேஷன் ஆஃப் த வேல்ட் (உலகில் மதச்சார்பின்மை நீக்கம், 1999)* என்னும் கட்டுரைத் தொகுப்பில் எழுதும்போது, தவறென்று தனது கொள்கை நிரூபிக்கப்பட்டுவிட்டதாக ஒப்புக் கொண்டார்.

> நவீனமயமாக்கம், சமூகத்திலும் தனிமனிதர்கள் மனங்களிலும் மதத்தின் வீழ்ச்சிக்கு இட்டுச்செல்கிறது என்பது எனது மையக் கருத்து. சிறப்பான இந்தக் கருத்துதான் தவறென்று ஆகிவிட்டது.

இன்றைய உலகம், ஒரு மதச்சார்பற்ற உலகம் அல்ல என்று சரியாகவே பெர்கர் சுட்டிக்காட்டுகிறார். 'அது எப்போதும் இருந்தது போலவே மதத்தில் மூர்க்கத்தனத்தோடுதான் உள்ளது.' பல சமூகவியலாளர்களுக்கும் மிகவும் தெளிவாகவே உள்ள ஒன்றைப்

பிறகு பெர்கர் சொல்கிறார்: 'நமது உலகம் வெறுமனே மதத்தன்மை கொண்டதல்ல, பழைய மோஸ்தரிலான (பாணியிலான), மீயியற்கை (சூப்பர் நேட்சுரலிஸம்) வழியில் அது செல்கிறது.' அற்புதச் செயல்களுக்கும் பிற மீயியற்கைக் கூறுகளுக்கும் முக்கியத்துவம் அளிக்காமல் தங்கள் நம்பிக்கைகளைப் பகுத்தறிவு வயமாக்க முனைந்த மதங்கள், தங்கள் உறுப்பினர்களை இழந்தன; 'பிற்போக்குவாத மீயியற்கையியம் வழிகின்ற மத இயக்கங்கள் பரவலாக வெற்றி பெற்றுள்ளன.'[23]

பெர்கர் சுட்டிக்காட்டும் 'மீயியற்கையியம் (சூப்பர் நேட்சுரலிஸம்) வழிகின்ற மத இயக்கங்களின் பரவலான வளர்ச்சி' தான் பிரச்சினையின் உச்சமாகும். நவீனப் பெருந்தொழில் சமூகங்களில் மதங்கள் அவ்வளவு எளிதாக விட்டுக்கொடுத்து மறைந்து விடுவதில்லை என்பதை மிகக் கடுமையான மதச்சார்பின்மை வாதிகளும் அறிவார்கள். உதாரணமாக, இன்று மதச்சார்பின்மை யாக்கத்தை ஆதரிப்பவர்களில் மிகச் சிறப்பாக அறியப்படும் ஸ்டீவ் புரூஸின் பணியை நோக்குவோம்.[24] மதங்கள் புதுமுறை களைப் புகுத்தவும் ஒத்துச்செல்லவும் இந்த உலகம் சார்ந்த, மேலும் மதச்சார்பற்ற விஷயங்களைச் செய்யவும் தயாராக இருக்கின்றன; எடுத்துக்காட்டாக தேசத்தை நியாயப்படுத்துதல், புதிய பெரு வணிகங்களை ஆசீர்வதித்தல், செல்வம் சேர்ப்பதை நியாயப் படுத்துதல், 'மரபுசார் குடும்ப மதிப்பீடு'களைப் பாதுகாத்தல் போன்றவற்றைச் செய்வதற்கு மதங்கள் தயாராக உள்ளன; இவற்றை புரூஸ் ஒப்புக்கொள்கிறார்.

ஆனால் தங்கள் போதனைகளில் இன்றைக்கு இருப்பவர்களால் நம்பவியலாத கட்டுக்கதைக் கூறுகளை 'நீர்த்துப்போக' வைப்பதன் அல்லது புறக்கணிப்பதன் வாயிலாக மதங்கள் தங்கள் வடிவங் களுக்கு ஒரு விலை கொடுக்க வேண்டிவருகிறது என்று அவர் நம்புகிறார். மதச்சார்பற்ற உலகில், மதங்கள் தங்களையே மதச்சார்பற்றவையாகக் காட்டிக்கொள்வதன் வாயிலாகவே தப்பிப் பிழைக்கின்றன. இதற்கு அவை மீயியற்கைசார் (சூப்பர் நேட்சுரல்) நிகழ்வுகள், அற்புதச் செயல்கள், மறுவுலகம் சார்ந்த விஷயங்கள் போன்றவற்றின் மீதான நம்பிக்கைகளைக் கைவிட அல்லது குறைக்க வேண்டியிருக்கிறது. அவை மென்மையான, சொத்துக் குவிக்கும் மதங்களாக முந்தைய இயல்களில் விவரித்த 'கர்ம முதலாளித்துவத்துடன்' (கர்மா கேபிடலிஸம்) ஒத்த பொருள்

கொண்டவையாக ஆகின்றன. அவற்றின் நோக்கமும் அண்மையில் ஆலன் உல்ஃப் என்ற நன்கறியப்படட மதச் சமூகவியலாளர் சுட்டிக்காட்டியது போல, 'நவீன உலகத்தில் செல்வம் சேர்ப்பதைக் கேள்வி கேட்பதாக அன்றி, அதை எல்லாரும் அடைவதற்கான வழியைக் காட்டுவதாகி விடுகிறது.'[25] ஆனால் இதைத்தான் பெர்கர் கடுமையாக மறுக்கிறார்.

ஆகவே இதுதான் மதச்சார்பின்மை நீக்கப் புதியகொள்கையின் முக்கியமான உரிமைக் கூற்றாகிறது: *நவீன உலகத்தில் மீயியற்கை விஷயங்கள் தங்கள் நம்பகத்தன்மையை இழந்துவிடவில்லை.* காலம், வெளி போன்ற எல்லைகளுக்கப்பால் இயங்குகின்ற அசாதாரணச் சக்திகளுடைய தெய்வங்களின் உதவியையும் ஆறுதலையும் நாடுகின்ற உந்துதல்தான் மதங்களின் சாராம்சம். இதைச் சற்றும் கைவிடாமல், அல்லது நீர்த்துப் போகக்கூடச் செய்யாமல், மதச்சார்பற்ற சமூகங்களில் மதங்கள் தங்களுக்குப் புதிய அலுவல்களைத் தேடிக்கொள்கின்றன. பெர்கரின் பார்வையில், இன்றைய மத அடிப்படைவாதத்தின் திடீர் எழுச்சி என்பது, உண்மையான மதங்கள் மதச்சார்பற்றவையாகி, அரசியல் மயமாகிக் 'கெட்டுப் போனதன்' விளைவல்ல; மாறாக, அந்தந்த மதங்களின் மீயியற்கை வெளிப்பாடுகளில் மக்கள் முழுமையாக, வலுவாக வைத்த நம்பிக்கையின் மெய்யான 'மீட்சி'தான் இது. இந்த அடிப்படைவாத உந்துதலை இஸ்லாம் மட்டுமே தனியாக இன்று கொண்டிருக்கவில்லை. அதற்குச்சமஅளவில், கிழக்கு ஆசியா, லத்தீன்அமெரிக்கா, சஹாராவை ஒட்டிய ஆப்பிரிக்கப் பகுதிகள் ஆகிய பரந்த நிலத்தை உள்ளிட்டு, உலகம் முழுவதும் நிகழ்ந்து வருகின்ற கிறித்துவ போதனைகளின் எழுச்சியைச் சாதாரண மக்களின் திரள்கள் ஈடுபடும் தீவிர மதத்தேடலின் அறிகுறியாக பெர்கர் காண்கிறார்.

இயல் 2இல் நாம் நோக்கிய இந்தியாவில் 'கடவுளர்களின் நெரிசல் நேரம்' என்பது, பெர்கரின் வாதத்திற்கு மிக நல்ல உதாரணம் ஆகும். தனிமனிதர் சார்ந்த, விருப்பங்களைப் பூர்த்தி செய்து வைக்கின்ற கடவுளர்களுக்கு மேலாக தனிமனிதர் சாராத, உலக ஆன்மா அல்லது பிரம்மம் என்பதை வலியுறுத்தி, மீயியற்கை விஷயங்களை மிதப்படுத்தவோ பகுத்தறிவாக்கம் செய்யவோ நவ-இந்து சீர்திருத்தவாதிகள் முன்பு செய்த முயற்சிகளுக்கு மக்கள் ஆதரவு இன்றிப் போய்விட்டது: தெய்வீகத்தின் மனிதர் போன்ற வெளிப்பாடுகளான சகுணக் (எல்லா குணங்களையும் உடைய)

கடவுளர்களைத்தான் இந்துக்களின் பெருந்திரள் மக்கள் கும்பிடு வதற்கு வரிசையில் நிற்கின்றனர். இந்தியாவில் மீயியற்கை விஷயங்களில் நம்பிக்கை போய்விடவில்லை.

இது இயற்கையாகவே, இப்போது ஏன் என்ற கேள்வியை எழுப்புகிறது. பெர்கரின் விளக்கம் பொருளாதாரத்தின் அடிப் படையில் அமைந்தது. நவீனத்தன்மை வாழ்க்கையின் உறுதிப் பாடுகளை அழிக்கிறது. இப்போதுள்ள உலகமயமாக்கல் கட்டத்தில் இது இன்னும் மோசம். மிகப்பெரும் பணக்காரர்களைக் கொண்ட புதிய உலக வகுப்பினர், டேவாஸ் குழு என்று பெர்கர் அழைப்போர், இந்த நிச்சயமின்மைகளைச் சமாளிக்க மட்டுமல்ல, அவற்றால் ஆதாயம் பெறவும் வல்ல பொருளாதார, கலாச்சார மூலவளங் களைக் கொண்டிருக்கிறார்கள். மதச்சார்பற்ற மேட்டுக்குடியினர் தங்கள் மதத்தன்மையைக் கீழாக நோக்குகிறார்கள் என்று வருத்தப்படுகின்ற மேட்டுக்குடி அல்லாதவர்கள், அதனால்தான் மிக வலுவான மதச்சார்போடும், இன்னும் கேட்டால், அடிப்படை வாதச் சாய்வோடும் மத இயக்கங்களால் ஈர்க்கப்படுகிறார்கள் என்று பெர்கர் சொல்கிறார்.

உள்ளுணர்வு நோக்கில் இது அர்த்தப்பட்டாலும், நம்மை இந்த விளக்கம் ஈர்க்க மறுக்கிறது. மதத்தன்மை அவ்வளவு நெருக்கமாக வர்க்கத்துடன் பொருந்துகிறதா என்பது தெளிவாகவில்லை. இந்தியாவில், எழுச்சி பெறுகின்ற நடுத்தர வகுப்பினர்தான் கூடுதல் மதத்தன்மை கொண்டவர்களாக ஆகிறார்கள். மேலும், பெர்கர் குறிப்பிடுவது போல, டேவாஸ் குழு என்ன அப்படிப்பட்ட மதச்சார் பின்மைக் கொத்தளமா என்பதும் சந்தேகம். அப்படியானால், வேதாந்தத்திலிருந்தும் பகவத்கீதையிலிருந்தும் மேற்கோள் காட்டி, பெருவணிகத் திரள்களின் தலைமை நிர்வாக அதிகாரிகளுக் கெல்லாம் காவிஉடை தரித்த சாமியார்கள் போதிக்கும் கர்ம முதலாளித்துவத்தின் பிரபலம் *(பாபுலாரிட்டி)* பெருகிவருவதை எவ்விதம் விளக்கமுடியும்? வெகுமக்கள் மதத்தன்மையின் முக்கியத் தூண்டுதலாக வர்க்கக் 'கசப்பு'தான் செயல்படுகிறது என்ற கருத்தையும் இந்தியச் சான்று அழிக்கிறது. மேட்டுக்குடி மக்கள், புதிய பணக்காரர்களின் நுகர்வுப் பழக்கங்கள் மீது கசப்புக் கொள்வதற்கு மாறாக, வெகுமக்கள் கும்பல்கள் அவற்றின் மீது ஆசைப்படுவதாகவே தோன்றுகிறது. மேட்டுக்குடி மக்களோ, வெகுமக்களோ எல்லாரும் சாமியார்களிடமும் பூசாரிகளிடமும்

செல்கிறார்கள். அவர்களோ, பணக்காரர்கள் ஆவதற்கு மத நியாயங்களைக் கற்பிக்க மிகவும் தயாராகவே இருக்கிறார்கள்.

மதத்தின் நீடித்த இருப்புப் பற்றிய நவ-தாராளக் கோட்பாடு

அமெரிக்காவில் நவ-தாராளவாத ஆதிக்கத்தின் அறிகுறியாகவோ என்னவோ, மதச்சார்பின்மையாக்க விவாதங்களிலும் தலையிடாக் கொள்கைச் சிந்தனை அவ்வப்போது தெறிக்கிறது. மதச்சேவை அளிப்போரின் சுதந்திரச் சந்தையை அனுமதிக்கின்ற சமூகங்கள் மிகக் குறைவாகவே மதச்சார்பின்மை பெறும் என்று வாதிடுகின்ற ஒரு புதிய சிந்தனையமைப்பு எழுந்துள்ளது; மறுதலையாக, ஏகபோகக் குழுமங்களை உருவாக்கி, மதங்களின் சுதந்திரச் சந்தையைக் கெடுக்கின்ற சமூகங்கள் அதிக மதச்சார்பற்றவையாக இருக்கும். அதாவது, சந்தை முதலாளித்துவத்தின் *(மார்கெட் கேபிடலிஸம்)* வெற்றியை ஊக்குவிக்கின்ற போட்டி, தேர்வுவாய்ப்பு (தெரிவு) என்ற அதே சக்திகள்தான் மதத்தையும் துரத்துகின்றன.

இந்த அளிப்புப் பக்கக் *(சப்ளை சைட்)* கோட்பாட்டின் முதன்மைச் சிற்பி, ரோட்னி ஸ்டார்க். டெக்ஸாஸின் பேய்லர் பல்கலைக் கழகத்தில் சமூகவியலைக் கற்பிப்பவர். அவருடைய எரிச்சலூட்டும் கட்டுரையான *செக்குயூலரைசேஷன் – ஆர்ஐபீ* (மதச்சார்பின்மை யாக்கமே, அமைதியில் உறங்குவாயாக!), 1999இல் வெளியானது. அதிலிருந்து பலமுறை மறுஅச்சுப் பெற்றுள்ளது. அது முதலாக, ஸ்டார்க்கும் அவருடைய கூட்டாளி களும் (ரோஜர் ஃபிங்கே, வில்லியம்ஸ் பிரெய்ன்பிரிட்ஜ், ஸ்டீஃபன் வார்னர், ஆண்ட்ரூ க்ரீலி உள்ளிட்டோர்) மதத்தின் சமூகவியலில் சட்டக மாற்றம் ஒன்றை உருவாக்குவதில் வெற்றிபெற்றுள்ளனர்.[26] இந்தியாவில் கொழித்து வரும் மதப் பேரங்காடியைப் புரிந்துகொள்வதற்கு இந்தப் புதிய சிந்தனைகள் பொருத்தமானவை.

மதத்தின் அளிப்புப் பக்கக் கோட்பாடு, என்றும் நீங்காத அல்லது வீழ்ச்சியும் அடையாத உள்ளார்ந்த மனித குணம், மதம் என்று ஏற்றுக்கொள்கிறது. ஏனெனில், மக்கள் எப்போதும் எதிர்பாராத அபாயங்களிலிருந்து தங்களைப் பாதுகாத்துக்கொள்ளக் கடவுளிடம் பேரம்பேசத் தயாராகவே இருப்பார்கள். எனவே மதத்திற்கான மனிதத் 'தேவை' *(டிமாண்ட்)* ஒரு மாறிலி *(கான்ஸ்டண்ட்)*. காலம், இடம் இவற்றிற்கு அப்பாலும் ஏறத்தாழப் பெரிதும் மாறாமலே

இது இருக்கிறது. ஆனால் சமூகங்களுக்கு ஏற்றவாறு மதச் சேவைகளின் 'அளிப்பு'(*சப்ளை*) மாறுபடுகிறது. அரசாங்கமே புரவலராக இருந்து மத ஏகபோகத்தை உருவாக்கியிருந்தால், அளிப்பு மோசமான தரத்தை உடையதாகவே இருக்கும். இம்மாதிரிச் சமூகங்களில், மதத் தேவை பூர்த்திசெய்யப்படாமலே இருக்கும். மக்கள் ஆலயங்களுக்குச் செல்லமாட்டார்கள். ஆகவே இம்மாதிரிச் சமூகங்கள் முன்னைவிட மதச்சார்பற்றவை போலத் தோற்ற மளிக்கும். ஆனால் பல்வேறு மத வணிக நிறுவனங்கள் சுதந்திர மாகப் போட்டியிடுகின்ற சமூகங்களில், போதிய அளவு மதச் சேவைகள் கிடைக்கும், மதத்தன்மையின் அளவும் அதிகமாக இருக்கும். அதாவது, நாம் மதச்சார்பற்றவை என்று நினைக்கின்ற சமூகங்கள், மதச் சேவைகள் போதிய அளவு கிடைக்காதவை.

மதத்தைப் பற்றிய இந்தச் சந்தைநோக்கின் உட்குறிப்புகள் மிகவும் திகைப்பூட்டுபவை, நிலைகுலைய வைப்பவை.

முதலில், மதச்சார்பின்மை பற்றிய மரபான புரிந்துகொள்ளலை இது தலைகீழாக்குகிறது. நாம் முன்பே நோக்கியவாறு, மதச்சார் பின்மையாக்கம் பற்றிய செவ்வியல் கோட்பாடுகள் 'சமூகங்கள் நவீனமயமாகும்போது மதத்திற்கான தேவை குறையும்' என்று கூறின. ஏனெனில், அறிவியல் விளக்கங்களை அதிகப்படியாகத் தேடுதல் மீதான அழுத்தம், மீயியற்கை (*சூப்பர் நேட்சுரலிஸம்*) விஷயங்களிலிருந்து மக்களைத் தொலைவில் தள்ளிவிடும். ஆனால் புதிய கொள்கை, மீயியற்கைச் சக்திகளோடு 'பரிமாற்றத் தொடர்பு' (*எக்சேஞ் ரிலேஷன்ஸ்*) கொள்வது முழுமையாக மனித நிலைமைக்குள் கட்டப்பட்டுள்ள ஒரு பகுத்தறிவு சார்ந்த மனிதத் தேவையே என்ற யூகத்துடன் தொடங்குகிறது. இந்தச் சிந்தனை எளியதும் அறிமுகமானதும் ஆகும். மனித வாழ்க்கை மிகவும் நிச்சயமற்றதாக, வலுவற்றதாக, துன்பங்கள் நிரம்பியதாக உள்ளது. ஆகவே மனிதர்கள், 'எப்போதும், எல்லா இடங்களிலும்' நஷ்ட ஈடும் ஆறுதலும் பெறுவதற்கு இந்த உலகத்திற்கு உயரத்திலும் அப்பாலும் உள்ள மீயியற்கைச் சக்திகளை நாடுகிறார்கள். இந்தச் சிந்தனையையும் கடவுளுக்கான தேவையையும் எந்த அளவு பகுத்தறிவும் பட்டறிவும் மாற்ற முடியாது. மதம் நிரந்தரமானது.

எல்லா மக்களும் இயற்கையாகவே மதத்தன்மை கொண்டவர்கள் என்று நாம் ஏற்றுக்கொண்டால், மதச்சார்பற்ற சமூகம் என்பதே இல்லை என்றாகிறது. மதத்தன்மையின் வீழ்ச்சி எனப் புரிந்து

கொள்ளப்படுகின்ற மதச்சார்பின்மையே அழிவுக்கும் ஆட்படு வதாகிறது.

நேராக நோக்கினால், ஐரோப்பாவில் மதத்தின் மீது பரவலாகக் காணப்படும் அலட்சியம், மதத்தன்மை குறைதல் போன்றவற்றிற்கு மிக அதிகமான சான்றுகள் இருக்கின்றன. மேற்கருத்து இதற்கு முரண்படுவதுபோலத் தோன்றுகிறது. அமெரிக்காவில் பத்தாயிரக் கணக்கான பேர்கள் வழிபடக்கூடிய மிகப்பெரிய, மால்கள் போன்ற தேவாலயங்களைக் கட்டுவதில் வேகம் இருக்கிறது. ஆனால் ஸ்வீடன், ஹாலந்து, ஃபிரான்ஸ், ஜெர்மனி, பிரிட்டன், இன்னும் கனடாவிலும், பெரும்பாலான தேவாலயங்களும், கதீட்ரல் களும் நாளுக்கு நாள் காலியாகிக் கொண்டே இருக்கின்றன. அமெரிக்காவைவிட மேற்கு ஐரோப்பா அதிக மதச்சார்பின்மை அடைந்தது போலத் தோன்றுகிறது. ஐரோப்பியர்கள் அடைந்துள்ள உயர்நிலை மதச்சார்பின்மையை அக்கொள்கைக்காரர்கள் அனைத்து நவீனப் படும் சமூகங்களுக்கும் பொருத்தி, அதுதான் உலகளாவிய இறுதிப்புள்ளி என்றும், அமெரிக்காவின் மதச்சார்பு ஒரு விதிவிலக்கு என்றும் நீண்டகாலமாகப் பேசிவருகிறார்கள்.

ஆனால் தேவாலயங்களுக்கு மக்கள் வராமை, அரசு நடத்தும் தேவாலயங்களை மக்கள் விரும்பவில்லை என்பதைத்தான் காட்டுகிறது, மக்களின் இதயங்களிலோ மனங்களிலோ மதத்தன்மை குறைந்துவிடவில்லை என்று அளிப்புப்பக்கக் (சப்ளை சைட்) கோட்பாட்டாளர்கள் வாதிடுகிறார்கள். வலியுறுத்தும் தகவலை ஐஸ்லாந்திலிருந்து ஸ்டார்க் தருகிறார். ஐஸ்லாந்தினரில் 2 சதவீதத்தினர் மட்டுமே வாரத்தில் ஒருமுறை தேவாலயங்களுக்குச் செல்கிறார்கள். இதுதான் உலகத்திலேயே மிகக் குறைந்த மதத் தன்மை உடைய நாடு.[27] ஆனால் வினாவுக்கு உட்படுத்தியவர்களில் 82 சதவீதம் பேர் தாங்கள் வழிபடுவதாகச் சொன்னார்கள்; 81 சதவீதத்தினர் மரணத்திற்குப்பின் வாழ்க்கை உண்டென்று நம்பினார்கள்; 88 சதவீதத்தினர் மனித ஆன்மா அழியாதது என்றார்கள்; 40 சதவீதத்தினர் மறுபிறவியில் நம்பிக்கை கொண்டவர் களாக இருந்தார்கள். அகவயமான மதத்தன்மையை வைத்து அளந்தால், உயரதிக மதத்தன்மைகொண்ட அமெரிக்கர்களைவிட, ஏன், இந்தியர்களைவிட, ஐரோப்பியர்களின் மதத் தன்மை ஒன்றும் குறைந்ததாக இல்லை. பிரிட்டிஷ் சமூகவியலாளரான கிரேஸ் டேவீ, மிகச் சுருக்கமாக இதுபற்றி, 'ஐரோப்பியர்கள்

ஒன்றைச் சொந்தமாக்கிக்கொள்ளாமல் அதை நம்புகிறாவர்கள்' *(பிலிவ் வித்தவுட் பீலாங்கிங்)* என்று முடிவுரைக்கிறார்.[28]

ஆனால், ஐரோப்பியர்கள் தொடர்ந்து நம்புகின்றவர்களாக இருந்தால் ஏன் (திருச்சபைக்குச்) சொந்தமாகக் கூடாது என்ற கேள்வி எழுகிறது. பிரச்சினை, அளிப்பின் தரத்தில் இருக்கிறது என அளிப்புப்பக்கக்காரர்கள் *(சப்ளை சைடர்ஸ்)* வாதிடுகிறார்கள். ஐரோப்பியர்கள் தேவாலயங்களுக்கு ஏன் செல்வதில்லை என்றால், மிக அண்மைக்காலம் வரை ஐரோப்பாவின் மரபுவழித் திருச்சபைகள் யாவும் அரசுக்குச் சொந்தமானவை. உதாரணமாக, ஸ்வீடனின் லூத்தரன் திருச்சபை, இங்கிலாந்தில் அரசரோ அரசியோ தலைவராக இருக்கக்கூடிய ஆங்கிலிக்கன் திருச்சபை போன்ற வற்றைச் சொல்லலாம். அரசுப் பாதுகாப்பிலுள்ள வேறெந்த ஏகபோகத்தையும் போல, அரசுத் திருச்சபைகளும் மிதப்பாகவும் சோம்பேறியாகவும் ஆகிவிட்டன. தங்களின் 'நீடிப்பு உறுதி' என்பதால், தங்கள் ஆலயக் கூட்டத்தினரைத் தக்க வைத்துக்கொள்ள எவ்விதக் கடுமையான முயற்சியையும் அவர்கள் மேற்கொள்வ தில்லை. அவர்களுக்கு அதிகாரபூர்வத் திருச்சபை என்ற அந்தஸ்து இருப்பதால், பிற கிறித்துவப் பிரிவுகளின் அல்லது பிற மதங்களின் போட்டியும் குறைவு. ஆகவே கவர்ச்சிகரமான மாற்றுகள் குறைவு. இதனால் சாதாரண மக்களின் மதத் தேவைகள் கவனிக்கப் படாமல் போகின்றன.

அளிப்புப் பக்கக் கோட்பாட்டுக்கு எதிர்-விமரிசகர்கள் பலர் இருந்தாலும், மதத்தின் சமூகவியலில் ஒரு புதிய சட்டகம் என்ற அந்தஸ்தை அது அடைந்துவிட்டது. இதுவரை தீர்க்கப்படாத பிரச்சினைகளுக்கெல்லாம் இந்தக் கோட்பாடு தீர்வளிப்பதோடு, ஏன் அதிகாரபூர்வ மதச்சார்பின்மைக் கொள்கை இந்தியாவில் மதத்திற்கு மிக நல்லது என்பதை நன்றாக விளக்கும் பணியையும் செய்துள்ளது. முக்கிய வார்த்தை, போட்டி: நாட்டிலுள்ள பல்வேறு மதங்களுக்கிடையிலான அல்லது அவற்றிற்குள்ளான போட்டியைக் குறைக்கும்தன்மை இந்திய வகை மதச்சார்பின்மைக்குக் கிடையாது. இந்துமதத்தை அதிகாரபூர்வ மதமாக ஏற்காததன் மூலமும், அதை எல்லார்மீதும் திணிக்காததன் மூலமும், (எல்லைகளுக்கு உட்பட்டு) எல்லா மதங்களின் சுதந்திரத்தைப் பாதுகாப்பதன் மூலமும் இந்திய அரசு, எல்லா வகையான பழைய, புதிய மத இயக்கங்களும்/ நிறுவனங்களும் பூத்துக்குலுங்குவதற்கான நிலைமைகளை

உருவாக்கிவிட்டது. இதன் ஒட்டு மொத்த விளைவு என்னவெனில், இந்தியா இன்று உலகத்திலேயே எந்த நாட்டையும்விட மிகப் பெரிய மதப் பேரங்காடியாக (லார்ஜெஸ்ட் சூப்பர் மார்க்கெட் ஆஃப் ரெலிஜியன்) இருக்கின்றது.

இந்துமதத்தின் விஷயங்களில் இந்திய அரசு நேரடியாகக் குறுக்கிட்ட போதும், அதிலிருந்து மரபான சாதி, பாலினம் கெடுபிடித்தன்மைகளை நீக்குவதில் வெற்றிகண்டது. அதனால் இந்துமதம் பிற மதங்களுடன் நன்றாகப் போட்டியிட முடிகிறது. முதலில், அரசியலமைப்பு, இந்துமதத்தைக் கட்டுப்பாட்டு நீக்கம் செய்தது: சூத்திரர்களுக்கும் தீண்டத் தகாதவர்களுக்கும் புகமுடியாத இடமாக இருந்த கோயில்களைத் நாளுக்குநாள் திறந்துவிட்டது; இதனால் தேவை பெரிய அளவில் அதிகரித்தது.

இரண்டாவது, இந்துக் கோயில்களின் மதச்சார்பற்ற விஷயங் களை (பண நன்கொடைகள், சொத்துகள், மத அறக்கட்டளைகள்) கட்டுப்படுத்த அரசு குறுக்கிட்டபோதும், ஒட்டு மொத்த விளைவு, அவற்றின் ஊழலைக் குறைப்பதாகவும் பக்தர்கள், புனித யாத்திரிகர்களின் தேவைகளை மேலும் நிறைவேற்றுவதாகவுமே இருந்தது. முந்தைய இயல்களில் கண்டவாறு, அரசும் கோயிலும் இணைந்த நிர்வாகக் கூட்டுக்குழுக்கள் இந்தியாவின் முக்கியப் புனித யாத்திரைத் தலங்கள் பலவற்றின் வருமானத்தை பிரம்மாண்ட மாகப் பெருக்கியுள்ளன.

மூன்றாவதாக, சீர்திருத்த நோக்கம்கொண்ட, இந்தியாவின் வகை மென்மையான மதச்சார்பின்மை, அரசே செலவுசெய்கின்ற பொதுமன்றங்களில்கூட மதவெளிப்பாட்டுக்கு எதிராக இல்லை. பெரும்பான்மை மக்களின் மதமாக இந்துமதம் இருப்பது, பல சமயங்களில் அதை அரசின் உண்மையான மதமாக்கிவிடுகிறது. நான்காவது, வெளிப்படையாக மதத்திற்கு ஆதரவளிப்பதில் அரசாங்கத்தின் மீது முறைசார்ந்த கட்டுப்பாடுகள் இருந்தாலும், இப்போதைய நவ-தாராளப் பொருளாதார ஆட்சியின்கீழ் அவை பலவீனப்பட்டுவிட்டன. கல்வி, சுற்றுலா, உள்கட்டுமான வளர்ச்சித்துறைகளில் அரசுத்துறை முகமைகளை அரசு-தனியார் கூட்டமைவுகள் இடப்பெயர்ச்சி செய்துவிட்டன. இதனால் அவற்றுக்கும் கோயில்களுக்கும், மத அறக்கட்டளைகளுக்கும் உறுதியான கூட்டு ஏற்பட்டு வளர்ச்சிபெற்றுவிட்டது. இந்த நூலில் நாம் வெளிப்படையாகக் காட்ட முனைந்த அரசு-கோயில்-

பெருவணிகக்குழுமக் கூட்டிணைவு இந்து மதத்தின் எல்லா வகைகளுக்கும் அளிப்பில் (*சப்ளை*) - கோயில் வழிபாட்டி லிருந்து புதுயுக ஆன்மிகம்வரை மிகப்பெரிய பெருக்கத்தை அளித்திருக்கிறது.

அரசைத் தவிர, இந்தியாவின் மதப்பரப்பில் அதற்கு நட்புள்ள பிற கூறுகளும் உள்ளன. இந்தியாவின் சொந்த மதங்களோடு இஸ்லாமும் கிறித்துவமும் நீண்டகாலமாக உடனிருந்தமை, போட்டிக்கும் சமரசத்திற்குமான நிலைமைகளை உருவாக்கி உள்ளன. நவ-இந்துமதத்தின் மையச் சிந்தனைகள், உதாரணமாக, சீர்திருத்தக் கிறித்துவத்தின் செல்வாக்கிற்கு உட்பட்டுள்ளன. கிறித்துவர்களும் சில பகுதிகளில் முஸ்லிம்களும் சாதி, வழிபாட்டு முறை, யோகா போன்ற இந்து நடைமுறைகளை ஏற்றுக் கொண்டுள்ளனர். எல்லாவற்றுக்கும் மேலாக, நம்பிக்கைகள், சடங்குகள், வழிபாட்டுமுறைகள், யோகா போன்றவற்றில் இந்துமதமே மிகப்பெரிய அளவு உள்ளார்ந்த பன்மைத்தன்மையைக் கொண்டுள்ளது. பாரம்பரிய இந்துமதத்தில், இந்தப் பன்மைத் தன்மை சாதி எல்லைகளுக்குள் உறைந்திருந்தது. இது மதச்சார்பற்ற அரசியலமைப்பால் உறைவுத் தன்மை நீக்கப்பட்டது. இந்தக் காரணிகள் யாவும் சேர்ந்து இந்தியாவை எல்லா மதரசனைகளுக்கும் விருப்பங்களுக்கும் இடம்கொடுக்கக்கூடிய மெய்யானதொரு பேரங்காடியாகவே (*சூப்பர் மார்க்கெட்*) மாற்றுவதற்கு உதவிசெய்துள்ளன.

ஓர் ஆரவாரமற்ற மதச்சார்பின்மையாக்கக் கோட்பாட்டை நோக்கி

மதச்சார்பின்மைக் கோட்பாடு ஓர் இக்கட்டான நிலையில் இருக்கிறது. செவ்வியல் கோட்பாடு கூறியதுபோல, நவீன ஆடவரும் பெண்டிரும் கடவுளரின் ஆறுதலின்றி வாழமுடியும் என்று இன்னும் நாம் யோசிக்கமுடியுமா? அல்லது எந்த அளவு நவீனத் தன்மையும் பதவியிறக்க அல்லது சமரசமும் செய்ய இயலாத அளவுக்குக் கடவுளின் தேவை ஒரு நிலையான மாறிலியா? ஸ்டார்க்கும் அவருடைய தோழர்களும் பரிந்துரைப்பதுபோல, நாமும் மதச்சார்பின்மையாக்கக் கோட்பாடு இறந்துவிட்டதென்று 'அமைதியில் உறங்குவாயாக!' என்று முணுமுணுத்தவாறு தோல்வியடைந்த கோட்பாடுகளின் கல்லறையில் புதைத்து விடலாமா?

மதச்சார்பின்மையின் இறப்புப் பதிவுக்குக் காலமிருக்கிறது. மதச்சார்பின்மையாக்கக் கோட்பாட்டின் மையம், அதாவது நவீனத்தன்மை வந்தால் மீயியற்கை இருப்புகளில் (*சூப்பர் நேட்சுரல் பீயிங்ஸ்*) நம்பிக்கை வைப்பதற்கான தேவை குறையும் என்பதை நாம் காப்பாற்ற முடியும். அதற்கு அதை ஓர் கடினமான சட்டமாக அன்றி, ஒரு 'மனப்போக்காகக்' காணவேண்டும். மதத்தன்மை வீழும் அல்லது உயரும் என்பதற்கான 'உறுதிப்பாடு' கிடையாது. பிற கலாச்சாரப் போக்குகளைப் போலவே, மதத்தன்மையும் தனது தீவிரத்தில் வளரவும் செய்யும், குறையவும் செய்யும்.

மதச்சார்பின்மையாக்கத்திற்கு நுட்பத்துடன் இப்படிப்பட்ட தற்காப்பு ஒன்றை பிப்பா நாரிஸ், ரொனால்டு இங்கிள் ஹார்ட் என்போர் தங்கள் 2004 இல் எழுதிய நூலான *சேக்ரட் அண்ட் த செகுலர்* (*புனிதமும் மதச்சார்பின்மையும்*) என்பதில் அளிக் கிறார்கள்.[29] அவர்களுடைய கண்டுபிடிப்புகள் பலவற்றில், இரண்டு கவனிப்புகள் முக்கியத்துவம் பெறுகின்றன: ஒன்று, கிறித்துவத் திற்குப் பிறகான ஐரோப்பாவில்கூட, கடவுள், சொர்க்கம், நரகம் மீதான நம்பிக்கைகள் இன்னும் முக்கியத்துவம் பெற்றே உள்ளன என்றாலும், காலப் போக்கில் அவை குறைந்துகொண்டு வருகின்றன. இரண்டு, நீங்கள் தொடர்ந்து நம்புகிறீர்களா இல்லையா என்பதற்கும் நீங்கள் அனுபவிக்கும் 'இருத்தலியல் சார்ந்த பாதுகாப்பின்மை'க்கும் இடைத்தொடர்பு வலுவாக உள்ளது. இப்பாதுகாப்பின்மை, நீங்கள் எவ்வித சமூகத்தில் வாழ்கிறீர்கள், எந்தப் பொருளாதார வகுப்பைச் சேர்ந்தவராக இருக்கிறீர்கள் என்பதைப் பொறுத்தது. இந்த இரண்டு விஷயங் களையும் நெருங்கிப் பார்ப்பது தேவைப் படுகிறது.

ஐரோப்பியர்களில் பெரும் விகிதத்தினர், செயல்முறைக் கிறித்துவர்களாக இருப்பதை நிறுத்திவிட்டபோதும், கடவுள், மரணத்திற்குப் பிந்திய வாழ்க்கை ஆகியவற்றில் தொடர்ந்து நம்பிக்கை தெரிவிக்கிறார்கள் என்று ஸ்டார்க்கும் அவர் குழுவினரும் கூறுவதை நாரிஸூம், இங்கிள்ஹார்ட்டும் மறுக்கவில்லை. ஆனால் ஒரு சிறுகாலப் பகுதியில் இல்லாமல், பெரிதளவு கால இடைவெளியில் – ஏறத்தாழ ஐம்பதாண்டுகளில் – எடுத்துக் காட்டாக 1947 முதல் 2001 வரை -இம்மாதிரி நம்பிக்கைகளைக் கொண்டு இருப்பவர்களின் எண்ணிக்கை குறைந்து வந்திருப்பதைக் காணலாம் என்கிறார்கள்.

நீண்ட காலப் பகுப்பாய்வுக்கான அவர்களுடைய தரவுகள் 19 நாடுகளை அடிப்படையாகக் கொண்டவை. பெரும்பாலான ஐரோப்பிய நாடுகள், பிரிட்டன், அமெரிக்கா, கானடா, பிரேசில், ஜப்பான், இந்தியா ஆகியவற்றிலிருந்தும், 'காலுப் வாக்களிப்பு'* களிலிருந்தும் (1947-1975 காலப்பகுதி), உலக மதிப்பீடுகள் மேலாய்வி லிருந்தும் (1981-2001 காலப்பகுதி) பெறப்பட்டவை. 1947இல் மாதிரிநாடுகளில் பத்துக்கு எட்டுப் பேர் கடவுள் நம்பிக்கை கொண்டவராக இருந்தனர் என்று அவர்களுடைய பகுப்பாய்வு காட்டுகிறது. மிக அதிக நம்பிக்கை, ஆஸ்திரேலியா, கனடா, அமெரிக்கா, பிரேசில் ஆகியவற்றில் காணப்பட்டது. அவர்களுடைய பின்னோக்கு (ரெக்ரெஷன்) மாதிரிகள் அமெரிக்கா, பிரேசில் ஆகிய இருநாடுகள் தவிரப் பிறவற்றில் கடவுள் நம்பிக்கை குறைந்துவந்திருப்பதைக் காட்டுகின்றன. இவற்றில், ஸ்காண்டிநேவியா, நெதர்லாந்து, பிரிட்டன் ஆகியவற்றில் கூர்மையான வீழ்ச்சி காணப்பட்டது. (இந்தியா பற்றிய தரவுகள் முழுமையான முடிவுகளை அளிக்கவில்லை. ஏனெனில் 1990க்கு முந்திய தரவுகள் கிடைக்கவில்லை. கிடைத்த தரவுகளின்படி, 1995இல் 93 சதவீத இந்தியர்கள் கடவுள் நம்பிக்கை கொண்டவர்களாக இருந்தனர்.) மரணத்திற்குப் பிந்தைய வாழ்க்கை பற்றிய நம்பிக்கைகளும் இதுபோலவே இருந்தன. அகவய மதத்தன்மையில் (சப்ஜெக்டிவ் ரெலிஜியாசிடி) நம்பிக்கைக் குறைவு 13இல் 9 நாடுகளில் நிகழ்ந்தது. (இந்தியத் தரவுகள் கிடைக்கவில்லை.) இன்றுகூட, ஐரோப்பிய நாடுகள் எல்லாவற்றிலும் கடவுளை நம்புபவர்கள் 50 சதவீதத்திற்கு மேல் உள்ளனர். ஆயினும் இந்தப்போக்கு வீழ்ச்சியைக் காட்டுகிறது.

திருச்சபைப் பங்கேற்பில் வீழ்ச்சி, முழுமையாக அளிப்புப் பக்கக் (சப்ளை சைட்) காரணி (சோம்பேறித்தனமான அரசு திருச்சபைகள் போன்றவை) களால் நிகழ்வதில்லை என்று காட்டுவதால் இந்தக் கண்டுபிடிப்பு முக்கியமானது. உண்மையில், நம்பிக்கையிலேயே வீழ்ச்சிதான் ஏற்பட்டுள்ளது. அளிப்புப் பக்கக்காரர்கள் சொல்வது போல, மதத்திற்கான தேவை ஒன்றும் மாறாததாகவோ, ஒழுங்கானதாகவோ இல்லை.

* காலப், இன்க். ஒரு அமெரிக்க ஆராய்ச்சி சார்ந்த, உலகளாவிய செயல்திறன்- மேலாண்மை ஆலோசனை நிறுவனம் ஆகும். 1935இல் ஜார்ஜ் காலூப் நிறுவிய இந்நிறுவனம், உலகளாவிய ரீதியில் நடத்தப்பட்ட பொது கருத்துக் கணிப்புகளுக்கான சிறப்பு நிறுவனம். (ப-ர்)

இது நம்மை இரண்டாவது முக்கியக் கண்டுபிடிப்புக்கு இட்டுச் செல்கிறது. அதாவது, மதத்தன்மையின் அளவுகளில் சமூக பொருளாதாரக் காரணிகளின் செல்வாக்கு பற்றியது. எல்லா மதங்களிலும் உள்ள முக்கியப் பணிகளில் ஒன்று, ஓர் உயர்ந்த சக்தியிடமிருந்து பாதுகாப்புக் கிடைக்கும் என்ற உறுதிப்பாட்டை அளித்தல். அதனால் சில சமூக பொருளாதாரச் சூழல்கள் இந்த உறுதிப்பாட்டின் தேவையை அதிகரிக்கின்றன, பிற குறைக்கின்றன என்று இவர்கள் வாதிடுகிறார்கள்:

> எல்லா விஷயங்களும் சமமாக இருக்கும்போது, *குறைந்த பாதுகாப்புள்ள சமூகங்களில் வளர்கின்ற அனுபவம், மத மதிப்பு களின் முக்கியத்துவத்தை உச்சத்திற்குக்கொண்டு செல்கிறது; மறுதலையாக, பாதுகாப்பான நிலைமைகளின் அனுபவம் அதைக் குறைக்கிறது...* மனித வளர்ச்சிச் செயல்முறை மதத் தன்மையைக் குறிப்பிட்ட அளவு பாதிக்கிறது. (அழுத்தம் மூலநூலில் உள்ளதே.)[30]

பெருந்தொழிலில் முன்னேறிய நாடுகளின் குறுக்குவெட்டுத்தரவுகள் வாயிலாக நாரிஸும் இங்கிள்ஹார்ட்டும் இந்தக் கருதுகோளைச் சோதிக்க முனைகிறார்கள். தங்கள் முடிவுகளை இவ்விதம் அவர்கள் சுருக்கியுரைக்கிறார்கள்:

> *பொருளாதாரச் சமமின்மையின் அளவு வலுவாகவும் குறிப்பிடத்தக்க அளவிலும் மத நடத்தையுடன் தொடர்புள்ளது என்று நிரூபிக்கலாம்.* அமெரிக்கா பெரும்பகுதியில் விதிவிலக்கான அளவுக்கு அதிக மதத்தன்மை பெற்றுள்ளது. ஏனெனில், ஒப்பீட்டு நோக்கில், அதுதான் மிகச் சமத்துவமற்ற பிந்தைய — பெருந்தொழிற் சமூகமாக *(இண்டஸ்ட்ரியல் சொஸைட்டி)* அமைந்துள்ளது... பிற முன்னேறிய தொழில்வள நாடுகளின் குடிமக்களைவிட, தாங்கள் மருத்துவக் காப்பீட்டிற்குள் வருவோமா, தன்னிச்சையாகத் தாங்கள் பணியிலிருந்து நீக்கப்படுவோமா, புதிதாகப் பிறந்த தங்கள் குழந்தையை கவனிப்பதற்கும் பணியிழப்புக்கும் இடையில் தேர்ந்தெடுக்கத் தள்ளப்படுவோமா போன்ற பலவிதக் கவலைகளை அமெரிக்கர்கள் எதிர்கொள்கிறார்கள்.[31]

ஒவ்வொரு பிந்தைய-பெருந்தொழிற் சமூகத்திற்'குள்ளும்' ஒட்டுமொத்த எண்ணிக்கைகளில், ஏழைகளுக்கும் பணக்காரர் களுக்கும் இடையில் வருமானச் சமமின்மைக்கும் மதத் தன்மைக்குமான தொடர்பு தெளிவாக உள்ளன. வருமானம் உயரும்போது, மதத்தன்மை குறைகிறது என்பதை வழிபாடுகளின்

எண்ணிக்கையிலிருந்து நாரிஸும் இங்கிள்ஹார்ட்டும் கண்டார்கள். எண்ணிக்கையளவில், பணக்காரர்களைவிட ஏழைகள் இரு மடங்கு மதத்தன்மை கொண்டவர்களாக இருந்தார்கள். தங்கள் பகுப்பாய்வை அமெரிக்கா அளவில் மட்டும் மேற்கொண்ட போதும், இதையொத்த ஒரு பாணியே தென்பட்டது. மிகக்குறைந்த வருமானம் உடையவர்களில் மூன்றில் இரண்டுபங்கு (66 சதவீதம்) வழிபட்டார்கள்; மிக உயர்ந்த வருமானம் உடையவர்களில் 47 சதவீதம் மட்டுமே வழிபட்டனர்.

பிந்தைய-பெருந்தொழிற் சமூகங்களில் மனச்சோர்வை வளர்த்து மதத்தன்மைக்கு ஊக்கமளிக்கும் மற்றொரு கூறு உள்ளது. அமெரிக்காவில் மிகப் பரந்த வகைகளிலான பணியிடங்களில் ஆயிரக்கணக்கான உழைப்பாளர்களிடம் ஆழமான நேர்காணல் களை உள்ளடக்கிய பரந்த மேலாய்வு ஒன்றை மைக்கேல் லெர்னர் நிகழ்த்தினார். இவர் டிக்குன் என்ற முற்போக்கு யூதப் பத்திரிகையின் ஆசிரியர்; *ஸ்பிரிட் மேட்டர்ஸ்* என்ற நூலின் ஆசிரியரும்கூட. நல்ல ஊதியம் இருந்தாலும், உழைப்பாளர்கள் தங்கள் வேலையை அர்த்தமற்றது என்று கண்டார்கள்:

> வெறும் வணிகப் போட்டியில் வெற்றிபெறுவதைவிட அதிக மாக அவர்கள் விரும்பினார்கள்: பணமோ, அதிகாரமோ அல்ல, ஆன்மிகம். அதுதான் அவர்கள் வாழ்க்கையில் இல்லை. 'எல்லாம் வல்ல ஊதியக் காசோலையைப்' பெறுவதற்கான நோக்கத்தை விட்டு வேறெதற்கும் அன்றித் தங்கள் வாழ்க்கையை வீணாக்குவது எவ்வளவு துன்பகரமாக இருக்கிறது என்பதைச் சொல்வதில் அவர்களுக்கு எவ்விதத் தயக்கமும் இல்லை.[32]

அர்த்தத்தைத் தேடும் அமெரிக்க உழைப்பாளர்கள் திருச்சபைக்குச் சென்றார்களே ஒழியத் தங்களுடைய சங்கங்களுக்கு அல்ல. ஏனெனில் 'அங்கு பேரங்களின்போது தவிர, எவ்வித அர்த்தமும் இல்லை. அப்போது அவர்கள் அங்கு அதிகப் பணத்திற்காகப் போராடலாம்.' உழைப்பாளர்கள், சமுதாயத்தை நாடினார்கள், கூலிகள் போன்ற முற்றிலும் பொருளாதார விஷயங்களைத் தவிர (அவற்றிலும் சங்கங்கள் தோற்றுக்கொண்டுதான் இருந்தன), சங்கங்கள் சமுதாயத்தை அளிக்கவில்லை. அமெரிக்காவில் சராசரி உழைப்பாளரிடம் மத வலதுசாரியினரின் செய்திகள் சேர்வதற்கு இந்த அர்த்தமின்மை ஒரு பகுதிக் காரணம் என்று லெர்னர் அச்சம் கொள்கிறார்.

இருத்தலியல் பாதுகாப்பின்மையும் அர்த்தமின்மையும் சந்தேகமின்றி மதங்களிடம் திரும்புவதற்கு முக்கியமாக ஊக்க மளிக்கின்றன. ஆனால் மதத்தன்மை மிகவும் சிக்கலான ஒன்று; அதை ஒரே ஒரு காரணியால் மட்டும் விளக்கிவிட முடியாது. பணக்காரர்களைவிட ஏழைகள் அதிக மதத்தன்மைகொண்டவர் களாக இருக்கலாம்; ஆனால், படைப்பாக்கமுள்ள வேலைகளில், உடல்நலக் காப்பீடுகளுடன் இருப்பதால் மட்டுமே கடவுளைப் பணக்காரர்கள் கைவிட்டுவிடுவதில்லை. இந்தப் புத்தகம் காட்டியவாறு, தங்கள் ஊதிய அளவுகள் உயர்ந்தாலும், இருத்தலியல் பாதுகாப்பின்மைகள் குறைந்தாலும், நடுத்தர வர்க்கதினர் மேலும் அதிக மதத்தன்மை கொண்டவர்கள் ஆகிறார்கள். நாரிஸ், இங்கிள் ஹார்ட்டின் எச்சரிக்கையான ஆய்வில்கூட, அமெரிக்காவில் மிக உயர்ந்த ஊதியம் பெறும் குழுவினரில் பாதிப்பேருக்குமேல் வழிபாடு நிகழ்த்தவே செய்கிறார்கள். மேலும், இந்தியா, சீனா, பிரேசில், ரஷ்யா போன்ற வேகமாக வளரும் பொருளாதாரங்களில் புதிதாக எழுகின்ற நடுத்தர வர்க்கத்தினர் அதிகமான மதத் தன்மையை வெளிக்காட்டுகிறார்கள் – குறைவாக அல்ல.

அதாவது, ஏழ்மை மக்களை வழிபாடு நடத்தவைத்தால், வளமும் அவ்வாறேதான் செய்கிறது. செல்வத்தைப் பெறவும் அதைத் தூய்மையாக்கவும் புனித போதனைகளைப் பயன்படுத்துகின்ற பெயர்பெற்ற 'செல்வ மதங்களுக்கு' ஒரு நீண்ட வரலாறு இருக்கிறது. நிர்வாணமான சுயநலம், பொருள்முதல் வாழ்க்கையை மகிழ்ச்சியாக அனுபவித்தல் என்று வரும்போது அவற்றை நியாயப்படுத்துவதற்குத் தங்கள் புனித நூல்களை அளிப்பதில் எந்த மதமும் பெரிதாக ஒரு மனஉறுத்தலையும் காட்டவில்லை. இந்தத் துறையில் எல்லாருக்கும் இந்தியா வழிகாட்டுகிறது: தீபக் சோப்ரா, மகேஷ் யோகி, பகவான் ரஜனீஷ் போன்றோரின் தாயகமல்லவா இது! உலகமுழுவதுமுள்ள பணக்கார வகுப்பினருக்கு ஆன்மிகத்தை அளிக்கின்ற, வேதாந்தத்தையும் கீதையையும் ஒப்பிக்கின்ற மேலாண்மை (மேனேஜ்மெண்ட்) குருஜீக்களின் புதியதொரு பெரிய படையே இந்தியாவில் எழுச்சி பெறுகிறது. இவர்களுடைய வாடிக்கையாளர்கள், மேலும் பணக்காரர்களாக விரும்புகின்ற பணக்காரர்களிலிருந்து வருகிறார்கள். அவர்கள் தங்கள் வளத்தையும் ஆன்மிகத்தையும் சமநிலைப்படுத்த விரும்புகிறார்கள். இந்த ஆன்மிகமோ, வேறெந்த நுகர்பொருளையும் போலவே சிப்பம் செய்து, வாங்கப்படவும் விற்கப்படவும் கூடியது.

மதத்தன்மை பற்றிய விவாதத்தில் வர்க்கத்தையும் பொருளா தாரத்தையும் கொண்டுவரக்காரணம், பொருளாதார ஏவல்களுக்குப் பக்கவாசிப்புக்கென (சைட் ஷோ) மதத்தை அமர்த்துவதற்காக அல்ல. மாறுகின்ற ஓர் உலகத்தில், மதம் நிலையாக இருப்பது, மாறாதது, ஆதியிலிருந்து இருக்கின்ற உந்துதல் என்றெல்லாம் கூறி மதத்தை நிரந்தரப்படுத்துவதற்கான எல்லா முயற்சிகளையும் சவாலுக்கு அழைப்பதே விஷயம். மதத்திற்கு ஒரு நீண்ட பரிணாம வரலாறு இருப்பதாலும், பல்லாயிரம் ஆண்டுகளாக சமூக, அறிவார்த்த வாழ்க்கையின் எல்லாக் கூறுகளுடனும் அது பின்னிப் பிணைந்து இருப்பதாலும், மனித மனத்திற்கு மீயியற்கை விஷயங் களில் நம்பிக்கை வைப்பது மிகமிக நன்றாக ஒத்துச் செல்கிறது. ஆனால் எவ்வளவு நன்றாக ஒத்துச் சென்றாலும், மீதமுள்ள சமூக, அரசியல், அறிவார்த்த உலகிலிருந்து ஒருபோதும் 'மத உந்துதல்' தனிமைப்பட்டதல்ல.

இந்தியாவுக்கான பாடங்கள்

மதச்சார்பின்மையாக்கக் கோட்பாடு என்னும் முப்பட்டைக் கண்ணாடி வாயிலாக இந்திய அனுபவத்தைக் காணும் நமது பயிற்சி மிகவும் பயனுள்ளதாக அமைந்திருக்கிறது.

மதச்சார்பின்மையாக்கக் கோட்பாட்டின் முக்கிய நீரோட்டத்தின் உயர்வுதாழ்வுகளுக்கு இடையே இந்தியாவின் மதச்சார்பற்ற தன்மையெனும் அனுபவம் எவ்விதம் வரையப்படும் என்பது குறிப்பிடத்தக்கதாக இருக்கும். உலகத்தில் பிற பகுதிகளில் இருப்பது போலவே, மதச்சார்பற்ற ஒரு சமூகத்தை இந்தியாவில் உருவாக்கும் எதிர்பார்ப்புகள், வளர்ந்தும் தேய்ந்தும் மாறி யிருக்கின்றன. உலகத்தின் பிற பகுதிகளைப் போலவே, மதச் சார்பின்மை நீக்கம் எனும் புதிய சட்டகம்தான் மதச்சார்பின்மை என்னும் பழைய சட்டகத்தைவிட இந்தியாவை நன்கு விளக்க வல்லதாக இருக்கிறது.

இந்தியாவின் மதச்சார்பின்மை மாதிரி மதச்சார்பின்மையின் செவ்வியல் கொள்கையை அடிப்படையாகக் கொண்டது. அடித்தளம் அமைத்த தந்தையரில் முன்னோடிகள்—மிகவும் குறிப்பாக ஜவஹர்லால் நேருவும் பி.ஆர். அம்பேத்கரும், பொதுவுடைமையினர், சமதர்மவாதிகள் (சோஷலிஸ்ட்ஸ்), தீவிர மனிதமையவாதிகள் (ஹியூமனிஸ்ட்), நவ-பௌத்தர்கள்

ஆகியோருக்குள் இவர்களுடைய முற்போக்குத் தோழர்களும் — எல்லாருமே வலுவான அல்லது செவ்வியல் அர்த்தத்தில் மதச் சார்பற்றவர்கள். அதாவது, மதமென்னும் குடையை அழித்து, இயற்கை, சமூக உலகம் ஆகியவற்றிலிருந்து கடவுளர்களை நவீனத்தன்மை விரட்டிவிடும் என்னும் சிந்தனையை இவர்கள் வரவேற்றனர். அதற்கு ஏற்றாற்போல, வாழ்க்கையின் தனிப்பட்ட, அரசியல் அம்சங்களில் மதத்தின் ஆட்சியெல்லையைக் கூடுமான வரை குறுக்க முனைந்தனர். வாய்ப்புகேடாக, பிரிவினைக்குப் பிந்திய அரசியல் சூழல்களின் காரணமாக, இந்துமதத்தைச் சீர்திருத்தம் செய்வதற்கு காட்டிய ஊக்கத்தோடு அவர்கள் முஸ்லிம், கிறித்துவத் தனியார்ச் சட்டங்களைச் சீர்திருத்த முனையவில்லை. இது, சிறுபான்மையினருக்குப் 'பணிபுரிவதான' ஒரு தோற்றத்தை உருவாக்கிவிட்டது. மதத்தின் மீமெய்ம்மையியல் அடிப்படைக்கு மதச்சார்பற்ற அணுகுமுறையை ஆதரித்ததோடு, பொதுக்களத்தில் விமரிசனச் சிந்தனை வளர்ச்சியை ஊக்குவித்தனர். இந்தியாவில் இருக்கும் பல்வேறு மதங்கள் அனைத்திலும், பின்பற்றுதலிலும் நம்பிக்கையிலும் சுதந்திரம் கொண்ட மதங்களை நோக்கி, ஒரு விமரிசன பார்வையோடு சமநிலைப்படுத்த அவர்கள் செய்த முயற்சி பெரிதும் பராட்டுக்குரியது.

ஆனால் குடியரசை அமைப்பதிலும், அரசியலமைப்பை எழுதுவதிலும் கொள்கைத் திறமுள்ள பகுத்தறிவுவாதிகள், மதச்சார்பின்மைவாதிகளுடைய வலுவான செல்வாக்கு இருந்த போதும், பிற சமூக இயக்கங்களுடன் பகுத்தறிவுவாதம் இணை வதில் தோற்றுவிட்டது. அரசாங்கத்தையும் மக்கள் சமூகத்தையும் சார்ந்த நிறுவனங்களில் அறிவியல் மனப்பான்மை என்பது வெறும் முழக்கமாக இருந்ததே ஒழிய ஒருபோதும் நடைமுறையில் செயல்படும் கொள்கையாக இல்லை.

அவசரநிலையின் பிறகு, ஏறத்தாழ 1980இல் தொடங்கி, இந்திய அறிவுஜீவிகள் பலர், மதச்சார்பின்மை உள்பட நேருவின் நவீனப் படுத்தல் மாதிரியில் நம்பிக்கை இழக்கத் தொடங்கினர். பொதுக் களங்களை மதத்தின் புனித விதானத்திலிருந்து நீக்குகின்ற சிந்தனையே இந்திய மதங்களுக்குப் பொருந்தாதது என்று கருதப் பட்டது. மதச்சார்பின்மை மட்டுமல்ல, அறிவியல், பகுத்தறிவு வாதம் ஆகியவையும் பெரும்பாலும் தீவிர வெறுப்பின் அடிப்படை யிலான விமரிசனநோக்குடன் பார்க்கப்பட்டன. இந்தியாவின்

இந்தப் பழமைவாதக் கட்டம், சமூகக் கொள்கையில் செழித்துவந்த பின்நவீனத்துவக் கொள்கையுடன் ஒத்திருந்தது. பின்நவீனத்துவக் கொள்கை, அறிவியல் புரட்சி, அறிவொளி ஆகியவற்றின் முழுப் பாதையையும் விமரிசனப்படுத்தியது.

ஆனால் அடித்தளப் போக்குகள் மதச்சார்பின்மையைக் கேள்வி கேட்டவர்களை அவர்களின் கனவுலக மயக்கத்திலிருந்து வெளிக் கொண்டுவந்தன. உலகத்தின் பல பகுதிகளையும் போலவே இந்தியாவிலும் மத தேசியவாதிகளும் பழமைவாதிகளும் அரசியல் ஆதிக்கத்தைக் கைப்பற்றத் தொடங்கினர். பாஜகவின் எழுச்சி, மதச் சொல்லாடல்முறை வாக்காளர் இடையே அதிர்வுகளை ஏற்படுத்தியது என்பதைக் காட்டியது.

இரண்டாயிரமாம் ஆண்டை ஒட்டி மேற்கில் கல்வி வட்டாரங் களில் மதச்சார்பின்மை பற்றிய மறுசிந்தனை எழத் தொடங்கியதில் இந்த அக்கறைகள் வெளிப்பட்டன. ஊசல் இப்போது எதிர்ப்புறம் சென்றது. மதத்தின் வீழ்ச்சியை அல்ல, அதன் விடாப்பிடியைத்தான் சமூகவியலாளர்கள் இப்போது விளக்க முனைகின்றனர். புதிய சிந்தனை என்னவென்றால், மதத்திற்கான தேவை *(டிமாண்ட்)* ஒருபோதும் மறையவோ குறையவோ போவதில்லை; ஆனால் வெவ்வேறு காலங்களில் வெவ்வேறு சமூகங்களில் மதத்திற்கான சரக்குஅளிப்பு *(சப்ளை)* மாறுபடும். கட்டுப்பாட்டு நீக்கமும் சுதந்திரச் சந்தைகளும் கார், பற்பசை போன்ற பொருள்களை வாங்குவதை மேம்படுத்துவதற்கு மட்டுமல்ல, மதங்களையும் கடவுளர்களையும் தேர்ந்தெடுப்பதை மேம்படுத்துவதற்கும் உதவும் என்று நாம் மேலே பார்த்த புதிய கொள்கையின் *சரக்கு-அளிப்பு* சொல்கிறது.

இந்தப் புத்தகத்தில் அளிக்கப்பட்டுள்ள விஷயங்கள், உலக மயமாக்குகின்ற உலகத்தில் மதங்கள் வளர்வதற்கு ஆதரவாக மேற்சொன்ன மதச்சந்தைக் கொள்கை உதவுவதைக் காட்டுகின்றன. இந்தியாவில், நவ- தாராளப் பொருளாதாரக் கொள்கைகள் கடவுள் சந்தையின் ஆதாயத்திற்காகச் செயல்பட்டுள்ளதை இந்த நூல் காட்டியுள்ளது. பொருளாதாரச் சீர்திருத்தங்களும் நடுத்தர வகுப்பினரின் பெருகும் செல்வமும் மதச் சேவைகளின் தேவை யையும் அவற்றின் அளிப்பையும் பெருக்கியுள்ளன. புதிய சந்தைப் பொருளாதாரம், மதச்சந்தையை உருவாக்கவில்லை; இந்தியாவில் எப்போதுமே கடவுளர்கள், மதங்கள், வழிபாட்டு மாதிரிகள்

என்றால் எண்ணற்ற தேர்வுகளுக்கு வாய்ப்பிருக்கிறது. ஆனால் புதிய பொருளாதாரம் பொதுக் களத்தில் மதம் ஊடுருவுவதற்கான வெளிகள் பலவற்றைத் திறந்துவிட்டுள்ளது. கோட்பாட்டளவில், கண்டிப்பாக, இந்தியாவின் எல்லா மதங்களுக்கும் இது ஆதரவாகச் செயல்படவேண்டும். ஆனால், நடைமுறையில், பெரும்பான்மை மதத்திற்குத்தான் புதிய வாய்ப்புகளைச் சிறப்பாகப் பயன்படுத்தும் நிலை இருக்கிறது. சமூகத்தின் முன்னேறும் நிறுவனங்கள் பிறவும் இதற்கு ஆதரவாக அணிவகுக்கின்றன. மேலும் மையநீரோட்ட இந்துமதத்தின் வெற்றிக்குரல் ஓங்கி வருவதும், கிறித்துவ, முஸ்லிம் சிறுபான்மையினருக்கு எதிரான உடல்சார் வன்முறையும் அந்தச் சமுதாயங்களில் பயமும் பாதுகாப்பின்மையும் சேர்ந்த சூழலை உருவாக்கியுள்ளன. இது இந்துமதம் அனுபவிக்கின்ற விறுவிறுப்பான வளர்ச்சியின் தன்மைக்கு உகந்ததே அல்ல.

இங்கிருந்து நாம் எங்கே செல்கிறோம்?

இந்தப் புத்தகம் இதுவரை வளர்கின்ற, அவ்வப்போது குழப்பு கின்ற கடவுள் சந்தையைப் பற்றி விளக்கியது. இது வெறுமனே தங்கள் விருப்பத்திற்குரிய ஆன்மிக ஆறுதலைத் தேடுகின்ற மக்களைப் பற்றியது மட்டும் என்றால், வளர்கின்ற புத்தகச் சந்தை, இசைச் சந்தையைப் போல வரவேற்கத் தக்கதேயாகும். ஆனால் கடவுள் சந்தை தனித்தது, ஏனெனில் மதமும் தனித்தன்மை கொண்டது. சாதாரண, மண்ணுலகம் சார்ந்த, சமயமல்லாத சிந்தனைகள் செயல்களுக்குப் புனிதத்தையும் தெய்வீகத்தையும் அது அளிக்கிறது.

கடவுளுக்கென ஒதுக்கப்பட்ட புனிதத்தன்மை, தேசம் போன்ற மதச்சார்பற்ற விஷயங்களுக்கும் மாற்றப்படுவது, இந்தப் புத்தகம் விளக்கியதுபோல, இன்றுள்ள இந்தியாவின் ஆபத்து ஆகும். கடந்த காலமோ, இன்றோ, இந்தியாவின் எல்லாச் சாதனை களுக்கும் மாபெரும் இந்து மனத்தைக் காரணமாகச் சொல்லும் ஓர் இந்துப் பெரும்பான்மைவாத மனஅமைப்பு வளர்ந்து வருகிறது. மேலும் பொதுக்களத்தில் இந்துச் சடங்குகளும் குறியீடுகளும் சொற்களும் ஊடுருவும்போது, மத அடையாளங்கள் அற்று, மக்கள் ஒருவர்க் கொருவர் வெறும் குடிமக்களாகத் தொடர்புகொள்ளும் மதச் சார்பற்ற வெளி குறைந்துவருகிறது. ஒருவர் எங்கு வாழ்கிறார், அவருக்குக் கிடைக்கக்கூடிய பள்ளி மற்றும் பிற பொதுச் சேவைகள், கிடைக்கக்கூடிய வேலையின் தன்மை, அவர் வாக்களிக்கக்

கூடிய அரசியல் கட்சிகள் போன்றவை யாவும்—எல்லாமே மேலும் மேலும் மத அடையாளங்களைச் சார்ந்ததாக மாறிவருகின்றன.

அர்த்தமுள்ள மதச்சார்பற்ற வெளிகளையும் மதச்சார்பற்ற பொதுக் கலாச்சாரத்தையும் உருவாக்குவதைவிட இன்று இருக்கும் இந்தியாவுக்குப் பெரிய சவால் வேறு எதுவுமில்லை. இந்துக்களும் முஸ்லிம்களும் பிற எவரும் சக பணியாளர்களாக, அண்டை வீட்டாராக, நண்பர்களாக வாழக்கூடிய வெளிகளை மேலும் நாம் உருவாக்க வேண்டியுள்ளன. இந்தியாவின் சாதனைகளுக்கும் குறைகளுக்கும் மதச்சார்பற்ற, 'உள்ளடக்குகின்ற' *(இன்குளூசிவ்)* விளக்கங்களை நாம் உருவாக்க வேண்டும். ஏழைகளாக, தத்தளிக்கின்றவர்களாக உள்ள வெகுமக்களைக் கடவுளர்கள், சாமியார்கள் ஆகியோரின் கருணையில் மட்டும் விடாமல், அவர்களுக்கு மேலும் வாழ்க்கை சார்ந்த பாதுகாப்பை அளிக்க வேண்டும்.

இந்த நூல், இந்தியாவில் மட்டும் கடவுள் சந்தையின் இயக்கத்தை விளக்கியுள்ளது. அதைப் பொதுத் தர்க்க அறிவு, பொதுநன்மை ஆகியவற்றின் எல்லைக்குள் கொண்டு வருவதுதான் பெரிய சவால்.

குறிப்புகள்

1. 'As Robert Kaplan...', 'Trouble in the other Middle East', *The New York Times,* December 8, 2008.
2. M. V. Kamath...', 'What's wrong with our Islamic community,' *The Organiser,* January 25, 2009.
3. 'There are some who say...', T. N. Madan, 'Secularism in its place', *Journal of Asian Studies,* 46 (November 1987).

CHAPTER 1

1. Promotional slogan of Confederation of Indian Industry at the World Economic Forum, Davos, 2006. www. indiaeverywhere.com
2. Mani Shankar Aiyar, 'I was always Leftist. Economic reforms made me completely Marxist', *Indian Express,* April 24, 2007.
3. Aijaz Ahmad, *Communalism and Globalization: Offensives of the Far Right* (Three Essays Collective, 2003).
4. 'G. P. Sawant is an elderly man...', Anand Giridharadas, 'The ink fades on a profession as India modernizes' *The New York Times,* December 26, 2007.
5. 'this man, Bilgay[sic]...', Gurcharan Das, *India Unbound* (Alfred A. Knopf, 2000).
6. 'Globalization can thus be defined as...', Anthony Giddens, *Consequences of Modernity* (Stanford University Press, 1990),
7. 'Globality means that from now on...', Ulrich Beck, *What is Globalization?* (Sage, 2000),
8. 'This small-ing of the world...', David Harvey, *Condition of Postmodernity* (Blackwell, 1990).

9. 'super-territorial space...', Jan Aart Scholte, *Globalization: A Critical Introduction* (Palgrave Macmillan, 2005), P. 62

10. 'According to Jan Aart Scholte...', see above, P.160

11. 'Radical conservatives like Grover Norquist...', Robert Dreyfus, 'Robert Norquist: Field marshall of Bush Plan,' *The Nation,* April 26, 2001.

12. 'What the neo-liberals want...', Aijaz Ahmad, *Communalism and Globalization: Offensives of the Far Right* (Three Essays Collection, 2002), P.105

13. 'Chandrababu Naidu's regime...', D. Narasimha Reddy, 'Alliance of opportunism and people's distress', *Biblio,* November-December 2008. See also P. Sainath, 'Chandrababu: Image and reality', *The Hindu,* July 5, 2004.

14. 'The falling public investment...', P. Sainath, 'one farmer's suicide every 30 minutes', *The Hindu,* November. 15, 2007; V. Sridhar, 'Distress and kidney sale', *Frontline,* June 19, 2004.

15. 'Recent evidence gathered by John Harriss...', John Harriss, 'Middle class Activism and the Politics of Informal working Class: A Perspective on Class Relations and Civil Society in Indian Cities', in Ronald Herring and Rina Agarwal (eds), *Whatever Happened to Class?: Reflections from South Asia* (Dannish Books, 2008).

16 'According to Upadhyaya...', Complete text of Deendayal Upadhyaya's lectures on integral humanism can be found on the website of the BJP, www.bjp.org

17. 'Nehru, the *bête noire* of Swatantra...', Howard Erdman, 'India's Swatantra Party', *Pacific Affairs,* 36, 4 (1963): 394-410, P.394

18. 'Since such well-known people...' Andy Mukherjee, 'Markets need to hear from conservationists,' *Livemint,* June 29, 2007. Ravi velloor, 'Indian ITmogul 'eyeing role in politics,' *Business Times,* April 2, 2007.

19. 'Some scholars describe Swatantra Party....,' Lise McKean, *Divine Enterprise: Gurus and the Hindu Nationalist Movement* (Chicago, 1996).

20. 'According to Howard Erdman....,' Howard Erdman, 'India's Swatantra Party', *Pacific Affairs,* 36, 4 (1963): 394-410, P.409

21. 'Swatantra liberals did not speak out...' Howard Erdman, 'India's Swatantra Party', *Pacific Affairs,* 364: 394-410, P.403
22. 'Rid India of socialism and bigotry...', Indian Liberal Party, www.liberalpartyofindia.org
23. 'Dismissed by Indira Gandhi...', Deepak Lal, 'The Economic Impact of Hindu Revivalism', in Martin Marty and Scott Appleby (eds), *Fundamentalism and the State* (Chicago, 1993).
24. 'Golden summer of 1991...', Gurucharan Das, *India Unbound* (Knopf, 2000),pp.213,242
25. 'According to the Columbia University economist...', Arvind Panagariya, *India: The Emerging Giant* (New York, 2008), P.95
26. 'The recent economic data is grim...', *Frontline,* March 13, 2009.
27. 'According to a recent *New York Times* report...', Heather Timmons, 'Security guards become the front lines in India', *The New York Times,* March 3, 2009.
28. 'In the words of Amit Bhaduri...', Amit Bhaduri, 'Predatory growth', *Economic and Political Weekly,* April 19,2008.
29. 'India is rising in the Forbes...', P. Sainath, 'Shangri-La and sub-Saharan Africa', *The Hindu,* November 28, 2006.
30. 'Then there are the millionaires ...', 'Indian millionaries over 1 lakh', *The Financial Express,* June 18, 2007.
31. 'Recent reports have revealed...,' 'The Black trillion', *Tehelka,* March 7, 2009.
32. 'According to the figures...', P. Sainath, 'HDI Oscars: Slumdogs versus millionaires', The Hindu,March 18, 2009; and 'Shangri-La and sub-Saharan Africa', *The Hindu,* November 28, 2006.
33. 'According to the 2007 *Human Development Report...',* Human Development Report (United Nations Development Programme, 2007), available at http://hdr.undp.org/en/statistics/.
34. 'One of the most respected studies...', Angus Deaton and Jean Dreze, 'Poverty and inequality in India: A re-examination', *Ecnomic and Political Weekly,* September 7, 2008,
35. 'Although above the official poverty line...', National Commission

for Enterprises in the Unorganized Sector (NCEUS), *Report on Conditions of Work and Promotions of Livelihoods in the Unorganized Sector* (Government of India, 2007), available at www.nceus.nic.in.

36. 'A process that has been dubbed...', Amit Bhaduri, *'Economic growth : A meaningless observation?' Seminar,* Number 569, 2007,

37. 'Nano, the much-hyped, low-cost car...', Somini Sengupta ' Raising farms for factory creates battle ground in India', *The New York Times,* December 29, 2006; Shoma Chaudhary, 'Bengal shows the way', *Tehelka,* March 3, 2007.

38. 'Government's own data...', NCEUS, *Report on Conditions of Work and Promotions of Livelihoods in the Unorganized Sector* (Government of India, 2007). Available at www. nceus.nic.in.

39. 'Their labour is extracted...', Barbara Harriss-White, 'India's Informal Economy: Facing the 21st Century', in Kaushik Basu (ed.) *India's Emerging Economy: Performance and Prospects in the 1990s and Beyond* (MIT Press, 2004).

40. 'Even the government admits...', NCEUS, *Report on Conditions of Work and Promotion of Livelihoods in the Unorganized Sector* (Government of India, 2007), P. 8

41. 'Manifesto for Dalit capitalism...', the Bhopal Declaration is available at www.ambedkar.org.

42. 'Proponents of Dalit capitalism...', S. Anand, 'An epitaph for the bull-hull economy', *Outlook-Business,* June 8, 2008.

43. 'The fact remains...', Barbara Harriss-White and Nandini Gooptu, 'Mapping India's World of Unorganized Labour', *Socialist Register,* 2001, P. 99

44. 'The recent Sachar Committee report...', *Social, Economic and Educational Status of the Muslim Community of India: A Report* (Government of India, 2006), available at http:// www.minority affairs.gov.in.

45. 'Even as the revenues grew...', Prabhat Patnaik, 'Conservatism to the fore', *Frontline,* March 15-28, 2008. Jayati Ghosh, 'Stagnant sectors', *Frontline,* March 15-28, 2008.

46. 'The Despair driven...', Dilip Thakore, 'Shame and scandal in primary education', *Educational World,* December 2008; Amy Waldman,

'India's poor bet precious sums on private schools', *The New York Times*, November 15, 2003.

47. 'Critics point out...', Anil Sadgopal, 'Misconceiving fundamentals, dismantilng rights', *Tehelka*, June 14, 2008.

48. 'In 2000, India had only...', Pawan Agarwal, *Higher Education in India: The Need for Change*, Working Paper 180 (Indian Council for Research on International Economic Relations, 2006).

49. 'The total number of private colleges...', Vijender Sharma, 'Commercialization of higher education in India', *Social Scientist*, 33 (2005): 65-74.

50. 'In 2003, 86.4 percent...', Devesh kapur and Pratap Bhanu Mehta, *Indian Higher Education Reform: From Half-baked Socialism to Half-baked Capitalism*, Working Paper 108 (Center for International Development, Harvard University, 2004).

51. 'There is a Push to allow...', Konark Sharma, 'FDI in higher education: Aspirations and reality', *Mainstream*, June 9, 2007; Shailaja Neelakantan, 'India is shutting the door on Britain's top institutions', *The Independent*, July 17, 2008.

52. 'There is absolutely no doubt...', Devesh Kapur and Pratap Bhanu Mehta, *Indian Higher Education Reform: From Half-baked Socialism to Half-baked Capitalism*, Working Paper 108 (Center for International Development, Harvard University, 2004).

53. 'The government invited...', Mukesh Ambani, Kumar Mangalam Birla, *A Policy Framework for Reforms in Education*, Prime Minister's Council on Trade and Industry, available at www.nic.in

54. 'Commercialization of education is backed by legal rulings...', Devesh Kapur and Pratap Bhanu Mehta, *Indian Higher Education Reform: From Half-baked Socialism to Half-baked Capitalism*, Working Paper 108 (Center for International Development, Harvard University, 2004).

55. 'According to Rob Jenkins...', Rob Jenkins, 'Labour policy and the second generation of economic reform in India', *India Review*, 3, 2 (2004): P.21

56. 'A representative example...,' Ranabir Choudhury, 'Evolution of the swadeshi idea,' *Hindu Business line*, April 5, 2004.

57. 'Even the Swadeshi Jagran Manch...,' S. Gurumurthy, 'Making India

an economic super-power', *The Tribune,* August 15, 1998.

58. "The so-called 'theocons'...", Damon Linker, *The Theocons: Secular America Under Seige* (Doubleday, 2006).

59. 'India becoming a global superpower...', Subramanian Swamy, 'In search for a Hindu agenda', *The Organiser,* November 20, 2005.

60. 'Jaithirth (Jerry) Rao, the founder-CEO of Mphasis...', Jaithirth (Jerry) Rao, 'Revive the Swatantra Party', *Indian Express,* July 25, 2005; see also Rao, 'Tired of Socialists', Livemint, June 8, 2007.

61. Narayana Murthy, the founder-CEO of Infosys..., 'Indian IT-mogul eyeing role in politics', *Business Times* (Singapore), April 2, 2007.

62 'A new party that will put economics...', Gurcharan Das, 'The only alternative', *The Times of India,* December 28, 2002.

CHAPTER 2

1. Peter Berger, *Desecularization of the World* (Eerdmans, 1999), P.4.

2. Pavan Varma, *Being Indian* (Penguin India, 2004). P.7.

3. 'The expression "rush hour of the gods"...', Neil MacFarland, *The Rush Hour of the Gods: A Study of New Religious Movements in Japan* (Harper Colophon Books, 1967).

4. 'They are instead what...', Achin Vanaik, 'The new Indian right', *New left Review,* May-June,PP 43-67.

5. 'According to the Indian National Council of Applied Economic Research (NCAER)...', The Great Indian Middle Class (GIMC) at business-standard.com/ncr/ncr.php; see also 'Middle class income group to grow by 13%, NCAER study', *The Financial Express,* September 1, 2006.

6. 'But if middle class-ness is measured...', "Indian middle class happy with economic progress', IBNLive at <http://ibnlive.com.

7. 'Going by the recent...', Pew Global Attitudes Project, 2007, 'World publics welcome global trade, but not immigration', <http://pewglobal.org/reports/pdf/258.pdf.

8. 'Economists have shown...', Nirvikar Singh, "The idea of India and the role of the middle class', available at the eScholarship

Repository, University of California, at <http://repositories.cdlib.org/ucscecon/597.

9. 'As Chakravarti, Ram Prasad observed...', Ram–Prasad Chakravarti 'India's middle class failure'. *Prospect Magazine* 138 (2007).

10. 'Analysis of election data...', Suhas Palshikar, 'Politics of Indian Middle - Classes', in Imtiaz Ahmad and H. Reifeld (eds), *Middle-class Values in India and West Europe* (Social Science Press, 2007).

11. 'According to the 2007 State of the Nation Survey...', 'State of the nation: What makes Indians keep the faith', January 24, 2007, *IBN-CNN-Hindustan Times*, IBNLive, available at <http://ibnlive.com.

12. 'Based upon the National Election Survey of 2004...', Suhas Palshikar, 'Majoritarian middle ground?', *Economic and Political Weekly*, December 18, 2004.

13. 'The number of registered religious buildings...', Lise McKean, *Divine Enterprise: Gurus and the Hindu Nationalist Movement* (University of Chicago Press, 1996), P. 32

14. 'In his much acclaimed...', Pavan Varma, *Being Indian* (Penguin India, 2004), P.96

15. 'According to a recent study...', 'Indians keep the faith: Religious tourism booms in India', Indian Brand Equity Foundation at www.ibef.org ; see also, 'Thank God! Religious tourism grows at 25 per annum', *The Economic Times*, October 1, 2006.

16. 'As a scientist...', David Gosling, *Science and Religion in India* (Christian Literature Society, 1976), P. 80

17. 'This is the phenomenon of compartmentalization...', Milton Singer, *When a Great Tradition Modernizes: An Anthropological Approach to Indian Civilization* (University of Chicago Press, 1972).

18. 'Indians are supposed to be...', Alan Roland, *In Search of Self in India and Japan: Toward a Cross-cultural Psychology* (Princeton University Press, 1988), PP. 252.

19. 'In Singer's words...', Milton Singer, *When a Great Tradition Modernizes: An Anthropological Approach to Indian Civilization* (University of Chicago Press, 1972), PP. 336, 342

20. 'What is unique about all invented traditions...', Eric Hobsbawm and Terence Ranger, *The Invention of Tradition* (Cambridge, 1983).

21. 'Christopher Fuller's 2003 monograph..', Christopher Fuller, *The Renewal of Priesthood: Modernity and Traditionalism in a South Indian Temple (Princeton university Press,* 2003).

22. 'The state government's latest figures...', Tamil Development Culture and Religious Endowments Department, Hindu Religious and Charitable Endowments Department Policy Note, 2006-2007, Demand No. 47. http://www.tn.gov.in/policynotes/pdf/hr-and-ce.pdf.

23. 'Joanne Punzo Waghorne describes...', Joanne P. Waghorne, *Diaspora of the Gods: Modern Hindu Temple in an Urban Middle Class World* (Oxford University Press, 2004), P.25

24. 'According to media reports...', "Akshaya Trithiya: When the leitmotif is gold', *Business Line,* April 19, 2007; see also Meera Nanda, "Is India a Science Superpower?', *Frontline,* September 13, 2005.

25. 'There are newspaper accounts...', Klaus Klostermaier, *A Survey of Hinduism* (State University of New York Press, 1994), PP. 158, 526.

26. 'In 1970, there were even reports...', see above, pp. 158, 526.

27. 'Worldwide popularity of Gayatri Pariwar...', see website of All World Gayatri Pariwar, http://www.awgp.org.

28. 'As Dr pranav Pandya, the spiritual head...', Archana Dongre, 'Hardwar institute tracks power of Gayatri yagna', *Hinduism Today,* September 1992.

29. 'In their unique and original interpretation...', 'Rajiv Malik, Wow! One million Join Vedic rites,' *Hinduism Today,* June 1994.

30. 'Gayatri Parivar's clients include...', 'Training programme for personnel' at http://missionvision, awgp.org.

31. 'The other notable redesign of Vedic ritual...', Timothy Lubin, 'Science, patriotism and Mother Veda: Ritual activism in Maharashtra', *International Journal of Hindu Studies,* 5, 3 (2001): 81-105.

32. 'A very brief summary...', ibid.

33. 'A culture of "political darshan...', A. R. Vasavi, 'Political *darshan* as developed in Karnataka' *Economic and Political Weekly*, July 28, 2007.

34. 'Even more blatant...', Neeraj Mishra, "In God I trust', *India Today*, May 12, 2003.

35. 'Bhairon Singh Shekhawat is reported...', 'You can mail order 'prasadam', *Hindu Business Line*, November 9, 2002.

36. 'Agitation to *liberate* the Guru Dattatreya Baba Bundan Dargah...', Parvathi Menon, 'Saffron mobilization', *Frontline*, December 20, 2004.

37. 'The VHP plans to organize a hundred yagnas...', Sanjana, "Freedom of hate speech', *Tehelka*, April 11, 2009.

38. 'In Orissa where thousands of Christians...', Rohini Mohan, 'Killing the Phoenix', *Tehelka*, April 18, 2009.

39. 'In one of the most shameful examples...', Ashok Mitra, "A sense of humiliation: Why the bhoomi puja in Singur is such a let-down', *The Telegraph*, February 2, 2007.

40. 'A process that has been dubbed...', Joanne Waghorne, *Diaspora of the Gods: Modern Hindu Temple in an Urban Middle Class World* (Oxford University Press, 2004).

41. 'A recent study of roadside temples...', U. Kalpagam, 'Secularism, Religiosity and Popular Culture: Chennai's Roadside Temples', *Economic and Political Weekly*, November 4, 2006.

42. 'A very similar process of gentrification...', Joanne Waghorne, *Diaspora of the Gods: Modern Hindu Temple in an Urban Middle Class World* (Oxford University Press, 2004).

43. 'To quote Joanne Waghorne...', ibid. P. 132,149

44. 'The fast growing cult of Adi Para Shakti...', Vasudha Narayanan, 'Diglossic Hinduism: Liberation and lentils', *Journal of the American Academy of Religion*, 68, 4 (2000):761-779.

45. 'Another phenomenon of note...', Anna Portnoy, 'A Goddess in the Making', *The Whole Earth Catalogue*, 2000. www.wholeearth mag.com/ArticleBin/395.html.

46. 'The TVS Group is a major benefactor...', 'Nine temples on pilgrim

circuits', *The Hindu*, March 4, 2002.

47. 'The growing popularity of Hanuman...', Philip Lutgendorf, 'My Hanuman is bigger than yours', *History of Religions*, 33, 3 (1994): 211-245.

48. 'As Chris Fuller puts it...', Christopher Fuller, *The Camphor Flame* (Princeton University Press, 1992). P. 373.

49. 'Deities like Hanuman...', Philip Lutgendorf, *Hanuman's Tale: The Messages of a Divine Monkey* (Oxford University Press, 2007), P. 373

50. 'Mata Amritanandamayi, or Amma...', See the following essays by Maya Warrier: 'Modernity and its imbalances: Constructing modern selfhood in the Mata Amritanandamayi Mission', *Religion*, 36 (2006): 179-195; 'Guru choice and spiritual seeking in contemporary India,' *International Journal of Hindu Studies*, 7 (2005): 31-54; and 'Process of secularization in contemporary India: Guru faith in the Mata Amritanandmayi Mission', *Modern Asian Studies*, 37 (2003): 213&53.

51. 'She urges her followers...', ibid.

52. 'Through his magic, Sai Baba...', Hugh Urban, "Avatar for our age: Satya Sai Baba and the contradictions of late capitalism', *Religion*, 33 (2003): 73-93.

53. 'He runs a gurukul...', see the website of Arha Vidya Gurukulam at www.arshaviya.org

54. 'Swami Dayananda has a substantial following...', Christopher Fuller and John Harriss, 'Globalizing Hinduism: A *Traditional* Guru and modern Businessmen in Chennai', in Jackie Assayag and Christopher Fuller (eds) *Globalizing India: Perspectives from Below* (Anthem Press, 2005), P. 211-236.

55. 'A trend that has been dubbed *karma capitalism*...', Pete Engardio and Jena McGregor, 'Karma capitalism', *BusinessWeek*, October 30, 2006.

56. 'Corporations like Oracle...', 'A guru teaches techies how to breathe', *Business Week,* September 22, 2003.

57. 'Reportedly 60-70 percent of its members...', Suma Verghese, 'Sri Sri Ravi Shankar: Life-coach to the next generation', *Life Positive*, February 2006.

58. 'Another reason that followers...', 'A guru teaches techies how to breathe', *Business Week*, September 22, 2003.

59. 'When examined objectively...', Meera Nanda, "Ayurveda under the scanner', *Frontline*, April 8, 2006.

60. 'He seems to be equally at home...', See Hindu Swayamsevak Sangh, 'Tri-state Hindus come together for Hindu Sangam in New Jersey', www.hssus.org.

61. 'As reported by Christopher Fuller and John Harriss, 'Globalizing Hinduism: A *Traditional* Guru and Modern Businessmen in Chennai', in Jackie Assayag and Christopher Fuller (eds), *Globalizing India: Perspectives from Below* (Anthem Press, 2005), PP 211-216.

62. 'The British magazine, *The Economist*...', 'The swamis', *The Economist*, December 20, 2003.

63. 'According to media reports...', 'Saffron techies', *Tehelka*, November 1, 2008.

64. 'He has made no secret...', 'Report: National Convention of Rashtra Sevika Samiti', *The Organiser*, December 11-18, 2005; "Sangh Samachar: 15th National Convention of Rashtra Sevika Samiti in Nagpur: No empowerment without power– Swami Ramdev', *The Organiser*, November 27, 2005.

65. 'Supporters of Hindutva...', Swapan Dasgupta, Evangelical Hindutva', *Seminar*, 545, 2005.

66. 'There were reports...', Priyanka Narain, "God godmen and BJP and co. for political, religious and environmental causes', *Livemint*, August 8, 2008. See also '250 religious leaders flag off Save Ganga Campaign', *The Economic Times*, August 18, 2008.

67. 'Indian middle classes are proving Max Weber wrong...', Max Weber, 'Science as Vocation', *From Max Weber: Essays in Sociology*, H. H. Gerth and C. Wright Mills (eds) (Oxford University Press, 1958 [1922]).

68. 'As has been shown...', Pippa Norris and Ronald Inglehart, *Sacred and Secular: Religion and Politics Worldwide* (Cambridge University Press, 2004).

69. 'The second explanation...', Pavan Varma, T*he Great Indian Middle*

Class (Penguin India, 1998).

70. 'Even the otherwise astute...', Achin Vanaik', 'The New Indian Right', *New Left Review*, May-June 2001: 43-67.

71. 'The upwardly mobile in urban India...', Maya Warrier, "Modernity and its imbalances: Constructing modern selfhood in the Mata Amritanandamayi Mission', *Religion*, 36 (2006): 179-195.

72. 'Middle-class respondents in Baroda...', Margrit Van Wessel, 'Talking about consumption: How Indian middle class dissociates from middle-class life', *Cultural Dynamic*, 16 (2004): 93-116.

73. 'Indians top the list of all nations...', Pew Global Attitutes Survey, 2007, available at www. pewglobal.org.

CHAPTER 3

1. Lise McKean, *Divine Enterprise: Gurus and the Hindu Nationalist Movement* (University Chicago Press, 1996).

2. Praveen Togadia, 'VHP to build a Hindu vote bank', *The Hindu*, February 9, 2006.

3. 'The Supreme Court has accepted the argument...', Duncan Derrett, *Religion, Law and the State in India* (Oxford University Press, 1999 [1968]).

4. 'According to Christopher Fuller...', Christopher Fuller, *The Servants of the Goddess* (Cambridge, 1984).

5. As the historian Franklin Presler describes it...', Franklin Presler, 'The Structure and Consequences of Temple Policy in Tamil Nadu', *Pacific Affairs,* 56, 2 (1967): 232-246, P. 235.

6. The fabled Jagannath temple...', James Preston, *Cult of the Goddess: Social and Religious Change in a Hindu Temple* (Waveland Press, 1985).

7. 'The enormous wealth of Thirumala Tirupathi...', 'Court decree retired Tirupati temple's hereditary priests', *Hinduism Today*, June 1996.

8. 'The temple had fallen into disrepair...', Jagmohan 'Don't allow meddling with Vaishno Devi Shrine', *The Tribune*, September 9, 1998.

9. 'Shri Amarnath Shrine Board...', Mired in controversies', *Kashmir Newz*, June 30, 2006.

10. 'The USA-based Global Hindu Heritage Foundation...', Global Hindu Heritage Foundaation, www.preservehinduism.org.

11. 'Organizations like Bharat Jagran Forum...', see the website, www.bharatjagran.com.

12. 'The idea that temples need to be 'saved'...',see the website of Hindu Janjagruti Samiti, www.hindujagruti.org.

13. 'Members of the National Commission on Religious Endowments...', Duncan Derrett, *Religion, Law and the State in India* (Oxford University Press, 1999 [1968]).

14. 'Temple may be defined as occult laboratories...', ibid., P. 500.

15. 'As Joanne Waghorne observed...', Joanne Punzo Waghorne, 'The gentrification of the Goddess', *International Journal of Hindu Studies*, 5, 3 (2001): 227-67, P. 257.

16. 'The same sentiment is expressed...', 'End to government control of Temples demanded', *The Tribune*, December 27, 2006.

17. 'Every year millions of pilgrims...', 'Makaravilakku is lit by hand: Tantri', The Hindu, May 28, 2008; 'Sabarimala revenue put at Rs. 75.52 crore', *The Hindu*, January 15, 2008.

18. 'Writing in 1982...', Franklin Presler, 'The Structure and Consequences of Temple Policy in Tamil Nadu, 1967-81', *Pacific Affairs*, 56, 2 (1982): 232-246, P. 245.

19. 'Chandi temple in Cuttack, Orissa...', James Preston, Cult of the Goddess: Social and Religious Change in a Hindu Temple (Waveland Press, 1985), P. 73.

20. 'Reports suggest that Tirupati...', 'Tirupati ousts Vatican, reigns at top', www.ndtv.com, September 13, 2007; 'The state of religion', *Indian Express*, January 23, 2005.

21. 'The number of pilgrims is up...', 'Vaishno Devi pilgrimage begins on healthy note', *Daily Excelsior,* February 2, 2009.

22. 'Sri Amarnath Shrine Board...', Gautam Navlakha, 'State cultivation of Amarnath Yatra', *Economic and Political Weekly,* July 26, 2008.

23. 'In just two years...', 'Shiv Khori shrine attracts lakhs', *The Tribune*, January 16, 2009; 'Pilgrimage to Shiv Khori shrine picking up', *Daily Excelsior*, September 4, 2008.

24. 'Ministry of Tourism of the state of Jammu and Kashmir...', 'Major boost for pilgrim tourism: Shiv Khori, Bawa Jito among 4 shrines to get huge central funds', *Daily Excelsior*, February 14, 2008.

25. 'There are calls to replicate...', 'Managing shrines', *Daily Excelsior*, January 21, 2008.

26. 'Even L. K. Advani is on record...', *Hinduism Today*, October 1997.

27. 'When the UGC, the highest educational policy making body...', Pranab Dhal Samanta, 'Now, it is occult science', *The Hindu*, February 23, 2002.

28. 'These schools are producing...', Christopher Fuller, *The Renewal of Priesthood: Modernity and Traditionalism in a South Indian Temple* (Princeton, 2003), P. 112.

29. 'In May 2002, the Sansthan...', 'Deemed University to Rashtriya Sanskrit Sansthan', available at the website of Rashtriya Sanskrit. www. sanskrit.nic.in

30. 'Two other newly "deemed universities"...', Swami Vivekananda Yoga Anusandhan, see the website at www.svyasa.ofg; Bihar Yoga Bharati, at www. bihar.com.

31. 'A good example is Navi Mandal Veda Vidya Mandir...', 'Age old mantra: Vedic education schools', *The Times of India*, September 5, 2005.

32. 'A similar Vedic school...', 'Preserving a unique tradition', *The Hindu*, March 4, 2005.

33. 'Under the rein of the BJP chief minister Vasundhara Raje Scindia...', 'In Scindia's Rajasthan, temples get a shine', http://in.news. yahoo.com/040519/43/2d69k.html; 'Training camps for Rajasthan priests', *The Hindu*, March 20, 2004.

34. 'The state of Andhra...', 'Eight more Vedic schools will come up in state', *The Hindu*, December 25, 2007.

35. 'A case in point is Tamil Nadu...', 'Enter the Dalit priest', *The Telegraph*, April 26, 2008.

36. 'According to the official report...', see the official website of the Government of Tamil Nadu, www.tn.gov.in.

37. 'This is how the triangular relationship...', A saintly minstrel and his message', *Hiduism today* October-December 2006; ' The man Ambanis revere most', available at http://www.rediff.com. நிலக்கொடையைப் பொறுத்தவரை அளவில் சந்தீபனி வித்யா நிகேதனின் இணையதளம் பின்வரும் தகவலைக்கொண்டு உள்ளது: ஸ்ரீபாரதீய சம்ஸ்க்ருதி சம்வர்தக் அறக்கட்டளை (சந்தீபனியின் தாய் அறக்கட்டளை) இப்போதுள்ள நிலத்தை வாங்க முனைந்தது. குஜராத் அரசுக்கு இதற்கான வேண்டுகோள் முன்வைக்கப்பட்டது. குஜராத் அரசாங்கம் மிகவும் தாராள மனத்தோடு போர்பந்தர் விமான நிலையத்தின் அருகில் அருகில் 85 ஏக்கர் நிலத்தைத் தந்து உதவியது. பார்க்க: www.sandipani.org/trusts/index.asp.

38. 'Swami Ramdev... is building two universities...', 'Din in M. P. Assembly over land allotment to Ramdev', *The Hindu*, March 17, 2007; see also, Shantanu Guha Ray, 'Business of the Gods', *Tehelka*, June 24, 2007; 'Yoga guru Ramdev invited to tap Ayurvedic potential by Jharkhand government', at http:/www.medindia.net; 'Ramdev gets university', *The Telegraph*, April 7, 2006; 'Swami Ramdev to set up world's biggest yoga and Ayurvedic centre', *The Organiser*, April 23, 2006.

39. 'The business elite, in India and abroad...', 'Shri Ramdev promotes yoga in UK', *The Organiser*, September 3, 2006.

40. 'Reports in the *Organiser*...', 'Promoting Hindu traditions in rural areas', *The Organiser*, July 11, 2004.

41. 'The popular Bangaru Adigalar Shakti 'Amma',...', 'Spiritual revolution in Tamil Nadu', *The Organiser*, July 25, 2004.

42. 'Obey your guru!...', *Hinduism Today*, April-June 2004.

43. 'Agamic education, Fuller concludes...', Christopher Fuller, *Renewal of Priesthood*.

44. 'According to G. K. Ramamurthy...', 'Preparing tomorrow's priesthood', *Hinduism Today*, January-March 2006.

45. 'Another priest training school in Pillaiyarpatti...', 'Keeping the faith', *Hinduism Today*, April 2003.

46. 'Even those who welcome these 'swamiji schools'...', Dilip Thakore, 'The rising sun of the swamiji schools', *Education World,* April 2004.

47. 'the Sri Adichunchanagiri Mahasamsthana math...', *ibid.*

48. 'The Chinmaya Mission runs...', ibid.

49. 'The Art of Living Foundation...', Shantanu Guha Ray, 'Business of the Gods', *Tehelka,* June 24, 2007.

50. 'According to Edward Luce...', Edward Luce, In Spite of the Gods (Abacus, 2006), P. 177.

51. 'In 2006, the government of Orissa...', 'Varsity from house of guru', *The Telegraph,* December 11, 2006.

52. 'The AOL deal is puny compared to... Vedanta University...', 'Vedanta university in Orissa', *The Telegraph,* July 20, 2006.

53. 'But going by the past record...', 10m Pounds state cash for first Hindu school', The Guardian, December 24, 2006. See also, 'Indian philanthropist behind UK's first Hindu school', Prasun Sonwalkar, London, September 11, 2007 (IANS), available at www.redhot curry.com.

54. 'I-Foundation www.i-foundation.org.

55. 'According to its own promotional materials...', see the website of Maharishi Mahesh Yogi Vedic Vishwavidyalaya http://mmyvv.com.

56. 'Career advisors in the magazine Education World...', Career Focus, 'Stars augur well for astrologers', *Education World,* November 30, 1999.

57. 'The proposed Keshav Vidyapeeth Vishwavidyalaya...', Nalini Taneja, 'RSS 2005 in action in Rajasthan', *People's Democracy,* March 6, 2005

58. 'To build a temple in Delhi...', see the description of 'shilanyas vidhi' under 'The making of Akshardham' on the website of Akshardham temple at www.akshardham.com,quotes available, www.swami narayan.org/news/2000/11/delhi/index.htm.

59. 'Yogiji Maharaj advised his followers...', see the description of 'shilanyas vidhi' under 'The making of Akshardham', *ibid.*

60. 'Delhi administration under Jagmohan...', 'Land allotment to

temple trust flayed', *The Times of India,* May 4, 2000; see also 'Whose Delhi is it anyway?', *Tehelka,* October 7, 2006.

61. 'The temple managed to acquire another 50 acres of land...', 'Akshardham temple to adorn river Yamuna bed', *The Times of India,* October 11, 2004.

62. 'In the state of Rajasthan...', see the power point presentation available on the Rajasthan Devasthan website (rajasthan devasthan.ppt).

63. 'In the state of Gujarat...', John Dayal, 'Financing faith', *Himal Southasia,* October-November 2007.

64. 'In the state of Madhya Pradesh...', 'MP allots priests to conduct pujas', *Deccan Chronicle,* January 8,2008.

65. 'In the state of Tamil Nadu...', HRCE Citizens' Chapter, 2007-08 at www.tn.gov.in/citizen/hrce.pdf.

66. 'the state of Himachal Pradesh...', 'Rs. 7.80 crore to boost pilgrimage tourism', *The Tribune,* January 17, 2007; 'Focus on temple tourism?', *The Tribune,* February 7, 2007.

67. 'Notable examples include...', 'Ford plans 'Religious tourism' project in Bengal – Vedic Planetarium in Mayapur on cards', *The Hindu,* February 20, 2004; 'Nine temples on pilgrim circuit', *The Hindu,* March 4, 2002.

68. 'The state of Jammu and Kashmir...', 'Governor performs yagya, leads devotees to pratham darshan', *Daily Excelsior,* October 15, 2004; see also editorial title, *Daily Excelsior,* August 6, 2007.

69. 'The state of Gujarat officially sponsors Navratri...', 'Vibrant Gujarat: Navratri tourism carnival', *The Organiser,* October 4, 2004.

70. 'Central government offered to spend Rs. 7 crore...', Praful Bidwai, 'Kashmir turmoil and the Amarnath Yatra', *The News,* July 12, 2008, available at www.thenews.com.pk.

71. 'Hindu proselytization or Hindukaran...', Citizens' Inquiry Committee report, *Untold Story of Hindukaran of Adivasi's (Tribals) in Dangs,* January 3, 2006, available at http:// www.milligazette.com/dailyupdate/2006/200610108-hindutva.htm.

72. 'The infamous Ekatmata yagna...', Lise McKean, *The Divine*

Enterprise (Chicago, 1996).

73. 'The idea of banal nationalism...', Michael Billig, *Banal Nationalism* (Sage, 1995).

74. 'As Billig puts it...', Ibid.

75. 'According to the description provided by the organizers themselves...', see http://www.sandipani.org.

CHAPTER 4

1. 'Indians rank number one in the world...', Pew Global Attitudes Project, 'World publics welcome global trade – but not Immigration', available at www.perglobal.org; see also Meera Nanda, 'India in the world: How we see ourselves', *The Hindu*, December 11, 2007

2. 'This rising self-awareness...', Samuel Huntington, *The Clash of Civilizations and the Remaking of World Order* (Simon and Schuster, 1998).

3. 'Against those like...', Francis Fukuyama, *The End of History and the Last Man* (Avon Press, 1992), P. IX

4. 'Civilization will clash...', Samuel Huntington, *The Clash of Civilizations and the Remaking of World Order* (Simon and Schuster, 1998).

5. 'They attribute their dramatic economic development...', ibid., P. 93

6. 'We proved by our history...', Gurcharan Das, *India Unbound* (Alfred A. Knopf, 2000), P. XVII.

7. 'The essential point is...', Pavan Varma, *Being India* (Penguin, 2004).

8. 'The arcane, impenetrable nature of Hindu lore...', Daniel Lak, *India Express: The Future of a New Superpower* (Penguin, 2008).

9. 'Consider the fact that...', P. Balaram, 'The Shanghai rankings', *Current Science*, 86, 10, May 25, 2004.

10. 'The number of research papers from India...', G. Padmanaban, 'Science education in India: Time to leapfrog with caution', *Current Science*, 95, December 10, 2008; see also, P. Balaram, 'Science in India: Signs of stagnation, *Current Science*, 83, August 10, 2002.

11. 'Even the much-hyped IT sector...', Gangan Prathap, 'Where have our young ones gone?: The coolieization of India', *Current Science*,

89, October 10, 2005.

12. 'A majoritarian is someone...', SDSA Team, *State of Democracy in South Asia* (Oxford, 2008).

13. 'India's most reliable and respected pollsters...', Suhas Palshikar, 'Majoritiarian middle ground?', *Economic and Political Weekly*, December 18, 2004.

14. 'A recent survey of the state of democracy...', SDSA Team State of Democracy in South Asia (Oxford, 2008).

15. 'The voting trends...', Suhas Palshikar, 'Politics of Indian Middle Classes', in Imtiaz Ahmad and Helmut Reifeld (eds), *Middle-class Values in India and West Europe* (Social Science Press, 2007).

16. 'For the ordinary Indian...', Dipankar Gupta, *The Caged Phoenix: Can India fly?* (Penguin, 2009).

17. 'A relatively new, deeply Islamophobic and anti-Christian faction...', Meera Nanda, 'Hindu triumphalism in the clash of civilizations,' *Economic and Political Weekly*, forthcoming.

18. 'They go on to condemn the monotheistic God...', Ram Swarup, Hindu View of Christianity and Islam (Voice of India, 2000), Sita Ram Goel, *Defense of Hindu Society* (Voice of India, 2000).

19. 'According to the VOI school of thought...', Abhas Chatterjee, 'Response', in Sita Ram Goel (ed), *Time for Stocktaking: Whither Sangh Parivar* (Voice of India, 1997).

20. 'The same idea is expressed by Koenraad Elst...', Ramesh N. Rao, 'Interview with K. Elst,' August 19, 2002, available at www. ramesh-n-rao. sulekha.com.

பாபர் மசூதி இடிப்பின்போது எல்ஸ்ட் பின்வரும் கூற்றைத் தெரிவித்தார்: 'இருக்கும் மசூதிகளை பௌதிகநிலையில் (அப்படியே) இடிப்பதைவிட, இந்துக்கள் இஸ்லாத்தையே அவமதிப்புக்குள்ளாக்க முயல வேண்டும்' என்றார். அவருடைய பேட்டியின் இந்தப் பகுதி பின்வருமாறு:

ரமேஷ் ராவ் *(பேட்டி காண்பவர்):* இடித்தது நல்ல விஷயம் என்று நீங்கள் சொல்கிறீர்களா?

எல்ஸ்ட்: வரலாற்று நீதி என்ற அளவில், ஓர் இந்து புனித

நிலப் பகுதியில் இந்துக் கோயில் இருப்பது முற்றிலும் இயல்பானது என்று நான் கருதுகிறேன். இஸ்லாமியர் அழித்த வற்றின் வரலாற்றுக்கு இந்துக்கள் அதிக முக்கியத்துவம் தரக் கூடாது. ஓர் இந்து மனநிலைக்கு இப்போதைய பழிக்குப் பழி கலாச்சாரம் முற்றிலும் அந்நியமானது. ஆனால் இந்த முறை கோயிலை பலவந்தமாக அழித்து, மசூதி கட்டியச் செயலுக்குப் புத்தி தருவதாக இருக்கிறது. இன்னும் நடைமுறை ரீதியாக, உயிர் களைக் காப்பாற்றும் நோக்கில், வரலாற்றின் சரி-தவறுகளுக்கு அப்பால், சமநிலைப்படுத்துவதற்கு அழுத்தம் தரப்பட வேண்டிய அக்கறை என்ற முறையில் பாபர்மசூதியை இடித்தது நல்லதுதான். இதற்கு முந்தைய ஆண்டுகளில் இந்தியா பல விதமான பிரச்சினைகளில், இனமோதல்களில் அலைக்கழிக்கப் பட்டது. இவை பெரும்பாலும் அயோத்திப் பிரச்சினைக்குத் தொடர்பற்றவை. இந்த இடிப்பால் முஸ்லிம்கள் சுருக்கமாக ஒரு சுற்றுப் பழிவாங்கும் செயல்களில் ஈடுபட்டனர். அதைத் தொடர்ந்து மும்பையில் சிவசேனையின் எதிர் நடவடிக்கைகள், பிறகு கலகங்கள் ஒன்பது நீண்ட ஆண்டுகளுக்கு இல்லாமல் போயின. கலகத்தில் ஈடுபட்டவர்களிடம் இந்த இடிப்பு ஒரு தூய்மைபடுத்தும் விளைவைத் தெளிவாகவே உண்டாக்கி இருக்கிறது. நிச்சயமாகவே, இஸ்லாமிய பயங்கரவாதம் என்னவோ தொடர்ந்து நடைபெற்றது, ஆனால் இந்துக்கள் அதனால் தூண்டப்படவில்லை. 1993இன் மும்பை குண்டு வெடிப்புக்குப் பின்னரோ, ஜம்மு காஷ்மீரில் இந்துக்களையும் சீக்கியர்களையும் எண்ணற்ற தடவை முஸ்லிம்கள் படுகொலை செய்த பின்னரோ, கோயம்புத்தூரின் குண்டுவெடிப்புக்குப் பின்னரோ, பாராளுமன்றக் கட்டடங்கள் மீது தாக்குதல் நடத்திய பின்னரோ இந்துக்கள் தங்கள் அண்டை முஸ்லிம்கள் மீது கோபத்தைக் காட்டவில்லை. இந்துக்கள் குறிப்பிடத்தக்க அளவு கட்டுப்பாட்டை வெளிப்படுத்தியிருக்கிறார்கள்.

எனினும் மிக ஆழமான நிலையில், முஸ்லிம்களின் ஆக்கிரமிப்பிலிருந்து வரலாற்று முக்கியத்துவமுள்ள கோயில் இடங்களை மீட்பதற்காகப் போராடுகின்ற சிந்தனையில் நான் அவ்வளவு உற்சாகமாக இல்லை. முஸ்லிம்கள் அல்லாதோர் வழிபாட்டு இடங்களில் மிகப்பெரும்பாலான வரலாற்று முக்கியத்துவமுள்ள மசூதிகள் கட்டப்பட்டன என்பது மிக

நன்றாக நிறுவப்பட்ட உண்மை. இது இந்தியாவிலுள்ள ஆயிரக்கணக்கான மசூதிகளைப் பொறுத்தவரை மட்டுமல்ல, டமாஸ்கஸில் உள்ள உம்மயாத் மசூதி, இஸ்தான்புல்லில் உள்ள ஆயா சோபியா, ஏன், காபாவுக்குமே பொருந்துவது தான். முஹமது காபாவில் அந்த இடத்தின் நியாயமான உரிமை யாளர்களான அராபிய பலகடவுள் வழிபாட்டினர், வழிபட்டு வந்த 360 விக்கிரகங்களை அடித்து நொறுக்கினார். ஆனால் முஸ்லிம்களின் கையிலிருந்து இந்த இடங்களை வலுக் கட்டாயமாக மீட்க முனைதல் என்பது தவறான அணுகுமுறை. அயோத்திப் போராட்டம் இந்த வரலாற்று அநீதியின் மீது கவனத்தைத் திருப்பியது என்ற நன்மையைச் செய்துள்ளது. ஆனால் அதற்குப் பிறகு அதன்மீது செலவழிக்கப்பட்ட சக்தி,வேறோர் அடிப்படையான நோக்கத்திற்காகத் திருப்பப்பட்டிருக்கலாம். நாம் முஸ்லிம்களை இஸ்லாத்திலிருந்து தங்களை விடுவித்துக்கொள்ள உதவ வேண்டும். பிறகு அவர்கள் தாங்களாகவே இந்த வழிபாட்டு இடங்களை விடுவித்துவிடுவார்கள். ஒவ்வொரு முஸ்லிமும் ஒரு சீதைதான், கடத்தப்பட்டவர்தான். அவரை ராவணனின் சிறை யிலிருந்து விடுவிக்கவேண்டும். (அழுத்தம் என்னால் தரப்பட்டது)

21. 'Supreme Being of monotheism...', Sita Ram Goel, *India's Secularism: New Name for National Subversion* (Voice of India, 1999).

22. 'This kind of thinking is described as 'designer facism'...', Richard Wolin, *Seduction of Unreason: The Intellectual Romance with Fascism, From Nietzsche to Postmodernism* (Princeton University Press, 2004).

23. 'They prefer to call themselves *bauddhik kshatriya...*', David Frawley, 'A Call for Intellectual (bauddhika) Kshatriya', in Sita Ram Goel (ed.), *Time for Stocktaking: Whither Sangh Parivar?* (Voice of India, 1997).

24. 'The official website...', www.geocities.com/voi_publishers.htm.

25. 'All the arguments and evidence...', Michael Witzel, 'Ram's Realm: Indocentric Rewriting of Early South Asian Archeological and History,' in Garett G. Fagan (ed.), *Archeological Fantasies: How Pseudo-archeology Misrepresents the Past and Misleads the public* (Routledge, 2006). See also Meera Nanda, *Prophets Facing Backward: Postmodernism, Science, and Hindu Nationalism* (Permanent Black, 2004).

26. 'Islam and Christianity follow a path of adharma...', Abhas Chatterjee, 'Response' in Sita Ram Goel (ed.), *Time for Stock-taking: Whither Sangh Parivar?* (Voice of India, 1997).

27. 'As L. K. Advani put it recently...', 'Concluding remarks by Shri L. K. Advani', meeting of the National Executive, June 20-21, 2009, available at www.bjp.org.

28. 'The essential instinct of Semitic monotheism...', S. Gurumurthy, 'Semitic monotheism: The root of introlerance in India', NPQ (New Perspectives Quarterly), Spring 1994, 47-53, available on the website of the BJP, www.bjp.org.

29. 'On a visit to Chandigarh earlier this year...', Meera Nanda, 'Witness to a kidnapping', *The Hindu,* February 13, 2009.

CHAPTER 5

1. 'Evangelical churches...', Andrew, Higgins, 'In Europe, God is (not) dead', *Wall Street Journal,* July 14, 2007; Joshua Livestro, 'Holland's post-secular future: Christianity is dead. Long live Christianity', *The Weekly Standard,* January 1, 2007.

2. 'Europe has been described as...', Phillip Jenkins, *God's Continent: Christianity, Islam and Europe's Religious Crisis* (Oxford University Press, 2007).

3. 'Belief in reincarnation...', Michael Johnson, 'Europe's love of the occult', *International Herald Tribune,* August 16, 2007.

4. 'The Russian Orthodox Church...', Clifford Levy, 'Welcome or not, orthodoxy is back in Russia's schools', *The New York Times,* September 23, 2007; Michael Binyon, 'Russian roulette', *The New Humanist,* March-April, 2008.

5. 'Religious movements like...', Andrew Greeley, *Religion in Europe at the End of the Second Millennium* (Transaction Press, 2003).

6. 'The once atheistic China...', Fenggang Yang, 'Between secularist ideology and de-secularizing reality: The birth and growth of religious research in communist China', *Sociology of Religion* (2004); Xinzhong Yao, 'Religious belief and practice in urban China, 1995-2005', *Journal of Comtemporary Religion,* 22, 2 (2007).

7. 'A recent study of Indian scientists...', Ariela Keysar and Barry

Kosmin, *International Survey: Worldviews and Opinion of Scientists, India,* 2007-08 (Institute for the Study of Secularism in Society and Culture, 2008).

8. 'In the US...', E. J. Larson and L. Witham, 'Scientists are still keeping the faith', *Nature,* 386 (1997):435.

9. 'Recent data from the UK...', Richard Dawkins, *The God Delusion* (Houghton Mifflin, 2006).

10. 'Vedic creationism' in America', *Frontline,* January 14, 2006; Deepak Chopra, 'Intelligent design without the Bible', August 23, 2005, http://huffingtonpost.com; Deepak Chopra, 'Rescuing intelligent design — but from whom?', August 24, 2005, http://huffingtonpost.com

11. 'Scientific creationism is spreading...', Ehsan Masood, 'Islam and science: An Islamist revolution', *Nature,* online edition, November 1, 2006.

12. 'An 'Einsteinian God'...', Richard Dawkins, *The God Delusion* (Houghton Mifflin, 2006).

13. 'A secular society is one...', Peter Berger, *The Sacred Canopy* (Doubleday, 1967).

14. 'A liberal society like the US...', Meera Nanda, 'Secularism without secularization?: Reflections on God and politics in America and India', *Economic and Political Weekly,* xlii, 39-46.

15. 'Religion 'stops at the factory gate'...', ibid.

16. 'As there is a secularization of society...', *Ibid.,* 107-108.

17. 'The freethinkers of the 1840s...', Owen Chadwick, *The Secularization of the European Mind in the Nineteenth Century* (Cambridge, 1975).

18. 'During the heyday of progressivism...', Susan Jacoby, *Freethinkers: A History of American Secularism* (Metropolitan Books, 2004).

19. 'If we want to change men's ideas...', Owen Chadwick, *The Secularization of the European Mind in the Nineteenth Century* (Cambridge, 1975).

20. 'The original secularization theory was flawed...', Jose Casanova, *Public Religions in the Modern World* (Chicago, 1994).

21. 'Some Indian critics of secularism...', T.N. Madan, 'Secularism in its Place', in Rajeev Bhargava (ed.), *Secularism and its Critics* (Oxford University Press, 1998).

22. 'The death of secularization theory...', Peter Berger (ed.), *The De-secularization of the World* (Eerdmans Publishing Co., 1999).

23. 'Religious movements dripping with reactionary supernaturalism...', *ibid*.

24. 'Take the work of Steve Bruce...', Steve Bruce, *God is Dead: Secularization in the West* (Blackwell, 2002), P. 4.

25. 'They become gentle prosperity religions...', Alan Wolfe, 'The coming religious peace: and the winner is...', *The Atlantic*, March 2008.

26. 'Staring with a provocative essay...', Rodney Stark, 'Secularization, R.I.P.', *Sociology of Religion*, 60, 3 (1999): 249-273.

27. 'Stark offers telling data from Iceland...', *ibid*, P. 204.

28. Europeans believe without belonging...', Grace Davie. 'Europe: The Exception that Proves the Rule?', in Peter Berger (ed., *The Desecularization of the World* (William B. Eerdmans, 1999).

29. 'One such nuanced defence of secularization...', Pippa Norris and Ronald Inglehart, *Sacred and Secular: Religion and politics Worldwide* (Cambridge University Press, 2004).

30. 'They predict that...', ibid.

31. 'They summarize their conclusions...', ibid, P. 18.

'They wanted more than...', Michael Lerner, quoted here from Alan Sokal, *Beyond the Hoax: Science, Philosophy and Culture* (Oxford University Press, 2008).

விரிவான வாசிப்புக்கு

இந்தக் கட்டுரையின் நோக்கம், மேற்கொண்டு படிப்பதற்கு வழி காட்டுதல். எல்லா நூல்கள் குறித்தும் முழுமையான மேலாய்வு அல்ல இது.

உலகமயமாக்கலின் வரலாறு, இயற்கை பற்றிக் கிடைக்கின்ற நூல்கள் பரந்தவை. ஜான் ஆர்ட் ஷோல்டேயின் *Globalization: A Critical Introduction* (Palgrave, 2005), உலகமயமாக்கலின் எதிரெதிரான கோட்பாடுகளைப் பற்றிய மிகச்சிறந்ததொரு மேற்பார்வையை அளிக்கிறது. இங்கு அளிக்கப்பட்ட பகுப்பாய்வில் குறிப்பிடத்தக்க பதிவினை ஏற்படுத்திய பிற நூல்களில், Colin Leys, *Market Driven Politics: Neoliberal Democracy and Public Interest* (Verso, 2003), David Harvey, *A Brief History of Neo-liberalism* (Oxford, 2007), Gabor Steingart, *The War for Wealth* (McGraw Hill, 2008) போன்றவை அடங்கும்.

இங்கு அளிக்கப்பட்டுள்ள இந்தியாவின் மாறுகின்ற அரசியல் பொருளாதாரம் பற்றிய பகுப்பாய்வு, பின்வரும் ஆசிரியர்களின் செல்வாக்கினால் எழுதப்பட்டது: Achin Vanaik, *The Painful Transition: Bourgeois Democracy in India* (Verso, 1990), Jean Dreze and Amartya Sen, *India: Development and Participation* (Oxford, 2002), Amit Bhaduri, *Development with Dignity* (National Book Trust, 2005), Barbara Harris White, *India Working* (Cambridge University Press, 2003), Ronald J. Herring and Rina Agarwal (eds), *Whatever Happened to Class?* (Dannish Books, 2008). இந்திய நவ-தாராளவாதிகளின் வாதங்களை இன்னும் நன்றாகப் புரிந்துகொள்ள விரும்புபவர்கள், அர்விந்த் பனகரியாவின் தகவல்கள் நிறைந்த நூலான *India: The Emergent Giant* (Oxford, 2008) என்பதில் நிறையக் கற்றுக் கொள்ளலாம். குர்சரண் தாஸின் *India Unbound* (Knopf, 2000) தவிர்க்கவியலாத நூல். பிற பயனுள்ள நூல்களில் Daniel Lak, *India*

Express (Penguin, 2008), Edward Luce, *The Strange Rise of Modern India* (Doubleday, 2007) அடங்கும். தீபங்கர் குப்தாவின் *The Caged Phoenix: Can India Fly?* (Penguin-Viking, 2009) இந்தியாவின் பொருளாதார வளர்ச்சியை முன்னேற்றமாக மாற்ற இயலாததன்மை பற்றிச் சிந்திக்கின்ற நூல்.

இந்து வலசாரிகளின் பொருளாதாரத் தத்துவம் பற்றிய மேலாய்வு, தீபக் லாலின் கட்டுரை. சற்றே காலம் கடந்ததாக இருப்பினும் இன்னும் பயனுள்ளது. 'The Economic Impact of Hindu Revivalism' என்னும் கட்டுரை மார்டின் மார்டி, ஸ்காட் ஆப்பிள்பை ஆகியோர் இணைந்து பதிப்பித்த *Fundamentalism and the State* (Chicago, 1993) என்னும் நூலில் வெளிவந்தது. காந்திய சமதர்மத்திற்கும் சங்கப் பரிவாரத்திற்கும் இடையிலான பொதுத்தன்மைகள் பற்றிய நூல் ரிச்சர்ட் ஃபாக்ஸ் எழுதிய *Gandhian Socialism* (Beacon,1989), சிந்தனையைத் தூண்டுவது.

இந்துத் தத்துவம், ஆன்மிகம் பற்றிய நூல்கள் ஒரு நூலகத்தையே நிரப்புமளவுக்கு உள்ளன. ஆனால் சமகால வெகுசன மதத் தன்மையின் போக்குகள் பற்றிய நூல்கள் போதிய அளவு இல்லை. இந்தியப் பல்கலைக்கழகங்களில், மதச் சமூகவியலின் தீவிரமான, கடுமையான பார்வைமரபு இல்லை என்பதையே இது காட்டுகிறது. மில்டன் சிங்கரின் நன்கறியப்பட்ட *When a Great Tradition Modernizes* (Chicago, 1972) பயனுள்ள ஆலோசனைகளைக் கொண்டுள்ளது. 25 ஆண்டுகள் முன்னர் சிங்கர் பார்த்துச் சென்ற அதே சென்னைத் தொழிலதிபர்களின் குடும்பங்களை மறுமுறை பார்த்து ஆய்வுசெய்து, ஜான் ஹாரிஸ், 21ஆம் நூற்றாண்டுக்குள் நம்மைக் கொண்டுசெல்வதல்லாமல், சிங்கர் கொண்ட சில தவறான யூகங்களையும் களைந்துள்ளார். அவருடைய *'When a Great Tradition Globalizes'* என்ற கட்டுரை, *Modern Asian Studies (2003)*இல் வந்தது. கண்டிப்பாகப் படிக்க வேண்டிய ஒன்று.

கிறிஸ்டோஃபர் ஃபுல்லரின் *The Camphor Flame* (Princeton, 1992) சமகால இந்துமதத்திற்கு ஒரு தவிர்க்கவியலாத வழிகாட்டியாக இலங்குகிறது. நவீன சாமியார்களை (குருஜீக்களை)ப் புரிந்து கொள்ள விழைபவர்கள் லாரன்ஸ் பாப் எழுதிய *The Redemptive Encounters* (Berkeley, 1986), லைஸ் மெக்கீன் எழுதிய *Divine Enterprise: Gurus and the Hindu Nationalist Movement* (University of Chicago Press, 1996) ஆகிய நூல்களைப் புறக்கணிக்க முடியாது.

கொஞ்சம் காலம் கடந்ததாக இருந்தாலும் அகிஹானந்த பாரதியின் எழுத்துகள், நவீன இந்து மதத்தில் முக்கிய ஆழ்நோக்குகளை அளிக்கின்றன. அவருடைய *Hindu Views and Ways and Hindu Muslim Interface* (Ross-Erikson, 1981) மற்றும் *The Ochre Robe* (Ross-Erikson, 1980) ஆகியவை மிக அவசியமான வாசிப்புகள்.

இந்திய நடுத்தர வர்க்கத்தினர் மீதான எழுத்துகள் வளரத் தொடங்கியுள்ளன. பவன் வர்மாவினுடைய *The Great Indian Middle Class* (Penguin India, 2007) மிகவும் பிரபலமான புத்தகம், தொடங்குவதற்கு நல்ல நூல். இந்தப் பெரிய இந்திய நடுத்தர வர்க்கத்தின் மாறுகின்ற கலாச்சார ரசனைகள் பற்றிய நல்லதொரு பகுப்பாய்வைக் கிறிஸ்டபர் ஜாப்ரிலாட், பீட்டர் வான் டெர் வீர் பதிப்பித்த *Patterns of Middle Class Consumption in India and China* (Sage, 2008), ஜாக்கி அஸாயாக், கிறிஸ்டோஃபர் ஃபுல்லர் பதிப்பித்த *Globalizing India: Perspectives from Below* (Anthem Press, 2005), இம்தியாஸ் அகமது, எச். ரேஃபெல்ட் பதிப்பித்த *Middle Class Values in India and West Europe* (Social Science Press, 2007) நூல்களில் காணலாம். சுஹாஸ் பால்சிகரைவிட நடுத்தர வர்க்கத்தினரின் அரசியல்/வாக்களிப்பு நடத்தை பற்றி வழிகாட்டுபவர்கள் யாரும் இல்லை. அவருடைய *Middle Class Values in India and West Europe* (Social Science Press, 2007) என்ற கட்டுரை, இம்தியாஸ் அகமது, எச். ரேஃபெல்ட் பதிப்பித்த முன் கட்டுரைத் தொகுதியில் உள்ளது.

அற்ப அல்லது தினசரி தேசியம் என்ற சிந்தனை மைக்கேல் பெலிக் எழுதிய *Banal Nationalism* (Sage, 1995) என்னும் நூலிலிருந்து பெறப்பட்டது. இந்த தினசரி தேசியம் இந்தியாவில் எப்படி இயங்குகிறது என்பது ஆராயப்பட்டு வருகிறது. அண்மைக் காலப் பிரதிநிதித்துவமான எழுத்துகளில், Badri Narayan, *Fascinating Hindutva: Saffron Politics and Dalit Mobilization* (Sage, 2009) என்னும் நூலும் Christopher Fuller, *The Vinayak Chaturthi Festival and Hindutva in Tamil Nadu* (*Economic and Political Weekly,* May 12. 2001), Meena Kandaswamy, *Doing it Everyday* (at boloji.com) ஆகிய கட்டுரைகளும் குறிப்பிடத்தக்கவை.

இந்து தேசியம் பற்றிய நூல்களுக்குச் செல்வோமானால், ஜ்யோதிர்மய சர்மாவின் இரண்டு நூல்கள் மிக்க ஒளிதருபவை. *Terrifying Vision: M.S. Golwalker, the RSS and India* (Penguin Viking, 2007), *Hindutva: Exploring the Idea of Hindu Nationalism*

(Penguin-Viking, 2003) ஆகியவை. சிந்தியா மஹ்மூத் *A Sea of Orange* (Xlibris, 2001) இல் எழுதியுள்ள கட்டுரைகள் வாசிக்கத் தகுதி யுள்ளவை. கிறிஸ்டபர் ஜாப்ரிலாட்டின் *The Hindutva Nationalist Movement in India* (Columbia University Press, 1993) ஒரு மிகச்சிறந்த நூல்.

'இனஆட்சி தாராளவாதம்' என்ற நிகழ்வு, இந்து உயர் ஆதிக்கத்தை நிலைநிறுத்த தாராளவாதத்தின் மொழியைப் பயன்படுத்தும் இந்து தேசியவாதத்தின் அபாயங்களைப் புரிந்து கொள்ள மிக முக்கியமாகிறது. இத்துறையில் முக்கிய எழுத்துகள்: ரோஜர் கிரிஃபினின் கட்டுரை *Interregnum or Endgame? The Radical Right in the Post Fascist Era* (*Journal of Political Ideologies*, 5(2), 163-178); ரிச்சட் வாலினின் நூல் *Seduction of Unreason: The Intellectual Romance with Fascism, from Nietzche to Postmodernism* (Princeton University Press, 2004) ஆகியவை. தமீர் பார்-ஆன் எழுதிய *Where Have All the Fascists Gone?* (Ashgate, 2007) என்னும் நூல், ஐரோப்பிய நவ-வலதுசாரியினர் பற்றிய மிகச் சிறந்த மதிப்பீடு.

மதச்சார்பின்மை பற்றிய சிறந்த நூல்களில் பெரும்பான்மை யானவை இயல் 5இல் விவாதிக்கப்பட்டுள்ளன. இந்தியச் சூழலுக்கு, Rajeev Bhargava (ed), *Secularism and its Critics* (Oxford University Press, 1999) என்ற நூல் தவிர்க்கவியலாதது. முகுல் கேசவனின் *The Secular Commonsense* (Penguin, 2001) சிந்தனையைத் தூண்டக் கூடியது.

நன்றி

நண்பர்கள், பணித்தோழர்கள் ஆகியோரின் நல் ஆலோசனையால் இந்தப் புத்தகம் பெரிதும் பயனடைந்துள்ளது.

இந்தத் திட்டத்தில் என்னைத் தொடக்கிவிட்ட பேராசிரியர் பிபின் சந்திராவுக்கு நான் கடன்பட்டுள்ளேன். அறிவியல் மனப்பான்மை பற்றிய ஆய்வுத்திட்டத்தை மேற்கொள்ளுமாறு அவர் என்னை ஊக்குவித்தார். அதிலிருந்து இந்தப் புத்தகம் உருவாயிற்று.

நன்கு வாதிடப்பட்ட, கொள்கையுறுதி கொண்ட, வெளிப்படை யான பகுத்தறிவின் அடிப்படையில் ஒரு நல்ல போராட்டத்தைத் தொடங்க என்னைத் தூண்டிய என்னுடைய நல்ல நண்பர் ஆலன் சோகலுக்கும் நன்றி உரியது.

கனெக்டிகட்டில் உள்ள ஹார்ஃபோர்டு டிரினிடி கல்லூரியின் சமூக, கலாச்சாரத்தில் மதச்சார்பின்மை பற்றிய ஆய்வு நிறுவனத்தில் உடன் பணியாற்றும் பாரி கோஸ்மின், ஆரீலா கேய்சர் ஆகியோர் சிறந்த உடனிருப்பையும் தூண்டுகின்ற உரையாடல்களையும் வழங்கினர்.

நான் தளர்ந்து போயிருந்த வேளையில் மிகச் சரியாக வந்து பெர்மனன்ட் ப்ளாக்கின் ருக்குன் அத்வானி வந்து உதவிசெய்தார். என் நல்ல நண்பர் அச்சின் வனாயாக்கின் அறிவுபூர்வ, அறம்சார் ஆதரவை என்னால் எப்போதுமே நம்பியிருக்க இயலும்.

ரேன்டம் ஹவுசின் சிக்கி சர்க்கார் ஒரு வியத்தகு பெண். இளமையும் விவேகமும் கொண்ட இவரைப் போன்ற ஒருவரை நான் இதுவரை சந்தித்ததில்லை. இந்தப் புத்தகத்தின் உள்ளடக்கம், நடை ஆகிய வற்றில் மிகுந்த தெளிவை இவருடைய ஆலோசனைகள் தந்துள்ளன.

புது தில்லியில் இந்த நூலை முடிக்கிறேன் என்பது எனக்குப் பெருமகிழ்ச்சி அளிக்கிறது. ஜவஹர்லால் நேரு பல்கலைக்கழகத்தின்

முன்னேறிய ஆய்வுக்கான நேரு நிறுவனத்தில் பணியாற்ற என்னை அழைத்த பேராசிரியர் ஆதித்யா முகர்ஜிக்கு நான் மிகவும் நன்றியுள்ளவள் ஆவேன். எழுதுவதற்கு இதைவிட உகந்த இடத்தை நான் பெற்றிருக்க இயலாது. எனது தங்குதலை இனிமையாகவும் வசதியாகவும் ஆக்கித்தந்த இந்த நிறுவனத்தின் பண்புமிக்க பணியாளர்களுக்கு நன்றிகள் பல.

இணையதளம் என்னும் நான்காம் பரிமாணத்திலுள்ள என் நண்பர்கள் உரையாடல்களில் நன்கு பங்கேற்றனர். பட்டர் ஃப்ளைஸ்அண்ட்வீல்ஸ்.காமின் ஓஃபீலியா பென்சனுக்கும், ஆட்டோடைடாக்ட் புராஜக்டின் ரால்ஃப் ட்யூமெய்னுக்கும், நியூ ஹியூமனிஸ்டைச் சேர்ந்த காஸ்பர் மெல்வில், லாரீ டெய்லருக்கும், நிர்முக்தா.காமின் அஜிதா கமலுக்கும் சிறப்பு நன்றிகள்.

இந்தியாவுக்குப் பலமுறைகள் நான் வந்தபோது, தகவல்கள் தந்தும் வீட்டிற்கு அப்பால் ஒரு வீட்டை அளித்தும் என் இந்திய நண்பர்களும் தோழர்களும் எனக்கு உதவியிருக்கிறார்கள். தில்லியில் ஆசாத் ஜைதி, நளினி தனேஜா, எஸ். ஆனந்த், பூரண் மோங்கியா; சண்டீகட், பஞ்சாப் பல்கலைக்கழகத்தில் கிரிடீக் குரூப்பைச் சேர்ந்த லல்லன், தல்ஜீத் அமர், அவர்களின் கூட்டாளிகள்; மும்பையில் பார்த்தசாரதி மோண்டல், காஞ்சனா மகாதேவன், எம். சி. அருணன், டி. ஜயராமன்; பெங்களூரில் வித்யானந்த் நஞ்சுண்டையா, சந்தர் சருக்கை; ஹைதராபாத்தில் ஹர்ஜிந்தர் சிங் ஆகிய என் நல்ல நண்பர்களுக்கு சிறப்பாக நன்றிக்கடன் பட்டுள்ளேன்.

எப்போதும் போலவே, என் வாழ்க்கைத்தோழர் ரவி ராஜாமணி, என் மகள் ஜயா ஆகியோர் பாறைபோல் உடனிருந்து நிலை நின்றனர். இந்தப் புத்தகம் அவர்களுக்கு.

பின்னிணைப்பு

மன்த்லி ரிவ்யூ பிரஸின்

பதிப்புரை

இந்தியாவில் 2009இல் நிகழ்ந்த பொதுத் தேர்தலில் பாரதீய ஜனதா கட்சி (பிஜேபி/பாஜக) அடைந்த தோல்வியை, எல்லா இடங்களிலும் மதச்சார்பற்றவர்களும் ஜனநாயகவாதிகளும் ஆறுதலோடு வரவேற்றது, முற்றிலும் காரணமற்று அல்ல. பாஜகவும் இந்து வலதுசாரி 'குடும்பத்தினரில்' (சங்கப்பரிவார்) பிறரும் இந்தியாவை ஓர் இந்து தேசமாக விற்க முயலும் நச்சுத் தன்மை கொண்ட கருத்தை, சிந்தனையை இந்திய வாக்காளர்கள் புறக்கணித்துவிட்டார்கள் என்பதற்கான ஆதாரமாகப் பலரும் கண்டனர். 1990களில் அயோத்தியில் 500 ஆண்டுப் பழமையான மசூதியை இடித்தது, பாஜகவை அதிகாரத்திற்குக் கொண்டு வந்தது போன்ற நிகழ்ச்சிகளில் காணப்பட்டது போல, முடிவுற்ற வெகுசன மக்கள் திரட்டுதலின்போது, அரசியலைச் செலுத்து கின்ற ஒரு சக்தியாக பக்தி என்பது இல்லை என்பது அரசியல் பண்டிதர்களின் ஒருமித்த கருத்தாக இருக்கிறது. மதச்சார் பின்மைக்கும் மத நல்லிணக்கத்துக்குமான சக்திகள் குறைந்த பட்சம் அன்றைய நாளை தற்காலிகமாக வென்றுவிட்டன என்று கூறப்பட்டது.

இந்தப் பெருங்கதையாடலின் நட்சத்திரங்களாக சந்தைச் சீர்திருத்தங்களும் உலகமயமாக்கலும் தனிப்படுத்திக் காட்டப் படுகின்றன. இந்தியாவின் வெற்றிகரமான பொருளாதாரத்தில் பணத்தைச் சேர்க்கும் பேரார்வம் கடந்த காலத்தில் இந்து தேசியத்தின் முக்கிய ஆதாரமாக இருந்த நடுத்தர வகுப்பைச் சேர்ந்த வாக்காளர்களிடம் இருந்தது. பணத்தைச் சேர்க்கும் பேரார்வம் அவர்களின் இதயங்களிலிருந்த இந்து தேசியத்தின் சுவாலைகளை அணைத்துவிட்டிருக்கிறது என்பதை பாஜகவின் நண்பர்கள், விமரிசகர்கள் என இருதரப்பினருமே ஒப்புக்கொள்ள

நேர்ந்திருக்கிறது. உலகக் கட்டுகளாலும் அயல்நாட்டு முதலீடு களாலும் ஆற்றலூட்டப்பட்ட சந்தைப் பொருளாதாரம், மத வன்முறை என்ற அபாயத்திலிருந்து இந்தியாவைக் காப்பாற்றி விடும் என்று மட்டுமல்ல, காலங்காலமாக அதைத் தடைப் படுத்திவந்த சாதி மற்றும் பிற படிநிலை வேறுபாடுகளையும் இல்லாமல் செய்துவிடும் என்றும் நமக்குச் சொல்லப்படுகிறது.

கடவுள் சந்தை, உலகமயமாக்கலின் இந்த நற்செய்திக்குச் சவால்விடுகிறது. இந்தியாவில் மதத்தின் வெளிப்படையான இருப்பையும் அதன் அரசியல் சக்தியையும் அரித்துவிடும் என்பதற்கு மாறாக, உலகமயமாக்கலும் நவ-தாராளவாதமும் அரசையும் வணிக உலகையும் பெரும்பான்மை மக்களின் மதமாகிய இந்துமதத்திற்கு நெருக்கமாகக் கொண்டுவருகின்றன என்று இந்தப் புத்தகம் வாதிடுகிறது. பெரும்பான்மைவாதம், தேசியம் ஆகிய உணர்ச்சிகள் தளும்புகின்ற மதத்தின் புத்தெழுச்சியைப் பொதுமக்களிடையே அரசு-கோயில்-பெருவணிகக்குழும கூட்டிணைவு சாத்தியமாக்கிக் கொண்டிருக்கிறது.

உலக அளவிலான போக்குகளுடன் இந்தியாவின் கதையை இணைத்துப் பார்க்க சர்வதேச வாசகர்களுக்கு உதவும் என்ற நம்பிக்கையில் *கடவுள் சந்தையின்* மந்த்லி ரிவ்யூ பிரஸ் பதிப்பிற்கான இந்த விரிவாக்கப்பட்ட அறிமுகம் எழுதப்படுகிறது. இந்தியாவில் முதன்முதலாக 2009இல் வெளியிடப்பெற்ற இந்தப் புத்தகத்தின் அடிப்படையான விவாதத்தை மேம்படுத்தப் புதிய தகவல் களையும் புதிய அரசியல் வளர்ச்சிகளையும் உள்ளே கொண்டுவர இந்த வாய்ப்பைப் பயன்படுத்திக் கொண்டிருக்கிறேன்.

***

கடவுள் சந்தையின் இந்தியப் பதிப்பு அச்சுக்குச் சென்ற நேரத்தில் தொடங்கி நடந்து கொண்டிருந்த இந்தியாவின் 2009ஆம் ஆண்டு பொதுத்தேர்தலுடன் நாம் தொடங்குவோம். பாஜகதலைமை யிலான தேசிய ஜனநாயகக் கூட்டணி வாக்குகளை இழந்தது. மன்மோகன் சிங் பிரதமர் ஆகுமாறு, காங்கிரஸ் தலைமையிலான ஒன்றிணைந்த முற்போக்குக் கூட்டணி அதிகாரத்திற்கு வந்தது.

இந்தத் தேர்தல்களில் பாஜகவைச் சந்தைகள் எப்படித் தோற்கடித்தன என்ற கதை பின்வருமாறு: மோசமான கடந்த

காலமாகிய 1980கள்-1990களில் 'இந்தியா ஓர் இந்து தேசம்' என்ற கருத்தியலை உடைய இந்துத்துவம், நகர்ப்புற மத்தியதர வகுப்பினருக்கும் இளைஞர்களுக்கும் கவர்ச்சியாக இருந்தது. அந்தக் காலகட்டத்தில், இந்தக் குழுக்கள் — ஜவஹர்லால் நேரு பாணியிலான சமதர்மம், 'போலி-மதச்சார்பின்மை' ஆகியவற்றின் தோல்விகளின் காரணமாக அலைக்கழிக்கப்பட்டும் கோபமாகவும் இருந்தனர். அவர்களின் பார்வையில் இவை தலித்துகளுக்கும் சிறுபான்மையினரான முஸ்லிம்களுக்கும் கிறித்துவர்க்கும் வரம்பு மீறிய சலுகைகளை அளித்துவந்தன. ஆனால் 1990 தொடங்கி இரண்டு பத்தாண்டுகளில் ஆரம்பித்த பொருளாதாரதாராள மயமாக்கம், அயல்நாட்டு முதலீடுகள் ஆகியவற்றால் இந்தியாவின் பொருளாதாரம் ஒரு பெரிய வெடிப்பைச் சந்தித்தது. இதனால், இந்து நடுத்தர வகுப்பினரின் கோபம் தீர்ந்துவிட்டது. அலைக் கழிப்பு, வேறுபடுத்தி நோக்கப்படல் என்பதற்கு மாறாக, அவர்கள் மேலும் உலகமயமாகவும், தன்னம்பிக்கை உடையவர்களாகவும், உலகச்சவால்களைச் சந்தித்து உலக வாய்ப்புகளைத் தேட விருப்பம் உடையவர்களாகவும் மாறினர். இருபத்தோராம் நூற்றாண்டே 'இந்தியாவின் நூற்றாண்டு' என்று மெய்யாகக் கூறுமளவுக்கு மாபெரும் இந்திய நடுத்தரவர்க்கம் தன்னம்பிக்கை பெற்றது. ஆகவே விமரிசகர்களின் கேள்வி எழுகிறது: காக்கி ட்ரவுஸர்கள் அணிந்த மந்தமதி கொண்ட முதியவர்கள் புலம்பிக்கொண்டிருக்கும் இந்துமதப் பழம்பெருமைகளால் முன்நோக்கிய பார்வைகொண்டு செல்லும் இவர்களுக்கு என்ன பயன் ஏற்பட்டுவிடப் போகிறது?

அன்று பாஜக ஏன் தோற்றது என்பதற்கான இந்த விளக்கத்தை மிகுந்த வலுவுடன் வெளிப்படுத்தியவர் ஒரு முதன்மையான நடுவண் வலதுசாரி அறிவுப் பிழைப்புவாதியான ஸ்வபன் தாஸ்குப்தா.[1] நேரு-காந்தி வகை சமதர்மம், மதச்சார்பின்மை ஆகியவற்றில் எஞ்சியிருப்பனவற்றை எதிர்க்கின்ற புதியவகைப் பழமைவாதப் பத்திரிகையாளர்கள், அறிவுப் பிழைப்புவாதிகள் ஆகியோரின் தலைவர் என்றுகூட தாஸ்குப்தாவைச் சொல்லலாம். நாட்டைப் பிணைக்கின்ற ஒரு வாழ்க்கை முறையெனப் பழமைவாத இந்துக் கலாச்சாரச் சட்டகத்திற்குள் முதலாளித்துவத்தின் மேன்மை களின் உரத்தகுரல்கொண்டு தற்காப்பைப் பிரபலப்படுத்துவதில் இவர்கள் கூர்மையானவர்கள். இந்துத்துவம் குருட்டுப் பிடிவாதம் மிக்கதாகிவிட்டது, நடுத்தர வகுப்பினரைக் கவரும் ஆற்றல்

அற்றுவிட்டது என்று நினைப்பதால், பாஜக இந்து-வார்த்தையை விட்டுவிட வேண்டும் என்று இவர்கள் விரும்புகிறார்கள். பாஜக சிறுபான்மையினருக்கு எதிராக வெளிப்படையான தனது சொல் ஜாலத்தை வலுக்குறைத்து, இந்துத்துவத்தை எவ்விதத் திட்ட வட்டமான அரசியல் கோரிக்கைகளும் அற்ற ஒரு தெளிவற்ற உணர்ச்சிசார்ந்த சிந்தனையாக்கவேண்டும் என்று இவர்கள் விரும்புவார்கள். இம்மாதிரிச் செய்வதுதான், பாஜகவைச் சந்தைக்கும், இராணுவத் தற்காப்புக்கும் ஆதரவான, (மத மற்றும் சாதிகளில் சிறுபான்மையினரைத்) திருப்திப்படுத்துவதற்கு எதிரான, சமூகத்தில் பழமைவாதம் சார்ந்த, மையத்துக்கு வலதுசாரியான கட்சியாக்க முடியும் என்று இவர்கள் நம்புகிறார்கள்.

இப்போது, இந்துத்துவம் என்னும் கருத்தியல் காலாவதியாகி விட்டது, இந்தியா (அதை விடப்) பெரிய, சிறந்த விஷயங்களுக்கு மாறிச்சென்றுவிட்டது என்ற சிந்தனை மைய நீரோட்ட ஊடகங் களிலும் பொதுச் சொல்லாடல்களிலும் நிலையான அலங்கார மாகிவிட்டது. இந்தக் கதையை ஏற்காத சங்கப் பரிவார ஆதரவாளர்கள் இருக்கவே செய்கிறார்கள். அன்று பாஜக தோற்ற தற்குக் காரணம் அது இந்துத்துவத்திற்கு 'துரோகம்' இழைத்து விட்டது, 'போதிய அளவு அதில் இந்துநாட்டுப் பற்றுக் கொண்டதாக இல்லை' என்று அவர்கள் நினைக்கிறார்கள்.[2] உண்மையாக நம்புபவர்களிடையே பிரபலமான நன்கறியப்பட்ட சிறுபான்மைப் பார்வையாகத்தான் இது இருக்கிறது, ஆனால் மையநீரோட்டத்தில் பெரும்பாலும் வெளிப்படுவதில்லை.

நவ-தாராளமயமாக்கலின் விடுவிக்கும் ஆற்றல் பற்றிய இதையொத்த கதை ஒன்று அரசியல் நிறமாலையின் எதிர்க்கோடி யிலிருந்து சொல்லப்படுகிறது. இதிலிருப்பவர்கள் முந்தைய தீண்டப்படாத (தலித்) அறிவுப்பிழைப்புவாதிகள். இவர்களில் பெருமளவினர் பாஜகவுக்கு நண்பர்கள் அல்ல. இந்த வட்டத்தில் செல்வாக்குமிக்கவர்களில் குறிப்பாகப் பத்திரிகையாளரும் செயல்முனைப்புவாதியுமான சந்திர பான் பிரசாதைச் சொல்லலாம். பல தலைமுறைகளாக இழிவுபடுத்தும் பணிகள் ஒப்படைக்கப் பட்டிருந்த சாதி விதிகளிலிருந்து விடுபட்டு, தலித்துகளின் வாழ்க்கைத் தரம் உயர்வுபெற, உலகமயமாக்கலுக்கு அனுகூலமாக இருக்கும் பொருளாதார தாராளமயமாக்கல் உதவுகிறது என்று இவர்கள் சொல்கிறார்கள்.[3] தில்லி, லக்னோ, இன்னும் பிற

நகரங்களில் வேலை செய்வதற்கு பகுதித்திறன் பணியாளர்களுக் கான உழைப்புச் சந்தைகள் உத்தரப்பிரதேசத்தின் இரண்டு மாவட்டங்களில் இருக்கின்றன. இவர்கள் இங்கிருந்து மட்டுமே தங்கள் கடைச் சான்றுகளைக் கொண்டுவருகிறார்கள். ஆனால் ஒருங்கமைப்புறாத தொழிற்பகுதிக்குள் தலித்துகளைப் பணிக்கு ஏற்றுக்கொள்வது பேருக்குக்கூட எவ்விதச் சட்டப் பாதுகாப்பும் அற்ற மிகவும் தீவிரமான, மோசமான சுரண்டல் நிலைமைகளில் மட்டும்தான் நடைபெறுகிறது என்பதற்கான முக்கியமான சான்றுகளை இவர்கள் புறக்கணித்துவிடுகிறார்கள். வேலை அளிப்பதில் சாதி விதிமுறை சந்தைகளிலிருந்து வாங்கியிருக்கும் அடி, மதச்சார்பின்மைக்கு இயற்கையாகவே ஒரு வெற்றியாக நோக்கப்படுகிறது. ஏனெனில் சாதி ஏற்றத்தாழ்வின் பொருள்சார் நிலைமைகளை அழிப்பதால் சாதியை நியாயப்படுத்துவதற்கான பிராமணர் முயற்சிகளைச் சந்தைகள் தளர்ச்சியுறச் செய்கின்றன என்று பார்க்கப்படுகிறது. இப்படியாக சாதியின் மேல்நோக்கிய நகர்வு, சாதி எல்லைகளின் அழிப்பு என்ற பெயரால், குறைந்தபட்சம் தலித்துகளின் சில நண்பர்களேனும், பாஜகவின் நண்பர்களைப் போலவே உலகமயமாக்கப்பட்ட சந்தைகளின் நற்செய்தியைத் தழுவ முனைந்திருக்கிறார்கள்.

* * *

சந்தைப் பொருளாதாரத்தின் உலகளாவிய பரவல், மதத்தால் தூண்டப்படும் வெறியும் பின்தங்கிய, காலத்தால் தேய்ந்துபோன மரபுகளுமான பேய்களை விரட்டிவிடும் என்று கருதப்படும் நாடுகளில் இந்தியா மட்டுமே ஒன்றல்ல.

ஜனநாயக அபிலாஷைகள், புதிய தொழில்நுட்பங்கள் ஆகிய வற்றின் உலகமயமாக்கத்துடன் இணைந்த இஸ்லாத்தின் உலக மயமாக்கல், அரபு வசந்தம் என்ற இயக்கத்தை நுழைத்திருப்பதாகச் சொல்லப்படுகிறது. அரபு உலகத்தில் பெருவீச்சில் செல்லும் ஜனநாயக உரிமைகளுக்கும் பொருளாதார நீதிக்குமான இயக்கம் அது. அரபு வசந்தத்தின் பெருமளவு மதச்சார்பற்றதன்மை, ஒப்புநிலையில் வெகுமக்கள் கிளர்ச்சிகளில் அல்காயிதாவையும் தீவிர இஸ்லாமியக் கட்சிகளையும் ஒதுக்கிவைத்தல் ஆகியவை, ஒரு புதிய 'உலகளாவிய சந்ததி' அரபு உலகில் எழுந்துள்ளது என்பதற்கான சான்றுகளாக நோக்கப்படுகின்றன. இந்த

உலகலாவிய சந்ததி, ஓர் இஸ்லாமிய அரசு என்பதை உருவாக்கு வதைவிட இஸ்லாமியச் சட்டங்களின் கீழ் வாழவே ஆர்வம் காட்டுகின்றது.[4] அரசியல் இஸ்லாத்தை தோற்கடித்ததற்காக மக்கள், கருத்துகள், சந்தைகள் ஆகியவற்றின் உலகளாவிய இயக்கங்கள் பாராட்டப்படுகின்றன. அதேசமயம் தனித்துவ மாக்கப்பட்ட, கொள்கைப் பிடிவாதமற்ற, இன்னும் அனுபவ மயமான இஸ்லாத்தின் வகையை மக்கள் சமூகத்தில் ஆற்றல் பெறச்செய்திருக்கின்றது. இந்தப் புதிய வெகுசன வகை இஸ்லாம், மதச்சார்பற்ற அரசுகளின் சட்டபூர்வத்தன்மையை ஏற்பதோடு, தன்னைத் தனிநபர் சார்ந்த, கலாச்சார வட்டங்களோடு கட்டுப் படுத்திக் கொள்கிறது. இந்தப் பின்-இஸ்லாமியம் (போஸ்ட்-இஸ்லாமிஸம்) என்னும் கோட்பாடு, புகழ்பெற்ற பிரெஞ்சு அறிஞரான ஒலிவியர் ராயினால், குளோபலைஸ்ட் இஸ்லாம் (உலகமயமாக்கப்பட்ட இஸ்லாம்), இன்னும் ஹோலி இக்னேரன்ஸ் (புனித அறியாமை) என்னும் நூல்கள் உள்ளிட்ட அவருடைய செல்வாக்குமிக்க நூல்களில் மிக ஆற்றலோடு முன்னிறுத்தப் படுகிறது. (ராயின் பின்-இஸ்லாமியத்திற்கும் முன்பு விவரிக்கப் பட்ட பின்-இந்துத்துவத்திற்குமான இணைக் கருத்துகளை நோக்குங்கள்.)

மற்றவர்கள், நவ-தாராளப் பொருளாதாரக் கொள்கைகள் அரசியல் இஸ்லாத்தை தோற்கடிப்பதற்காக தனிமைப்படுத்து கின்றனர். 'உலகளாவிய முதலாளித்துவம் ஒன்றுதான் இஸ்லாமிய தீவிரவாதத்தை எதிர்ப்பதற்கான தனித்த நம்பிக்கை' என்ற கூற்றிற்கு ஆதரவளிப்பதாக துபாய், துருக்கி, மலேசியா, இன்னும் எகிப்து, ஈரான் உள்ளிட்ட இஸ்லாமிய உலகத்தின் பகுதிகள் மேற்கோள் காட்டப்படுகின்றன என்று தனது ஃபோர்சஸ் ஆஃப் ஃபார்ச்சூன் (அதிர்ஷ்டத்தின் விசைகள்) என்னும் அண்மைய நூலில் அமெரிக்க ஈரானிய நூலாசிரியரான வாலி நஸர் கூறுகிறார். இஸ்லாமிய ஏகேபி (நீதிக்கும் வளர்ச்சிக்குமான கட்சி)யின் கீழ் துருக்கியை, எஞ்சியிருக்கும் இஸ்லாமிய உலகிற்கான முன்மாதிரியாக நஸர் சேர்க்கிறார். நஸருடைய கருத்துப்படி, துருக்கி வெற்றியின் இரகசியம், பின்னோக்கி 1980களிலேயே ஐஎம்எஃப் (பன்னாட்டு நிதியம்) திணித்த சந்தைச் சீர்திருத்தங் களைத் தழுவிக்கொண்டமைதான். சந்தைகள் திறந்துவிடப் பட்ட செயல், சிறிய நகரங்களிலிருந்த ஆழமான பக்திகொண்ட, ஆழமான முதலாளித்துவ மனம்கொண்ட நடுத்தர வர்க்கத்

தொழில்முனைவோரின் பெருத்த ஆதரவைப் பெற்றது. இந்த 'இஸ்லாமிய இறைக்கொள்கையாளர்களுக்கு' நன்றி செலுத்திய வண்ணமாக ஏகேபியினால் ஒரு மென்மையான இஸ்லாத்தை, தீவிரமான மதச்சார்பின்மை, தீவிர இஸ்லாமியம் ஆகிய இரு கோடிகளுக்கும் இடையிலான நடுப்பாதை ஒன்றைத் தழுவிக் கொள்ள முடிந்தது. முழு அரபு உலகையும் மிக அதிகமாக உலகச் சந்தைகளுக்குத் திறந்துவிடுதலும், அத்துடன் இணைந்து ஆணைப் பொருளாதாரங்களை *(கமாண்ட் எகானமீஸ்)* அப்புறப் படுத்துவதும் தான் இஸ்லாமிய தீவிரவாதத்தை எதிர்ப்பதற்கு வழிமுறையாகும் என்று நஸர் நம்புகிறார். (ஐஎம்எஃப் திணித்த சந்தைச் சீர்திருத்தங்கள், குறிப்பாக அவற்றின் எழுச்சியின்போது விடப்பட்ட ஊழலும் சமமின்மைகளும்தான் அரபு வசந்தத்திற்குச் சக்தியளித்தவை என்ற மெய்ம்மையை நஸர் முழுமையாகவே புறக்கணித்துவிடுகிறார்.) பெஞ்சமின் பார்பர் தனது நன்கறியப் பட்ட 1995இல் எழுதிய நூலான *ஜிஹாத் வெர்சஸ் மெக்வேல்ட் (ஜிஹாதுக்கு எதிராக மெக் உலகம்)* என்பதில் முன்வைக்கப்பட்ட கருத்தாகிய மெக்உலகம் ஜிஹாதை உருவாக்குகிறது என்பதைத் தலைகீழாக்கி, ஜிஹாதியாகும் தன்மை கொண்டவர்களை ஷாப்பிங் மால்களுக்குக் கவர்ந்திழுப்பதற்கு மெக்உலகின் கவர்ச்சிகளை நஸர் போற்றுகிறார்.

சந்தைகளின் சமரசப்படுத்தும் ஆற்றலில் நம்பிக்கையுள்ளவர்கள், 2008இல் எழுதிய ஒரு கட்டுரையில் ஆலன் உல்ஃப் என்ற அரசியல் அறிவியலாளர் செய்தது போல, 'மதநம்பிக்கையின் முதன்மையும் மதச்சார்பின்மையின் தனிமனித உரிமைகளுக்கான பொறுப்பும் எதிரெதிராக இல்லை' என்று உறுதிப்படுத்துகிறார்கள். ஏனெனில், பெரும்பாலான மதங்கள், 'செல்வவளமிக்க மதங்களாக' மாறுவதன் வாயிலாக முதலாளித்துவ உலகிற்குத் தங்களைத் தக அமைத்துக் கொள்கின்றன.[5] இந்தச் செல்வ வளமிக்க மதங்களின் இலட்சியம் செல்வத்தைச் சேர்ப்பதன் அறத்தைக் கேள்விக்குட்படுத்துவதல்ல, மாறாக, நம்பிக்கையுள்ளவர்களுக்கு அவர்கள் கடவுளின் கருணை யோடு பணக்காரராக முடியும் என்ற சிந்தனைக்குள் ஆசீர்வதிப்பது தான். ஆகவே, பணத்தைச் செய்து பணக்காரர் ஆகும் வெறியைத் தூண்டுவதால், உலகின் பல பகுதிகளில் தோன்றியுள்ள மதவெறி யைப் பற்றிக் கவலைப்படத் தேவையில்லை என்று நமக்கு உறுதி அளிக்கிறார் உல்ஃப்

*தி எகானமிஸ்டு*க்கான இரண்டு எழுத்தாளர்கள் – ஜான் மிக்லெத் வெய்ட், ஆட்ரியன் வூல்ட்ரிட்ஜ் – தங்கள் 2009இல் எழுதிய நூலுக்குக் *காட் இஸ் பேக்* (கடவுள் திரும்ப வந்துவிட்டார்) என்று தலைப் பிட்டது போல, செல்வவளமிக்க மதங்களின் புதிய நற்செய்தி யாளர்கள், சீனா விலிருந்து ரஷ்யா வழியாகத் துருக்கிவரை, 'கடவுள் திரும்ப வந்துவிட்டார்' என்று உற்சாகப்படுத்துகிறார்கள். அதே இரண்டு சக்திகள், அதாவது போட்டியும் தேர்வும், உலகின்மீது ஒரு 'முதலாளித்துவத்தின் ஒரு சுழற்காற்றைத்' திறந்துவிட்டவை — மதம் என்னும் விதானத்தின் கீழ் மேலும் மேலும் அதிக மக்கள் தஞ்சமடைகின்ற நிலைமைகளை ஏற்படுத்தியிருக்கின்றன.

இப்படி மதத்திற்குத் திரும்புபவர்கள், மார்க்ஸ் முன்னுணர்த்தியது போல, ஒடுக்குதலும் ஆன்மா அற்ற வணிகமும் நிறைந்த 'இதயமற்ற உலகில் ஓர் இதயத்தைத் தேடும் சாதுவான, நம்பிக்கை யிழந்த நிலையிலுள்ளவர்கள்' அல்ல. மாறாக, மிகவும் வெற்றி பெற்றவர்களும் வளமானவர்களும் 'இனிமேல் செய்ய வேண்டிய காரியம் இதுதான்' என்று மதங்களைத் தழுவிக் கொள்ளும் வாய்ப்பைத் தேர்ந்தெடுக்கின்றனர். நிறுவனமயமான மதங்கள் சந்தைகளையும் தனிவாய்ப்புகளையும் தேர்ந்தெடுக்கும் போட்டிக் கான சூழலுக்கு ஏற்பத் தங்களை ஒத்திசைத்துக்கொண்டன; மக்களும் தங்கள் ஆன்மிக நாட்டங்களையும் பொருளியல் நாட்டங்களையும் ஒன்றுகலக்கத் தெரிந்துகொண்டனர். இதன் மூலம் மதச்சார்பற்ற நிலைக்கு இட்டுச்செல்லும் நவீனமய மாக்கலைப் பற்றிய பழைய மதச்சார்பற்ற நற்பண்புகள் சந்தைகள், போட்டிகளின் சக்தியால் இப்போது வழக்கொழிந்தவை ஆக்கப் பட்டுவிட்டன. கடவுளர்களும் அவர்களைக் கொண்டாடும் நிறுவனமய மதங்களும், அவர்கள் சுதந்திரமாகத் தேர்ந்தெடுக்கப் பட்டு, அரசியலோடும் அரசு அதிகாரத்தோடும் கலக்க முற்படாத வரை நவீனத்தன்மையுடன் முழுமையாக ஒத்துச் செல்பவர்கள் என்று மிக்லெத்வெய்ட்டும் வூல்ட்ரிட்ஜூம் வலியுறுத்துகிறார்கள். 'மதத்தின் சுதந்திரம்', 'மதத்திலிருந்து சுதந்திரம்' ஆகிய இரண்டின் மிகச்சரிவிகித சமநிலையை உருவாக்கிய அமெரிக்க மேதைமையை அவர்கள் வெகுவாகப் போற்றுகிறார்கள். மதஇணக்கத்தோடு கூடிய பொதுவாழ்க்கை கொண்ட அமெரிக்கப் பாணியிலான மதச்சார் பின்மையை உலகம் முழுவதும் பரவச் செய்வதற்கு அமெரிக்கப் பாணியிலான முதலாளித்துவம் 'உதவும் சக்தி' என அதை அவர்கள் வரவேற்கிறார்கள்.[6]

இதைப்போன்ற ஒரு போற்றுகின்ற விஷயம் டிமோதி ஷா, மோனிகா டாஃப்ட் 2006இல் எழுதிய அயல்நாட்டுக் கொள்கைக்கான கட்டுரையான ஒய் காட் இஸ் வின்னிங் (கடவுள் ஏன் வெற்றி பெறுகிறார்') என்பதிலும் இடம்பெறுகிறது. 'எங்கு வேண்டுமானாலும் எப்பொழுது வேண்டுமானாலும் மக்கள் தங்கள் குரலைப் பெற்றாலும் அவர்கள் கடவுளைப் பற்றிப் பேசவே விரும்புகிறார்கள்' என்பதைக் காட்டுகின்ற, உலகமெங்கிலும் மதத்தன்மை புத்தெழுச்சி பெறுகின்ற நிலையைச் 'சுதந்திரத்தின் உலகளாவிய விரிவு' பெறுதலின் அடையாளமாக அவர்கள் பார்க்கின்றார்கள். வாக்களிக்கும் தேர்வுகள், குடும்பத்தின் நலம் — உடல்நலம் பற்றிய கொள்கைகள் ஆகியவற்றிலிருந்து, அயல் நாடுகளின் போர், சமாதானப் பிரச்சினைகள் வரை அரசியலின் எல்லாத் தளங்களின் செல்வாக்கும் போதிய அளவு இல்லாமல் மதத்தன்மை வளர்ச்சியுறவில்லை என்பதை அவர்கள் ஒப்புக் கொள்கிறார்கள். ஆனால் இப்படித்தான் 'இருக்கவேண்டும்' என்ற நிலையையே இது காட்டுகிறது என்று அவர்கள் நம்புகிறார்கள். குடியரசுகள், மக்களின் மதநம்பிக்கைகள் உள்ளிட்ட மதிப்புகளைப் பிரதிபலிக்கத்தானே வேண்டும்?[7]

தஇவல்யூஷன் ஆஃப் காட் (கடவுளின் பரிணாமம்) என்ற நூலின் ஆசிரியரான ராபர்ட் ரைட்டைப் போன்ற பிறர், இன்னும் அதிகப்படியாகச் செல்கிறார்கள். ஆபிரகாமியக் கடவுள் வலுவாக ஆரம்பித்து வைத்த ஒழுக்கக் கற்பனையின் விரிவைச் செயல்படுத்துகிறது உலகமயமாக்கல் என்று முழங்குகிறார்கள். கிறித்துவமும் இஸ்லாமும் புறஇனத்தவர்களையும் அவர்கள் கடவுள்களையும் ஜீரணிக்கக் கற்றுக்கொண்டதைப்போல இன்று தொலைவிலுள்ள நாடுகளைச் சேர்ந்த தொலைதூரத்தைச் சேர்ந்த புதியவர்களையும் தங்கள் ஒழுக்க அக்கறைக்கான வட்டத்தில் மக்கள் உட்சேர்த்துக் கொள்ள அனுமதிக்கின்ற பூச்சியமற்ற 'கூட்டுத்தொகை விளையாட்டுகளை' உலகப் பொருளாதாரம் அவிழ்த்துவிடுகின்றது.[8] ஆக, இந்தச் சிந்தனை வரிசையின்படி, உலகமுழுவதும் வணிகத்தால் இணைக்கப்பட்டுவிட்டால், நாம் யாவரும் அதிக சகிப்புத் தன்மையைக் கற்றுக்கொள்வோம், நாகரிகங்களின் பெரியதொரு ஒத்திசைவு அதைத் தொடரும். அதாவது, கடவுளின் வேலையை உலகமயமாக்கல் செய்துகொண்டிருக்கிறது. (உலகச் சகிப்புத் தன்மையை இவ்விதம் கொண்டாடுவது, உலகமயமாக்கம் ஒரு பூச்சியமற்ற கூட்டுத்தொகை விளையாட்டு அல்ல என்ற

மெய்ம்மைக்கான காரணங்களைக் காட்ட மறந்துவிடுகிறது: உலகமயமாக்கம் மிகவும் தெளிவாக வெற்றி பெற்றோரையும் தோல்வியுற்றோரையும் உருவாக்குகிறது.)

இந்தச் சுருக்கமான மேற்காணலிலிருந்து, சமகால மதங்களை நோக்குபவர்களில் பெரும்பாலானோர் கீழ்க்காணும் இரு கூற்றுகளில் உடன்பட முற்படுகிறார்கள் என்று மிகப் பாதுகாப்பாக ஒருவர் அனுமானிக்கலாம்:

- ஒன்று, இப்போதைய உலகமயமாக்கல் சுற்றைத் தொடர்ந்து உலகமுழுவதும் மதங்களின் புத்தெழுச்சி தோன்றியுள்ளது. இன்றைய உலகம் மெய்யாகவே, மத உணர்ச்சிகளால் குமிழியிட்டுக் கொதித்துக்கொண்டிருக்கிறது—அது இன்றுள்ள எல்லாவித மதச்சார்பற்ற தன்மைகளையும் தற்காப்பு நிலைக்குத் தள்ளியிருக்கிறது.
- இரண்டு, இந்த மதப் புத்தெழுச்சி, அரசியல்ரீதியாக ஆபத்தற்றது. உலக முழுவதும் தோன்றியுள்ள மதயெழுச்சி மதச்சார்பற்ற குடியரசுகளுக்கு ஆபத்தானதல்ல. ஏனெனில் நிறுவனமய மதங்களில் பெரும்பாலானவை தங்கள் சுய பிரச்சாரத்திற்காக நவீன ஜனநாயக முதலாளித்துவமும், நவீன தொடர்புசாதனத் தொழில்நுட்பங்களும் உருவாக்கியுள்ள புதிய நிறுவன வாயப்புகளுக்கு ஒத்துச்செல்லவும் அவற்றைப் பயன்படுத்திக்கொள்ளவும் கற்றுக்கொண்டு வருகின்றன. நன்கறியப்பட்ட ஹார்வர்டு மத அறிஞரான ஹார்வே காக்ஸ் கூறியதுபோல, ‘கடவுளுக்குரிய அடைமொழிகளைச் சந்தை எடுத்துக் கொண்ட இந்தக் காலத்தில், பழைய நார்டிக் தெய்வங்களைப் போல, மரபான மதங்கள், சந்தையின் உதவியாளர்களாக இருப்பதில் அல்லது அதன் கடவுளர் வரிசையில் உறிஞ்சிக்கொள்ளப்படுவதில் திருப்தியடைகின்றன... கடைசியாக, கிறித்துவப் புனிதர்களைப் போல மதிப்புக் குறைந்த, ஆனால் பாதுகாப்பான அந்தஸ்தை ஏற்றுக் கொள்கின்றன.’[9]

சந்தைகளுக்கும் வெகுமக்கள் கலாச்சாரத்துக்கும் தகவமைத்துக் கொள்ளும் இந்தச் செயல்முறை, மதங்களை மதச்சார்பற்ற அரசுகளுடனும் நுகர்வோர் கலாச்சாரங்களுடனும் இணங்கச் செய்து அவற்றை ‘அரசியல்நீக்கம்’ செய்வதாக நோக்கப்படுகிறது.

ஆகவே உலகமயமாக்கம் மதங்களில் ஒரு புத்தெழுச்சியைக் கொண்டுவந்த போதிலும், அவற்றை அடக்கியாளவும் அதனால் முடிகிறது.

* * *

கடவுள் சந்தை, இந்தியாவுக்குப் பொருந்தும் வகையில் கடவுள், உலகமயமாக்கம் ஆகியவற்றின் இந்தக் கொண்டாடும் பார்வைக்குச் சவால்விட முனைகிறது.

இந்தியாவிலும், உலகில் பெரும்பகுதியைப் போலவே, மதச்சார்பின்மை பின்வாங்கிக்கொண்டிருக்கிறது. தனிப்பட்ட மற்றும் பொதுத்துறைகளுக்குள் என்றையும்விட மேலும் அதிக விசையோடு 'கடவுளர்கள் திரும்பிவருகிறார்கள்.' இதன் துணைத் தலைப்பு கூறுவது போல, 'உலகமயமாக்கம் இந்தியாவை எவ்வாறு மேலும் இந்துவாக்குகிறது' என்பதை இந்த நூல் ஒப்புக் கொள்கிறது. புதிய, பெரும்பாலும் இந்து நடுத்தர வகுப்பினர் தங்கள் மதத் தன்மையையும், செல்வத்தையும் இலாபங்களையும் தேடுவதில் அதிகரித்துவரும் பசிகளையும் எவ்விதம் வெற்றிகரமாகக் கலப்புச் செய்துகொள்கிறார்கள் என்பதை அண்மைக்கால மெய்ம்மை களையும் தகவல்களையும் பயன்படுத்தி, இந்தப் புத்தகம் எடுத்துக் காட்டுகிறது. நவ-தாராளத் தன்மைகொண்ட உலகமயமாக்கம் மெய்யாகவே இந்தியாவின் கடவுளர்க்கு நன்மை செய்ய முனைகிறது என்ற கூற்றை அது ஏற்றுக்கொள்கிறது.

ஆனால் பொது நாற்சந்தியில் இந்துமதம் காட்சிப்படுவது அதிகரிப்பதையோ, பக்தியும் முதலாளித்துவமும் கலப்படை வதையோ இந்தப் புத்தகம் கொண்டாடவில்லை. பதிலாக, சந்தை அடிப்படைவாதம், மத அடிப்படைவாதத்தைக் கட்டுப்படுத்தும் என்ற கபடமற்ற நம்பிக்கையை அது கேள்வி கேட்கிறது. மதச் சார்பின்மை விரட்டிவிட்டதாகக் கூறப்படும் சகிப்புத்தன்மை, சமுதாயத்தன்மை, உடைமை மனப்பான்மை ஆகியவற்றின் மரபு சார்ந்த மூலங்களைப் பொதுவாழ்க்கையில் மதநம்பிக்கையின் 'மறுவரவு' உயிர்த்தெழச் செய்யும் என்ற மனநிறைவான சிந்தனை யைச் சவாலுக்கு அழைக்கிறது. இந்தியா போன்ற பலமதங்களைக் கொண்டதொரு நாட்டில் ஒரு பெரும்பான்மை மதத்தின் புனித அடையாளங்களும் குறியீடுகளும் ஒரு பொது இடத்தில் எங்கும்

நிறைந்திருப்பதற்கான பொருத்தப்பாட்டைப் பற்றி முக்கியக் கேள்விகளையும் எழுப்புகிறது.

மக்கள் சமூகம் *(சிவில் சொசைட்டி)*, அரசு, தொழில்வணிகப் பகுதி ஆகியவற்றின் சிறுசிறு துளைகளில் இந்து தேசியம் தன்னை ஆழமாகப் புதைத்துக் கொள்கிறது. இதைச் சாத்தியமாக்கும் ஒரு நிறுவன வார்ப்புருவைப் 'நவ-தாராளமய உலகமயமாக்கல்' உண்மையில் உருவாக்கிக்கொண்டிருக்கிறது என்பதைக் கடவுள் சந்தை எடுத்துக் காட்டுகிறது. நவ-தாராளமயமும் உலகமய மாக்கமும் இந்து தேசியத்தின் நண்பர்களே – சிலர் காணுவது போல அதனுடைய எதிரிகள் அல்ல.

இந்தப் புத்தகத்தின் முக்கிய முடிவுகளை மூன்று எளிய கூற்றுகளாகச் சுருக்கலாம்.

- முதலாவது, மதச் சேவைகளுக்கான *விழைவுத்தேவை (டிமாண்ட்)* — மக்களிடையே, குறிப்பாக நவ-தாராளமயம், உலகமயமாக்கல் ஆகியவற்றால் மிகுந்த பயனடைந்து வருகின்ற, பெருமளவு நகர்ப்புறம் சார்ந்த, படித்த, இந்து நடுத்தர வகுப்பினரிடையே, வீட்டிலும் பொதுவிலும் செய்யும் வழிபாட்டுச் சடங்கு களிலிருந்து கோயில்களுக்குச் செல்லுதல், புனித யாத்திரைகள் போன்றவைவரை அதிகரித்து வருகிறது.

- இரண்டாவது, இந்த மதச் சேவைகளின் *அளிப்பு (சப்ளை)* — இது பெரும்பான்மைச் சமுதாயத்தின் தேவைகளைப் பூர்த்தி செய்யும் அரசின் நவ-தாராளக் கொள்கைகளினால் ஊக்கு விக்கப்படுகிறது. சந்தை ஆதரவுச் சீர்திருத்தங்கள் அரசையும் பெருவணிகக்குழுமத் *(கார்ப்பரேட்)* துறையையும், ஏற்கெனவே செழித்திருக்கும் கடவுள் சந்தைக்கு ஒரு நல்ல உத்வேகம் அளித்து, மத நிறுவனத்துறையுடன் மேலும் நெருக்கமாக இணைந்து செயலாற்ற வைத்திருக்கின்றன. வேறு சொற்களில் கூறினால், இந்தியாவின் மதச்சார்பற்ற நிலையைக் குறைக்கும் வகையில் அரசு-மத உறவுகளைப் பொருளாதார தாராளமயமாக்கம் மாற்றியமைத்துக் கொண்டு இருக்கிறது.

- மூன்றாவது, இது பெரும்பான்மைவாத மனஅமைப்பில் ஏற்படுத்தும் ஒட்டுமொத்த *விளைவு (ரிசல்ட்)*. அது இந்தியாவின்

தேசியக் கலாச்சாரத்தை இந்துமதத்துடன் அடையாளப் படுத்துகிறது. இந்துக்களுக்குப் புனிதமான கடவுளரும் தேவியரும் தேசத்தின் சார்பாக நிற்குமாறு செய்யப் படுகிறார்கள். அரசியல், மதச் சடங்குகளுக்கிடையிலான பிரிவுக்கோடு அழிக்கப்படுகிறது. இந்துப் பாரம்பரியத்தை விமரிசனமற்ற முறையில் போற்றுவதும், இந்துக்களல்லாத சிறுபான்மையினர்—குறிப்பாக முஸ்லிம்கள் மீது சற்றும் மூடிமறைக்கப்படாத வெறுப்பும் பொதுக்கலாச்சாரத்தின் இயல்புரு ஆகின்றன. இந்து தேசியவாதம், நாட்டின் பொது வாழ்க்கையின் இழிவான, அன்றாட விவகாரமாகிக் கொண்டு வருகிறது என்று இந்தப் புத்தகம் வாதிடுகிறது.

இதனால், நவ-தாராளச் சீர்திருத்தங்களும் உலகமயமாக்கமும் முன்பு இல்லாத, மேற்கண்ட, விழைவுத்தேவை—அளிப்புச் சுற்றுகளை உருவாக்குகின்றன என்று சொல்வதாகாது. நவீனத் தன்மையைக் கட்டுப்படுத்துவதும், இந்துவாக்குவதுமான செயல்முறை தற்கால உலகமயமாக்கப் பகுதியில் தொடங்க வில்லை: பத்தொன்பதாம் நூற்றாண்டில் தொடங்கிய இந்து மறுமலர்ச்சிக்கு அது செல்கிறது. இந்துச் சொற் சேர்க்கைகளையும் அரசியல் இயக்க ஆட்சேர்ப்புகளையும் ஒன்றுகலத்தலும் அப்படி ஒன்றும் புதியதல்ல: மகாத்மா காந்தியே தமது மதநம்பிக்கையையும் அரசியலையும் பிரிக்கும் எந்தச் சுவரையும் ஏற்றுக்கொள்ள வில்லை. 1990களின் சந்தை ஆதரவுச் சீர்திருத்தங்களால் முடிவுக்குக் கொண்டுவரப்பட்ட கூடுதலான 'சமதர்மமும்'(சோஷியலிஸமும்), மதச்சார்பற்ற தன்மையும் (செக்யூலர்) இருந்த காலத்தில் முதிர்ச்சி யடைந்த, படித்த, நடுத்தர, உயர் வகுப்புகளின் கலாச்சாரச் சூழல்களில்—அவற்றின் சடங்குகளிலும், விக்கிரக வழிபாட்டிலும், விரதங்களிலும், புனித யாத்திரைகளிலும், இந்துமதத்தின் மற்றும் பிற பொதுமக்களின் வழிபாடு சார்ந்த நடைமுறைகளிலும் மகிழ்ச்சிகாணும் நடுத்தர வர்க்க மதத்தன்மை ஒருபோதும் இருந்ததில்லை.

ஆக, கடவுள் சந்தை வருணிக்கும் சமகால இந்துமதத்தின் இவ்விதமான எல்லாக் கூறுகளும் சந்தைச் சீர்திருத்தங்களுக்கு முன்பே இருந்தவைதாம். ஆனால், ஜனரஞ்சகமான, தேசியவாத இந்துமத வெளிப்பாடுகளும், மரபுசார்ந்த இந்து 'அறிவியல்களும்' பொதுச் செயல்துறை எல்லைக்குள் ஊடுருவ இயலக்கூடிய

மிகுதியான வெளிகளைச் சந்தை சீர்திருத்தங்கள் திறந்து விட்டுள்ளன. இப்படியாக உயர்கல்வி, சுற்றுலாத்துறை, சுகாதாரம், மற்றும் பொதுநலத் திட்டங்களில் பொதுத்துறை—தனியார்துறை கூட்டுகளினால் திறந்துவிடப்பட்டுள்ள புதிய நிறுவன வெளிகளைப் பயன்படுத்தியவாறு சமகால இந்துமதம், மேலும் ஆன்மிகமான, மேலும் பக்திவழிபாடு சார்ந்த வடிவங்களில், புதிய நுகர்வு வாழ்க்கைப்பாணிகளுக்கு மிகவும் நன்றாகத்தன்னைத் தகவமைத்துக் கொண்டுள்ளதைக் காணலாம். இப்படிப்பட்டதொரு தேசிய விதமான இந்துமதத்திற்கும், முதலாளியத்திற்கும், உலகமயமாக்கத் திற்கும் இடையிலான ஒருங்கியக்கத்தைக் கைப்பற்றிக் காட்டத்தான் இந்தப் புத்தகம் முயல்கிறது.

இந்த அறிமுகத்தின் மீதிப்பகுதி, இந்தப் புத்தகம் சவால் விடுகின்ற இந்தியாவின் மிகப் பெருமையாகப் பேசப்படுகின்ற ஜனநாயக மதச்சார்பின்மையின் நான்கு தொன்மங்களைச் சுருக்கமாக எடுத்துரைக்கிறது.

* * *

முதலில், இந்துத்துவத்தின் வீழ்ச்சி என்ற தொன்மத்தைப் பார்ப்போம்.

உலகச் சந்தைகளால் அறிமுகப்படுத்தப்பட்டுள்ள புதிய 'பரந்த உலகப் பொதுமை நோக்கால்' (காஸ்மோபாலிடனிசத்தால்) இந்து தேசியவாதம் தோல்வி அடையச் செய்யப்பட்டுள்ளதா? 'இந்து-சொல்லுக்கு' சங்கப் பரிவாரம் மெய்யாகவே விடை கொடுக்கத் தயராக, விருப்பத்துடன் இருக்கிறதா? இந்துத்துவம் மெய்யாகவே ஒரு மரணமடைந்து கொண்டிருக்கும் கருத்தியலாக இருந்தால், இந்தியாவின் மதச்சார்பின்மை நோக்கினர் நவ-தாராளமயத்தை ஒரு நண்பனாக, துணைவனாக நேசிக்கக் கற்றுக் கொள்ளவேண்டுமா?

இதற்கு விடை, பலவற்றைச் சார்ந்தது. இந்தியச் சூழலில் மத தேசியவாதம் என்ற சொல்லால் நாம் எதை அர்த்தப்படுத்துகிறோம் என்பதைப் பொறுத்துள்ளது.

முதன்மையாக, இனவாதம் என்னும் முப்பட்டக கண்ணாடியின் வழியாக இந்து தேசியவாதத்தைக் கண்டால், அதாவது, வரலாற்றில் வன்முறைசார்ந்த கலகங்களின் வாயிலாகத் தன்னை வெளிப்

படுத்திக்கொண்டுள்ள மதச் சமுதாயங்களின் பரஸ்பரப் பகைமை அடிப்படையில் நோக்கினால், நிபந்தனையோடு கூடிய 'ஆம்' என்பதுதான் இந்தக் கேள்விக்கு விடையாக இருக்கும். 1992இல் அயோத்தியில் பாபர் மசூதியை இடித்தபிறகு மும்பையில் அல்லது குஜராத்தில் 2002இல் கோத்ரா இரயில் எரிப்புக்குப் பிறகு ஏற்பட்டது போன்ற வெளிப்படையான, பெரிய அளவிலான தெருக்கலகங்கள் திட்டமிட்டுக் குறைந்து போய்விட்டன. பாகிஸ்தானின் ஆதரவோடு 2008இல் மும்பையில் செய்யப்பட்ட பயங்கரவாதத் தாக்குதல் போன்ற தீவிரத் தூண்டுதல்கள்கூட இந்து முஸ்லிம் வன்முறையைத் தூண்டுவதில் தோல்வியே அடைந்தன. 'இந்தியா தன்னைப் பொருளாதார நோக்கில் முன்னேறியதாகக் காணத்தொடங்கிய ஆசைத் தூண்டுதல்களின் அரசியல் எழுச்சியுற்ற பிறகு... மதக் கலவரங்கள் இந்தியாவின் பழங்காலத்தைச் சேர்ந்த விஷயங்களாகவே இருக்கும், அதன் எதிர்காலமாக இருக்காது' என்று மெய்யாகவே, சமூக விஞ்ஞானிகள் கணிக்கிறார்கள். 'தேசம் வருமான ஏணியில் ஏறத்தொடங்கிய பிறகு, பெரிய அளவில் மதக் கலவரங்கள் இந்தியாவுக்குத் திரும்புமானால், அது ஒரு மிகப் பெரிய ஆச்சரியமாகவே இருக்கும்.'[10]

சட்டம் ஒழுங்கைச்சீர்குலைக்கக்கூடிய 'எந்தவித' வெளிப்படையான வன்முறையும் வணிகத்துக்கு உகந்ததல்ல. வணிகத்தில் ஈடுபட்டு வாழ்க்கை நடத்துபவர்களுக்கு மேல் இதை நன்கு அறிந்தவர்கள் யார் இருப்பார்கள்? ஆகவே அயல்நாட்டில் களம் கொண்ட, தகவல் தொழில்நுட்ப வேலைகளால் ஆதாயமடைகின்ற மேற்செல்லும் வாய்ப்புடைய இந்தியர்களும், அயல்நாட்டு முதலீட்டாலும் வணிகத்தாலும் சாத்தியமாக்கப்பட்ட விரிவான நுகர்வோர் தேர்வுகளும் இந்தியாவில் மதவெறியும் அரசியல் ஸ்திரத்தன்மை இன்மையும் நிலவுவதான ஒரு பதிவை உருவாக்க விரும்பவில்லை. ஆகவே 2009 பாராளுமன்றத் தேர்தலில், பெருமளவு இந்து நடுத்தர வகுப்பினர் பாஜகவைக் கைவிட்டதில் ஆச்சரியம் எதுவும் இல்லை: அவர்கள் அயோத்தியில் இராமன் கோயில் கட்டுவது அல்லது கர்னாடகாவில் ஒரு தர்காவுக்காக எழுச்சியடைவது அல்லது வேறிடத்தில் கிறித்துவ-இந்து மோதல் பிரச்சினையில் ஈடுபடுவது போன்ற செத்த குதிரையைச் சாட்டையால் அடித்து மதம்சார்ந்த இரத்தக் கலவரங்களை பம்பாய், அகமதாபாத், தில்லி அல்லது பிற வணிக மையங்களில் ஏற்படுத்தும் அபாயத்தில் இறங்க விரும்பவில்லை. இந்தியத்

தொழிலதிபர்களின் தலைவர்களையும், நன்கறியப்பட்ட பத்திரிகை யாளர்களையும், பாலிவுட் நட்சத்திரங்களையும், ஏன் – அண்ணா ஹசாரே போன்ற காந்தியச் செயல்வீரர்களையும் கொண்ட குஜராத்தின் முதலமைச்சரான நரேந்திர மோடியைப் பாராட்டுபவர்களும்கூட அவருடைய மாநிலத்தின் பொருளாதார வளர்ச்சியைப் பிரமாதப்படுத்திக் காட்டுமாறும், ஆனால் முஸ்லிம்களுக்கு எதிரான தமது வசையைத் தணித்துக்கொள்ளுமாறும் கூறுவதற்கு இதுதான் காரணம். 2009இல் காங்கிரஸ் தலைமையிலான ஐக்கிய முற்போக்குக் கூட்டணி (யுபிஏ) வெற்றிபெற்றபோது வணிகத் துறைப் பத்திரிகைகள் மகிழ்ச்சி ஆரவாரம் செய்ததற்கும் இதுதான் காரணம்.

ஆனால் பெரிய அளவிலான வெகுசன வன்முறைகளின் வீழ்ச்சி, சிற்றளவிலான வன்முறைச் செயல்களையோ பொதுமக்கள் பார்வைக்குப் புலப்படாத சிறிய சட்ட விரோதக் கும்பல்கள் திட்டமிட்டு நடத்துகின்ற பயங்கரவாதச் செயல்களையோ அழித்துவிடவில்லை. இதை இந்தியாவைக் கவனமாக உற்று நோக்குபவர் எவரும் உறுதிப்படுத்த முடியும். சான்றாக, 2009 மே மாதத்தில், இந்தியாவின் தலைநகரமாகிய தில்லியில் பாஜகவுக்கு மிகப்பெரிய தோல்வியை அளித்து, பாராளுமன்றத் தொகுதிகள் ஏழினையும் காங்கிரஸ் வெற்றிகொண்டு ஒரு மாதத்திற்குள்ளாகவே தில்லியின் நடுத்தர வகுப்பினரின் புறநகர்ப்பகுதி ஒன்றில் ஒரு மசூதி கட்டுவதை மிகக் கடுமையாக எதிர்ப்பதற்கு இந்துக்கள் பெரிய எண்ணிக்கையில் திரண்டனர்.[11] தில்லி, கர்நாடகம், நாட்டின் பிறபகுதிகள் ஆகியவற்றில், அங்கொன்றும் இங்கொன்றுமாக தேவாலயங்களின்மீதான தாக்குதல்களும் தொடர்ந்து நிகழ்கின்றன.

இதைவிட அபாயகரமான வளர்ச்சி என்னவென்றால், தீவிர இந்து தேசியவாதம் சக்தியை இழந்துவிட்டதாகக் கருதப்பட்ட, 'இந்தியா ஒளிர்கிறது' (இண்டியா சைனிங்) என்னும் புகழ்வாய்ந்த நாள்கள் தொடங்கி, ஏறத்தாழக் கடந்த பத்தாண்டுகளாக முஸ்லிம்களின் புனித இடங்கள், மசூதிகள், வசிக்கும் பகுதிகளைக் குறிவைக்கின்ற இந்துத்துவ பயங்கரவாதம். இந்து ஆண்-பெண் சாமியார்கள், இராணுவத்திலிருந்து ஓய்வுபெற்றவர்கள், தீவிர இந்துக்கள் ஆகியோரின் தளங்களிலிருந்து செயல்படுகின்ற குண்டு வைப்பவர்களும், செயல்வீரர்களும் கைது செய்யப்பட்ட பிறகு, இந்துத்துவம் தனது மத வன்முறைப் பாரம்பரியத்தைக்

கைவிடுவதாக இல்லை என்பது வெளிப்படை.[12] இருப்பினும், 'எல்லா பயங்கரவாதிகளுமே முஸ்லிம்கள்தான்,' 'இந்துமதம் அமைதியின் மதம்' எனவே 'இந்து பயங்கரவாதம் என்பது ஒரு முரண்கூற்று' என்றவாறு இந்தியப் பொதுப் பிரக்ஞையில் நிறைந்திருக்கும் ஒரேமாதிரி வகைச் சிந்தனையின் ஆற்றலினால் தங்கள் சொந்த மசூதிகளையும் அக்கம்பக்கங்களையும் தாக்குவதற்கு முஸ்லிம்களே பொறுப்பாக்கப்படுகிறார்கள்! தங்கள் சொந்த மக்கள் மீதே முஸ்லிம்கள் ஏன் தாக்குதல் நடத்தவேண்டும் என்பதற்கு, 'மதக்கலவரங்களைத் தூண்டுவதற்கு முயலும் பாகிஸ்தானி முகவர்களாக அவர்கள் இருக்கலாம்', 'இந்தியாவின் சகிப்புத் தன்மைகொண்ட இஸ்லாத்தை வெறுக்கின்ற வஹாபியத் தூய்மை வாதிகளாக இருக்கலாம்' என்பதுபோல ஆயத்த விடைகள் எப்போதுமே இருக்கின்றன. இந்து பயங்கரவாதிகளின் கைவேலை என்று பிறகு கண்டுபிடிக்கப்பட்ட குற்றங்களும் அற்பக் காரண அடிப்படையில் டஜன் கணக்கான முஸ்லிம் இளைஞர்களின் வாழ்க்கையைப் பாழாகியிருக்கின்றன.

வெளிப்படையானதோ ஒளிவுமறைவானதோ எவ்வாறாயினும், மத வன்முறை, இந்து தேசியவாதத்தின் போதிய நடவடிக்கை அல்ல என்று கடவுள் சந்தை நோக்குகிறது. மதவாத வைரஸ் வளர்வதற்குத் தேவையான களத்தை அது அளித்தாலும், இந்து தேசியவாதம் என்பது மிகப் பெரியதொரு திட்டம், அது இனவாத அளவில் நிற்பதல்ல. மத வன்முறை என்ற திசையில் வெளிப்படையாகத் திருப்பப்படாவிட்டாலும் இந்து தேசியவாதம் தொடர்ந்து வளர முடியும். ஒரு பரந்தநோக்கு லென்சின் வழியாக இந்து தேசிய வாதத்தைப் பார்க்கும்போதுதான் உலகமயமாக்கமும் நவ-தாராள வாதமும் அதற்குத் துணைகளாகவும் அதை இயலச் செய்பவை யாகவும் காட்சியளிக் கின்றன என்று இந்தப் புத்தகம் வாதிடுகிறது.

இந்தப் புத்தகம் தருகின்ற இந்து தேசியவாதத்தின் பரந்துபட்ட காட்சி யாது? இங்கு, இந்து தேசியவாதம் என்பது முதன்மையாக, அல்லது முழுமையாக, ஓர் அரசியல் அல்லது மதச் செயல் திட்டமாக அல்ல, மாறாக ஒரு கலாச்சாரச் செயல்திட்டமாகக் காணப்படுகிறது. இந்துத்துவத்தின் முதன்மையான நோக்கம் பொதுக் கலாச்சாரத்தை இந்துமயமாக்குவது – அதாவது இந்தியாவின் அரசியலமைப்பில் புனிதமாக வைக்கப்பட்டுள்ள மதச்சார்பற்ற ஜனநாயக விதிகளை நேரடியாகப் புரட்டாமலே, (பெருமளவு

பத்தொன்பதாம் நூற்றாண்டின் அறிவொளி மரபுக்கு எதிரான, பிரம்மஞானம் மற்றும் கீழையிய நோக்குகளிலிருந்து வருவிக்கப் பட்ட) இந்து மதத்தின் 'நவீன' புரிந்துகொள்ளுதல் என்னும் ஒன்றை, அரசு, பொதுச்சமூகம் ஆகியவற்றின் சிறு துளைகளுக்குள் உள்பதிப்பது ஆகும். இந்து தேசியவாதிகள் எதிர்பார்ப்பது குடும்பத் திற்குள் ஒரு கலாச்சார ஆதிக்கத்தையும், அயலகத்தில் இந்தியாவை ஓர் ஆன்மிக, பொருளாதார, 'இராணுவப் பெருஞ்சக்தியாக' அறிந்தேற்பதையும் ஆகும். தேர்தல் வெற்றிகள், மத-அரசியல் ஆட்சேர்ப்புகள் (யாத்திரைகள், சாகும்வரை உண்ணாவிரதங்கள், யோகா முகாம்கள், இன்ன பிற வாயிலாக), இவை யாவும் அந்த இலக்கிற்கான வழிவகைகளே.

கலாச்சார ஆதிக்கத்திற்கான செயல்திட்டமாக இந்து தேசிய வாதத்தைப் புரிந்துகொள்ளுதலில் இரு நீடித்துநிற்கும் பண்பு களைக் கொண்டுள்ளது. அவை உலகமயமாக்கலுடன் பெருமளவு ஒன்றிச்செல்கின்றன. ஒன்று, பெரும்பான்மையினர் மதத்தை தேசத்தின் கூட்டுஅடையாளத்தின் அடிப்படையாகவும் அதன் இறுதி மதிப்புகள், நோக்கங்களுக்கான மூலமாகவும் ஆக்குவது; மற்றது, பெரும்பான்மையினர் மதத்தின் நிறுவன வெளியை — கோயில்களின் வலைப்பின்னல்கள், ஆசிரமங்கள், மதப் பள்ளிகள், பல்கலைக்கழகங்கள், குருகுலங்கள், அறக்கட்டளை உதவிபெறும் மருத்துவமனைகள் போன்றவற்றை — அவற்றின் தனித்தன்மை வாய்ந்த மத இயல்பைத் தக்கவைத்தவாறே அரசின் பொதுமக்கள் பணிகளை ஏற்றுக்கொள்ளச் செய்ய அனுமதிப்பது ஆகும். சடங்கு வெளிக்கும் அரசியல் வெளிக்குமான கோட்டை இல்லாமல் செய்வது, அல்லது கடவுளர்களை வழிபடுவதற்கும் தேசத்தை வழிபடுவதற்கும் இடையில் எந்த வேறுபாடும் இல்லாமல் செய்வது என்பது இதன் கருத்து.

மத தேசியவாதத்தின் இந்தப் பண்புகள் அரசுக்கும், மதங் களுக்கும், சமூகத்தின் பிற ஆதிக்க நிறுவனங்களுக்கும் இடை யிலான, சந்தையின் உருவமற்ற ஆட்சிப்பரப்புக்கு உட்பட்ட, நிறுவன ஏற்பாடுகளைச் சார்ந்துள்ளன. தாராளமயமாக்கம் அரசு-கோயில் உறவுகளை மாற்றிக்கொண்டும், இரண்டையும் வணிக, பெருவணிகக்குழும ஆர்வங்களுக்கேற்ப ஒருங்கமைத்துக் கொண்டும் இருக்கிறது என்பது *கடவுள் சந்தையின்* முதன்மையான முடிவுகளில் ஒன்று. இந்தப் புத்தகத்தில் மூன்றாம் இயல்,

எவ்விதம் வேத ஜோசியம், பூசாரித்தொழில், யோகம், ஆயுர்வேதம், இவை போன்ற மேலும் 'மதச்சார்பற்ற விதமான' இந்து மரபுகளைப் பரப்புகின்ற இந்து வழிபாட்டிடங்களும், இந்து கல்வி நிறுவனங் களும் பொது மானியங்களாலும், வணிகக்குழும ஆதரவு களாலும் உதவியளிக்கப்படுகின்றன என்பதற்கான பல சான்றுகளை அளிக்கிறது. இந்த மூன்றுபக்க உறவை, 'அரசு-கோயில்-பெரு வணிகக்குழுமக் கூட்டிணைவு' என்று இந்த நூல் சொல்லுகிறது.

ஏறத்தாழ 2011 முழுவதும் ஐக்கிய மக்கள் கூட்டணி *(யுபிஏ)* அரசாங்கத்தை ஆட்டங் காணச் செய்த ஊழலுக்கு எதிரான போராட்டங்களில் மேற்கண்ட அரசு-கோயில்-பெருவணிகக் குழுமக் கூட்டிணைவு நிறைந்த, பரந்த அர்த்தத்திலான இந்து தேசியவாதம் நன்கு பார்வைக்கு வைக்கப்பட்டது. தன் உள் வட்டத்தில் பெரும்பாலும் வழக்கறிஞர்களையும் நடுத்தர வகுப்புப் பணியாளர்களையும் கொண்ட, 'ஊழலுக்கெதிராக இந்தியா' *(ஐஏசி—இண்டியா அகைனிஸ்ட் கரப்ஷன்)* என்று தன்னை அழைத்துக்கொண்ட குழு ஒன்று, ஊழலுக்கு எதிராக மேலும் கடுமையான சட்டங்களை உருவாக்க வேண்டுமென்று தேச அளவிலான ஓர் இயக்கத்தை எப்படியோ பரவவிட்டது. தங்கள் நோக்கத்துக்கு ஆதரவு வேண்டி 'ஐஏசி' இரண்டு பேரை நாடியது. ஒன்று, பாபா ராம்தேவ். ஒரு புகழ்பெற்ற தொலைக்காட்சி-யோகி, ஆயுர்வேத குணப்படுத்துபவர், குறிப்பாகச் சிறிய நகர்ப்புறங்களின் கீழ்நடுத்தர வகுப்பினரான பல லட்சம் பேரின் ஆதரவைப் பெற்றவர். மற்றவர் அண்ணா ஹசாரே. சமூக சீர்திருத்தவாதியாக மாறிய பழைய இராணுவவீரர், காந்தியவாதி. அவருடைய முக்கிய ஆதரவு, நகர்ப்புற மத்தியதர வகுப்பினர், இலட்சியவாதி களான இளைஞர்கள். அந்நாள்களில் இந்தியாவில் அரசியலுடனும் வணிகத்தொழிடனும் எவ்விதத் தடங்கலின்றியும் கண்காணா முறையிலும் மதம் கலக்க இயலும் என்பதற்கு இந்த இருவரும் நல்ல சான்றுகள்.

சங்கப் பரிவாரத்துடன் பாபா ராம்தேவின் நெருக்கம் மிக நன்கறியப்பட்ட ஒன்று. ஆகவே ஐஏசியின் தலைமை தங்கள் 'அரசியலற்ற' பகுதி மறைந்துபோகுமென்று பயந்து அவருக்கு பதிலாக அண்ணா ஹசாரேவை ஏற்றனர்.[13] பலமுறை 'சாகும்வரை உண்ணாவிரதங்கள்' இருந்த சாமர்த்தியசாலியான அண்ணா ஹசாரே, 2011 கோடையிலும் இரண்டுமுறை உண்ணாவிரதமிருந்து

அரசாங்கத்தைத் தனது பாணியிலான ஊழல் எதிர்ப்புச் சட்டத்தை நிறைவேற்றுமாறு செய்தார். அதில் ஜனநாயகத்துக்கு எதிரான பல கூறுகள் உள்ளன. முக்கிய ஆங்கில ஊடகங்கள், பாலிவுட் நட்சத்திரங்கள், ட்விட்டர்-முகநூல் கையாளும் தகவல் தொழில் நுட்ப வல்லுநர்கள் அனைவரும் இந்தி பேசுகின்ற ராம்தேவைவிட காந்திய அண்ணா ஹசாரேயை நோக்கி மேலும் நகர்ந்தனர்.

நிறுவனமய இந்து வலதுசாரியிடமிருந்து ஹசாரே விலகியிருக்க முயன்றாலும் அவருடைய காவி உள்ளாடை வெளிப்பட்டுக் கொண்டுதான் இருந்தது. அவருடைய போராட்டங்கள் மிகக் கருத்துவேற்றுமைக்குக் காரணமாகிய பாரதத்தாயின் படிமம் உட்பட, முழக்கங்களையும் படிமங்களையும் அவ்வப்போது பயன்படுத்தியே வந்தன.

பாரதத்தாய் ஒன்றும் சாதாரணத் தாய் அல்ல, அவள் தேவியின் அவதாரமாக வழிபடப்படுபவள். மரபான பாரத மாதாவின் படிமம், காஷ்மீர்ப்பகுதி யாவும் பிற துணைக் கண்டப் பகுதிகளுடன் சேர்ந்த 'பரந்த இந்தியா'வின் படத்திற்குள், சேலை அணிந்து பிற தெய்வ அம்சங்களுடன் வரையப்பட்ட தேவியின் படத்தைக் கொண்டது. நேரடியான இந்தத் தேசக் கூட்டிணைவு இந்திய தேசியவாதத்திற்கு ஓர் உதாரணம். உண்மையில், பங்கிம் சந்திர சட்டோபாத்யாய என்ற வங்காளி அறிஞர் எழுதிய ஆனந்தமடம் என்ற பிரபலமான நாவலிலிருந்து வருவிக்கப்பட்ட படிமம் இது.[14] இருபதாம் நூற்றாண்டின் தொடக்க ஆண்டுகளிலிருந்து அரவிந்தரும், விபின் சந்திர பாலரும் தலைமை தாங்கிய தேசிய தீவிரவாதிகள் இதைப் பிரபலப்படுத்தினர்.

தான் உண்ணாவிரதம் இருந்த இடத்தில் பாரத மாதா படம் பின்னணியில் இருக்க, அண்ணா ஹசாரே தனது முதல் உண்ணா விரதத்தைத் தொடங்கினார். (அமெரிக்க ஐக்கிய நாட்டில், இதற்கு மிக நெருக்கமான சமனியைத் தேடினால், சிவப்பு, வெள்ளை, நீலம் ஆகிய நிறங்களால் சுற்றி வண்ணமிட்ட ஒரு சிலுவையைச் சொல்லலாம். இது சிலுவையை அமெரிக்கக் கொடியினால் சுற்றிய தோற்றம் ஆகும். கிறித்துவ தேசியவாதிகள் இடையே மிகப் பிரபலமான படிமம். ஹசாரேயின் ஊழல் எதிர்ப்பு இயக்கத்தைச் சிலர் 'வால் ஸ்ட்ரீட்டை கையகப்படுத்திக்கொள்' இயக்கத்துடன் ஒப்பிட்டுள்ளனர். இந்த இயக்கத்தை மேற்கண்ட சிலுவைப் படிமத்துடன் இணைத்துக்கற்பனைசெய்யவே கடினமாக உள்ளது.[15]

அவருடைய இரண்டாம் உண்ணாவிரதத்தில், பாரதமாதா படிமத்திற்குப் பதிலாக காந்தியின் உருவம் பயன்படுத்தப்பட்டது. ஆனால் இரண்டு உண்ணாவிரதங்களிலும் பாரத மாதாவைப் போற்றும் முழக்கங்கள் தொடர்ந்தன. மதச்சார்பின்மையாளர்கள் பலர், முஸ்லிம்கள், இன்னும் பிறர், குறைந்தபட்சம் ஒரு பகுதியேனும் இத்தகைய இந்து தேசியவாதக் கருப்பொருள்களால் அவருடைய இயக்கத்தில் சேரவில்லை.[16]

இந்தப் புத்தகம் அரசு-கோயில்-பெருவணிகக் குழுமக் கூட்டிணைவு என்று வருணிப்பதற்கு ராம்தேவும் ஹசாரேயும் உதாரணங்கள். ராம்தேவின் ஆசிரமத்துக்குப் பலவேறு மாநில அரசாங்கங்கள் நிலக்கொடைகளும் வரிவிலக்குகளும் வழங்கின. மைய அரசும் மருத்துவ அமைப்பும் அவருடைய திவ்யா வணிகச்சின்ன மருந்துப்பொருள்களுக்கு, அவற்றில் பல சந்தேகத்திற்குரிய தரம் கொண்டவை என்றாலும், தரச்சான்று வழங்கின. இவற்றிலிருந்துதான் ராம்தேவ் தனது பலகோடி டாலர் பேரரசினை உருவாக்கினார்.[17] ஊழல் எதிர்ப்புப் போராட்டத்தில் ராம்தேவின் பங்கு பெரியவையும் சிறியவையுமான வணிகங்கள் பல, அவருடைய தேசியவாதத் திட்டத்திற்கு எவ்விதம் புதுப் புது வழிகள் பலவற்றால் ஆதரவளித்தன என்ற விஷயத்தைத் தெளிவாக்கியது. மிகப் பணக்கார இந்தியர்களுக்கும் அயல் இந்தியர்களுக்கும் *(என்ஆர்ஐஸ்)* மட்டுமே பயன்படுகின்ற ராம்தேவின் பிரபலமான யோகா-முகாம்கள், யோகா-பயணங்கள் ஆகிய வற்றிற்கான பெருஞ்செலவை பக்தி வாய்ந்த வணிகப் பெருமக்கள் அது ஒரு தர்மம் என்று கருதி ஏற்றுக்கொண்டனர் என்று தோன்றுகிறது. இதேபோல, இந்தியாவில் மிகவும் நன்கு அறியப் பட்டதும் மிக இலாபகரமானதுமான ஆன்மிகச் சேனல் ஆன ஆஸ்தா (இதுவும் ராம்தேவின் போலிப் பிரதிநிதிகளுக்குச் சொந்தமானது) உள்ளிட்ட மதத் தொலைக்காட்சிகளில் தோன்றுகின்ற தங்கள் குருசாமிகளுக்கும் கடவுள்-ஆசாமிகளுக்கும் ஆற்றல்மிக்க பண முடிச்சுகளை வழங்குபவர்கள் பக்திபூர்வமான பெரும் வணிகர்கள்தாம்.[18]

அவரைச்சூழ்ந்துள்ள காந்திய ஒளிவட்டம் ஒருபுறம் இருந்தாலும் ஊழலுக்கெதிரான இயக்கத்தின் மற்றொரு அதிர்ஷ்ட மனிதரான அண்ணா ஹசாரேவுக்கும் பெருவணிகக் குழுமத்தின் ஆதரவாளர்கள் இல்லாமல் இல்லை. அருந்ததி ராயின் கூற்றுப்படி, ‘பல்லாயிரக்

கணக்கான கோடி ரூபாய் மதிப்புடைய பெருவணிகப் பேரரசு களைச் செலுத்துகின்ற அரசியல்வாதிகளுடன் மிக நெருக்கமான தொடர்புள்ளவர்களான, அலுமினியத் தொழிற்சாலைகளை வைத்திருக்கும், துறைமுகங்களைக் கட்டும், சிறப்புப் பொருளாதார மண்டலங்களை *(செஸ்)* வைத்திருக்கும், ரியல்எஸ்டேட் வணிகம் செய்யும் இந்தியக் குழுமங்கள் மற்றும் நிதியேற்பாட்டு நிறுவனங்களிடமிருந்து ஊழலுக்கெதிராக இந்தியா இயக்கம் *(ஐஏசி)* நிதியைப் பெற்றுள்ளது.'[19] அதனால்தான் போலும், அண்ணா ஹசாரே கொண்டுவந்த ஊழலுக்கெதிரான மசோதா, பிற விதங்களில் சர்வ வல்லமை பொருந்திய கண்காணிப்பு (ஓம்பட்ஸ்மன்) அமைப்பின் பார்வை தனியார் நிறுவனங்கள், அரசுசாரா அமைப்புகள்மீது விழாதவாறு அவற்றுக்கு விதிவிலக்கு அளிக்கிறது.

ஊழலுக்கெதிரான இயக்கம் இந்தப் புத்தகம் சொல்ல வருவதற்கு எடுத்துக்காட்டாக இருக்கிறது, அதாவது பொது அரசியல் சமூகத்தில் இந்து தேசியவாதத்தினால் வளர்கின்ற அற்பத்தனத் தையும் அல்லது நடைமுறைத்தனத்தையும் எடுத்துக்காட்டுகிறது. 'தன்னளவில்' ஊழல் என்பது ஒரு மதப் பிரச்சினை அல்ல. மிகுந்த வெறிகொண்ட இந்து தீவிரவாதிகள்கூட, ஊழல் என்பது முஸ்லிம்களின் வேலைத்திறன் என்றோ அதற்குப் பின்னால் 'அயல்நாட்டுக் கை' இருக்கிறதென்றோ சொல்லவில்லை. இருப்பினும் மதப் பிரிவினைகளின் பயங்கர வரலாற்றைக் கொண்ட இந்து தேசிய விஷயங்களும் பாரத மாதாவின் பழைய மற்றும் வர இருக்கின்ற மரபான இந்துப் புகழ்மாலைச் சொல்லாடல்களும் எவ்விதமோ மேடையின் நடுஇடத்தைப் பிடித்துக்கொண்டு விட்டன. உயர்தொழில்நுட்பக் கூறறிவுள்ள, சந்தைக்கு ஆதரவான உலகளாவிய இந்தியர்களின் அதே பகுதியினர்தான் — இவர்கள் பாஜகவுக்கு முதுகைத் திருப்பிக்கொள்பவர்கள் — இந்து தேசிய வாதத்தின் குறியீடுகளிலும் மரபுத்தொடர்களிலும் திளைக் கிறார்கள். இந்தக் குறியீடுகளும் மரபுத்தொடர்களும்தான் அவர்களுடைய ஆராயப்படாத அரசியல் நனவிலியை உருவாக்கு கின்றன என்பதுபோலத் தோன்றுகிறது.

* * *

இந்தப் புத்தகம் ஆராய்கின்ற இரண்டாவது தொன்மம், *செல்வம் மிக்கவன் மதநம்பிக்கை அற்றவனாவான்* என்பது. அதாவது,

பொருளாதார வளம் தருகின்ற வாழ்க்கைப் (இருத்தலியல் சார்ந்த) பாதுகாப்பினால் மதநம்பிக்கை குறைகிறது என்ற சிந்தனை.

இந்தியாவைக் கட்டமைத்த தந்தையருள் நவீனத்துவவாதிகள், குறிப்பாக ஜவகர்லால் நேரு, பீமராவ் அம்பேத்கர் ஆகியோர், நவீனத்துவமயமாக்கம், தவிர்க்கவியலாத விதத்தில் மதத்தின் வீழ்ச்சிக்குக் காரணமாகும் என்று நம்பினர். அவர்கள் எழுத உதவிய அரசியலமைப்பில் நாட்டின் சமூக, அறிவுத்தள வாழ்க்கையில் மதத்தின் செல்வாக்கைக் கட்டுப்படுத்தும் விதமான ஏற்பாடுகள் இருக்கின்றன. இந்தியாவின் மதச்சார்பின்மைக் கொள்கை, ஜனநாயக வழிகளின் வாயிலாக மதத்தின் சுதந்திரத்திற்கும் அதில் சீர்திருத்தமும் பகுத்தறிவுசார் விளக்கமும் அளிப்பதற்கும் சமநிலை ஏற்படுத்துவதற்கான மிக தைரியமானதொரு முயற்சி.

இந்திய அரசியலமைப்பை உருவாக்கியவர்கள் தனியாக இல்லை: ஏறத்தாழ நவீனமயமாக்கம் பற்றிய முக்கியக் கோட்பாடுகள் அனைத்தின் மைய நிலைப்பாடும், அதனால் ஏற்பட விருக்கும் மதத்தின் வீழ்ச்சி பற்றிய சிந்தனைதான். இருபதாம் நூற்றாண்டின் இறுதி ஆண்டுகளில்தான் மதச்சார்பின்மை கடும் சவாலுக்கு உட்பட வேண்டி நேர்ந்திருக்கிறது. ஆனால் மதச்சார்பின்மைக் கோட்பாட்டின் வளர்ச்சியும் வீழ்ச்சியும் பற்றிய வரலாற்றில் நமக்கு இங்கு அக்கறை தேவையில்லை. (ஆர்வமுள்ள வாசகர்கள், இந்தப் புத்தகத்தின் இறுதி இயலுக்குச் சென்று நோக்கலாம். அது சமூகவிஞ்ஞானக் கொள்கைகளுடன் மதச்சார் பின்மை பற்றிய இந்திய விவாதங்களை இணைக்கிறது.)

எளிமையாகச்சொன்னால், வளரும் செல்வநிலையும் வாழ்க்கைப் (இருத்தலியல் சார்ந்த) பாதுகாப்பும் கடவுள்மீதும், பிற மறுவுலக விஷயங்களின் மீதும் மக்களுக்கிருக்கும் அக்கறையைக் குறைக்கும் என்ற முன் யூகத்தைச் செவ்வியல் மதச்சார்பின்மைக் கோட்பாடு வைத்தது. ஒரு பரந்துபட்ட பார்வையில், பல்வேறுபட்ட பொருளாதார வளமும் சமூகநலனும் கொண்ட பலவேறு நாடுகளை ஒப்பிடும்போது, பொருளாதார நிறைவுக்கும் மதத்தன்மையின் வீழ்ச்சிக்குமான தலைகீழ்விகித உறவு இன்னும் உண்மை யாகவே இருக்கிறது. பிப்பா நாரிஸ், ரொனால்டு இங்கிள்ஹார்ட் என்ற இரண்டு ஹார்வர்டு சமூகவியலாளர்கள், ஐரோப்பாவின் பெரும்பகுதி, வடஅமெரிக்கா, பிரேசில், ஜப்பான் ஆகிய நாடுகளில் செய்த ஆய்வு, சமமின்மை குறைவாகவும் மேலான

நலத்திட்ட நடவடிக்கைகள் மூலமாக பிற நாடுகளைவிடக் கூடுதலான 'வாழ்க்கைப் பாதுகாப்பும்' இருந்த அந்தச் சமூகங்களில் மதத்தன்மையின் அளவு மிகக் கூர்மையாகக் குறைந்தது என்பதைத் தெளிவாகக் காட்டியது.

அமெரிக்க ஐக்கியநாட்டில் விதிவிலக்கான உயரளவு மதத்தன்மை இருப்பதற்கு, அது 'ஒப்பீட்டு நிலையில் மிக அதிக அளவு சமமின்மை கொண்ட பிந்திய தொழிற்சமூகம்' என்பது காரணம் என அவர்கள் விளக்குகிறார்கள். 'மிக முன்னேறிய தொழில்மயமான நாடுகளிலுள்ள குடிமக்களைவிட அமெரிக்கர்கள், மருத்துவக் காப்பீடு, வேலைப் பாதுகாப்பு, குடும்ப வாழ்க்கையுடன் வேலையைச் சமநிலைப்படுத்துதல் ஆகியவற்றில் மிகவும் அதிக அளவு மனஉளைச்சல்களை அனுபவிக்கிறார்கள்.' வருவாய்ச் சமமின்மைகள், மதத்தன்மை இவற்றிற்கிடையிலான தலைகீழ் உறவு வெவ்வேறு நாடுகளை ஒப்பிடும்போது மட்டுமல்ல, ஒவ்வொரு நாட்டுக்குள்ளும் காணப்படுகிறது. அவர்கள் ஆராய்ந்த பத்தொன்பது நாடுகளிலும், நாரிஸும் இங்கிள் ஹார்ட்டும் பணக்காரர்களை விட ஏழைகள் ஏறத்தாழ இரு மடங்கு மதத்தன்மையோடிருப்பதைக் கண்டார்கள். உதாரணமாக, அமெரிக்க ஐக்கிய நாட்டில், உயர் வருவாய்க் குழுக்களில் 47% என்பதுடன் ஒப்பிடும் போது மிகக்குறைந்த வசதிகளைப் பெற்றிருப்பவர்களில் 66% (மூன்றில் இரு பங்கினர்) தேவாலயங்களுக்கு ஒழுங்காகச் சென்றனர்.[20]

வறுமை, வளம், மதத்தன்மை ஆகியவற்றிற்கிடையிலான தொடர்புகள் பற்றிச் சமூக அறிவியல்கள் நமக்குச் சொல்பவற்றை எவ்விதம் இந்தியா சிக்கலாக்குகிறது என்பது கடவுள் சந்தையின் விஷயங்களில் ஒன்று. நாரிஸ் — இங்கிள் ஹார்ட்டின், நாடுகளுக்கு ஊடான ஆய்வின் தர்க்கத்தைப் பார்க்கும்போது, மிகுந்த சமமின்மையும் வெகுமக்கள் ஏழ்மையும் கொண்ட, சமூகப் பாதுகாப்பு என்பது ஏறத்தாழ அறவே இல்லாத, இந்தியா போன்றதொரு நாட்டில் மிகுந்த அளவு மதத்தன்மை காணப்படவேண்டும் என்று எதிர்நோக்குவார்கள். ஆனால் இந்தியாவில் சேகரிக்கப்பட்ட விவரங்கள் இக்கருத்தைத் தலைகீழாக்குகின்றன. இந்தியாவில் ஏழைகள் அல்ல, பணக்காரர்கள்தாம் மிகுந்த மதத்தன்மை கொண்டிருக்கிறார்கள். மேலும் பணக்காரர்கள் ஆகுபவர்கள் மேலும் மதத்தன்மையில், குறைவாக அல்ல, கூடுதலாகவே வாய்ப்பு இருக்கிறது.

நாரிஸூம் இங்கிள்ஹார்ட்டும் முன்னுரைத்த போக்குகளுக்கும், மேலும்-பொதுவாகச் செவ்வியல் மதச்சார்பின்மைக் கோட்பாட்டுக்கும் சவாலாக இருப்பதில் இந்தியா தனித்து இல்லை என்று தெரிய வருகிறது. பிற புதிதாய் எழுகின்ற சந்தைப் பொருளாதாரங்கள்—குறிப்பாகச் சீனா, பிரேசில், துருக்கி, மற்றும் பிற இஸ்லாமிய நாடுகள் ஆகியவையும் உலகமயமாக்கத்தின் இந்தச் சுற்று, அதிகரிக்கும் வளம், மக்களை மேலும் மதமயமாக்குகிறது என்று காட்டுகின்றன. *காட் இஸ் பேக்* (கடவுள் திரும்ப வந்து விட்டார்') நூலாசிரியர்கள், சரியாகவே இங்குச் சொல்வது போலத் தோன்றுகிறது: 'செல்வவளத்தில் ஏற்படும் வளர்ச்சியுடன் விசுவாசத்தில் (நம்பிக்கையில்) ஏற்படும் வளர்ச்சியும் ஒன்று பட்டிருக்கிறது... பெருமளவு உலக முழுவதிலும், மார்க்ஸூம் வெபரும் இம்மாதிரி மூடநம்பிக்கைகளைக் கைவிடுவர் என்று சுட்டிக்காட்டிய இயக்கமிக்க, கல்விபெற்ற நடுத்தர வகுப்பினர் போன்ற வகையினர்தான் மத விசுவாசத்தின் விரிவைச் செய்து வருகின்றனர்.'[21] செல்வவளம், கல்வி, உலகத்தின் பிற பகுதிகளுக்கு வெளிப்படுதல் போன்றவற்றின் உயர்வு ஏன் மதத்தன்மையை அதிகரிக்கவேண்டும் என்பதற்கான காரணங்களில் ஒற்றுமையில்லை. மதங்களின் இயல்பு, வரலாறு ஆகியவற்றுடனும் வெவ்வேறு நாடுகளின் அரசுகளுடன் அவற்றின் தொடர்புடனும் காரணவிளக்கங்கள் கட்டாயம் மாறுபடும். ஆனால் இன்றைய பொருளாதார ஆதிக்கத்தின்கீழ் மதச்சார்பு அதிகரித்து வருவதன் மெய்ம்மையைப் புறக்கணிப்பது கடினம்.

புதிதாகப் பணம்சேர்த்த நடுத்தர வகுப்பினரின் வளரும் பிரிவினர்தான் 'கடவுளர்களின் நெரிசல் நேரத்தை' அனுபவித்துக் கொண்டிருக்கிறார்கள் என்பதைக் காட்டுவதற்கு இந்நூலின் இரண்டாம் இயல் அதிக அளவில் தகவல்களையும் தனிநபர் ஆய்வுகளையும் அளிக்கிறது. பிரபல வழிபாட்டியத்தின் வளர்ச்சி, மூர்த்தி பூஜைகள் (விக்கிரக ஆராதனைகள்), கோயில்கள், புனித யாத்திரைகள், ஆண்-பெண் சாமியார்களின் அற்புதச்செயல்களில் காலங்காலமாக இருந்துவரும் தீவிரநாட்டம் இவற்றுடன், யாகங்கள்மீது பெருகிவரும் வெறியார்வம் (மற்றும் சந்தை), ஜோசியம், கைரேகை, பிற இரகசியக்கலைகள் ஆகியவை நடுத்தர வகுப்பினரிடையே பெருகி வருவதை இது விவரிக்கிறது. பிரபல கடவுளர்களின் சிலைகள் எப்படி மேலும் உயரமாக வளர்கின்றன, கோயில்கள் எப்படி மேலும் நேர்த்தி படைத்தவை ஆகின்றன,

ஆடம்பர மிக்க புறநகர்களில் கோயில்களுக்கும் ஆசிரமங்களுக்கும் வெளியே காத்திருக்கும் பக்தர்களின் வரிசைகள் மேலும் நீளுகின்றன என்பதையும் விவரிக்கிறது.

2009, 2004 பொதுத் தேர்தல்களின்போது சேகரிக்கப்பட்ட தேசியத் தேர்தல் சர்வே (என்இஎஸ்) அடிப்படையிலான மதத்தன்மை பற்றிய தகவல்கள் வெளிவந்திருக்கின்றன.[22] இந்திய வாக்காளர்கள் பற்றிய மிகஅதிகாரபூர்வ சர்வே (மேலாய்வு) ஆகக் கருதப்பெறுகின்ற என்இஎஸ், தனது தகவல்களைத் தில்லியிலுள்ள வளரும் சமூகங் களின் ஆய்வுமையத்தின் லோக்நீதி என்ற உயர்மதிப்புப் பெற்ற தகவல் சேகரிக்கும் குழு வாயிலாகப் பெறுகிறது. இந்தத் தகவல்கள் கடவுள் சந்தையின் கண்டுபிடிப்பை, அதாவது இந்தியாவின் பணக்காரர்கள், மேல்சாதியினர், கல்விபெற்றவர்கள் ஆகியோர், ஏழைகள், கீழ்ச்சாதியினர், குறைந்த கல்வியறிவு பெற்றவர்களை விடக் குறிப்பிடத்தக்க அளவு கூடுதலான மதத்தன்மை வாய்ந்தவர் களாக உள்ளனர் என்பதை உறுதிப் படுத்து கின்றன.

2004இல் தேசியத் தேர்தல் சர்வே, இந்திய மக்கள்தொகையின் பிரதிநிதித்துவமான ஒரு குழுவினரை எத்தனைமுறை நீங்கள் வழிபாடு செய்கிறீர்கள் என்று கேட்டபோது, பணக்காரர்களும், நடுத்தர வகுப்பினருமான இந்துக்களில் 60% கோயில்களிலோ, வீட்டுப் பூஜையறைகளிலோ தினசரி வழிபாடு நிகழ்த்துவதாகக் கூறினார்கள். ஆனால் மிக ஏழைகளில் 34%, ஏழைகளில் 42% மக்கள் மட்டுமே அவ்விதம் செய்தனர். இது சாதி, கல்வித் தரங்களிலும் ஒத்துவந்தது. 'இருபிறப்பாளர்களான' சாதியினர்தான் மிகுந்த மதத்தன்மை கொண்டவர்களாக — 58% தினசரி பூஜை செய்பவர் களாக இருந்தார்கள். தலித்துகள், ஆதிவாசிகள் ஆகியோரில் 35% தினசரி வழிபாடு செய்வதாகக் கூறினர், அதாவது மிகக்குறைந்த அளவு மதத்தன்மை கொண்டவர்களாகக் காணப்பட்டனர். இந்தத் தகவல்களைக் கல்வியளவோடு பொருத்திப் பார்த்தபோது, கல்லூரியில் பட்டம் வாங்கியவர்கள் தினசரி பூஜையில் ஈடுபடுபவர் களாக (53%) இருந்தனர். எழுத்தறிவற்றவர்கள் 38விழுக்காடும் தொடக்கக் கல்வி மட்டுமே பெற்றவர்கள் 46விழுக்காடும் தினசரி பூஜை செய்தனர். வருமான அளவு, சாதி அந்தஸ்து, கல்வி ஆகியவை உயர்ந்தால், அதிக அளவு மதத்தன்மை — இதுதான் போக்கு.

மீண்டும் 2009இல் அளந்தபோது, இந்தப்போக்கு கூடுதலாகியது. பிற சமூகக் குழுக்களைவிட, பணக்காரர்கள், மேற்சாதியினர்,

அதிகக் கல்வி பெற்றவர்கள் அதிக அளவில் வழிபாடு செய்தனர். ஆனால் ஒரு வியப்பளிக்கும் முடிவு இருந்தது: தலித்துகளும் ஆதிவாசிகளும் முன்பிருந்ததைவிட அதிகமாக வழிபாடு செய்வதாகத் தோன்றியது. 2009 என்இஎஸ் மேலாய்வில், தலித்துகளில் 40%உம், ஆதிவாதிகளில் 43%உம் தினசரி வழிபாடு நிகழ்த்துவதாகக் கூறினர், இது 2004 மேலாய்வு முடிவுகளைவிடக் குறிப்பிடத் தக்க அளவு கூடுதலானது.[23]

அடித்தட்டு சாதிகள், குழுக்கள் ஆகியவற்றிற்கு இடையே மதத்தன்மையில் இந்த எழுச்சி எவ்விதம் வந்ததென்று முழுவதும் தெளிவாகவில்லை. உயரும் வாழ்க்கைத் தரங்களுக்குத் தொடர் புடையதாக இது இருக்கலாம். தங்கள் சாதிக் குழுக்களிலிருந்து விடுவித்துக் கொண்டு வெளிவர விரும்பும் தலித்துகள், தங்கள் அண்டை அயலாரிடையே தங்களை உயர்சாதியினர் போலக் காட்டிக்கொள்ள கதா, ஜாக்ரதா போன்ற பகட்டான மதச் சடங்குகளை ஏற்றுக்கொள்கிறார்கள் என்பதைக் குறிப்பாய்த் தெரிவிக்கும் அறிக்கைகள் உள்ளன (இந்த நூலில் மேற்கோள் காட்டப்பட்டுள்ளன). இது உண்மையெனில், பகட்டான இந்துச் சடங்குகளில் அடைக்கலம் புகும் போக்கு, சுற்றியுள்ள பெரும் சமூகத்தில் சாதியைப் பற்றிய தவறான அபிப்பிராயங்கள் மிகுதியாகப் பரவியிருப்பதை எடுத்துக்காட்டும் சோகமான காட்சியாகும். 'தலித் முதலாளித்துவத்தை' ஆதரிப்பவர்கள் கூறுவதுபோல, சில இடங்களில் பொருளாதாரக் கசிவுகள் கீழ்நோக்கி இறங்கியிருந்தாலும், சாதிப் படிநிலைகளை நியாயப்படுத்துகின்ற நம்பிக்கைகளைப் பொருளாதார மேம்பாடு பலவீனப்படுத்தவில்லை.

* * *

கடவுளால் சூழப்பட்டுள்ள சமகால உலகில் தவறென்று நிரூபிக்கக் கூடிய மேலுமொரு தொன்மத்தை, 'மதநம்பிக்கையின் தனிநபர் மயமாதல்' என்பதை, இந்தப் புத்தகம் ஆராய்கிறது.

மதச்சார்பின்மைக் கோட்பாட்டில் நம்பிக்கை வைப்பவர்கள், சமூகங்கள் நவீனப்படும் போது, மதம் பொது வட்டத்திலிருந்து தனிமனித வாழ்க்கைக்குள் மறைந்துபோகும் என்று எதிர்பார்க்கின்றனர். ஆனால் இந்த எதிர்பார்ப்பு தவறென்று யதார்த்தம் காட்டிவிட்டது. உண்மையில், உலகம் முழுவதுமுள்ள மதங்கள் எல்லாம் மேலும் மேலும் தனிமனிதத் தன்மையிலிருந்து விடுபட்டு,

பொதுச் சூழல்களில் காட்சிப்பட்டு வருவதோடு, மருத்துவ ஆராய்ச்சி, பெண்களின் இனப்பெருக்கத் தேர்வுகள் முதலாக சுற்றுச்சூழலுக்குப் பாலியல், பயங்கரவாதம், ஆயுத மோதல்கள் வரை எல்லாவற்றையும் பற்றிய கொள்கைகள் மீதும் மேலும் செல்வாக்குச் செலுத்துகின்றன.

இந்தியாவிலும் பொதுச்சூழல்களில் மதத்தின் இருப்பு அதிகரித்துவருவதைக் காட்டப் போதுமான சான்றுகள் உள்ளன. எளிய வீட்டு விஷயங்களாக இருந்த சடங்குகளும் பூஜைகளும் இப்போது பொதுவாகவும், ஆடம்பரமாகவும் கொண்டாடப்படத் தொடங்கியுள்ளன என்பதைக் கடவுள் சந்தை விவரிக்கிறது. மெய்யாகவே, இந்தப் பொதுச் சடங்குகளில் பல முழுஅளவில் பெருக்கப்பட்ட அரசியல் நிகழ்வுகள் ஆக்கப்பட்டுவருகின்றன. அவற்றில் சாமியார்களும் அரசியல் தலைவர்களும் கைகோத்துக் கொள்கிறார்கள். ஆள்திரட்டும் அரசியல்வாதிகள் அரசாங்கப் பணத்தைக் கொண்டு 'அரசியல் தரிசனங்களை' ஏற்பாடு செய்வது வழக்கமாகிவிட்டது. அரசியல் ஆதாயத்துக்காகப் பெரிய அளவிலான இந்துச் சடங்குகளை நடத்தவேண்டி அரசாங்க எந்திரத்தைப் பயன்படுத்துவதற்கு எந்தக் கட்சியைச் சேர்ந்த பிரதிநிதிகளும் மறுப்புத் தெரிவிப்பதில்லை. மத்தியப் பிரதேசத்தில் 2003 தேர்தல்களில் வெற்றி பெற்றதற்காகக் காங்கிரஸ் கட்சியைச் சேர்ந்த திக்விஜய் சிங் பொதுவழிபாடுகளையும் யாகங்களையும் நடத்துமாறு ஆணையிட்டார். கர்நாடகாவின் பாஜக முதலமைச்சர் எடியூரப்பா கோயில்களுக்குப் புனித யாத்திரை செல்வதற்காக ஐந்தே மாதங்களில் 11 லட்சம் ரூபாயைச் செலவிட்டதற்கு இது ஒன்றும் குறைந்ததல்ல. டாடா தொழிற்குழுமம் நானோ கார் தொழிலகம் தொடங்குவதற்கு நன்கொடையாக அளித்த நிலத்திற்கு பூமிபூஜை நடத்துவதைப் பற்றி மேற்கு வங்கத்தின் கம்யூனிஸ்டு அரசாங்கமும் எவ்விதஎதிர்ப்பையும் சொல்லவில்லை.

கதாக்கள், கீர்த்தன்கள், சத்சங்கங்கள் போன்ற பொதுச் சடங்கு களில் பங்கேற்பதும் சாதாரண மனிதரிடையே மிகுதியாகி வருகிறது. அல்லது, இந்த நிகழ்வுகளும் சடங்குகளும் குடும்பத் திலிருந்து வெளியேறிப் பொது வட்டங்களுக்குச் சென்று கொண்டிருக்கின்றன. அதேசமயம் மிக ஆடம்பரமான, செலவு மிகப்பிடிக்கும் விஷயங்களாகவும் மாறிவருகின்றன. மீண்டும், 2004இலும் 2009இலும் என்இஎஸ் அளந்தது போல, பொது மதச்

செயல்பாடுகளில் பங்கேற்கின்ற போக்குகள், தனிப்பட்ட பூஜை களின் வழியையே பின்பற்றுகின்றன, அவற்றுக்குச் செல்வமிக்க மேற்சாதியினரும் படித்தவர்களும் வழிகாட்டுகின்றனர். மேற் சாதியினர், பணக்காரர்களில் விடையிறுத்தவர்களில் ஏறத்தாழ 30% பொதுச் சடங்குகளில் உயர்ந்த அளவு பங்கேற்பவர்களாக இருந்தார்கள். தலித்துகளும் ஆதிவாசிகளும் ஏறத்தாழ 16% அளவே பங்கேற்றனர். அண்மை ஆண்டுகளில், மேற்சாதியினரும் தலித்து களும் பொது மத நிகழ்வுகளில் பங்கேற்பது அதிகரித்துவருகிறது. சான்றாக தலித்துகள் 2004இல் 16% பங்கேற்றனர், 2009இல் அது உயர் அளவான 18%க்கு வந்துள்ளது.[24]

இந்தியாவின் சாத்தியப்பாடுகளின் எல்லைக்குள் ஒருபோதும் மதத்தைத் தனிநபர்ப்படுத்தல் வந்ததே இல்லை என்பதைச் சுட்டிக்காட்ட வேண்டும். தாராள மனம் கொண்ட மதச்சார்பற்றோர் அதை ஓர் இலட்சியமாகப் போற்றிவந்தாலும், நவீன இந்திய மதச்சார்பின்மை மதத்தைப் பொதுவாழ்க்கையிலிருந்து பிரிக்கின்ற ஒரு சுவரை ஏற்றுக்கொள்ளாது. இதற்கு ஒருபகுதிக் காரணம் இந்து மதத்தின் இயல்பிலேயே உள்ளது. இந்து மதம், புகழ் பெற்றபடியே, முதன்மையாக, நம்பிக்கை அல்லது விசுவாசத்தின் அடிப்படையிலான மதம் அல்ல. அது சடங்குகளின் மதம். சுதந்திரப் போராட்டத்தின்போது வெகுமக்களை தேசியப்படுத்த வேண்டும் என்ற உடனடி நோக்கத்தோடு, குடும்பத்திற்குள்ளும் அண்டைக் கோயில்களிலும் நடத்தப்பெற்று வந்த பல சடங்குகள் பொதுக் காட்சிகளாக மாற்றப்பட்டன. காலனிய எதிர்ப்பு தேசிய வாதத் துடனான தொடர்பு, மதத்தன்மையின் பொது வெளிப் பாட்டைப் புனிதப்படுத்திவிட்டது. அது குறைவதற்கான அறிகுறிகள் எதுவும் தென்படவில்லை.

* * *

அறிவியல் மனப்பான்மையைப் பரப்புதல், உலக நோக்குகளின் மயக்கத்திலிருந்து விடுபாடு என்பதை மதச்சார்பின்மை சாதிக்கும் என்னும் நம்பிக்கையின் வீழ்ச்சியையும் அதன் மரணத் தறுவாயையும் கடைசியாக இந்தப் புத்தகம் ஆராய்கிறது. மதச்சார்பின்மையின் செவ்வியல் கொள்கையாளர்கள், நவீனத் தன்மை 'திடமான எல்லாவற்றையும் உருக்கிவிடும்' (மார்க்ஸ்), 'மறைபொருள்களை உலகத்திலிருந்து போக்கி அதை மயக்கத் திலிருந்து நீக்கிவிடும்' (வெபர்) என்று நம்பினார்கள். அறிவியல்

பின்னிணைப்பு ◆ 305

அறிவின் அளவு அதிகரிக்கும்போது 'கடவுளின் விருப்பத்தின்' அல்லது விதியின் நோக்கெல்லை குறையும் என்பது அடிப்படைக் கருத்து. உலகெங்கம் உள்ள மக்கள், இயற்கை உற்பாதங்களுக்கு இயற்கைவாத விளக்கங்களை மேலும் மேலும் ஏற்றுக்கொள்வதால் சிறிதளவு இது நடந்திருக்கிறது. ஆனால் இந்தச் செயல்முறையின் எல்லைகளை ஏற்கெனவே அடைந்தாகிவிட்டது என்று தோன்று கிறது. கடவுளின் சக்திகளைக் கொண்டாட அறிவியலின் மொழியை யும், தொழில்நுட்பத்தின், சந்தைகளின் கருவிகளையும் மதங்கள் கற்றுக்கொண்டிருக்கின்றன.

அறிவியல் அறிவின் வளர்ச்சிக்கு எதிரில் 'காலமற்ற உண்மை' என்பது பற்றிய உரிமைக்கூற்றுகளின் அளவை மதங்கள் குறைத்துக் கொள்ளும் என்ற எதிர்பார்ப்பு பொய்யாகிவிட்டது. உண்மையில், அறிவியலின் மொழி இப்போது மத நம்பிக்கைகளை நியாயப் படுத்தவே பயன்படுகிறது. பிராமண இந்துமதத்தின் ஆன்மாவை மையமாகக் கொண்ட மீமெய்யியலை (மெடா பிசிக்ஸ்) நவீன, அறிவியல் சொற்களில் நியாயப்படுத்தும் கலையை நவீன இந்து சாமியார்கள் தங்கள் சூழ்ச்சித் திறனால் வென்றுவிட்டார்கள். இந்த 'அறிவியல் இந்துமதம்', நகர்ப்புற அறிவியல் தொழில்நுட்பத் துறைகளில் பிழைப்பு நடத்தும் நாகரிக வாழ்க்கையினரிடையே மேலும் நன்றாக விற்கிறது.

வளர்ந்துவரும் போக்கான 'இ-பூஜைகள்', தொலைதூர தரிசனங்கள், கணினி உருவாக்கும் ஜாதகங்கள் போன்றவை முதலாக, கோயில்களுக்குள் வளர்கின்ற டிஸ்னி உலகம் போன்ற 'தீம்-பார்க்'குகள் வரை இந்த நிகழ்வுக்கு இந்தியா கொள்ளை கொள்ளையான உதாரணங்களை அளிக்கிறது. ஆனால் நவீன தொழில்நுட்பங்களைக் கையாளுகின்ற அல்லது கையாளாத அடிப்படைத் தளத்திலும், இயற்கை உலகின் நிகழ்வுகளில் போக்கை மாற்றமுடியும் என்பதில் வழிபாடு மற்றும் (யாகங்கள் போன்ற) சடங்குகளின் திறன் மீதான நம்பிக்கை வளர்ந்துவருகிறது. வெந்த புண்ணில் வேல் பாய்ச்சுவதுபோல, இம்மாதிரி மூட நம்பிக்கைகளை நவீன அறிவியலின் விதிகளால் விளக்கமுடியும் என்று சொல்கிறார்கள்! சடங்குச் செயல்களைவிட வேத வேதாந்தங்களின் பனுவல், ஆன்மிகக் கூறுகளை வலியுறுத்திய பத்தொன்பதாம் நூற்றாண்டின் நவ-இந்து சீர்திருத்தவாதிகளான பிரம்ம சமாஜத்தின் ராம் மோகன் ராய், ஆரிய சமாஜத்தின்

தயானந்த சரஸ்வதி முதலாக சுவாமி விவேகானந்தர் வரை உள்ளவர்களின் நம்பிக்கைகளை இது பொய்யாக்கிவிட்டது.

சமகால இந்துமதத்தின் மறுசடங்காக்கங்கள், அறிவியலாக்கங்களுக்குக் கடவுள் சந்தை பல உதாரணங்களை அளிக்கிறது.[25]

* * *

இந்த விரிவான அறிமுகத்தை முடிவுக்குக் கொண்டுவர, இந்து மதப் புத்தெழுச்சி மத வன்முறையாகவோ இந்து தேசியவாதிகளுக்கு வாக்குகளாகவோ மாறாதவரையில், நன்மை பயப்பதா என்ற, நாம் தொடங்கிய இடத்தின் அடிப்படைக் கேள்விக்குத் திரும்புகிறோம்.

வெகுசன மதத்தன்மையின் வெடிப்புக்கும் மத தேசியவாதத்திற்கும் தொடர்பில்லை என நினைப்பவர்கள் இருக்கிறார்கள்; மத தேசியவாதத்திற்கு உண்மையான மதத்தன்மை எதிரி என்று உயர்த்திப் பிடிக்கிறார்கள். வெகுசன இஸ்லாம், அரசியல் இஸ்லாத்தைத் தோற்கடிக்கிறது என்பதைக் கொண்டாடும் ஒலிவியர் ராய் எழுதிய அதே தொனியில், இந்தியாவின் மிக நன்கறியப்பட்ட பொது அறிவுஜீவி ஆஷீஸ் நந்தி (2009) 'தேர்தலில் பாஜக பெற்ற தோல்வி, ஒருவேளை வெகுசன இந்துமதம் இந்துத் துவத்தைத் தோல்வியுறச் செய்துவிட்டது என்பதற்கான அடையாளம் ஆகலாம்' என்று வாதிட்டிருக்கிறார்.[26] மரபுசார்ந்த வெகுமக்களுடைய 'உண்மையான' இந்துமதம், இந்து வலதுசாரியினருடன் தாங்கள் பகிர்ந்துகொள்ளும் நடுத்தர வகுப்பினருடைய 'மடிக்கணினி இந்துமத'த்தைத் தோல்வியுறச்செய்துவிட்டது என்பதுதான் அவர் அர்த்தப்படுத்துவது. இந்த நோக்கில், 'மரபு சார்ந்த' இந்துமதம், சகிப்புத்தன்மை உடையது, பன்மைத்தன்மை கொண்டது, ஒரு வாழ்க்கை வழியில் பதிக்கப்பட்டது. அதேசமயம், ஆங்கிலக் கல்வி பெற்ற நடுத்தர வகுப்பினரின் நவ-இந்துமத, ஒரே மாதிரியாகச் செய்யப்பட்ட, சூழலிலிருந்து விலக்கப்பட்ட, தேசியவாதம் சார்ந்தது. நந்திக்கும் பிற பின்காலனிய அறிவுஜீவிகளுக்கும் இந்துமதத்தின் நவீன, தேசியவாத வெளிப்பாடுகள், நேருவைப் போன்றவர்களின் மதச்சார்பின்மையின் வெளிப்பாடு. அது பொது வாழ்க்கையில் மதத்தை, மதவெறி, குருட்டுப்பிடிவாதம் போன்ற நோய்க் கூறுகளின் வடிவத்தைக் கொள்ளும் அளவுக்குச் சட்டபூர்வமற்றதாக்கிவிட்டது (என்று கருதப்பட்டது). இப்போது நேருவின்

திட்டம் மதிப்பிழந்து போனதால், இனி மதச்சார்பு என்னும் வாலை ஆட்டத் தேவையில்லை, இந்திய வெகுசனம் தங்கள் அசலான 'நல்ல இந்து மதத்திற்கு' திரும்புகிறார்கள். அதுதான் 'கெட்ட இந்துத்துவத்தை' தோற்கடித்துவிட்டது.

இப்படிப்பட்ட தீர்க்கமான வித்தியாசங்களை இந்துமதத் திற்கும் இந்துத்துவத்திற்கும், மரபுசார்ந்த, நவீன இந்து மதங் களுக்கும் இடையில் வருவிப்பது எதற்கும் உதவாது. இந்துமதத்தின் நவீன வெளிப்பாடுகள் வெறுமையிலிருந்து உருவானவை அல்ல. அவை மரபான இந்துமதத்தின் குறியீடுகள்மீது மரியாதை கொள்வதனால் தங்கள் உணர்ச்சிபூர்வ உள்ளடக்கத்தைப் பெறுகின்றன.

நடுத்தர வகுப்பினரின் மதத்தன்மையை அது தனக்கு ஒத்த எந்த எந்த மரபு அல்லது வரலாற்றுடனும் இணைந்ததல்ல என்பதால் அதிகாரபூர்வமற்றது, ஆழமற்றது என்றும், மடிக்கணினி போலக் கொண்டுசெல்லக்கூடியது என்றும் ஏளனம் செய்வது எளிது. இது மரபான, நவீனத்துக்கு முந்தைய இந்துமதத்திற்குப் பரிணமிப் பதற்கான உரிமையை மறுத்து, புனிதமானதொரு பழஞ் சின்னமாக்கிவிடுகிறது. இந்துமதப் பரிணாமத்தின் எல்லாப் பிந்திய நிலைகளும், இஸ்லாமுடன் நீண்டகாலம் நீடித்து உடனிருந்ததால் அது பெற்ற தேவைக்கேற்ற மாறுதல்கள், பிரிட்டிஷ் காலனியத்துடன் அதன் மோதல், நவீன உலகத்தின் அறிவியல் தொழில்நுட்பம், சந்தைகள் ஆகியவற்றுடன் அதன் ஒருங்கிணைவு ஆகியவை ஏதோ ஒரு விதத்தில் அதிகாரபூர்வத் தன்மையும் இணைப்பு ஒருமையும் அற்றவையாக இகழப் படுகின்றன.

பழைய பாணியிலான மதத்தை இலட்சியமாக்குதல், ஓர் எளிய உண்மையைக் காண மறுக்கிறது – *எல்லா மதங்களும் எல்லாக் காலங்களிலும் மாறுகின்றன. நிரந்தரமான, காலத்தால் மாறாத உண்மையை அவை சொல்வதாகக் கூறினாலும்*, மாறிய சூழல்கள், புதிய சமூகப் பின்னணிகளுக்கேற்பத் தக அமைதலும், எந்தப் பிறிதொரு சமூக நிறுவனத்தைப் போன்றே மதங்களுக்கும் அடிப்படையானது. குறிப்பாக, இந்துமதம், நவீனத்தன்மையோடும் உலகமயமாக்கத்தோடும் ஒத்துச் செல்வதில் ஓர் விதிவிலக்கான நெகிழ்வுத்தன்மையைக் காட்டியுள்ளது. உதாரணமாக, நவீன அறிவியலுடன் அதன் வெளிப்படையான முரண்பாடுகளை

மறுக்கவும் அல்லது மறைக்கவும் அது காட்டும் ஆர்வம், நவீன காலத்தில் அதன் நியாயத்தையும் ஏற்புடைமையையும் நிலை நிறுத்திக்கொள்ள அது செய்யும் முயற்சியின் ஒரு பகுதியாகும். இம்மாதிரி ஒத்துச்செல்லல்கள், எவ்வகையிலும் இன்றைய இந்துமதத்தை மரபான இந்துமதம் தனது காலத்திலிருந்ததைவிட உணர்ச்சி நிறைவும் ஆன்மிகத் திருப்தியும் அற்றதாகவோ ஆக்கிவிட வில்லை.

அதுபோல, நல்ல-இந்துமதம், கெட்ட-இந்துத்துவம் என்னும் பகுப்பு மிகவும் நெருக்கமான ஆய்வில் நிலைநிற்பதில்லை. இந்து தீவிரவாதிகள் தங்கள் குறியீடுகளையும், சடங்குகளையும், ஏன் தங்கள் வரலாற்றையும், பிரபஞ்சவியலைக்கூட மரபான இருப்பிலிருந்துதான் எடுத்துக்கொள்கிறார்கள். இந்தக் குறியீடுகள் வேலைசெய்ய வேண்டுமானால் அவற்றின்மீது போதிய எண்ணிக்கை யிலான மக்கள் மரியாதை வைத்திருக்கவேண்டும். தினசரி மதத் தன்மை ஒரு பொதுப்புத்தியையும், ஓர் அரசியல் நனவிலியையும் உருவாக்குகிறது. மத அரசியல் முகாம்களில் பயன்படுத்தப்படும் புனித ஒலிகளையும், காட்சிகளையும், கதைகளையும் சந்திக்கும் போது அது தேசியவாத, மதவாதக் காரணங்களுக்கு உடனடியாகப் பயன்பட முடியும். வார்த்தைகள், பகுத்தறிவு, சான்றுகள் முதலி யவற்றுக்கு அப்பாலுள்ள இந்த உணர்ச்சியளவில்தான், வெகுசன மதத்தன்மை மத தீவிரவாதத்துக்குத் துணை செய்கிறது. உதாரணத் திற்கு, முன்பு குறிப்பிட்ட பாரத மாதா விஷயத்தில், நவீன, மரபுசார்ந்த இந்துக்கள் யாராயினும், கடவுளான தேவியின் உருவத்தின்மீது வைத்துள்ள ஆழமான பக்திதான் இந்தியாவின் நிலப்பகுதி மீதான பக்தியாக மாற்றப்படுகிறது. வெளிப்படை யாக யாரும் இந்தியா என்பது ஓர் இந்து நாடு, முஸ்லிம்கள், கிறித்துவர்கள் முழு இந்தியர்கள் அல்ல என்பதையெல்லாம் சொல்லவேண்டிய அவசியமில்லை. பாரத மாதாவின் உருவமே சொல்ல வேண்டியதை எல்லாம் சொல்லிவிடுகிறது. ஆகவே வெகுசன இந்துமதத்தின் தடையற்ற வளர்ச்சியை இந்து தீவிரவாதத்திற்கு மருந்தாகப் பயன்படுத்தலாம் என்று நந்தி கருதுவது, சரிவரப் பயன்படாது.

வெகுசன மதத்தன்மைக்கும் அரசியல் தேர்வுகளுக்குமிடையில் இன்னும் நேரிய தொடர்பு உள்ளது. அமெரிக்க ஐக்கிய நாட்டில், மதத்தன்மையின் அளவு ஒருவருடைய அரசியல் சார்பை

உறுதியாகச் சொல்வதற்குப் பயன்படுவதுபோல, இந்தியாவிலும் அத்தகைய தொடர்பு இருப்பதாக நிறுவமுடியும். என்இஎஸ் தகவலின்படி, 2004 வரை மதத்தன்மைக்கும் வாக்களிக்கும் நடத்தைக்குமிடையில் தெளிவான தொடர்பிருந்தது. பொது மதச் செயல்பாடுகளில் மிக அடிக்கடி பங்குகொண்ட இந்துக்கள் பெரும்பாலும் காங்கிரஸைவிட (25%) பாஜகவுக்கு (38%) வாக்களிக்க முற்பட்டனர். 2009 தேர்தலில், இந்தத் தொடர்பு உடைந்தது. இந்த உயர் மதத்தன்மை வகையினர், பாஜகவுக்கு ஆதரவளிப்பதில் மிக அதிகச் சரிவைக் காட்டினர் (11%). தேசியத் தேர்தல் ஆய்வின் (என்இஎஸ்ஸின்) ஆசிரியர்களில் ஒருவராகிய லோக்நீதியின் சஞ்சய்குமார் கருத்துப்படி, கூடுதல் மதத்தன்மை கொண்ட இந்துக்கள் 2009 தேர்தலில் பாஜகவைக் கைவிட ஒரு பகுதிக் காரணம், அக்கட்சி வலுவான இந்துத்துவ நிலைப்பாடு களை எடுக்கத் தவறிவிட்டது: கூடுதல் மதத்தன்மைகொண்ட இந்துக்கள் பாஜவுக்கு வாக்களிக்காத சமயத்தில் மதச்சார் பின்மையை ஏற்றுக்கொண்டார்கள் என்பதல்ல. அவர்கள் இன்னும் குறைந்த அல்ல — தீவிர இந்துத்துவத்தை விரும்பினார்கள்.[27] பாஜக ஏன் தோல்வியுற்றது என்பதற்கு இந்து தீவிரவாதிகளின் சொந்த விளக்கத்திற்கு இது கொஞ்சம் ஆதரவளிக்கிறது.[28]

மேலும் வலுவான, வெளிப்படையான மதத்தன்மை கொண்டவர்கள் தங்கள் சிந்தனையில் மேலும் பெரும்பான்மை சார்ந்தவர்களாக இருப்பது மிகவும் தொல்லை தரக்கூடியது. பெரும்பான்மைவாதம் இந்தியாவில் வளர்ந்துவருவதற்குப் போதிய சான்றுகளைக் *கடவுள் சந்தை* அளிக்கிறது. அப்படிப் பட்ட இந்துக்கள், இந்துமதம் என்பது ஒரு மதம் மட்டுமல்ல, தேசத்தின் ஆன்மா அல்லது உயிர்ச்சக்தியே அதுதான், எல்லா இந்தியர் களுக்குமான ஒரு 'வாழ்க்கைநெறி' என்கின்றனர். இந்த நிலைப் பாடு, சங்கப் பரிவாரம் பிரச்சாரம் செய்வதனுடன் தெளிவாகவே ஒன்றுபடுகிறது. அடிக்கடி வழிபாடு நடத்துகின்ற, மேலும் அடிக்கடி மதச்சடங்குகளில் பங்கேற்கின்ற, வேகமிக்க இந்துக் களாக இருந்தால், அவர்கள் இந்தியா ஒரு இந்து நாடு என்பதில் மற்றவர்களைவிட இருமடங்கு நம்பிக்கை வைத்திருப்பார்கள் என்று தோன்றுகிறது. ஆக இந்து தேசியவாதக் கட்சிகள் எப்போதுமே இந்து வாக்குகளைப் பெற முடியாவிட்டாலும் — 2009 தேர்தலுக்குப் பிறகு ஓர் உரையாளர் கூறியது போல, 'இந்து ஆன்மாக்களை அறுவடை செய்ய' முடியாவிட்டாலும் — இந்து

மதத்தன்மைக்கும் இந்துத்துவ அரசியலுக்கும் இடையில் ஒரு பொதுவான அடிப்படைப் புரிந்துகொள்ளுதல் இருக்கிறது.

மதத்தில் ஊறிய ஒரு பொதுமக்கள் கலாச்சாரம், நல்ல சமூகத் திற்குச் சேதம் விளைவிக்கக்கூடியது என்பதற்கு ஓர் இறுதியான சான்று, அயோத்தியில் வாதத்துக்கிடமான ஒரு கட்டுமானத்தைப் பற்றிய வழக்கின் தீர்ப்பு வாயிலாக 2008ஆம் ஆண்டு கிடைத்தது. ஆயிரக்கணக்கான, இன்னும் கேட்டால், நூறாயிரக்கணக்கான ஆண்டுகளுக்கு முன்பு, இந்துக் கடவுள் இராமன் பிறந்ததாகச் சொல்லப்பட்ட அதே குறிப்பான இடத்தில் நிற்கிறதென்ற முகாந்திரத்தினால் பதினேழாம் நூற்றாண்டைச் சேர்ந்த ஒரு மசூதி இடிக்கப்பட்டது. 2010 செப்டம்பர் 30 அன்று, அலகாபாத்தின் உயர் நீதிமன்றம், வாதத்துக்கிடமான இடத்திற்கு வக்ஃப் போர்டு தான் நிலத்துக்கு அசலான சொந்தக்காரர் என்றபோதும், மூன்றில் இரு பங்கை இந்துக்களுக்கு அளித்தது. மீதியை முஸ்லிம் களுக்கு அளித்தது. முப்பதுக்கும் மேற்பட்ட விதவிதமான பிரச்சினைகளைக்கொண்ட மிகச் சிக்கலான வழக்கு இது. அவற்றின் விவரங்கள் நமக்கு இங்கு தேவையில்லை. இந்தத் தீர்ப்பைப் பொறுத்தவரை திகைக்கச் செய்தது என்னவென்றால், இந்துக்களுடைய மதத்தின் சார்பாக எவ்விதம் சான்றுகளும் சட்டபூர்வமான வாதமும் புறக்கணிக்கப்பட்டன என்பதுதான். முன்னிலை வகித்த நடுவர்களுக்குக்கூட இராமன் அந்தக் குறிப்பிட்ட இடத்தில் பிறந்தானா என்பதைக் 'கண்டறிவது இயலாத காரியம்' என்பது நன்றாகத் தெரியும்.

'இயலாத காரியம்' என்று வழக்கை ஒதுக்குவதற்குப் பதிலாக நடுவர்கள், 'விவாதத்திற்கிடமான இடம் (சொத்து), பொதுவாக இந்துக்களின் பாரம்பரியம், நம்பிக்கை, விசுவாசம் ஆகிவற்றிற்கேற்ப ஸ்ரீராமச்சந்திர மூர்த்தி பிறந்த இடந்தானா' என்பதாகக் கேள்வியை எளிதாக மாற்றிவிட்டனர்.[29]

மேலும், இந்துக்களின் விசுவாசம், மரபு ஆகியவற்றிற்கேற்ப 1949இல் குழந்தை இராமனின் விக்கிரகம் மசூதியில் திருட்டுத் தனமாக வைக்கப்பட்ட பகுதிக்கு மட்டுமல்ல, விக்கிரகங்கள் நிறுவப்பட்ட மொத்த இடத்திற்கும் பிரதிவாதிகளாக அவற்றை அங்கீகரித்து, சட்டபூர்வத்தன்மை அளித்து நடுவர்கள் இந்துக் களின் விசுவாசத்தையும் மரபையும் போற்றியுள்ளனர்.[30] இந்தத் தீர்ப்பு, இப்போது உச்சநீதிமன்றத்தின் பார்வையில் இருக்கிறது.

சட்டஒழுங்கு முறையே எவ்வித முயற்சியுமின்றி – இது முதல் தடவையுமல்ல – சான்றுக்குப் பதிலாக விசுவாசத்தை பதிலீடு செய்வது, நவீன இந்தியாவில் மதத்தின் கலாச்சார ஆதிக்கத்திற்கு ஓர் அடையாளமாகும். மதத்தின் அடிப்படையிலான இந்தச் சட்ட நடவடிக்கை, மதவேறுபாடின்றி சட்டத்தின் முன்னர் அனைவருக்கும் சமமான பாதுகாப்பு என்ற அரசியலமைப்பின் உறுதிமொழியை எவ்விதம் தலைகீழாக்குகிறது என்பது தெளிவானது: நீதிமன்றம் இந்த வழக்கில், முஸ்லிம்களின் நம்பிக்கையை முற்றிலுமாகப் புறக்கணித்து, பெரும்பான்மைச் சமுதாயத்தின் மத நம்பிக்கையை அப்படியே சமமதிப்பில் ஏற்றுக் கொண்டது.

* * *

வன்முறை சார்ந்த மத தீவிரத்தன்மையிலிருந்து சந்தைகள் நம்மைக் காப்பாற்ற முடியலாம் என்பது உண்மை. இந்து தேசிய வாத பாஜகவையும், அதன் துணைவர்களையும் 2009இல் ஏன் நடுத்தர வகுப்பினர் கைவிட்டனர் என்பதற்கு இது ஒரு முக்கியக் காரணம். ஆனால் சமூகத்தின் நிறுவன வெளிகளுக்குள் மதங்கள் சென்றடைவதைச் சந்தைகள் ஆழமாக்கவும் செய்கின்றன. மத தேசியவாதத்திற்கு எதிராகச் செய்யக்கூடியது, தேசியக் கலாச்சார மாகப் பெரும்பான்மை மதத்திற்கு பதிலாக ஒரு மதச்சார்பற்ற கலாச்சாரத்தைச் செயலூக்கத்தோடு வளர்த்தெடுப்பதுதான். இதற்குத் தேவை உலகமயமாக்கல், 'சுதந்திரச்' சந்தைகள் போன்ற நற்செய்தியின் மீது வைத்திருக்கும் விசுவாசம் உள்பட, மதத்தை அடிப்படையாகக் கொண்டுச் சிந்திக்கும் வழிகள்தான் உண்மை என்ற உரிமைக் கோரிக்கையைச் செயலூக்கத்தோடு அழிதொழிப்பதேயாகும்.

குறிப்புகள்

1. Swapan Dasgupta, 'A change of priorities', *Times of India,* June 4, 2009; and Dasgupta, 'A *dying* party?' *Seminar,* No. 605, 2010.
2. Koenraad Elst, 'BJP apes Congress, fails', *Daily Pioneer,* May 19, 2009.
3. Chandra Bhan Prasad, 'Markets and Manu: Economic reforms and its impact on caste in India,' CASI (Center for Advanced Study of India) Working Paper, 2008; available at http:// casi. ssc.upenn.edu/ system/ files/Markets+and+Manu+ -+Chandra+Bhan+Prasad.pdf.

4. Olivier Roy, 'The paradoxes of the re - Islamization of Muslim societies,' 2011; available at http:// essays. ssrc. org/ 10 years after 911/ the- paradoxes-of - the- re-islamization-of-muslim-societies/
5. Alan Wolfe, 'And the winner is... The coming religious peace, '*The Atlantic,* March 2008.
6. John Micklethwait and Adrian Wooldridge, *God Is Back* (London: Penguin Press,2009).
7. Timothy Shah and Monica Toft, ' Why God Is Winning', *Foreign Policy,* June 9, 2006.
8. Robert Wright, *The Evolution of God,* (New York: Little Brown, 2009).
9. Harvey Cox, 'The Market as God: Living under the new dispensation,' *The Atlantic,* March 1999.
10. Ashutosh Varshney, 'Rethink the communal violence bill,' *Indian Express,* July 16, 2011.
11. Subhash Gatade, 'Hindu Rashtra in Delhi?' *Mainstream,* Sep. 19, 2009.
12. Praveen Swami, 'The Rise of Hindutva Terrorism,' *Outlook,* May 11, 2010; Christophe Jaffrelot, 'Abhinav Bharat, the Malegaon blast and Hindu Nationalism: Resisting and emulating Islamic terrorism,' *Economic and Political Weekly,* Sept. 4, 2010.
13. Mehboob Jeelani, 'The Insurgent,' *The caravan,* August 2011.
14. Sumathi Ramaswamy, 'The Goddess and the Nation: Subter fuges of Antiquity, the Cunning of Modernity,' in *The Black well Companion to Hinduism,* ed. Gavin Flood (Oxford: Blackwell, 2003); Barbara Southard, 'The political strategy of Aurobindo Ghosh: The utilization of Hindu religious sybols and the problem of political mobilization in Bengal', *Modern Asian Studies* 14, 1980: 353-76.
15. Hari Bapuji and Suhaib Riaz. 'Occupy Wall Street: What businesses need to know,' *Harvard Business Review* blogs, October 14, 2011, available at http:// blog. hbr. org/cs/2011/10/ occupy_wall_ street_what_business. html.
16. For more details on the convergence between the IAC and Hindu right, see Bhanwar Megwanshi, *The Communal Character of Anna Hazare's movement'*, trans. Yoginder Sikand, 2011, available at http://www.sacw.net/article2266.html; and Rohini Hensman, 'Converging agendas: Team Anna and the

Indian Right' *Perspective,* Sept.19, 2011.

17. Meera Nanda, 'Ayurveda under the scanner,' *Frontline,* April 8, 2006.
18. Supriya Menon, 'Press Button, change religion,' *Tehelka,* July 3, 2011; Rahul Bhatia, 'Origins of Ramdev,' *Open,* July 2, 2011.
19. Arundati Roy, 'I'd rather not be Anna,' *The Hindu,* August 21, 2011.
20. Pippa Norris and Ronald Inglehart, *Sacred and Secular: Religion and Politics Worldwide* (Cambridge: Cambridge University Press, 2004).
21. Micklethwait and Wooldridge, *God Is Back,* 16, 18.
22. National Election Study, *Economic and Political Weekly,* special issue, Sept. 26, 2009; Sanjay Kumar, 'Religious practices among Indian Hindus: Does that influence their political choices?' *Japanese Journal of Political Science* 10/3, 2009: 313 - 332.
23. All figures are from Kumar *'Religious practices among Indian Hindus.'*
24. *Ibid.*
25. For more recent work on these themes, see Meera Nanda, 'Madame Blavatsky's Children: Modern Hindu Encounters with Darwinism,' in *Handbook of Religion and the Authority of Science,* ed. James R. Lewis and Olav Hammer (Lieden: Brill, 2010), 279 - 344; and in the same Volume, Kathinka Froystad, 'From Analogies to Narrative Entanglement: Invoking Scientific Authority in Indian New Age Spirituality,' 41-66.
26. Ashis Nandy, 'Defeat an Idea.' *Tehelka,* June 2009 (see note 2).
27. Kumar, 'Religious practices among Indian Hindus.'
28. See Elst, 'BJP apes Congress, fails.'
29. Anupam Gupta, 'Dissecting the Ayodhya Judgement.' *Economic and Political Weekly,* Dec. 11, 2010. Emphasis added.
30. Gautam Patel, 'Idols in Law,' *Economic and Political Weekly,* Dec. 11, 2010.

౸౿